INSIGHT PUBLICA®

INSIGHT PUBLICA®
Nadakkavu, Kozhikode, Kerala
www.insightpublica.com
e-mail: insightpublica@gmail.com
Videyathwathinte Echilila
(Malayalam)
Anilkumar A V
Cover: Vineesh Peralassery
Back Cover Photo: Surendran Madikai
First Edition: January 2019

ISBN 978-93-87398-63-4

വിധേയത്വത്തിന്റെ എച്ചിലില

മതപ്രവർത്തനം • പശു രാഷ്ട്രീയം • വിശ്വാസ ഭീകരത

അനിൽകുമാർ എ. വി.

INSIGHT PUBLICA®

കാസർകോട് ജില്ലയിലെ പിലിക്കോട്ട് ജനിച്ചു. അച്ഛൻ: ടി ശിവശങ്കരൻ, അമ്മ: എ വി ലക്ഷ്മി. കോഴിക്കോട് സർവകലാശാലാ ചരിത്രവിഭാഗത്തിൽനിന്ന് രണ്ടാം റാങ്കോടെ എം എ പാസായി. അവിടെ എംഫിൽ വിദ്യാർത്ഥിയായിരിക്കെ ദേശാഭിമാനിയിൽ ചേർന്നു. കുറച്ചുകാലം ചിന്ത വാരികയുടെ പത്രാധിപസമിതിയിലും പ്രവർത്തിച്ചു. ഇപ്പോൾ ദേശാഭിമാനി ഫീച്ചർ എഡിറ്റർ. ചരിത്രത്തിനൊപ്പം നടന്ന ഒരാൾ, ഇടവേളകളില്ലാത്ത ചരിത്രം, ആലസ്യത്തിന്റെ ആൾക്കൂട്ടങ്ങൾ, തിരസ്കൃത ചരിത്രത്തിന് ഒരു ആമുഖം, കാവിനിറമുള്ള പ്ലേഗ്, ചിഹ്നങ്ങളുടെ രാഷ്ട്രീയം, ആഗോളവൽക്കരണത്തിന്റെ അഭിരുചിനിർമാണം, ഒറ്റുകാരുടെ ചിരി, ബുദ്ധിജീവികളുടെ പ്രതിസന്ധി, പ്രതിബിംബക്കെണിയും മൂലധന രാഷ്ട്രീയവും, നാലാംലോകവാദവും സാമ്രാജ്യത്വ രാഷ്ട്രീയവും, സി, യിരമ്യാവ്: അടിമയുടെ ജീവിതം, ജീവിതത്തിൽ ഒരിക്കൽമാത്രം സംഭവിക്കുന്നവ, ശരീരം വിപണി ദൈവം, പ്രവാസികൾ: ഭാഷയിലും ജീവിതത്തിലും, മുറിവേറ്റ ആഹ്ലാദങ്ങൾ - ചരിത്രവും ജീവചരിത്രവും, ഇന്ദുലേഖയുടെ അനുജത്തിമാർ, സ്വാതന്ത്ര്യത്തിന്റെ പെണ്ണകങ്ങൾ, ജർമൻ സ്കെച്ചുകൾ, പലപേരിൽ ഒരു നഗരം (ട്രിച്ചി കുറിപ്പുകൾ), ഒരിക്കലും പൂട്ടാത്ത മുറി, ആൾദൈവങ്ങൾ അഥവാ അസംബന്ധ മനുഷ്യർ, എഴുത്തുമുറി, സത്യംപറയുന്ന പെരുംനുണയന്മാർ, ജീവിതം നയിക്കാൻ വിധിക്കപ്പെട്ട നുണകൾ, ലങ്കൻ കാഴ്ചകൾ, ഇന്തോനേഷ്യൻ ഡയറി, ഹിറ്റ്ലർ എന്ന ഫുട്ബോൾ കോച്ച്, അനുഭൂതികളിലെ വർഗസമരം, മാധ്യമ മഹാസഖ്യം, സിനിമയുടെ ആത്മഗതം, ചരിത്രം ഒരു സമരായുധം, വന്മതിൽ മുതൽ ബീഗ്ബെൻവരെ, ഹോങ്കോങ്ങ് - ചൈനാ വിശേഷങ്ങൾ, ഓർമകളുടെ തുറമുഖത്തുനിന്നും പുറപ്പെട്ട നാവികർ, കെ പി ആർ, പുരാതന നൗകയിൽ തീരമണഞ്ഞ മുക്കുവർ, ജീവിതത്തിന്റെ ബഹുവചനം, രണ്ട് കൈ രണ്ട് വ്യവസ്ഥ, ഗുരു

എസ് എൻ ഡി പി യോഗം വിട്ടതെന്തേ?, ഒറ്റരാത്രിയിലെ അഥിതികൾ, അവൻ ഏപ്പോഴുത് വാഴ്ന്താൻ, ചെ എന്ന ഫോട്ടോഗ്രാഫർ,സിനിമയിലെ കൊട്ടകാറ്റകൾ, മോഡി ബ്രാൻഡും കീറിപ്പറിഞ്ഞ പാദുകവും തുടങ്ങിയവ പ്രധാന കൃതികൾ. സദ്ദാം: നൂറ്റാണ്ടിന്റെ ബലി, കാസ്ട്രോ - ക്യൂബ: വിപ്ലവത്തിന്റെ യൗവനങ്ങൾ, മുല്ലപ്പെരിയാർ, വധശിക്ഷ: ഭരണകൂടം നടത്തുന്ന കൊലപാതകം എന്നീ പുസ്തകങ്ങൾ എഡിറ്റ ചെയ്തു. മികച്ച ജീവചരിത്രത്തിനുള്ള 1997 ലെ സാഹിത്യ അക്കാദമി അവാർഡ്, മികച്ച വൈജ്ഞാനിക കൃതിക്കുള്ള 1997ലെ അബുദാബി ശക്തി പുരസ്കാരം, സാഹിത്യ സംബന്ധിയായ ടെലിവിഷൻ പരിപാടിക്കുള്ള സംസ്ഥാന സർക്കാരിന്റെ 2005ലെ വിഷ്വൽ എന്റർടൈൻമെന്റ് അവാർഡ്, മാധ്യമ രംഗത്തെ സമഗ്ര സംഭാവനക്കുള്ള 2015 ലെ തുളുനാട് അവാർഡ് എന്നിവ നേടി.ചരിത്രത്തിനൊപ്പം നടന്ന ഒരാൾ 'വരലാത്രുടൻ പയനിത്ത മാമനിതർ'എന്ന പേരിലും ഗീബൽസ് ചിരിക്കുന്ന ഗുജറാത്ത് ഗീബൽസ് സിരിക്കും ഗുജറാത്ത് എന്ന പേരിലും തമിഴിലും ഇറങ്ങിയിട്ടുണ്ട്. 2006 ഒക്ടോബറിൽ ജർമൻ നഗരമായ ഫ്രാങ്ക്ഫർട്ടിൽ നടന്ന അന്താരാഷ്ട്ര പുസ്തകോത്സവത്തിൽ പങ്കെടുത്തിരുന്നു. പ്രഭാകരന്റെ അന്ത്യത്തിനുശേഷം ശ്രീലങ്കയിലും യാത്ര ചെയ്തു. 2010 മാർച്ചിൽ ജക്കാർത്തയിൽ നടന്ന ഈസ്റ്റ് ഏഷ്യാ മീഡിയാ പ്രോഗ്രാമിൽ ഇന്ത്യൻ സംഘാംഗമായിരുന്നു. ചൈന, ഹോങ്കോങ്, യു എ ഇ, മലേഷ്യ, തായ്ലൻഡ്, ബംഗ്ലാദേശ്, ഒമാൻ എന്നീ രാജ്യങ്ങളും സന്ദർശിച്ചു. ഗോഡ്സെ, പാതി, ചാത്തമ്പള്ളി വിഷകണ്ടൻ എന്നീ സിനിമകളിൽ അഭിനയിച്ചു.ഡോ. ലേഖയാണ് ഭാര്യ. എം ബി ബി എസ് വിദ്യാർഥിനി അനുലക്ഷ്മിയും ബിഎ വിദ്യാർഥി അഖിൽശിവനും മക്കൾ.

അനിൽകുമാർ എ. വി.

ഉള്ളടക്കം

സന്ന്യാസിമാർക്കും ഇടമില്ലാത്ത ഇന്ത്യ

അൾജീരിയൻ യുദ്ധവേളയിൽ ഉളവായ ഭീതിജനകവും ആശങ്ക നിറഞ്ഞതുമായ അവസ്ഥ മനസ്സിൽവെച്ച് ഴാങ് പോൾ സാർത്ര എഴുതിയത് പ്രിയമുള്ളവരേ, ഫ്രാൻസ് എന്നാൽ ഒരു മഹത്തായ രാഷ്ട്രത്തിന്റെ പേരായിരുന്നു; അതിപ്പോൾ മഹാരോഗത്തിന്റെ ലക്ഷണമായിരിക്കുന്നുവെന്നാണ്. ഇന്ത്യൻ തെരുവുകൾ ഇതാ എല്ലാദിവസവും ന്യൂനപക്ഷങ്ങളുടെയും ദളിതരുടെയും നിരപരാധികളായ മറ്റ് സാധാരണക്കാരുടെയും ബുദ്ധിജീവികളുടെയും എന്തിനേറെ ഏവർക്കും ആദരണീയരായ സന്ന്യാസിമാരുടെയും ചുടുചോര വീണ് കുതിരുകയാണ്. മാരകമായ കാവി നിറമുള്ള പ്ലേഗ് കൊടുംകാട്ടുതീ പോലെയാണ് എങ്ങും പടരുന്നതും. വിനാശകരങ്ങളായ അതിക്രമ പരമ്പരകളെ സാംക്രമിക രോഗമാക്കി പരിവർത്തിച്ച് മുന്നേറുന്ന ഫാസിസ്റ്റ് രീതികളുടെ ഒരേട് 2018 ജൂലൈ രണ്ടാം വാരം ജാർഖണ്ഡിൽനിന്ന് കാണാനായി. അത് അവസാനത്തെ ഉദാഹരണമാവാനുമിടയില്ല. തികഞ്ഞ ജനാധിപത്യവാദിയും മനുഷ്യാവകാശ പ്രവർത്തകനും വർഗീയ വിരുദ്ധ പ്രചാരകനും സർവോപരി ഹിന്ദുമത വിശ്വാസിയുമായ സ്വാമി അഗ്നിവേശിനെതിരായ സംഘപരിവാര കാടത്തം എല്ലാ സീമകളും ലംഘിക്കുന്നതായിരുന്നു. 2002ൽ അഹമ്മദാബാദിലെ സബർമതി ആശ്രമത്തിൽ മേധാ പട്കറെ ആക്രമിച്ചതിന് സമാനമായിരുന്നു അത്. നക്സലൈറ്റുകളെ പിന്തുണക്കുന്ന അഗ്നിവേശ്, ബീഫ് ഭക്ഷിക്കാറുണ്ടെന്നും ആരോപണമുയർത്തി. ആൾക്കൂട്ട കൊലപാതകങ്ങൾ ഒരിക്കലും അംഗീകരിക്കാനാവില്ലെന്ന സുപ്രിംകോടതി വിധി വന്ന ദിവസമാണ് അദ്ദേഹത്തിനെതിരായ വധശ്രമമെന്നത് സ്ഥിതിഗതികൾ കൂടുതൽ സങ്കീർണമാക്കുകയാണ്. പരമോന്നത നീതിപീഠത്തിന്റെ കനത്ത താക്കീതിനും ഉറച്ച പ്രഖ്യാപനങ്ങൾക്കുംപോലും വിലയില്ലാതായിരിക്കുന്നു.

നൂറിനടുത്ത് വരുന്ന ക്രിമിനലുകൾ ആ വന്ദ്യവയോധികനെ അക്ഷരാർഥത്തിൽ കടിച്ചുകീറുകയായിരുന്നു. ഉപദ്രവിക്കരുതെന്ന് കൂപ്പുകൈയോടെ കേണപേക്ഷിച്ചിട്ടും നിലംപരിശാക്കി. കേട്ടാലറക്കുന്ന തെറിയഭിഷേകമായിരുന്നു ആദ്യം. ജാർഖണ്ഡിലെ ആദിവാസി മേഖലയായ ലിലിപ്പേട്ടിലെ സെമിനാറിൽ പങ്കെടുക്കാനുള്ള യാത്രാമധ്യേ

റാഞ്ചിയിൽനിന്നും ഏറെ അകലെ പാക്കറിൽ വിശ്രമിക്കുകയായിരുന്ന ഹോട്ടലിൽനിന്നും പുറത്തിറങ്ങിയപ്പോൾ ആർഎസ്എസ്, യുവമോർച്ച, ബിജെപി, വിശ്വഹിന്ദു പരിഷത്ത് ക്രിമിനലുകൾ വളഞ്ഞിട്ട് ഉപദ്രവിച്ചു. സ്വാമിയുടെ പരിപാടി അറിഞ്ഞ് അവർ ആ ഹോട്ടലിൽതന്നെ മുറിയെടുത്തത് ഗൂഢാലോചനയുടെയും സംഘടിത സ്വഭാവത്തിന്റെയും ആഴം വ്യക്തമാക്കുന്നു. കരിങ്കൊടി കാണിക്കുകയും ആക്രോശിക്കുകയും ചെയ്ത ശേഷമായിരുന്നു ക്രൂരമർദനം. അഗ്നിവേശ് നിസ്സഹായനായി നിൽക്കുമ്പോഴും കാവിപ്പട ജയ്ശ്രീരാം വിളികളോടെ രംഗം കൊഴുപ്പിച്ചു. പ്രശ്നം എന്താണെന്നു അറിയിച്ചാൽ സംവാദത്തിനു തയ്യാറാണെന്ന് പറഞ്ഞിട്ടും നിലത്തു തള്ളിയിട്ട് ചവിട്ടുകയും വീണപ്പോൾ തറയിലൂടെ വലിച്ചിഴക്കുകയും വസ്ത്രങ്ങൾ കീറിപ്പറിക്കുകയുമായിരുന്നുവെന്നാണ് ഒട്ടുമിക്ക ദേശീയ മാധ്യമങ്ങളും റിപ്പോർട്ടു ചെയ്തത്. തന്റെ ഹിന്ദുമതം താങ്കളുടേതിനേക്കാൾ മഹത്തരവും മികച്ചതുമാണെന്നും ജാർഖണ്ഡിന് പുറത്ത് കടക്കൂ എന്നും അക്രമികളിലൊരാൾ അട്ടഹസിക്കുന്നുണ്ടായിരുന്നു. ഹിന്ദുക്കളെ ക്രിസ്തു മതത്തിലേക്ക് പരിവർത്തനം നടത്താനാണ് സ്വാമി അവിടെ എത്തിയതെന്നും മറ്റൊരാൾ വിളിച്ചുകൂവി. ജനാധിപത്യത്തിന്റെ നിർവഹണം ആൾക്കൂട്ടങ്ങളെ ഏൽപ്പിച്ചതിന്റെ അനിവാര്യമായ ഫലമാണ് ഇത്തരം സംഭവങ്ങൾ. ഭരണഘടനയെയും നിയമപുസ്തകങ്ങളെയും കാട്ടിലെറിഞ്ഞാൽ വരാവുന്ന ദുരന്തങ്ങളിലൊന്നായും ഇതിനെ കണക്കാക്കാം. തടിച്ചു കൊഴുത്തുകൊണ്ടിരിക്കുന്ന പാമ്പിനെ അഴിച്ചുവിട്ടിരിക്കുന്നവെന്നും അത് ഇപ്പോൾ സ്വന്തം വാൽ തന്നെ വിഴുങ്ങുകയാണെന്നും ഒരു പംക്തികാരൻ നിരീക്ഷിച്ചത് കാണാതിരുന്നുകൂട.

അതിരുവിട്ട ന്യായീകരണം

അതിക്രമത്തിലെ തങ്ങളുടെ പങ്ക് നിഷേധിക്കുകയും അതിനെ അപലപിക്കുകയുംചെയ്ത ബി ജെ പി, അഗ്നിവേശിന്റെ പ്രവർത്തന ചരിത്രം പരിശോധിച്ചാൽ ആക്രമണം പ്രതീക്ഷിക്കേണ്ടതാണെന്നും കൂട്ടിച്ചേർത്തത് ഭയാനകമാണ്. കാവിപ്പടയുടെ ഹിംസാത്മക രാഷ്ട്രീയം എത്രമാരകമായി വളർന്നിരിക്കുന്നുവെന്ന സൂചനയും നൽകുകയാണ് തീരുമാനിച്ചുറപ്പിച്ച വിശദീകരണം. ജാർഖണ്ഡ് നഗര വികസന മന്ത്രി സി പി സിങ്ങിന്റേത് ഒട്ടും മാന്യതയില്ലാത്ത പ്രസ്താവമായിരുന്നു. അഗ്നിവേശ് വൻതോതിൽ വിദേശ ഫണ്ട് കൈപ്പറ്റി ജീവിക്കുന്ന തനി തട്ടിപ്പുകാരനാണെന്നായിരുന്നു മന്ത്രിയുടെ ആദ്യ പ്രതികരണം. അദ്ദേഹം ധരിക്കുന്ന കാവി വസ്ത്രം സാധാരണക്കാരെ പറ്റിക്കാനാണത്രെ. അതിനാൽ കപട സ്വാമിയാണ്. ജനശ്രദ്ധ നേടാൻ മാത്രം സ്വയം പദ്ധതിയിട്ടതാണ് അക്രമ സംഭവമെന്നും സിങ്ങ് തട്ടിവിട്ടു.

മുസ്ലീങ്ങളും ക്രിസ്ത്യാനികളും കമ്യൂണിസ്റ്റുകാരും രാജ്യത്തിന് ഭീഷണിയാണെന്ന് അർഥശങ്കക്കിടയില്ലാത്തവിധം പ്രഖ്യാപിച്ച സംഘടനയുടെ പുതുതലമുറ ബ്രിഗേഡ് ഹിന്ദു സന്ന്യാസിയെ ഇവ്വിധം അപമാനിച്ചതിൽ എങ്ങും പ്രതിഷേധം അലയടിച്ചു. 1947 നവംബറിൽ ദില്ലിയിൽ ചേർന്ന ആർഎസ്എസ് കാര്യകർത്താക്കളുടെ കൂടിച്ചേരലിൽ എം എസ്

ഗോൾവാൾക്കർ സംസാരിച്ചത് കൃത്യമായ ലക്ഷ്യം വെച്ചായിരുന്നു. അത് അന്നത്തെ പൊലീസ് രേഖകളിൽ മങ്ങാതെ കിടക്കുന്നുണ്ട്: 'ഹിന്ദുക്കളുടെ ചോര ചീന്തുന്നത് ഇഷ്ടമുള്ള കാര്യമല്ല, പക്ഷേ നമ്മുടെ മാർഗത്തിന് മുന്നിൽ തടസ്സമുയർത്തി നിന്നാൽ അതും ചെയ്യേണ്ടി വരുമെന്നായിരുന്നു കൊലവിളി. സ്വാതന്ത്ര്യലബ്ധിയെയും രാജ്യവി ഭജനത്തെയും തുടർന്നുള്ള സംഭവ വികാസങ്ങളിൽ മുസ്ലിങ്ങൾക്ക് സംരക്ഷണം നൽകാൻ ഗാന്ധിജി തുനിഞ്ഞതായിരുന്നു പ്രകോപനം. ആ പ്രസംഗത്തിന് രണ്ട് മാസത്തിനുള്ളിൽ അദ്ദേഹത്തെ നാഥൂറാം വിനായക ഗോഡ്സെയും സംഘവും അതിക്രൂരമായി വധിച്ചു. ആധുനിക ഇന്ത്യാ ചരിത്രത്തിലേക്ക് ചോര പടർത്തിയ കുറ്റകൃത്യമായിരുന്നു അത്.

ഇപ്പോഴത്തെ ഛത്തീസ്ഗഢിലെ ജൻജ്ഗീർ-ചമ്പ ജില്ലയിൽ 1939ൽ പിറന്ന ശ്യാം വേപ റാവുവാണ് സ്വാമി അഗ്നിവേശാകുന്നത്. നിയമത്തി ലും സാമ്പത്തിക ശാസ്ത്രത്തിലും ബിരുദം നേടിയ അദ്ദേഹം 1963 മുതൽ അഞ്ചുവർഷം കൊൽക്കത്ത സെന്റ് സേവ്യർ കോളേജിൽ ബിസ്സിനസ്സ് മാനേജ്മെന്റ് അധ്യാപകനായിരുന്നു. 1968ൽ വീട്ടും തൊഴിലും ഉപേ ക്ഷിച്ച് ഹരിയാനയിലേക്ക് പോയി. അപ്പോഴും ഗാന്ധിജിയും കാൾ മാർക്സുമായിരുന്നു മനസ്സിൽ. ദയാനന്ദ സരസ്വതി രൂപംനൽകിയ ആര്യസമാജത്തിൽ ചേർന്ന് അവിടെ സന്ന്യാസം സ്വീകരിക്കുകയാ യിരുന്നു. ആര്യസഭ എന്ന രാഷ്ട്രീയ സംഘടനക്കും രൂപംനൽകി. 1977 ൽ ഹരിയാണ നിയമസഭാംഗവും 1979 മുതൽ 82 വരെ വിദ്യാഭ്യാസ മന്ത്രിയുമായി. ഹൈന്ദവ ദർശനത്തിലെ വിശാല മാനവികതയും സമത്വ ചിന്തയും വേർതിരിച്ചെടുക്കാൻ ശ്രമിച്ച അദ്ദേഹം രാഷ്ട്രീയമായി അത് പ്രയോഗത്തിൽ വരേണ്ടതാണെന്ന ബോധ്യത്തോടെ സോഷ്യലിസ്റ്റ് പാത തെരഞ്ഞെടുക്കുകയായിരുന്നു. നിയമസഭാംഗവും മന്ത്രിയുമായിരി ക്കുമ്പോഴും തുടർന്നും ഉത്തരേന്ത്യയിലെ അടിമത്ത സമാനമായ കരാർ തൊഴിൽ സമ്പ്രദായത്തിനെതിരെ ദരിദ്രരെ യോജിപ്പിച്ച് പോരാട്ട ങ്ങൾ നയിച്ചു. 1981-ൽ ബോണ്ടഡ് ലേബർ ലിബറേഷൻ ഫ്രണ്ടിന് രൂപംനൽകി. വിവിധ തുറകളിലെ മഹത്തായ സംഭാവനകൾ മാനിച്ച് ഒട്ടേറെ അന്താരാഷ്ട്ര അംഗീകാരങ്ങളും തേടിയെത്തി. 2004ലെ റൈറ്റ് ലൈവ്‌ലി ഹുഡ്, ആന്റി സ്ലേവറി മെഡൽ(ലണ്ടൻ) തുടങ്ങിയവ അതിൽ ചിലതുമാത്രം. അടിമവിരുദ്ധ, ബാലവേല വിരുദ്ധ, സ്ത്രീധന പീഡന വിരുദ്ധ പ്രക്ഷോഭങ്ങളും സമാധാനത്തിനായുള്ള ഇടപെടലുകളും ജാതി ക്കെതിരായ പ്രചാരണങ്ങളും ആദിവാസി ക്ഷേമ പ്രവർത്തനങ്ങളുമാണ് സ്വാമിയെ ലോകത്തിന്റെ നെറുകയിലേക്കുയർത്തിയത്.

സിഖ്‌വിരുദ്ധ കലാപത്തിൽ ജനങ്ങൾക്കൊപ്പം

കാവിവേഷം സാമൂഹിക-സാംസ്കാരിക-ആത്മീയ പ്രവർത്തനത്തിനു ള്ള യൂണിഫോമാണെന്നും അടിച്ചമർത്തപ്പെട്ടവർക്കായി പോരാടാനുള്ള ആഹ്വാനമാണെന്നും പ്രഖ്യാപിച്ച അഗ്നിവേശിനെ കാവിയുടെയും ശ്രീ രാമന്റെയും പേരിൽ ഊറ്റംകൊള്ളുന്നവർ തന്നെയാണ് കടന്നാക്രമിച്ച തെന്നത് വിരോധാഭാസമാണ്. ഇന്ദിരാ ഗാന്ധിയുടെ വധത്തെ തുടർന്ന്

1984 നവംബറിൽ രാജ്യ തലസ്ഥാനത്ത് അരങ്ങേറിയ സിഖ് വിരുദ്ധ കലാപത്തിന്റെയും കൂട്ടക്കൊലയുടെയും അവസരത്തിൽ അഗ്നിവേശ് ജനങ്ങൾക്കൊപ്പം അണിനിരക്കുകയുണ്ടായി. വലിയ കൊള്ളയും അതിക്രമങ്ങളും നടമാടിയ ലാജ്പത് നഗർ ഭാഗത്തേക്ക് കുതിച്ച അദ്ദേഹം സ്കൂളിൽ അവിടെയിരുന്ന് സമാധാനത്തിന് ആഹ്വാനം നൽകുകയായിരുന്നു. കാവിയുടുത്ത ആ സ്വാമിയുടെ വാക്കുകൾക്ക് കാന്ത സമാനമായ ഫലമായിരുന്നു. അക്രമം വേഗം നിലച്ചു.

ഹൈന്ദവ ദർശനത്തിൽ ആഴത്തിൽ അവഗാഹമുള്ള സ്വാമിയായാൽപ്പോലും തങ്ങൾക്ക് ഇഷ്ടമില്ലാത്ത വിധത്തിൽ വ്യാഖ്യാനങ്ങൾ മുന്നോട്ടുവെച്ചാൽ അംഗീകരിക്കാൻ ഒരുക്കമല്ലെന്ന മതഭ്രാന്തരുടെ അസഹിഷ്ണുതയുടെ പരസ്യ പ്രകടനമാണ് അഗ്നിവേശിനെതിരായ കടന്നാക്രമണത്തിൽ കണ്ടത്. സംഘപരിവാർ രാഷ്ട്രീയത്തെ പലതുറകളിൽ ശക്തമായി എതിർക്കുന്ന അദ്ദേഹം മുമ്പും ആർ എസ് എസ്സ് ഉൾപ്പെടെയുള്ള സംഘടനകളുടെ കടന്നാക്രമണങ്ങൾക്ക് ഇരയായിട്ടുണ്ട്. പുരിയിലെ പ്രശസ്തമായ ജഗന്നാഥ ക്ഷേത്രത്തിൽ അഹിന്ദുക്കൾക്കും ആരാധനക്ക് അവസരമുണ്ടാകണമെന്ന പ്രസ്താവവും ആർ എസ് എസ് വിവാദമാക്കിയിരുന്നു. 1980 കളിൽ താഴ്ന്ന ജാതിവിഭാഗങ്ങൾക്ക് പ്രവേശനം നിഷേധിക്കപ്പെട്ട രാജസ്ഥാനിലെ നത്ധ്വാരയിൽ ക്ഷേത്രങ്ങളിൽ അവർക്കൊപ്പം അദ്ദേഹവും എത്തുകയുണ്ടായി. എന്നാൽ നിരോധനാജ്ഞ പ്രഖ്യാപിച്ച് അധികൃതർ ആ സമരം തടയുകയായിരുന്നു. ദളിത്- കമ്യൂണിസ്റ്റ് വിരുദ്ധത, ഇസ്ലാമോഫോബിയ, സവർണ -സമ്പന്നത, ഹിന്ദുത്വവാദം, തീവ്രദേശിയത, മനുഷ്യാവകാശലംഘനം തുടങ്ങിയ വിഷയങ്ങളിൽ കാവിപ്പടയുടെ നിലപാടുകളെ അഗ്നിവേശ് അതിശക്തമായി നേരിട്ടുപോന്നു. 2008 ൽ ദില്ലി രാംലീല മൈതാനത്ത് നടന്ന തീവ്രവാദ വിരുദ്ധ സമ്മേളനത്തിലെ പ്രഭാഷണം ഇസ്ലാമോഫോബിയക്കെതിരായ രൂക്ഷമായ കടന്നാക്രമണമായിരുന്നു. എന്നാൽ അതിന്റെ മറുപുറവും ഊന്നി. ഖുറാനെയും ഇസ്ലാമിനെയും അപകീർത്തിപ്പെടുത്താൻ ലക്ഷ്യമിട്ടുള്ളതാണ് ഭീകരവാദം. ഇസ്ലാം സമാധാനത്തിന്റെ മതമാണ്.ഹിന്ദുത്വമെന്നാൽ ഫാസിസമാണെന്നും വർഗീയ സംഘർഷങ്ങളുടെ അവസരങ്ങളിൽ ആർഎസ്എസ്സും ബജ്റംഗദളും വിഎച്ച്പിയും തൃശൂലം ഏന്തുന്നത് മത ചിഹ്നമായി കാണാനാവില്ലെന്നും വിശദീകരിക്കുകയുമുണ്ടായി.

ഹിന്ദുത്വവും ഹിന്ദുവിശ്വാസവും ഒന്നല്ല

പ്രൗഢഗംഭീരങ്ങളായ നിരവധി ലേഖനങ്ങളിലൂടെയും അഗ്നിവേശ് ഇത്തരം ആശയങ്ങൾ വിപുലമാക്കി. അവയിലെല്ലാം ഹിന്ദുത്വത്തിന്റെ രാഷ്ട്രീയ പരിണാമങ്ങളുടെ നാൾവഴികളിലൂടെ സഞ്ചരിക്കുകയായിരുന്നു. ഹിന്ദുമതം എന്ന ദിവ്യപ്രകാശം കൊടുംവിഷം നിറഞ്ഞ് മരണാസന്നമായിരിക്കയാണ്.രാമഭക്തിയുടെ മറക്കുള്ളിൽ നിക്ഷിപ്ത താൽപ്പര്യങ്ങളാണ് ചിലർ ഒളിച്ച് കടത്തുന്നതും. ഹിന്ദുമത വികാരത്തെ ചൂഷണം ചെയ്യുകയും ദുരുപയോഗിക്കുകയുമാണ്. ഈ സ്ഥിതി തുടർന്നാൽ

കൊളോണിയലിസം പോലെ ഹിന്ദുമതവും തരംതാഴും. ഹിന്ദുത്വം ഹിന്ദുമതത്തിന്റെ ആഭ്യന്തര ശത്രുവാണ്. അത് രാമൻ, കൃഷ്ണൻ,ശിവൻ തുടങ്ങിയവരിൽനിന്നുള്ള പ്രചോദനത്തിൽ നിന്ന് രൂപപ്പെട്ടതല്ല; മറിച്ച് അഡോൾഫ് ഹിറ്റ്ലറോടും ബെനിറ്റോ മുസോളിനിയോടുമാണ് കടപ്പെട്ടിരിക്കുന്നത്. ഹിന്ദുത്വത്തിന്റെ സേന ഹിന്ദുമതത്തിന്റേതാണെന്ന പ്രതീതി സൃഷ്ടിക്കും. ഇത് സൈനികത്താവളം ആക്രമിക്കുമ്പോൾ ഭീകരർ പട്ടാള യൂണിഫോമിൽ എത്തുന്നതിന് സമാനമാണ്. അതിനാൽ ഹിന്ദുത്വമെന്നത് മതഭീകരതയാണെന്ന് കാണാം. അതിന്റെ ഭാഷയും തന്ത്രങ്ങളുമാകട്ടെ ഭീകരരുടേതാണെന്നതിൽ സംശയമില്ല. അവയ്ക്ക് മതവും ആത്മീയതയുമായി ഒരു ബന്ധവുമില്ല. നിരപരാധികളെ കടന്നാക്രമിക്കൽ, നിഷ്ക്കളങ്കരായ സ്ത്രീകളെയും കുട്ടികളെയും കൊന്നുതള്ളൽ, ബലാൽസംഗവും കൊള്ളയും നടത്തൽ തുടങ്ങിയ ഹീനപ്രവൃത്തികൾ നാം പ്രതീക്ഷിക്കുന്നത് കൊടുംഭീകരരിൽ നിന്നാണ്; സൗമ്യ മതവിശ്വാസികളിൽ നിന്നല്ല.

ഹിന്ദുത്വത്തിന്റെ പ്രത്യയശാസ്ത്രകാരർ ശ്രീരാമനെ വർഗീയതയുടെ ബന്ദിയാക്കി, അദ്ദേഹത്തെ അതിക്രൂരതയുടെയും എപ്പോഴുമുള്ള കടന്നുകയറ്റത്തിന്റെയും പ്രതീകവുമാക്കിയെന്ന് അഗ്നിവേശ് എഴുതിയത് അതിശക്തമായിട്ടാണ്. രാമക്ഷേത്ര മുദ്രാവാക്യം പ്രവീൺ തൊഗാഡിയയെയും അശോക് സിംഗാളിനെയും ഗിരിരാജ കിഷോറിനെയും രാമന്റെ ഭൃത്യടമകളായി സ്വയം അവരോധിക്കാൻ അവസരമൊരുക്കുകയായിരുന്നു. അങ്ങനെയാവുമ്പോൾ അവരുടെ ഭാവമനുസരിച്ച് രാമൻ തങ്ങളുടെ കുടിയാനും. ഇക്കൂട്ടർ കാവിയെയും സംശയാസ്പദമാക്കി. അതിനെ കൊലപാതകങ്ങളുടെയും ബലാൽസംഗങ്ങളുടെയും നിറമാക്കി അധഃപതിപ്പിച്ചു. ഖാദിയെ അവമതിച്ച കപട ഗാന്ധിയന്മാരെയും ഹിന്ദുത്വത്തിന് സ്വയം വിറ്റ സന്ന്യാസിമാരെയും പിന്നിലാക്കുന്ന നിലയിലായിരുന്നു അതിവേഗം ആ നിറത്തിന്റെ അന്തഃസത്ത പാതാളത്തിലേക്ക് ഇടിഞ്ഞുപോയത്. ഗോധ്രയിലെ തീവണ്ടി അക്രമത്തിനുശേഷം നടന്ന കലാപങ്ങളിൽ നരേന്ദ്ര മോഡി കൂട്ടുപിടിച്ചത് ന്യൂട്ടന്റെ സിദ്ധാന്തമായിരുന്നല്ലോ. ഗോൾവാൾക്കറുടെ പ്രചോദനമാകട്ടെ, ഹിറ്റ്ലറുടെ ആത്മകഥയായ മെയ്ൻകാംഫും. ഹിന്ദുത്വത്തിന്റെ പേരിൽ ഹിന്ദു സംസ്കാരത്തെയാണ് സംഘപരിവാരം അതിമലിനമാക്കുന്നത്. ആ സംസ്കാരം ആതിഥ്യ മര്യാദയിലും സഹിഷ്ണുതയിലും വിനയത്തിലും ബന്ധങ്ങളിലും മൂല്യങ്ങളിലും അധിഷ്ഠിതമാണ്. ഹിന്ദുത്വത്തിന്റെ ആക്രോശവും ഭയപ്പെടുത്തലും അതിന് നേർവിപരീദമായ ഫലമാണുണ്ടാക്കിക്കൊണ്ടിരിക്കുന്നത്. ഇങ്ങനെ വിശദീകരിച്ച ശേഷം തൊഗാഡിയ ടെലിവിഷനിൽ പ്രത്യക്ഷപ്പെട്ടപ്പോൾ താൻ അത് ഓഫാക്കുമെന്ന് ' മൂന്നു വയസ്സ് പ്രായമായ കുട്ടിയുടെ അച്ഛൻ പറഞ്ഞത് സ്വാമിജി ഉദ്ധരിക്കുകയാണ്. തൊഗാഡിയമാരും സിംഗാൾമാരുമാണ് ഹിന്ദുമതത്തിന്റെ വക്താക്കളെങ്കിൽ മതംമാറ്റമാണ് ഏക പോംവഴിയെന്ന ഒരാളുടെ അഭിപ്രായവും കൂട്ടിച്ചേർത്തു.

ഗുജറാത്ത് അഥവാ വിദ്വേഷത്തിന്റെ വിളവെടുപ്പ്

സിഖ് കൂട്ടക്കൊലക്കെതിരെ നിലയുറപ്പിച്ച അഗ്നിവേശ് ഗുജറാത്ത് വംശഹത്യാ വേളയിലും തെരുവിലിറങ്ങി. വത്സൻ തമ്പുവുമൊത്ത് രചിച്ച 'ഹാർവെസ്റ്റ് ഓഫ് ഹെയിറ്റ്: ഗുജറാത്ത് അണ്ടർ സീജ്'' ശ്രദ്ധേയമായ പ്രത്യയശാസ്ത്ര പ്രയോഗവുമായി. ശീർഷകത്തിൽ ' വെറുപ്പിന്റെ വിളവെടുപ്പ് എന്ന് നൽകിയതുപോലും അനുരഞ്ജനരഹിതമായ നിലപാടിന്റെ സാക്ഷ്യവും. മഹാത്മാഗാന്ധിയുടെ ആശയങ്ങൾ നാം വിസ്മരിച്ചുവെങ്കിലും അദ്ദേഹത്തെ വധിച്ചവരെ ഒരിക്കലും മറക്കാനാവില്ല എന്ന ആമുഖവാക്കുകളും കുറേ സൂചനകൾ നൽകുന്നതാണ്. നരേന്ദ്ര മോഡിയുടെ കാർമികത്വത്തിൽ പെരുമ്പറ മുഴക്കിയ 'വികസന വായാടിത്തങ്ങളെയും അഗ്നിവേശ് കണക്കറ്റ് കളിയാക്കിയിരുന്നു. യൂറോപ്യൻ അവകാശവാദത്തിന്റെ കാർബൺ പതിപ്പ് മാത്രമാണത്. അവർ തന്നെ ആ നയങ്ങളിൽനിന്ന് പിന്മാറിയിട്ടുണ്ട്. പല പ്രഖ്യാപനങ്ങളും നാടകം മാത്രമാണെന്ന് തെളിയിക്കപ്പെട്ടതാണെന്നും കൂട്ടിച്ചേർത്തു.

വേദിക് സോഷ്യലിസം, റിലീജിയൻ റവല്യൂഷൻ ആൻഡ് മാർക്സിസം, ഹിന്ദുയിസം ഇൻ ന്യൂ എയ്ജ് തുടങ്ങിയവയാണ് അഗ്നിവേശിന്റെ മറ്റ് കൃതികൾ. ആഗോളവൽക്കരണത്തിന്റെ കടുത്ത വിമർശകനമായിരുന്നു അദ്ദേഹം.അത്യാഗ്രഹത്തെ മഹത്വവൽക്കരിക്കുന്നതാണ് ആഗോളവൽക്കരണം എന്നായിരുന്നു വിശദീകരണം. എന്തെന്നാൽ യൂറോപ്യൻ വികസനത്തെ പകർത്തിവെച്ചതാണത്. അവശ്യ മരുന്നില്ലാതെ ദിവസം ഏഴായിരം കുരുന്നുകളും സ്ത്രീധനപ്രശ്നം ഉൾപ്പെടെയുള്ള പീഡനങ്ങളാൽ വർഷം നൽപ്പത്തിരണ്ട് ലക്ഷത്തിനടുത്ത് സ്ത്രീകളും വർധിച്ചുവരുന്ന ഭ്രൂണഹത്യകളും ഒരുതരത്തിലുള്ള ഭീകരതയാണെന്നാണ് അഗ്നിവേശിന്റെ പക്ഷം. സംഘപരിവാറിന്റെ അസഹിഷ്ണതയുടെ കുന്തമുന ഉടൻ തിരിച്ചുവെക്കുക ദ്വാരകാ പീഠത്തിലെ ശങ്കരാചാര്യ സ്വരൂപാനന്ദ് സരസ്വതിയുടെ നേർക്കായിരിക്കും. അദ്ദേഹം അടുത്തിടെ ആർ എസ് എസിനെതിരെ ശക്തമായ ഭാഷയിലാണ് പൊട്ടിത്തെറിച്ചത്. ബിജെപിയും ആർ എസ് എസുമാണ് ഹിന്ദുമതത്തിന് സമീപകാലത്ത് ഏറ്റവും ക്ഷതമേൽപ്പിച്ചതെന്നായിരുന്നു പ്രസ്താവത്തിന്റെ കാതൽ. ആർ എസ് എസ് തലവൻ മോഹൻ ഭാഗവതിന് ഹിന്ദുമതത്തെകുറിച്ച് ഒന്നുമറിയില്ലെന്നും തുറന്നടിക്കുകയുണ്ടായി. രാജ്യത്തുനിന്ന് ഏറ്റവും കൂടുതൽ മാട്ടിറച്ചി കയറ്റുമതി ചെയ്യുന്ന ബിജെപി നേതാക്കളാണ് ഗോരക്ഷയുടെ പേരിൽ ഒച്ചവെക്കുന്നതെന്നും ചോദ്യത്തിന് മറുപടിയായി അദ്ദേഹം പറഞ്ഞു. ആൾദൈവങ്ങളെ ഇന്ത്യക്ക് ആവശ്യമില്ലെന്ന് വിശദീകരിച്ച ശങ്കരാചാര്യ, ആശാറാം ബാപ്പുവിനെ ജീവപര്യന്തം തടവിന് ശിക്ഷിച്ചതിനെ ന്യായീകരിക്കുകയും ചെയ്തു.

എരുമ ദേശീയതയും ആത്മീയ ഫാസിസവും

നരേന്ദ്ര മോഡിയുടെ കാർമികത്വത്തിൽ ഇന്ത്യ ഒരു പശു റിപ്പബ്ലിക്കായി മാറുകയാണ്, 2019ലെ ലോക്സഭാ തെരഞ്ഞെടുപ്പിൽ താമരയ്ക്കു പകരം പശുവായിരിക്കും ബിജെപിയുടെ ചിഹ്നം, തുടങ്ങിയ പ്രസ്താവങ്ങൾ ഫലിതത്തിനുപരി യാഥാർഥ്യമാവാനാണ് സാധ്യത. മൃഗങ്ങളേക്കാൾ വില കുറഞ്ഞ ജഡവസ്തുക്കളായി മനുഷ്യർ ചിത്രീകരിക്കപ്പെടുകയാണ് സമകാലിക ഇന്ത്യയിൽ. 'ഗോമാതാവി'ന്റെ മറവിൽ തുടർച്ചയായ കലാപം അഴിച്ചുവിടുന്ന സംഘപരിവാര ഗൂഢാലോചന അതാണ് സംശയരഹിതമായി തെളിയിക്കുന്നത്. ഇന്ത്യൻ രാഷ്ട്രീയ ഭൂപടത്തിൽ വീണ്ടും ചോര വീഴ്ത്തിയിരിക്കുന്ന വിദ്വേഷത്തിന്റെ പ്രത്യയശാസ്ത്രം. 2018 ഡിസംബർ മൂന്നിന് ഉത്തർപ്രദേശിലെ ബുലന്ദ്ഷഹറിൽ ആ കാടത്തം ഒരു പൊലീസ് ഓഫീസറെ കല്ലെറിഞ്ഞ് കൊന്നത് ഈ ശ്രേണിയിലെ അവസാനത്തെ സംഭവമാകാനിടയില്ല. ഷ്യാന പൊലീസ് സ്റ്റേഷനിലെ ഇൻസ്പെക്ടർ സുബോധ്കുമാർ സിങ്ങിനായിരുന്നു ദാരുണാന്ത്യം. കാടത്തം മുഖമുദ്രയാക്കിയ ഹിന്ദുത്വ ഭീകരരുടെ തുടർച്ചയായ കല്ലേറിൽ ഗുരുതരമായി പരിക്കേറ്റ അദ്ദേഹത്തെ ആശുപത്രിയിലെത്തിച്ചെങ്കിലും മരണം സംഭവിക്കുകയായിരുന്നു. ദാദ്രിയിൽ ബീഫ് കൈവശംവെച്ചെന്നാരോപിച്ച് കാവിപ്പട 2015 സപ്തംബർ 28ന് ഇരുട്ടിന്റെ മറവിൽ അരിഞ്ഞുതള്ളിയ മുഹമ്മദ് അഖ്‌ലാഖിന്റെ വധക്കേസ് ആദ്യഘട്ടത്തിൽ അന്വേഷിച്ച ഉദ്യോഗസ്ഥനായിരുന്നു സുബോധ്. കേസന്വേഷണം ശരിയായ ദിശയിലേക്ക് നയിച്ചത് ഹിന്ദുത്വ ശക്തികളെ തുറന്നുകാട്ടിയിരുന്നു. അത് അവർക്ക് തലവേദന സൃഷ്ടിക്കുകയുംചെയ്തു. അതുകൊണ്ടുതന്നെ കേസ് ഏറ്റെടുത്ത് രണ്ടു മാസം തികയും മുമ്പ് പ്രതികാര ബുദ്ധിയോടെ വാരാണസിയിലേക്ക് സ്ഥലം മാറ്റി. നിയമം അനുസരിച്ച സത്യസന്ധനായ ആ ഓഫീസറെ എന്നന്നേക്കുമായി ഇല്ലാതാക്കുകയായിരുന്നു അടുത്ത ലക്ഷ്യം. കലാപങ്ങൾ വിഭജിച്ച് ആഴത്തിൽ മുറിവേൽപ്പിച്ച ജനമനസ്സുകളെ ഒന്നിപ്പിക്കാനും ശാശ്വത സമാധാനത്തിന്റെ സന്ദേശം പ്രചരിപ്പിക്കാനും മതസൗഹാർദത്തിന്റെ ആശയങ്ങൾ ഊട്ടിയിറപ്പിക്കാനും സുബോധ് അത്മാർഥവും അക്ഷീണവുമായി പ്രയത്നിച്ചുവന്നതും കാവിപ്പടയുടെ ശത്രുവാക്കി മാറ്റി.

അതിക്രൂരമായ വധത്തിന് പിന്നിൽ ആർഎസ്എസും ബിജെപിയും വിഎച്ച്പിയും മറ്റുമാണെന്ന് ഉത്തർപ്രദേശ് മന്ത്രിസഭയിലെ പിന്നോക്ക ക്ഷേമ മന്ത്രിയും സഖ്യകക്ഷി നേതാവുമായ ഒ പി രാജ്ഭർ തുറന്നടിച്ചത് സത്യാവസ്ഥ വെളിപ്പെടുത്തുന്നതായി. ബുലന്ദ്ഷഹർ അതിക്രമത്തിൽ സുമിത് എന്ന യുവാവ് വെടിയേറ്റ് മരിക്കുകയും ചെയ്തു. കലാപകാരികൾ പൊലീസിനുനേരെ പലവട്ടം വെടിയുതിർക്കുകയുമുണ്ടായി. സംഘപരിവാർ കുടക്കീഴിലെ അതിഭീകരന്മാരായ ഹിന്ദു യുവവാഹിനിയുടെയും ബജ്റംഗ്ദളിന്റെയും ബ്രിഗേഡാണ് രാജ്യ തലസ്ഥാനത്തിന് 120 കിലോമീറ്റർ മാത്രം അകലെയുള്ള ചിങർവതി മേഖലയിൽ 'ഗോമാതാവിന്റെ പേരിൽ കലാപം അഴിച്ചുവിട്ടത്. മഹോവ് ഗ്രാമത്തിന് സമീപത്തെ വനാന്തരത്തിൽ പശുവിന്റെ ജഡം കണ്ടുകിട്ടിയെന്ന് പ്രചരിപ്പിച്ചായിരുന്നു കുട്ടക്കുഴപ്പങ്ങൾ ഇളക്കിവിട്ടതും. അക്രമികൾ പൊലീസ് ഔട്ട്പോസ്റ്റും ഒട്ടേറെ വാഹനങ്ങളും അഗ്നിക്കിരയാക്കുകയും ചെയ്തു.

എപ്പോഴോ ചത്ത പശുവിന്റെ ജഡാവശിഷ്ടങ്ങൾ ചൂണ്ടി ന്യൂനപക്ഷങ്ങളാണ് സംഭവത്തിന് പിന്നിലെന്ന് ആരോപിച്ചാണ് കാവിപ്പട വർഗീയ മുദ്രാവാക്യങ്ങളുമായി രംഗത്തുവന്നത്. അളിഞ്ഞുനാറിയ അവശിഷ്ടങ്ങൾ വാഹനത്തിൽ പൊലീസ് ഔപോസ്റ്റിലേക്കെത്തിച്ച് റോഡ് ഉപരോധിച്ചായിരുന്നു കപാലത്തുടക്കം. 2019ലെ ലോക്സഭാ തെരഞ്ഞെടുപ്പ് മുൻനിർത്തി അയോധ്യയും ഗോഹത്യയും സജീവമാക്കാനാണ് സംഘപരിവാർ ശ്രമമെന്ന് വ്യക്തം. 2018 ഡിസംബർ ആദ്യവാരത്തിൽ അയോധ്യയിൽ വിഎച്ച്പി നേതൃത്വത്തിൽ നടന്ന ധരംസഭയിൽ തീവ്രവർഗീയ പ്രചാരണത്തിന് ആഹ്വാനം നൽകിയിരുന്നു. ത്രിശൂലവും വാളും മറ്റ് ആയുധങ്ങളും ഉയർത്തിയുള്ള രാമഭക്തിയിൽ നിന്ന് ലാവപോലെ പ്രവഹിച്ച ഭീഷണികൾ കണ്ടും കേട്ടും മുസ്ലിങ്ങൾ വലിയ മട്ടിൽ പലായനം ചെയ്തത് മറക്കാനാവില്ല. പല വീടുകളിലും കൊച്ചുകുട്ടികളും സ്ത്രീകളും മാത്രമാണ് അവശേഷിച്ചത്. തുടർന്ന് രാമക്ഷേത്ര പ്രശ്നത്തിൽ പാർലമെന്റ് ഓർഡിനൻസ് ഇറക്കണമെന്ന അനാവശ്യ അജണ്ടയുയർത്തി നടത്തിയ ദില്ലി മാർച്ചും പ്രകോപനപരമായിരുന്നു. 2014 ലെ ലോക്സഭാ തെരഞ്ഞെടുപ്പിൽ ഉത്തർപ്രദേശിലെ 80 സീറ്റുകളിൽ ബഹുഭൂരിപക്ഷവും ബിജെപി തൂത്തുവാരിയത് 62 പച്ച മനുഷ്യരുടെ മരണത്തിനിടയാക്കിയ മുസഫർനഗർ കലാപം സൃഷ്ടിച്ച മാരകമായ വർഗീയധ്രുവീകരണത്തിലൂടെയായിരുന്നു. ആ നാളുകളിൽ ഭയവിഹ്വലരായ മുസ്ലിങ്ങൾ കൂട്ടത്തോടെ ഒഴിഞ്ഞുപോയ പ്രദേശമായിരുന്നു ഷ്യാന പൊലീസ് സ്റ്റേഷൻ പരിധിയിലെ ഗ്രാമങ്ങൾ. ആ അസ്വാസ്ഥ്യങ്ങൾക്ക് തെല്ല് അയവു വരവെയാണ് വീണ്ടും പശുവിന്റെ പേരിലുള്ള കലാപം. തബ്ലീഗ് ജമാ അത്ത് എന്ന ന്യൂനപക്ഷ സംഘടനയുടെ നേതൃത്വത്തിലുള്ള പ്രധാന പരിപാടി നടക്കുന്നവേളയിലാണ് കലാപം ലക്ഷ്യമിട്ടത്. ലക്ഷക്കണക്കിനു മുസ്ലിങ്ങൾ പങ്കെടുക്കുന്നതായിരുന്നു അതെന്നതും പ്രധാനം. ഹിന്ദു ആരാധനാലയങ്ങൾ മുസ്ലിങ്ങൾക്കു മുമ്പിൽ കവാടങ്ങൾ തുറക്കുന്ന സൗഹാർദത്തിന്റെയും

സഹവർത്തിത്വത്തിന്റെയും സാന്ത്വനം തെളിയുന്ന വേളതന്നെ കരുതിക്കൂട്ടിയുള്ള കുഴപ്പങ്ങൾക്ക് തെരഞ്ഞെടുത്തത് ഗൂഢാലോചനയുടെ സാക്ഷ്യമാണ്.

ഭദീജി ക്ഷേത്രത്തിലെ വാൾ

സാംസ്കാരിക - സാമ്പത്തിക - രാഷ്ട്രീയ ലാഭവുമായി തുലനംചെയ്ത് മനുഷ്യക്കുരുതികൾ ന്യായീകരിക്കപ്പെട്ട ഫാസിസ്റ്റ് കാലഘട്ടത്തെപ്പറ്റി ഏണസ്റ്റ് ഹെൻറി എഴുതിയത് കൃത്യമായിരുന്നു. ചില ജനവിഭാഗങ്ങളോടുള്ള ഒരേയൊരു താൽപര്യം തങ്ങളുടെ സാംസ്കാരത്തെ നനയ്ക്കാൻ അവരുടെ ചോരവേണമെന്നത് മാത്രമാണ് എന്ന നിലയിലുള്ള അഡോൾഫ് ഹിറ്റ്ലറുടെ പ്രതികരണവും ഇതോടു ചേർത്താണ് വായിക്കേണ്ടത്. ഹരിയാണയിലെ ഝജർ ഗ്രാമത്തിൽ പശുവിന്റെ പേരിൽ 2002 അവസാനം അഞ്ച് ദളിതരെ സംഘപരിവാർ അവസാനിപ്പിച്ചത് ഇപ്പോഴും നടുക്കമുണ്ടാക്കുന്നതാണ്. നാട് വിറങ്ങലിച്ച ആ കൂട്ടക്കൊലക്കു പിന്നിലെ യഥാർഥ പ്രേരണ ജനാധിപത്യ സമൂഹം അന്വേഷിച്ചില്ലെന്നു മാത്രമല്ല,ഫാസിസ്റ്റുവൽക്കരണ പ്രക്രിയയെ നേർക്കുനേർ പരിശോധിച്ചുമില്ല. ഝജറിലെ ദളിത് കൂട്ടക്കൊലയ്ക്ക് ന്യായീകരണങ്ങളുമായി ആദ്യം പറന്നെത്തിയത് വിശ്വഹിന്ദുപരിഷത്ത് അന്താരാഷ്ട്ര ഉപാധ്യക്ഷൻ ആചാര്യ ഗിരിരാജ് കിഷോറായിരുന്നു. തന്റെ അണികളെ ന്യായീകരിക്കുക മാത്രമായിരുന്നില്ല അദ്ദേഹം. പശുവിനെ തൊട്ടാൽ രാജ്യം കത്തുമെന്ന മുന്നറിയിപ്പും നൽകി. ഹിന്ദു ശാസ്ത്രപ്രകാരം പശുവിന്റെ ജീവൻ ഏറ്റവും വിലപ്പെട്ടതാണെന്ന പത്രസമ്മേളനത്തിലെ ഗിരിരാജ് കിഷോറിന്റെ പ്രഖ്യാപനങ്ങൾക്ക് മുന്നിൽ ശല്യപ്പെടുത്താതെ ഇരുന്നു കൊടുക്കുകയായിരുന്നു വൻകിട പത്രലേഖകർ. പശുവിനേക്കാൾ വില കുറഞ്ഞതാണോ ദളിതരുടെ ജീവിതമെന്ന സംശയം പോലും ഉയരാത്തിടത്താണ് അപകടത്തിന്റെ ആഴം. 2014ലെ ബിജെപി പ്രകടന പത്രികയിൽ പശു മേഞ്ഞു നടന്നപ്പോഴും ഇന്ത്യ കാര്യമായി ഞെട്ടിയില്ല. ഗുജറാത്തിന്റെ രണ്ടാംഘട്ട കൊലവിളികൾ പശു രാഷ്ട്രീയത്തിലൂന്നി മുന്നോട്ടുകൊണ്ടുപോകാനാണ് സംഘപരിവാരം ശ്രമിച്ചത്. അതിന്റെ ഏറ്റവും പ്രധാന തെളിവ് നരേന്ദ്രമോഡിയുടെ 'ഗൗരവ യാത്ര'യുടെ തുടക്കത്തിൽ കണ്ടു. ഭദീജി ക്ഷേത്രത്തിൽനിന്നായിരുന്നു അന്ന് പ്രയാണം ആരംഭിച്ചത്. നൂറ്റാണ്ടുകൾ മുമ്പ് കശാപ്പുകാരിൽനിന്ന് പശുവിനെ രക്ഷിക്കവെ മരിച്ചുവീണയാളിന്റെ സ്മാരക ക്ഷേത്രമായി ആർഎസ്എസ് വിശദീകരിക്കുന്നതാണ് ഭദീജി. അവിടെ വാൾ പൂജിക്കുന്ന പതിവുണ്ട്. ആ വാൾ വണങ്ങിയായിരുന്നു മോഡിയുടെ പ്രചാരണത്തുടക്കം.

വിവേകാനന്ദന്റെ ചോദ്യം

പശു മാതാവാണെങ്കിൽ കാളയാണോ ദൈവം എന്ന സ്വാമി വിവേകാനന്ദന്റെ ചോദ്യം മോഡിയുടെ പൂർവികന്മാർ കേട്ടതായി നടിച്ചതേയില്ല. സ്വാമിജിയും ഗോപ്രചാരകനും തമ്മിൽ നടന്ന ചർച്ചയെങ്കിലും വഴികാട്ടേണ്ടതാണ്. നാട്ടിലെ കാശാപ്പുകാരന്റെ കൈയിൽനിന്നും

ഗോമാതാക്കളെ രക്ഷിക്കാൻ ശ്രമിക്കുന്നതായി സ്വയം വിശേഷിപ്പിച്ച സംഘടനയുടെ പ്രചാരകൻകൂടിയായിരുന്ന വിവേകാനന്ദനെ കാണാനെത്തിയത്. അയാൾ അദ്ദേഹത്തിൽനിന്ന് സംഭാവന തേടുകയുമുണ്ടായി. മധ്യഭാരതത്തിൽ അപ്പോഴുണ്ടായ ഭയങ്കര ക്ഷാമം ഒമ്പതുലക്ഷം മനുഷ്യരെ കൊന്നത് എടുത്തിട്ട സ്വാമിജി ആ സമയത്ത് എന്തെങ്കിലും സഹായത്തിന് താങ്കളുടെ സഭ മുന്നിട്ടിറങ്ങിയിരുന്നോ എന്നും തിരക്കി. ഗോമാതാവിനെ രക്ഷിക്കുക മാത്രമാണ് തന്റെ സഭയുടെ കടമയെന്ന് പ്രചാരകൻ ആവർത്തിക്കുകയായിരുന്നു. സഹോദരന്മാരായ മനുഷ്യർ മരണക്കയത്തിലേക്ക് എടുത്തെറിയപ്പെടുമ്പോഴും കഴിവുണ്ടായിട്ടും താങ്കൾ അവരെ സഹായിക്കാഞ്ഞത് എന്തുകൊണ്ടെന്ന ചോദ്യം സ്വാമിജി മുന്നോട്ടുവെച്ചു. ഗോ സംരക്ഷണ പ്രചാരകന്റെ മറുപടി കൗതുകകരമായിരുന്നു: "അതവരുടെ കർമഫലം. പാപകർമം കൊണ്ടാണ് ദുർഭിക്ഷ വന്നുചേർന്നത്. കർമത്തിനൊത്ത് ഫലവും" എന്ന പ്രതികരണത്തെ അദ്ദേഹം നേരിട്ടതും ശ്രദ്ധേയം. സ്വന്തം സഹോദരൻ പട്ടിണിമൂലം പൊരിഞ്ഞു മരിക്കുന്നത് കണ്ടിട്ടും അവരുടെ ഉയിരും ഉടലും നിലനിർത്താൻ ഒരുപിടി ചോറുകൊടുക്കില്ല. കാക്കയ്ക്കും കുയിലിനുംവേണ്ടി കുന്നുകുന്നായി ആഹാര പദാർഥങ്ങൾ വാരി വിതറുകയും ചെയ്യും. മനുഷ്യനിൽ അനുകമ്പ കാണിക്കാത്ത ഇത്തരം സഭാസമിതികളോട് എനിക്കൊട്ടും സഹാനുഭൂതിയില്ല. ഇവകൊണ്ട് സമൂഹത്തിന് എന്തെങ്കിലും പ്രയോജനം ഉണ്ടാകുമെന്ന വിശ്വാസവുമില്ല. കർമഫലം അനുസരിച്ചാണ് മനുഷ്യൻ മരിക്കുന്നതുപോലും! ഈ വിധത്തിൽ കർമ സിദ്ധാന്തത്തെ ആശ്രയിക്കുകയാണെങ്കിൽ ലോകത്ത് എന്തുകാര്യത്തിനുവേണ്ടിയും പ്രയത്നവും പ്രവൃത്തിയും ചെയ്യുന്നത് വിഫലമാണെന്ന് തീർച്ചപ്പെട്ട സംഗതിയാവും. അങ്ങനെയാകുമ്പോൾ താങ്കളുടെ പരിപാലന കാര്യവും വ്യത്യസ്തമാവില്ല. ഗോമാതാക്കളും താന്താങ്ങളുടെ കർമഗതിക്കനുസരിച്ച് കശാപ്പുകാരന്റെ കൈയിൽപ്പെടുന്നു, ചാകുന്നു. നാമിതിലൊന്നും ചെയ്യേണ്ടതില്ല (വിവേകാനന്ദ സാഹിത്യ സർവസ്വം - ആറാം ഭാഗം.)

മാട് നമ്മുടെ മാതാവ്

സ്വാമിജിയുടെ കുറിക്കുകൊള്ളുന്ന പ്രതികരണം കേട്ടിട്ടും ഗോ സംരക്ഷകൻ പിൻവാങ്ങിയില്ല. എല്ലാം ശരി ഗോക്കൾ നമ്മുടെ മാതാവാണെന്ന് ശാസ്ത്രങ്ങൾ പറയുന്നുണ്ടല്ലോ എന്ന അറിവ് വിളമ്പിയാണ് ഇക്കുറി അയാൾ വിവേകാനന്ദനെ നേരിട്ടത്. "മാട് നമ്മുടെ മാതാവാണെന്ന് ഞാൻ നന്നായി മനസിലാക്കുന്നു. അതല്ലാതെ ഇത്രയും കേമന്മാരായ മക്കളെ മറ്റാര് പ്രസവിക്കും...." എന്ന മറുപടിയിലെ ഫലിതംപോലും ഗോ സംരക്ഷണ സമിതി പ്രവർത്തകന് പിടികിട്ടിയില്ല. ഈ തിരിച്ചറിവില്ലായ്മ പലരുടെയും നടപ്പ രീതിയാണ്. മനുഷ്യന്റെ ഭക്ഷണം, വസ്ത്രരീതി, ഭാഷ, ആചാര സമ്പ്രദായം - തുടങ്ങിയവയുടെ പേരിലെല്ലാം സംഘപരിവാരം നടത്തുന്ന അതിക്രമ പ്രചാരണങ്ങളെ വെറും തെരഞ്ഞെടുപ്പ് വിഭവമായിട്ടാണ് മാധ്യമങ്ങൾ വിലയിരുത്തുന്നത്. മൃഗീയമായ അതിക്രമ

പരമ്പരകൾ അഴിച്ചുവിടുന്ന കാടന്മാരുടെ ചെയ്തികളെ ആൾക്കൂട്ട അതിക്രമം എന്ന മുഖംമൂടിയിൽ മറച്ചുപിടിക്കുകയാണ്. മാട്ടിറച്ചി തിന്നുന്നവർ എന്ന കാവിപ്പടയുടെ ഔദ്യോഗിക ഭാഷ്യത്തിലെ വിദ്വേഷ തീയും കണ്ടതായി നടിക്കുന്നില്ല. സമീപ വർഷങ്ങളിൽ ശ്രീകൃഷ്ണ ജയന്തിയോടനുബന്ധിച്ച ഘോഷയാത്രകളിൽ കേരളത്തിൽപോലും പശു പൂജ നടക്കുന്നതിലും ആരുടെയും നെറ്റി ചുളിഞ്ഞില്ലെന്നതും എടുത്തുപറയേണ്ടതുണ്ട്. ഒരു മൃഗത്തിന്റെ സാമൂഹിക ഉപയോഗമാണ് അതിന് ദൈവിക സ്ഥാനം നൽകുന്നതെങ്കിൽ പശുവിനേക്കാൾ പ്രധാന്യം എരുമയ്ക്കാണെന്ന കാഞ്ച ഇളയ്യയുടെ പ്രതികരണം മൃഗവാദികൾക്ക് ഒരു സൂചനയും നൽകുന്നുമില്ല. പശുവിനെക്കുറിച്ച് പുരാതന കൃതികളിലുള്ള പരാമർശങ്ങൾ മുൻനിർത്തി ഡി എൻ ഝാ നടത്തിയ നിരീക്ഷണങ്ങൾ അത്യന്തം സാരവത്താണ്. 'മിത്ത് ഓഫ് ദി ഹോളി കൗ' എന്ന കൃതി സംഘപരിവാരത്തിന്റെ വിഷ പ്രചാരണങ്ങളെ പൊളിച്ചുകളയുന്നുണ്ട്. പ്രാചീന ഇന്ത്യയുടെ പ്രധാന ഭക്ഷണങ്ങളിലൊന്ന് ഗോമാംസമായിരുന്നുവെന്നാണ് ഝാ വെളിപ്പെടുത്തിയത്. ഗോപൂജയിലെ വൈരുധ്യങ്ങളും അദ്ദേഹം തുറന്നുകാട്ടി. ബ്രാഹ്മണന്റെ പശുവിനാണ് പ്രാധാന്യം. മറിച്ച് ശൂദ്രന്റേതടക്കമുള്ള താഴ്ന്ന ജാതിക്കാരുടെ പശുക്കളെക്കുറിച്ച് സംഘപരിവാരം കൊണ്ടാടുന്ന 'ഹിന്ദുരേഖ'കളിൽ മൗനമാണ്. ദളിതരെ പുഴുക്കളെപ്പോലെ ചതച്ചരച്ച് കൊന്നതിനേക്കാൾ ഭയാനകം ആ കുറ്റകൃത്യം പശുവുമായി ബന്ധപ്പെട്ട് ന്യായീകരിച്ച വിശ്വഹിന്ദു പരിഷത്ത് പ്രസ്താവനയാണ്.

പതിനാറാം ലോകസഭാ തെരഞ്ഞെടുപ്പ് പ്രചാരണത്തോടനുബന്ധിച്ച് ബിജെപിയുടെ പ്രധാനമന്ത്രി സ്ഥാനാർഥി നരേന്ദ്ര മോഡി പശു രാഷ്ട്രീയം വീണ്ടും എടുത്തിട്ടിരുന്നല്ലോ. ബിഹാറിലെ നവാഡയിൽ ചേർന്ന റാലിയിലായിരുന്ന അതിക്രമ പ്രഭാഷണം. ഹരിത വിപ്ലവത്തിനുപകരം രാജ്യം ഇളം ചുവപ്പ് വിപ്ലവത്തിലാണ് അടിവരയിടുന്നതെന്ന മോഡിയുടെ ഊന്നൽ മാധ്യമങ്ങൾ വേണ്ടവിധം വിശദീകരിച്ചതുമില്ല. അറുത്തുവെച്ച ഗോം മാസമാണ് പിങ്ക് റവല്യൂഷൻ എന്ന രൂപീകരണത്തിലൂടെ അർഥമാക്കപ്പെട്ടതെന്നും കണ്ടില്ല. പരുത്തി കർഷകർക്ക് നൽകാത്ത സബ്സിഡി അറവുകാർക്ക് അനുവദിക്കുകയാണെന്ന മോഡി സൂക്തം 2002ലെ ഝജർ അനുഭവത്തിന്റെ പുനരാനയിക്കലായിരുന്നു. കാഞ്ച ഇളയ്യ ചോദിച്ചതുപോലെ, പശുവിന്റെ ആഹാരമായ പുല്ല് തന്നെ ഭക്ഷിക്കുന്ന എരുമയെ കൊല്ലുന്നതിൽ മോഡിക്ക് എതിർപ്പില്ലല്ലോ? (ബഫലോ നാഷണലിസം, സ്പിരിച്വൽ ഫാസിസം) ഇന്ത്യൻ കന്നുകാലി വിഭാഗത്തിൽ 30 ശതമാനം വരുന്ന എരുമകളാണ് പാലിന്റെ 52 ശതമാനം ചുരത്തുന്നത്. ആരോഗ്യകാരണങ്ങളാലും എരുമപ്പാലാണ് മികച്ചതെന്നും പഠനങ്ങൾ തെളിയിച്ചിട്ടുണ്ട്. പ്രോട്ടീൻ, മിനറൽ ചേരുവകളാൽ സമൃദ്ധമാണത്. പശുവിൻ പാലിനേക്കാൾ പ്രോട്ടീന്റെ തോത് 11.42 ശതമാനം അധികമാണ്. കൊളസ്ട്രോളിന്റെ അംശം വളരെ കുറവാണെന്നതും തെളിഞ്ഞിട്ടുണ്ട്. രാജ്യത്തെ പശുക്കളെ യഥാർഥത്തിൽ

ആരാണ് പരിപാലിക്കുന്നത്? ദളിത് വിഭാഗങ്ങൾക്ക് അത് ജീവിതത്തിന്റെ ഭാഗമാണ്. അത്തരമൊരു പ്രവൃത്തി വിഭജനത്തിന്റെ പേരിൽ ദളിതർ കേൾക്കുന്ന ശകാരങ്ങൾക്ക് കൈയും കണക്കുമില്ല. മൃഗശാലാ ജീവികളെപ്പോലെ പശുക്കളെ നിലനിർത്തുകയെന്നതും ബുദ്ധിമുട്ടാണ്. ഉപയുക്തതയാണ് അവയുടെ നിലനിൽപ്പിന് ആധാരമെന്നർഥം. ആരാധനക്കുവേണ്ടി മാത്രം ലക്ഷക്കണക്കിന് പശുക്കളെ തീറ്റിപ്പോറ്റുന്നതും വൻഭാരമാണ്. മൃഗാരാധന പ്രാകൃത നിലവാരത്തിലുള്ള ചടങ്ങാണെന്ന് കണ്ട് പ്രാചീന കാലത്തുതന്നെ എതിർപ്പുകൾ ഉയർന്നിരുന്നു. ബുദ്ധൻ യുക്തിഭദ്രമായ നിലപാടുകൾ എടുത്തതും കാണാതിരുന്നുകൂടാ. "പട്ടിയെ ഇഷ്ടപ്പെടുന്ന ഫ്രഞ്ചുകാർ ചിലപ്പോൾ അവരുടെ കുതിരകളെ തിന്നുന്നു. കുതിരകളെ സ്നേഹിക്കുന്ന സ്പെയിൻകാർ പശുവിനെ ഭക്ഷിക്കും. പശുക്കളെ ബഹുമാനിക്കുന്ന ഇന്ത്യക്കാരാകട്ടെ പട്ടികളെയാവും അകത്താക്കുക" എന്ന ജെനാഥൻ സഫ്രാൻ ഫോറിന്റെ കൗതുക നിരീക്ഷണം നൽകുന്ന സൂചനകൾ അപാരമാണ്. മികച്ച നോവലുകളിലൂടെ ശ്രദ്ധേയനായിത്തീർന്ന ആ അമേരിക്കൻ എഴുത്തുകാരന്റെ നോൺ ഫിക്ഷൻ കൃതി 'ഈറ്റിങ് അനിമൽസ്' ധീരമായ ചോദ്യങ്ങൾ ഉയർത്തുകയുമുണ്ടായി.

ഝജർ കൂട്ടക്കൊല

ഉറക്കത്തിലാണ്ട ഝജർ ഗ്രാമത്തെയാണ് സംഘപരിവാരം 2002ൽ ഭയചകിതമാക്കിയത്. അത് ഇന്ത്യക്കാകെയുള്ള സന്ദേശമായിരുന്നു. ഗുജറാത്തിനുശേഷമുള്ള രാജ്യത്തിന്റെ പ്രയാണദിശ. ദളിത് - പിന്നോക്ക വിഭാഗങ്ങൾ ഇപ്പോഴും അസ്പൃശ്യരാണെന്ന യാഥാർഥ്യം ഭരണാധികാരികളെ ഞെട്ടിക്കുന്നേയില്ല. ഉത്തരേന്ത്യയിൽ മിക്കയിടത്തും അവർക്ക് പ്രത്യേക കിണറുകളാണ്. ചായക്കടകളിൽ ഗ്ലാസുകൾക്ക് പകരം മൺകുടങ്ങളും. ഇഷ്ടപ്പെട്ട പുരുഷനൊപ്പം വീട് വിട്ടിറങ്ങിയ പെൺകുട്ടിക്ക് സവർണ ഗ്രാമസഭ കൂട്ടബലാൽസംഗമാണ് 'ശിക്ഷ' വിധിച്ചത്. മറ്റൊരിടത്താകട്ടെ, നരഗത്തിൽപ്പോയതിന് രണ്ട് ദളിത് യുവാക്കളെ മൂക്ക് തുളച്ച് കാളകൾക്കൊപ്പം കലപ്പ വലിപ്പിക്കുകയായിരുന്നു. കണ്ണ് കുത്തിപ്പൊട്ടിക്കുകയും ഗർഭിണികളെയും കുട്ടികളെയും ശൂലത്തിൽ കുത്തിനിർത്തുകയും ചെയ്തതിന്റെ ആദ്യ മാതൃകകൾ ലക്ഷ്മൺപൂർ ബാത്തിയിൽ നിന്നാണ്. ബതോനി താലക്കും ഇതേപോലുള്ള അപ്പാർതീഡിന്റെ കഥയാണ് പറയാനുള്ളത്. ".... തോൽ ഉപയോഗിച്ച് ഷൂസും ചെരുപ്പും നിരവധി സാമഗ്രികളും സ്വയം നിർമിക്കുന്ന ചാമാർ - ദളിത് വിഭാഗങ്ങൾക്ക് വിവരമില്ല എന്ന് പറയുമ്പോൾ ഈ രാജ്യത്തെ ജനങ്ങൾക്ക് എന്ത് സാമൂഹികാവബോധമാണുള്ളത്? ഗ്രാമങ്ങളിലെ മാലിന്യങ്ങൾ നീക്കുന്നവരായതിനാൽ പട്ടികജാതിക്കാരെ ഇന്ന് പാഠപുസ്തകങ്ങളിൽക്കൂടി വൃത്തിഹീനർ എന്നാണ് വിളിക്കുന്നത്. യഥാർഥത്തിൽ അവർ ഗ്രാമങ്ങൾ വൃത്തിഹീനമാക്കുകയാണോ? അതോ വൃത്തിപൂർമാക്കുകയാണോ? ചത്തഴുകുന്ന കന്നുകാലികളെ നീക്കംചെയ്ത് അവയെ മണ്ണിൽ കുഴിച്ചുമൂടി ഗ്രാമങ്ങളെ വൃത്തിയാക്കുന്നത് വൃത്തിഹീനമാകുന്നതെങ്ങനെ?

മാലിന്യങ്ങൾ നീക്കാൻ ആരും തയ്യാറാകാതിരുന്നെങ്കിൽ നമ്മുടെ ഗ്രാമങ്ങളുടെ അവസ്ഥ എന്താകുമായിരുന്നു..." എന്ന കാഞ്ച ഇളയ്യയുടെ ചോദ്യത്തിന് ഇപ്പോഴും അധികം കേൾവിക്കാരില്ല.

തൊഴിൽ പരോൾ

അമേരിക്കൻ സ്ത്രീകളുടെ സാമൂഹ്യ പ്രവേശത്തിലെ വൈരുധ്യം മുൻനിർത്തിയുള്ള ചില അന്വേഷണങ്ങൾ ഇന്ത്യൻ ദളിതുകൾക്കും ബാധകമാണ്. യുദ്ധത്തിലും വ്യവസായത്തിലും സാമൂഹ്യ പ്രസ്ഥാനങ്ങളിലുമൊക്കെ അവരുടെ പങ്കാളിത്തം ആവശ്യമായി വന്നപ്പോൾ മാത്രമാണ് ഭാര്യ, അമ്മ, സ്ത്രീ, വീട്ടുജോലി, സൗന്ദര്യവൽക്കരണം, ഒറ്റപ്പെടൽ - മുതലായവയുടെ തടവറിയിൽനിന്ന് അവിടുത്തെ സ്ത്രീകൾക്ക് ആദ്യമായി രക്ഷപ്പെടാൻ കഴിഞ്ഞത്. ഓരോ അവസരത്തിലും പ്രായോഗികാവശ്യം അവരെ തടവറയിൽനിന്ന് പുറത്തേക്ക് ചാടിച്ചു. പക്ഷേ ആവശ്യം കഴിഞ്ഞയുടൻ വീണ്ടും തടവറകളിലേക്ക് തള്ളിവിടുകയും ചെയ്തു. തൊഴിൽ പരോൾ എന്ന നിലയിലാണ് ഈ നിസ്സഹായവസ്ഥ വ്യാഖാനിക്കപ്പെട്ടത്. ഇന്ത്യൻ കീഴ്ജാതിക്കാരുടെ ധർമസങ്കടവും ഇതിന് സമാനമാണ്. സമൂഹവും പുരുഷനുംചേർന്ന് സ്ത്രീക്ക് ചുറ്റും തീർത്ത ജൈവശാസ്ത്ര തടവറപോലൊന്നാണ് ഇവിടുത്തെ അധസ്ഥിതർക്കുമേൽ പണിതിരിക്കുന്നതും. 'ജനിച്ചുപോയ പെണ്ണ്' എന്ന കൃതിയിൽ അഡ്രിയേൻ റിച്ച് എഴുതി " ഞാൻ വിവാഹിതയായതിന്റെ പിറ്റേദിവസം വ്യക്തവും മൂർത്തവുമായി ഓർക്കുന്നു. ഞാൻ തറ തുത്തുവാരുകയായിരുന്നു. ഒരു വേള അതിന്റെ ആവശ്യമുണ്ടായിരുന്നില്ല എന്നിരിക്കാം. പക്ഷേ ഞനെന്താണ് ചെയ്യേണ്ടതെന്ന് അറിയാമായിരുന്നില്ല. തറ തുത്തുവാരുമ്പോൾ ഇങ്ങനെ ചിന്തിച്ചു: അതേ ഞാനൊരു സ്ത്രീയാണ്. ഇത് പുരാതനകാലം മുതൽക്കേയുള്ള പണിയാണ്. ഒരു പുരാതന മൂർത്തിയുടെ മുന്നിൽ മട്ടുകുത്തുകയാണെന്ന് തോന്നി. ചോദ്യം ചെയ്യാൻപോലും പാടില്ലാത്തത്ര പുരാതനം. സ്ത്രീകൾ എക്കാലത്തും ചെയ്തിരുന്നതാണ് ഇത്... " ഇന്ത്യൻ ദളിതന്റെയും ആത്മഗതം ഇങ്ങനെ തന്നെയാണ്. അതൊരു വിധിയായി വിശദീകരിക്കാനാണ് വർഗീയ വരേണ്യരുടെ വാശി. മോഹഭംഗം വന്ന പഴയ പത്ര കേസരികൾ വിനോദങ്ങളിലേക്കും കിംവദന്തികളിലേക്കും ചാടിക്കയറി ഇരകൾക്കിടയിൽ ശത്രുക്കളെ തിരിയുന്ന സൗകര്യവാദത്തിന്റെ അടിമകളുമായി. ശതകോടീശ്വരന്മാരായ സ്ഥാനാർഥികളും തെരഞ്ഞെടുപ്പ് വേളകളിൽ ദുരിതം അനുഭവിക്കുന്ന സാധാരണക്കരന്റെ ഭാവത്തിൽ പെരുമാറുന്നു. കിംവദന്തിക്കാരാകട്ടെ അതിനും മുഖംമൂടിയിട്ട് നൽകുകയാണ് യുദ്ധവിരുദ്ധർക്കൊപ്പമാണ് താനെന്ന് നടിച്ച ജിമ്മി കാർടർ പ്രസിഡന്റായപ്പോഴും വിയത്നാമിന്റെ പുനർനിർമാണത്തിന് ധനസഹായം നൽകിയില്ല. ഭൂമിയുടെ പകുതിതാണ്ടി 20 ലക്ഷം പട്ടാളക്കാരെ ഇറക്കി എട്ടുവർഷം നീണ്ട യുദ്ധത്തിലൂടെ ആ കൊച്ചു രാജ്യത്തെ ബോംബിട്ട് തരിപ്പണമാക്കുകയും പത്തുലക്ഷംപേരെ കൊല്ലുകയും ചെയ്ത അമേരിക്കയുടെ പ്രസിഡന്റാണ് ഈ നീതിനിഷേധം പ്രഖ്യാപിച്ചതെന്നോർക്കണം.

തുടർന്ന് വാർത്താസമ്മേളനത്തിൽ കൂട്ടിച്ചേർത്തു: ഐക്യനാടുകൾക്ക് ഇതിൽ പ്രത്യേക ഉത്തരവാദിത്തമൊന്നുമില്ല; നാശനഷ്ടങ്ങൾ ഇരു ഭാഗത്തും ഉണ്ടായിട്ടുണ്ട്. ദളിത് കൂട്ടക്കൊലകളെ സ്വാഭാവികമായി എഴുതി രസിക്കുന്നവരും കാർടറിൽനിന്ന് ഏറെ പഠിച്ചിട്ടുണ്ടാവണം. ജനാധിപത്യത്തിന്റെ വഞ്ചനയെക്കുറിച്ച് അമേരിക്കയിൽ ഗൗരവാവഹങ്ങളായ പഠനങ്ങൾ ഉണ്ടായിട്ടുണ്ട്. വില്യം ഗ്രെയ്ഡറുടെ, 'ബ്രിട്രേയൽ ഓഫ് അമേരിക്കൻ ഡമോക്രസി: ഹു വിൽ ടെൽ ദി പീപ്പിൾ' ധീരമായ ഇടപെടലായിരുന്നു. വഞ്ചനയുടെ കണികകൾ ഇല്ലാത്ത ഇന്ത്യൻ ജനാധിപത്യത്തെക്കുറിച്ച് വാചാലമാവുകയാണ് നമ്മുടെ മാധ്യമങ്ങൾ. 'വൺ വേൾഡ്, റെഡി ഓർ നോട്ട്: ദി മാനിക് ലോജിക് ഓഫ് കാപ്പിറ്റലിസം' എന്ന ഗ്രെയ്ഡറുടെ കൃതി ആഗോളവൽക്കരണത്തെക്കുറിച്ചുള്ള പഠനമാണ്. രാഷ്ട്രീയ - ധന- ബിസിനസ് ശൃംഖലയുടെ അധികാര കേന്ദ്രങ്ങളെ പുതിയ ചലനങ്ങൾ അവിശ്വാസത്തിന്റെയും അപകീർത്തിയുടെയും ചെളിയിലാഴ്ത്തിയതായി അദ്ദേഹം തുറന്നടിച്ചിരുന്നു. പ്രതിസന്ധി ഉണ്ടാക്കിയവർക്ക് പണമെല്ലാം നൽകുകയും ഇരകളുടെ പൊതുസ്വത്തിൽനിന്ന് പണം ഊറ്റുകയുമാണെന്നും ഗ്രെയ്ഡർ കൂട്ടിച്ചേർത്തു. അമേരിക്കൻ വ്യവസ്ഥക്ക് ഒടിവും ചതവും മാത്രമല്ല, അത് തകർന്നടിഞ്ഞിരിക്കുകയാണെന്നും പ്രവചിച്ചു.

പരിസ്ഥിതിക്ക് കൊലക്കയർ

രാഷ്ട്രീയ - സാമൂഹ്യ അയിത്തത്തിനൊപ്പം സാമ്പത്തിക കൊലക്കയറും നീളുന്നുണ്ട് മുസ്ലിം- ദളിത്-പിന്നോക്ക വിഭാഗങ്ങൾക്കുനേരെ. മൻമോഹൻസിങ്ങിന്റെ നയങ്ങളേക്കാൾ അപകടകരങ്ങളായ വഴികളിലേക്കാണ് നരേന്ദ്രമോഡി അവരെ വലിച്ചിഴക്കുന്നത്. ഭൂമിയും വെള്ളവും കോർപറേറ്റുകളുടെ കാൽക്കീഴിലാക്കാനുള്ള വികസന തന്ത്രമാണ് അതിൽ നിറയെ. മൂവായിരം കോടിയിലധികം രൂപ പൊടിച്ച സർദാർ വല്ലഭായ് പട്ടേൽ പ്രതിമാ നിർമാണത്തിനും ടൂറിസം ബിന്ദു വിപുലീകരണത്തിനും 70 വില്ലേജുകളുടെ ഭൂമിയും വെള്ളവുമാണ് കുത്തിച്ചോർത്തി നൽകിയത്. സാമൂഹ്യ - പാരിസ്ഥിതിക പ്രത്യാഘാതങ്ങൾ മുഴുവൻ അവഗണിച്ചാണിതെന്നതും പ്രധാനം. കച്ച്- സൗരാഷ്ട്ര മേഖലകളിലെ ബദൽ പരീക്ഷണങ്ങൾക്കെല്ലാം അന്ത്യമൊരുക്കിയാണ് ഈ കോർപറേറ്റ്വൽക്കരണം. ഭവനഗർ ജില്ലയിലെ പവർ സ്റ്റേഷനും പട്ടേൽ പ്രതിക്കുമെതിരായ പ്രതിഷേധങ്ങളെ കടുത്ത നിലയിൽ അടിച്ചമർത്തി. പരിസ്ഥിതിക്ക് വൻ പരിക്കേൽപ്പിച്ച് നടക്കുന്ന വ്യവസായവൽക്കരണത്തിനെതിരെ ന്യൂനപക്ഷ ജനവിഭാഗങ്ങളുൾപ്പെടെയുള്ള മത്സ്യത്തൊഴിലാളികളും കൃഷിക്കാരും ആദിവാസി കളും ഉയർത്തുന്ന ശബ്ദങ്ങൾ മൂകമാക്കുന്നുമുണ്ട്. ഉയർന്ന നിലവാരത്തിലെത്തിയ മധ്യവർഗവും കോർപറേറ്റ് ഗൃഹങ്ങളുമാണ് മോഡിയെ വീണ്ടും പ്രധാനമന്ത്രിയായി സ്വപ്നം കാണുന്നത്. നീതിക്കുവേണ്ടിയുള്ള ജനകീയ സമരങ്ങളും ഭൂമി ഏറ്റെടുക്കലിനും ചിതറിത്തെറിപ്പിക്കലിനുമെതിരായ ചെറുത്തുനിൽപുകളും വരേണ്യരെ സംബന്ധിച്ച് തടസങ്ങൾ മാത്രം. രാജ്യത്തിന്റെ 53

ശതമാനം സമ്പത്ത് കൈയടക്കിവെച്ച പത്തുശതമാനത്തിനിടയിലെ സ്ഥാനമാണ് അവർ സ്വപ്നം കാണുന്നത്. തൊഴിൽ രഹിത വളർച്ചാ മാതൃകയും അടിസ്ഥാനാവശ്യങ്ങളുടെ അപരാപ്തതയും ചൂണ്ടിക്കാണിക്കുന്നവരും ഇപ്പോൾ വികസന വിരുദ്ധരാണ്. സ്ഥാനചലനം, സ്വത്ത്നഷ്ടം, രോഗങ്ങൾ, അകാലമരണം, പോഷകാഹാരക്കുറവ്, തൊഴിൽ നഷ്ടം - എന്നിങ്ങനെ തിമിർത്താടിയ യുപിഎയെയും പിന്തള്ളുകയാണ് മോഡിനോമിക്സ്. റോഹിത് പ്രജാപതിയും തൃപ്തി ഷായും നടത്തിയ പഠനം സൂചിപ്പിച്ചതുപോലെ, ഗുജറാത്തിലെ തൊഴിൽക്കണക്കുകൾ പെരുപ്പിച്ചവയായിരുന്നു. കൂലി വളരെ താഴ്ന്നതും. കൃഷിക്കാരെ വ്യാവസായിക മേഖലയിലേക്ക് തള്ളിയിട്ട് മിനിമം ആനുകൂല്യം പോലുമില്ലാതെ നരകിപ്പിക്കുന്നതും ആ പഠനം കണ്ടെത്തി. അന്തരീക്ഷ മലിനീകരണത്തിന്റെ ഇരുണ്ട മേഖലകളിൽ രാജ്യത്തെ 30 ശതമാനം അപായ വ്യവസായങ്ങൾ മറ്റൊരു കാഴ്ച. ആരോഗ്യ - വിദ്യാഭ്യാസ മേഖലകളിൽ ഗുജറാത്തിന്റെ സ്ഥിതി പേടിപ്പെടുത്തുന്നതാണ്. ആദിവാസികളുടെയും ദളിതരുടെയും അവസ്ഥയാകട്ടെ മനുഷ്യരുടേതാണെന്ന് പറയാനുമാവില്ല. (വിശദാംശങ്ങൾക്ക് ഹിന്ദുസ്ഥാൻ ടൈംസ് 2014 മാർച്ച് 30 കാണുക)

കടുത്ത വരൾച്ചയുടെയും ജലക്ഷാമത്തിന്റെയും പിടിയിലായ ഗുജറാത്തിലെ പല പ്രദേശങ്ങളിലും വിണ്ടുകീറിയ ഭൂമിയും വരണ്ടുണങ്ങിയ സാധാരണ മനുഷ്യരും നിത്യകാഴ്ചയാണ്. മഴ ദൈവത്തെ പ്രീതിപ്പെടുത്താൻ ആരാധനാലയങ്ങളിൽ പ്രാർഥനകളും സംഗീതാർച്ചനകളും നടത്തുന്നു. ഇന്ത്യ-പാകിസ്ഥാൻ അതിർത്തിയിലെ വടക്കൻ ഗുജറാത്ത് ഗ്രാമങ്ങൾ അക്ഷരാർഥത്തിൽ മരണസമാനമാണ്. പ്രത്യേകിച്ച് ബനസ്കന്ദ, പത്താൻ ജില്ലകളിൽ നിന്നുള്ളവർ. മഴദൈവത്തിന്റെ കണ്ണുതുറപ്പിക്കാൻ ഭജനകളും വാദ്യഘോഷങ്ങളും ഉതിർക്കുകയുമായിരുന്നു അവരെല്ലാം. 'മെഹുലോ' ഘോഷയാത്രയും അതിന്റെ ഭാഗം. മഞ്ഞത്തുണികൊണ്ട് തല മറച്ച് മൺകുടവുമെടുത്ത് കൂട്ടംകൂട്ടമായി നീങ്ങുന്ന സ്ത്രീകൾ തുകിൽ വാദ്യോപകരണത്തിന്റെ അകമ്പടിയോടെ ഗ്രാമക്കുളത്തിനു ചുറ്റും നൃത്തം വെക്കുന്നതാണത്. വാവ്, മവസരി, രജപുര, ഒരാദസൻ, നവപുര, സെദവ് തുടങ്ങിയ ഇടങ്ങളിലെ ജലസ്രോതസ്സുകളും കനിഞ്ഞില്ല. പ്രാർഥന മാത്രം പെയ്യുന്നുവെന്നാണ് ടൈംസ് ഓഫ് ഇന്ത്യ (2014 ജൂലൈ 10) എഴുതിയത്.

പച്ചപ്പിന്റെ പുൽത്തുമ്പിനായി കൂട്ടക്കരച്ചിലോളമെത്തുന്ന കാത്തിരിപ്പുകൾ ഉണ്ടായിട്ടും ഔദ്യോഗിക സംവിധാനങ്ങൾ ദയ ചുരത്തുന്നതേയില്ല. എന്നാൽ പശുക്കളുടെ ദാഹമകറ്റാനും അനിമൽ ഹോസ്റ്റൽ സ്ഥാപിക്കാനും കോടിക്കണക്കിന് രൂപയാണ് മാറ്റിവെച്ചതും. ലഖ്പത്-അബ്ദാസയിൽ മൃഗ ജലപദ്ധതിക്ക് 345 കോടിയാണ് അനുവദിച്ചത്. മനുഷ്യരുടെ മൂന്നിരട്ടിവരും ഗുജറാത്തിൽ മൃഗങ്ങൾ എന്ന കണക്ക് ചൂണ്ടിയാണ് ആ ഔദാര്യം. കച്ച് ജില്ലയിലെ 274 വരൾച്ചാ ഗ്രാമങ്ങളിലും പ്രാധാന്യം പശുപൂജയ്ക്കു തന്നെ. ആ ജില്ലയിലെ ഗംഗാപർ ഗ്രാമത്തിൽ തുടങ്ങിയ ആനിമൽ ഹോസ്റ്റലും ശ്രദ്ധിക്കേണ്ടതുണ്ട്. ജൻസേവ

അയോഗ് എന്ന സംഘടനയുടെ കാർമികത്വത്തിലാണ് ഹോസ്റ്റൽ. മൃഗസ്നേഹത്തിലൂന്നിയുള്ള ഇത്തരം പദ്ധതികൾ നല്ലതുതന്നെ. എന്നാൽ മനുഷ്യരേക്കാൾ അവയ്ക്ക് സ്ഥാനം ലഭിക്കുന്നത് അന്ധവിശ്വാസത്തിന്റെയും വർഗീയ പ്രചാരണത്തിന്റെയും നടുവിലാണ്. ശുദ്ധജലം ലഭ്യമാക്കുന്നതിലുപരി നദികൾ ശുദ്ധീകരിക്കുന്നതിലും ഇത്തരമൊരു അനുബന്ധമുണ്ട്. ഗംഗാ പുനരുദ്ധാരണത്തിന്റെ തുടർച്ചയായി യമുനയും പദ്ധതിയിൽപ്പെടുത്തിയിരിക്കുന്നു. കേന്ദ്രമന്ത്രി ഉമാഭാരതി 2014 ജൂലൈയിൽ ദില്ലിയിൽ വിളിച്ചുചേർത്ത യോഗം ഗുജറാത്തിനെയും ആവേശം കൊള്ളിച്ചു. അന്ന് വൃന്ദാവനത്തിലെത്തിയ മന്ത്രി, ബാൻകി ബിഹാരി ക്ഷേത്രത്തിൽ തൊഴുതാണ് യോഗത്തിൽ പങ്കെടുത്തത്. വാണിജ്യവൽക്കരണവും വർഗീയവൽക്കരണവും ഇണചേർന്ന മനോഭാവം സംഘപരിവാരം ഗുജറാത്തിൽ മികച്ച രീതിയിലാണ് വിപണനം ചെയ്തുവരുന്നതും. പശുപൂജ, സസ്യാഹാരവാദം, പുണ്യനദി തുടങ്ങിയ സങ്കൽപങ്ങൾ അന്യമത വിദ്വേഷം പടർത്താനും അതിക്രമത്തിനുള്ള ന്യായീകരണമാക്കാനും കാവിപ്പട അസൂയാവഹമായ നിലയിൽ വിജയിച്ചിട്ടുണ്ട്. സസ്യാഹാരികൾ സർവഗുണ നമ്പന്നരും സൗമ്യരും ഉയർന്ന ധാർമിക നിഷ്ഠയുള്ളവരുമാണെന്ന കപടവാദം കാറ്റുപിടിപ്പിക്കുകയുമാണ്. അഡോൾഫ് ഹിറ്റ്ലർ സസ്യഭുക്കായിരുന്നുവെന്നത് ഇരുപതാം നൂറ്റാണ്ടിലെ ക്രൂരമായ രാഷ്ട്രീയ ഫലിതങ്ങളിൽ ഒന്നായിരുന്നു. മഹാത്മാഗാന്ധിയുടെ പുഞ്ചിരിപോലെ ശുദ്ധമായ ജീവിതം കവർന്ന നാഥൂറാം ഗോഡ്സെയും സസ്യാഹാരി തന്നെ. ആയിരത്തിയറുനൂറ് കിലോമീറ്റർ കടൽത്തീരമുള്ള ഗുജറാത്തിനെ വെജിറ്റേറിയൻ സോൺ ആക്കണമെന്ന ശാഠ്യത്തിന് വസ്തുകൾക്കുപരി വിശ്വാസത്തിന്റെ പിൻബലം മാത്രമാണുള്ളത്. മോഡി ആ സംസ്ഥാനത്ത് മുഖ്യമന്ത്രിയായിരുന്നപ്പോൾ അനധികൃത പശുക്കടത്ത് പിടികൂടുന്നവർക്ക് പാരിതോഷികം വാഗ്ദാനം ചെയ്തതും നിസ്സാരമായിരുന്നില്ല. രാഷ്ട്രപതി രാംനാഥ് കോവിന്ദും മധ്യപ്രദേശ് ഗവർണർ ആനന്ദി ബെൻ പട്ടേലും പോലുള്ള ഔദ്യോഗിക സ്ഥാനമലങ്കരിക്കുന്നവർ പശുവിനെ പുണ്യ മൃഗമായി താലോലിക്കുകയുമാണ്. ഗോസംരക്ഷണ യജ്ഞങ്ങൾക്കായി സംഘപരിവാരാനുകൂല കോർപറേറ്റുകൾ ഒന്നരക്കോടി രൂപ സമാഹരിച്ചു നൽകിയതും കൃത്യമായ സൂചന നൽകുന്നുണ്ട്.

ഗുജറാത്തിലെ പശു പൂജ

ഗുജറാത്തീ ജീവിതത്തിലെ നല്ല/ചീത്ത അവസരങ്ങളിലെല്ലാം പശുവിന് ഒഴിച്ചുകൂടാനാവാത്ത സ്ഥാനമാണ്. ജനനത്തിലും വിവാഹത്തിലും മരണത്തിലുമെല്ലാം. മരിച്ചയാളിന്റെ മകൻ പശു എന്തെങ്കിലും തിന്ന് കഴിഞ്ഞാലേ ഭക്ഷിക്കയുള്ളൂ. റോഡരികിൽ കെട്ടിയിട്ട പശുക്കൾക്ക് പുല്ല് നൽകി ആശീർവാദം വാങ്ങാനും അതിലൂടെ കർമഫലങ്ങൾ കഴുകിക്കളയാനും ആളുകൾ തിക്കുന്നു. ഉടമ അവിടെയെത്തിച്ച പുല്ല് പണം കൊടുത്ത് വാങ്ങിയാണ് സമർപ്പണം. പാദരക്ഷകളിടാതെയാവും ബഹുമാന പ്രകടനം. ചില ദരിദ്ര കുടുംബങ്ങളിൽ വീട്ടുകാരെല്ലാം

പണിക്കുപോയാൽ തൊഴുത്തിൽ തൊട്ടിൽ കെട്ടുന്ന പതിവുമുണ്ട്. വരൾച്ചയുടെ നാളുകളിൽ അതിദരിദ്ര കർഷകർ തങ്ങളുടെ പശുക്കളെ ജമീന്ദാർമാർക്ക് വിൽക്കും. അവയ്ക്കെങ്കിലും തിന്നാൽ കിട്ടട്ടെയെന്നതാണ് പ്രധാന പ്രേരണ. ജന്മി വില നൽകി വാങ്ങിവെച്ച അവ കർഷക കുടുംബത്തിലേക്കുതന്നെ തിരിച്ചുപോയിക്കൊണ്ടിരിക്കും. ഗാഢമായ ബന്ധത്തിന്റെ സൂചനയാണത്. പശുമൂത്രവും ചാണകവും വിശുദ്ധമായാണ് കണക്കാക്കപ്പെടുന്നതും. പൂണൂൽ കർമത്തിന് ഹിന്ദു ആൺകുട്ടികളും പാഴ്സി ആൺകുട്ടികളും പെൺകുട്ടികളും ഗോമൂത്രം കുടിക്കും. നോൺവെജിറ്റേറിയൻ ഭക്ഷണത്തോടു കാണിക്കുന്ന ആത്മാർഥതയില്ലാത്ത അകൽച്ചയുടെ സൂചന വിവാഹക്ഷണക്കത്തിൽ പോലും തെളിയും. ഹിന്ദുക്കൾക്ക് പ്രത്യേക ഡൈനിങ്ഹാളും സസ്യാഹാരവുമുണ്ടാകുമെന്ന് കല്യാണക്കുറികളിൽ അടിവരയിട്ടിരിക്കുന്നു. നല്ല നോൺവെജിറ്റേറിയൻ ഭക്ഷണം കിട്ടുംവരെ മാത്രമേ ഗുജറാത്തികൾ സസ്യാഹാരികളായിരിക്കൂ എന്ന ഫലിതം കുറേ അർഥങ്ങൾ വേവിക്കുന്നുണ്ട്.

ഇത്തരം പശ്ചാത്തലങ്ങൾ അടുത്തകാലത്ത് ദൃശ്യമായത് പാലിത്താനയിലാണ്. മാംസാഹാര നിരോധനത്തിന്റെ നിർബന്ധവും അതിനനുകൂലമായ മാനസികാവസ്ഥ സൃഷ്ടിക്കാനുള്ള സമ്മർദങ്ങളുമാണ് അവിടെ.അഹമ്മദാബാദിൽനിന്ന് ഇരുന്നൂറ് കിലോമീറ്റർ അകലെയുള്ള ആ ചെറുപട്ടണത്തിലെ പുരാതനവും അതിപ്രശസ്തവുമായ ക്ഷേത്രുൻജയ ഹിൽസ്. ലോകപ്രശസ്തമായ ആ ജൈന തീർഥാടന കേന്ദ്രത്തിൽവച്ചാണ് ആദ്യതീർഥങ്കരനായ ആദിനാഥിന് ബോധോദയമുണ്ടായതെന്നാണ് വിശ്വാസം. ഷാജഹാന്റെ പുത്രനും അന്നത്തെ ഗുജറാത്ത് ഗവർണറുമായ മുരാദ് ബക്ഷ്, 1656ൽ പാലിത്താന ഗ്രാമത്തെ ജെയിൻ കച്ചവടക്കാരൻ ശാന്തിദാസ് ഝാവേരിക്ക് ദാനം നൽകുകയുമുണ്ടായി. പലപ്പോഴായുണ്ടായ കടന്നാക്രമണങ്ങൾ ക്ഷേത്രങ്ങൾക്ക് കനത്ത നാശമേൽപിച്ചത് മറ്റൊരു കഥ. അഹമ്മദാബാദിലെ കസ്തൂർഭായ് ലാൽഭായ് കുടുംബത്തിന്റെ അധീനതയിലുള്ള ആനന്ദ്ജി കല്യാൺജി ട്രസ്റ്റിന്റെ കീഴിലാണ് ഇപ്പോൾ ക്ഷേത്ര സമുച്ചയം. കൊടുമുടിയിലെ ആൻഗർ പിർ ദർഗ കുട്ടികളില്ലാത്ത ദമ്പതിമാരുടെ പ്രധാന പ്രാർഥനാലയങ്ങളിലൊന്നാണ്. ഒരിക്കലെങ്കിലും മലകയറാത്ത ജൈനന്മാർ ഇല്ലെന്നുതന്നെ പറയാം. ശബരിമലപോലെ നൂറിലധികം പ്രാവശ്യമെത്തിയവരുമുണ്ട്. മത സാഹോദര്യത്തിനും പരസ്പരാശ്രിതത്വത്തിനും പ്രസിദ്ധമാണ് പാലിത്താന. വർഗീയ കാലുഷ്യങ്ങൾക്കോ 2002-ലെ വംശഹത്യക്കോ അതിന്റെ പ്രശാന്തത തകർക്കാനായില്ല. ക്ഷേത്ര പടവുകൾ കയറാൻ ബുദ്ധിമുട്ടുന്നവരെയും അവശരെയും സഹായിക്കുന്നത് പ്രധാനമായും മുസ്ലിംകളാണ്. കുതിരവണ്ടിക്കാരിൽ ഭൂരിപക്ഷവും ആ മതസ്ഥർ. എന്നാൽ മാംസാഹാരം നിരോധിക്കാനുള്ള കടുത്ത ആവശ്യങ്ങളും പ്രതീകാത്മക പ്രക്ഷോഭങ്ങളും പാലിത്താനയുടെ മുഖവും നിറവും മാറ്റുമോ എന്ന സംശയം പ്രബലമാണ്. പട്ടണത്തിലെ 65000 ജനസംഖ്യയിൽ

പതിനേഴായിരം മുസ്ലിങ്ങളാണ്. ജൈനന്മാരാവാട്ടെ അയ്യായിരവും. മുസ്ലിങ്ങളല്ലാത്തവരും ഉൾപ്പെടെ അറുപത് ശതമാനം മാംസാഹാരം കഴിക്കുന്നിടത്താണ് പുതിയ ആയുധങ്ങൾക്ക് മൂർച്ച കൂട്ടുന്നത്. 2014 ജൂൺ 22ന് ഇരുനൂറ് സന്യാസികൾ മരണംവരെ ഉപവാസം പ്രഖ്യാപിച്ചത് ക്രമസമാധാന പ്രശ്നത്തിലേക്ക് നീങ്ങാൻ തുടങ്ങിയപ്പോൾ സർക്കാർ ഇടപെടലുണ്ടായി. പശു സംരക്ഷണമന്ത്രി താരാചന്ദ് ഛേഡ സ്ഥലത്തേക്ക് കുതിച്ചെത്തി ചർച്ച നടത്തുകയായിരുന്നു. അനുകൂല നടപടികൾ എടുക്കാമെന്ന് ഉറപ്പും നൽകി. 1999ൽ ചില പ്രക്ഷോഭങ്ങൾ നടന്നു. അതിലിടപെട്ട ജില്ലാ മജിസ്ട്രേട്ട് ക്ഷേത്രക്കുന്നിന്റെ രണ്ടര കിലോമീറ്റർ മാംസാഹാരം നിരോധിച്ചു. 2012ൽ അത് പട്ടണത്തിലേക്കാകെ ബാധകമാക്കി. പല കാരണങ്ങളാൽ ഫലപ്രദമാകാതിരുന്ന ആവശ്യത്തിനാണ് ഇപ്പോൾ ഒച്ച കൂട്ടുന്നത്.മാംസത്തിന്റെ സൂക്ഷിപ്പും വിൽപനയും ഉപഭോഗവും തടഞ്ഞുകൊണ്ടുള്ള സർക്കാർ ഉത്തരവ് പാലിത്താനയിലെ പൊതുസ്ഥലങ്ങളിലെല്ലാം നോട്ടീസായി പതിച്ചിട്ടുണ്ട്. ഗുജറാത്തി ഭാഷയിലാണവ.

പുനരധിവാസം

മാംസ വ്യവസായവുമായി ബന്ധപ്പെട്ട് ഉപജീവനം നടത്തുന്ന ആയിരക്കണക്കിനാളുകളെ വഴിയാധാരമാക്കുന്നതാണ് പുതിയ നിർബന്ധങ്ങൾ എന്ന വിമർശനം ശക്തമായപ്പോൾ ജൈനന്മാരുടെ ആത്മീയ നേതാവ് ഗച്ചന്ദിപതി ദൗലത്സാഗർ സുരിസ്വർജി മഹാരാജ് പുനരധിവാസത്തിന്റെ ഉപായമാണ് മുന്നോട്ടു വെച്ചത്. അറവുകാരെയും ഇറച്ചി-മത്സ്യ-മുട്ട വിൽപനക്കാരെയും നഷ്ടപരിഹാരം നൽകി ആ തൊഴിലിൽനിന്ന് പിന്തിരിപ്പിക്കാനായിരുന്നു ശ്രമം. അക്കാര്യം മുദ്രക്കടലാസിൽ എഴുതി നൽകുന്നവർക്ക് രണ്ടുലക്ഷം രൂപ അനുവദിച്ചു. താനും കുടുംബവും ഒരു തരത്തിലുള്ള സസ്യേതരാഹാര ശൃംഖലയിലും ബന്ധപ്പെടില്ലെന്ന ഉറപ്പാണ് എഴുതിക്കൊടുക്കേണ്ടത്. വിശുദ്ധ നഗരങ്ങളിലൊന്നായി പ്രഖ്യാപിച്ചാണ് പാലിത്താനയിലെ മാംസാഹാര നിഷേധത്തിനൊരു വിശ്വാസ പിൻബലം നൽകുന്നത്. അത് നഗരത്തിലാകെ വ്യാപിപ്പിക്കണമെന്നതിൽ മാത്രം ഒതുങ്ങുന്നില്ല അക്കാര്യം. മൃഗങ്ങളെ പിടിക്കുന്നതിനും വിലക്ക് വീണു. തീർന്നില്ല, ശത്രുഞ്ജയ് നദിയിൽനിന്ന് മീൻപിടിക്കുന്നതും തടസ്സപ്പെടുത്തുന്നു. പാലിത്താനയിലെ 25 ശതമാനം വരുന്ന മുസ്ലിങ്ങളും കോലികളും സിന്ധികളും ദളിതരും അരക്ഷിതാവസ്ഥയിലേക്ക് വീണുകൊണ്ടിരിക്കയാണ്. മതചടങ്ങുകൾക്കും ആഘോഷങ്ങൾക്കും നോമ്പുതുറകൾക്കുപോലും വിലക്ക് വീഴുമോയെന്ന ഭയം. പുഴുങ്ങിയ മുട്ടയും ഓംലെറ്റും വിറ്റ പെട്ടിവണ്ടികൾ പിൻവലിഞ്ഞു തുടങ്ങി. പള്ളികൾക്കും ശ്മശാനങ്ങൾക്കും മുന്നിൽ ഉറപ്പിച്ച അവയുടെ കാലുകൾ ഇളകിത്തുടങ്ങിയിരിക്കുന്നു. വന്നുംപോയും സാന്നിധ്യമറിയിക്കുന്ന ചെറുവിഭാഗത്തിന്റെ വിശ്വാസം ഭൂരിപക്ഷത്തിന്റെ കഞ്ഞിയിലാണ് മണ്ണിടുന്നത്. ജംബുദ്വീപ് ആശ്രമത്തിന്റെ പുറത്ത് പതിച്ച പോസ്റ്ററുകൾ മൃഗങ്ങളെ കൊല്ലുന്നതിന്റെ 'ഭീകരത'യാണ്

പറയാൻ ശ്രമിച്ചതെന്ന് കാണാം. ദിവസം രണ്ടായിരം മൃഗങ്ങളെ കൊല്ലുന്നു, മാസത്തിൽ അറുപതിനായിരവും; വർഷത്തിൽ ഏഴുലക്ഷവും എന്നാണ് അതിലെ കണക്ക്.മാംസാഹാരത്തിന്റെ ഉൽപാദനം, വിൽപന, പ്രചാരണം തുടങ്ങിയവയ്ക്കു നേരെയുള്ള അസഹിഷ്ണുതക്ക് നിശ്ചയമായും മത നിറം വന്നുചേർന്നിട്ടുണ്ട്. രാഷ്ട്രീയ- തെരഞ്ഞെടുപ്പ് ഉപകരണമായി വിശ്വാസവും മതവും ദുരുപയോഗം ചെയ്യുന്നതിന്റെ മറ്റൊരു പാഠശാല. പന്നികളെ പോറ്റുകയും വിൽക്കുകയും ചെയ്ത് ജീവിക്കുന്ന സിക്ലിഗാർ സിഖുകാരെയും ഇത് ബാധിക്കും. ഗുജറാത്തിലാകെ മാംസാഹാര വിരോധം ഒരു പ്രസ്ഥാനമാക്കി മാറ്റുകയാണ് വിരാഗ് സാഗർ മഹാരാജാവിന്റെയും മറ്റും ഉള്ളിലിരിപ്പ്. പിന്നെ ഇന്ത്യയാകെ പടർത്തി അഹിംസാലോകം പടുത്തുയർത്തുമത്രെ! മറ്റുള്ളവരുടെ വിശ്വാസങ്ങളേക്കാൾ വലുതാണ് തങ്ങളുടേതെന്ന് വാശിപിടിക്കുന്നത് പരസ്പര ബഹുമാനത്തിന്റെയും സെക്കുലറിസത്തിന്റെയും അടിത്തറ തോണ്ടുന്നതാണ്. സംസ്കാരത്തിന്റെയും മതത്തിന്റെയും സൗഹാർദാന്തരീക്ഷം തകർക്കാനാണ് പുതിയ ശ്രമം.

ജൈനന്മാർ മൃഗസംരക്ഷണം പ്രധാനമായിക്കാണുമ്പോൾ ഹിന്ദുക്കളും മുസ്ലിങ്ങളും മൃഗബലിയെ ചടങ്ങായാണ് കണക്കാക്കുന്നത്. തങ്ങൾ നിനയ്ക്കുംവിധം പ്രവർത്തിക്കാൻ മറ്റുള്ളവരെ നിർബന്ധിക്കുകയെന്നത് അസഹിഷ്ണുതയുടെ കാർക്കശ്യമുള്ള മൗലികവാദമാണ്. വിദ്യാഭ്യാസ വിദഗ്ധൻ മനീഷ മോധ പട്ടേൽ പറഞ്ഞതുപോലെ, ഏതെങ്കിലും പട്ടണത്തെ സ്വന്തം സ്വകാര്യ സ്വത്തുപോലെ കൈകാര്യം ചെയ്യാൻ ഒരു മത വിഭാഗത്തിനും അവകാശമില്ല. 1999 മുതൽ 250 മീറ്റർ ചുറ്റളവിൽ മാംസാഹാരം അനുവദിക്കുന്നില്ലല്ലോ. ശത്രുഞ്ജയ നദിയിലെത്തുന്ന റോഡും വെജിറ്റേറിയൻ സോണാണ്. ഇത് ഒമ്പത് കിലോമീറ്റർ ചുറ്റളവിൽ വ്യാപിപ്പിക്കണമെന്നാണ് ഇപ്പോഴത്തെ ആവശ്യം. നാളെ ആ നിരോധനം ചുവന്നുള്ളിക്കും വെളുത്തുള്ളിക്കും പോലും കൊണ്ടുവരണമെന്നാവും വാദം. അതുപോലെ അജ്മീർ പാലിത്താനയെ മീറ്റ് സോൺ മാത്രമായി പ്രഖ്യാപിച്ചാലോ എന്നും മോധ പട്ടേൽ ചോദിച്ചു. ഗുജറാത്ത് ജനസംഖ്യയിൽ ഒരു ശതമാനത്തിൽ കുറവ് മാത്രം വരുന്ന ജൈനന്മാർക്ക് പാലിത്താന പ്രസ്ഥാനം ഇത്രയും തീക്ഷ്ണമാക്കാൻ കഴിഞ്ഞതും അന്വേഷിക്കേണ്ടതുണ്ട്. സാമ്പത്തിക ചലനങ്ങൾ നിയന്ത്രിക്കുന്നത്ര ശക്തിയുണ്ട് അവർക്ക്. രാഷ്ട്രീയ-സാമൂഹ്യ-സാംസ്കാരിക തുറകളിലും ജനസംഖ്യക്ക് ആനുപാതികമല്ലാത്ത മികച്ച സ്വാധീനമാണ്. ജൈനനായ അമിത് ഷായുടെ അധികാര വിസ്തൃതിയും സസ്യാഹാര വാദത്തിന് ഇന്ധനമായിട്ടുണ്ട്. തുടർച്ചയായ വ്യാജപ്രചാരണങ്ങളിലൂടെ ഗുജറാത്തികൾ സസ്യാഹാരികളാണെന്ന പ്രതീതി പരത്തുന്നതിൽ ബന്ധപ്പെട്ടവർ വിജയിച്ചിട്ടുണ്ട്. ഒടുവിലത്തെ സെൻസസ് പ്രകാരം സംസ്ഥാനത്തെ അറുപത്തിയെട്ട് ശതമാനം ജനങ്ങളും മാംസം ഭക്ഷിക്കുന്നവരാണ്. ആ വസ്തുതയും സംശയാസ്പദമാക്കാനായി. രാജ്യത്തിന്റെ വിവിധ ഭാഗങ്ങളിൽ ദൈവപ്രീതിക്കുവേണ്ടി നടത്തുന്ന മൃഗബലിയും

മറച്ചുവെക്കപ്പെടുകയാണ്. ഗുവാഹത്തിയിലെ കമാഖ്യ ക്ഷേത്രത്തിലെ മൃഗബലി ഞെട്ടിപ്പിക്കുന്ന തരത്തിലുള്ളതാണല്ലോ. ഇരുപത് എരുമകൾ, മൂവായിരം ആടുകൾ പതിനായിരക്കണക്കിന് പ്രാവുകളും താറാവുകളുമാണ് വർഷാവസാനത്തെ പൂജയ്ക്കായി കൊന്നുതള്ളുന്നത്. നീലാചാൽ മലമുകളിലുള്ള ക്ഷേത്രം സതിദേവിയുടെ പേരിലാണ്. ദുർഗയുടെ ഒട്ടേറെ അവതാരങ്ങളിലൊന്നായാണത് കണക്കാക്കപ്പെടുന്നതും. വിദേശ കടന്നാക്രമണത്തിൽ നശിച്ച കമാഖ്യക്ഷേത്രം 1665ൽ കൂച്ച് രാജാവ് നരനാരായണൻ പുതുക്കിപ്പണിയുകയായിരുന്നു. ഭക്തിപ്രസ്ഥാനത്തിനു ശേഷം പിച്ചവെച്ച പരിഷ്കരണ മുന്നേറ്റങ്ങൾ പ്രതീകാത്മക ബലിക്ക് പ്രേരണയായി. മഹാരാഷ്ട്ര, ഉത്തർപ്രദേശ്, ബിഹാർ തുടങ്ങിയ ഭാഗങ്ങളിൽ മൃഗങ്ങൾക്കുപകരം പണവും അരിയും തേങ്ങയും മറ്റും കാണിക്കകളായെങ്കിലും കമാഖ്യയിൽ വലിയ മാറ്റമുണ്ടായില്ല.

മാംസാഹാര ഉൽപാദനവും വിൽപനയും പ്രചാരവും നിരീക്ഷിക്കാൻ പാലിത്താനയിൽ പൊലീസ് പോസ്റ്റുകളുണ്ട്. വാഹന പരിശോധനയും കർശനം. ഹോട്ടലുകളിൽ റെയ്ഡും നടക്കുന്നു. നൂറ്റാണ്ടുകളായി നിലനിൽക്കുന്ന സൗഹാർദത്തിനുമേൽ മതവിഭജനത്തിന്റെ രഥമുരുട്ടുകയാവും ഫലം. 'വെന്തുരുകുന്ന ചട്ടിയിലെ പുകയറ' എന്ന ശീർഷകത്തോടെ പ്രശ്നം പരിശോധിച്ച നമ്രത ജോഷിയുടെ നിഗമനം എത്ര ശരിയായിരിക്കുന്നു. സസ്യഭുക്ക് എന്നത് പഴയൊരു ഇന്ത്യൻ വാക്കാണെന്നും നീചനായ വേട്ടക്കാരൻ എന്നാണ് അതിന്റെ അർഥമെന്നും പറഞ്ഞ ആൻഡി റൂണിയുടെ മനസ്സിലിരിപ്പ് എന്തായിരുന്നെന്നറിയില്ല. എന്നാലും അതൊരു എതിർവാദത്തിന്റെ സൂചന നൽകുന്നുണ്ട്. ജനങ്ങൾ പൊതുവിൽ വസ്തുതകൾ സത്യമായി സ്വീകരിക്കുന്നത് അവ തങ്ങളുടെ വിശ്വാസവുമായി യോജിക്കുമ്പോഴാണെന്നും ആ അമേരിക്കൻ റേഡിയോ ടെലിവിഷൻ എഴുത്തുകാരൻ മറ്റൊരവസരത്തിൽ വെളിപ്പെടുത്തുകയുണ്ടായി. 'ഏകാന്തതയുടെ നൂറുവർഷങ്ങൾ' നോവലിൽ ഗബ്രിയേൽ ഗാർഷ്യ മാർകേസ്, "അയാൾ പെട്ടെന്ന് സസ്യഭുക്കുകളിൽ കാണുന്ന ആശയറ്റ ഛായ കൈവരിച്ചു" എന്ന് പറയുന്നുണ്ട്.

മനുഷ്യർക്ക് മുകളിലോ ചത്ത പശു

കാലിഫോർണിയയിൽ മാലിന്യങ്ങൾ ദൂരെക്കളയാറില്ല; മറിച്ച് അവരതുകൊണ്ട് ടെലിവിഷൻ പരിപാടികൾ ഉണ്ടാക്കുകയാണെന്ന് പറഞ്ഞത് അമേരിക്കൻ എഴുത്തുകാരനും സംവിധായകനും കൊമേഡിയനുമായ വുഡ്ഡി അല്ലെൻ. 'സിനിമയുടെ നിധിശേഖരം' എന്ന വിളിപ്പേരിലറിയപ്പെട്ട അദ്ദേഹത്തിന്റെ കലാജീവിതത്തിന് ആറു പതിറ്റാണ്ട് വിസ്തൃതിയുണ്ടായിരുന്നു. ലോകപ്രശസ്ത അമേരിക്കൻ ആർകിടെക്ട് ഫ്രാങ്ക് ലോയ്ഡ് റൈറ്റ് ടെലിവിഷനെ നിർവചിച്ചത്, കണ്ണുകളുടെ ച്യൂയിങ്ഗം എന്നാണ്. ആധികാരികകങ്ങളായ ഈ രണ്ട് അഭിപ്രായ പ്രകടനങ്ങളും ആധുനിക ദൃശ്യമാധ്യമങ്ങളുടെ പൊതുപ്രകൃതത്തിലേക്ക് നന്നായി കണ്ണു പായിക്കുന്നവയാണ്. നെല്ല് കുത്തുകളഞ്ഞ് ഉമി എടുത്തു വെക്കുന്നതാണ് ഇന്നത്തെ വാർത്തകളെന്നും പറയാറുണ്ട്. യഥാർഥ ജീവിതത്തെ നിസ്സാരവൽക്കരിച്ച് നിർമിത അവസ്ഥകളെ പൊലിപ്പിക്കുന്ന മാധ്യമ രീതികൾ സ്വാഭാവികവും സാധാരണവുമായ ഘട്ടത്തിൽ ഫയേ എൽവിര ഡിസൂസയെപ്പോലുള്ള പ്രതിബദ്ധരായ ടെലിവിഷൻ അവതാരികമാരുടെ ഇടപെടൽ മാത്രമാണ് ചെറു സാന്ത്വനമാകുന്നത്. ഒച്ചവെക്കലും വാചാടോപങ്ങളുമല്ല വാർത്തയും അവതരണവുമെന്ന് ഉറച്ചുവിശ്വസിക്കുകയും തുറന്ന് വെളിപ്പെടുത്തുകയും ചെയ്യുന്ന ഫയേ നമ്മുടെ കാലത്ത് അവിശ്വസനീയമായ സാന്നിധ്യമാണ്. എല്ലാറ്റിനും മുകളിൽ മനുഷ്യനെ പ്രതിഷ്ഠിക്കുന്ന ആ ഇടപെടൽ യുക്തിബോധത്തിന്റെയും ജാഗ്രതയുടെയും അവസാനത്തെ അഭയമാകാനിടയില്ലെന്ന പ്രതീക്ഷയിലാണ് ഇന്ത്യയിലെ ജനാധിപത്യ- മതനിരപേക്ഷവാദികൾ.

മതഭീകരതക്കെതിരായ ഉറച്ച ശബ്ദം

ടൈംസ് ഗ്രൂപ്പിന്റെ ഉടമസ്ഥതയിലുള്ള 'മിറർ നൗ'ചാനൽ എക്സിക്യൂട്ടീവ് എഡിറ്ററായ ഫയേ മുരത്ത സംഘപരിവാർ വക്താവിനോട് ഉന്നയിച്ച ചോദ്യങ്ങൾ അസാന്യമായ നിലപാടിന്റെയും ധീരതയുടെയും മാതൃകയായിരുന്നു. 2018 ഡിസംബർ മൂന്നിന് ഉത്തർപ്രദേശിലെ ബുലന്ദ്ഷഹറിൽ കാവിപ്പട കല്ലേറിഞ്ഞും വെടിവെച്ചും പൊലിസ് ഇൻസ്പെക്ടർ പ്രബോധിനെയടക്കം കൊലപ്പെടുത്തിയതിനെക്കുറിച്ച് ആരാഞ്ഞപ്പോൾ, പശുവിന്റെ പ്രശ്നമുയർത്തി സംസാരം തുടങ്ങി പ്രശ്നം അതീവ നിസ്സാരവൽക്കരിക്കാൻ തുനിഞ്ഞ ബജ്റംഗ്ദൾ നേതാവിനോട്

ഫയേ അക്ഷരാർഥത്തിൽ പൊട്ടിത്തെറിച്ചു. നിരപരാധികളും നിഷ്കളങ്കരുമായ മനുഷ്യരെ അകാരണമായി കൊലപ്പെടുത്തുന്നതിനെക്കുറിച്ച് ചോദിക്കുമ്പോൾ ചത്ത പശുവിന്റെ കാര്യം എടുത്തിടുന്നോ? നാണമില്ലേ നിങ്ങൾക്ക്. മൂന്ന് വർഷത്തിലധികമായി മൃഗങ്ങളെത്തക്കുറിച്ച് മാത്രം കോലാഹലമുണ്ടാക്കിക്കൊണ്ടിരിക്കുന്നു. മനുഷ്യനെക്കുറിച്ച് നിങ്ങൾക്കൊന്നും പറയാനില്ലേ.? തുടർന്ന് സ്ത്രീകളും കൊച്ചുപെൺകുട്ടികളും ബലാൽക്കാരത്തിന് വിധേയമാകുന്നത് ചർച്ചചെയ്യപ്പോൾ അവിടെയും ഹിന്ദു-മുസ്ലിം കളിയുമായ് വരികയായിരുന്നു ബജ്റംഗ് നേതാവ്. അയാളുടെ നിസ്സാരവൽക്കരണം അതിരുവിട്ടപ്പോൾ ഇവിടെ നിങ്ങൾക്ക് വർഗീയത പുലമ്പാൻ അവസരമില്ല എന്നു തുറന്നടിച്ച് പ്രസംഗ ത്രുപേണയുള്ള ചർച്ചാ സാഹസം നിർത്തിക്കുകയായിരുന്നു ഫയേ. മനുഷ്യരേക്കാൾ മൂല്യവും വിലയുമുള്ള ദൈവ സമാനമായ ജീവികളാണ് പശുക്കളെന്നും ഉടൽ കീഴടക്കലിനു പിന്നിലും മത വിഭജനം തന്നെയാണെന്ന് ശഠിക്കുകയും ചെയ്ത ഫാസിസ്റ്റ് ഒടുവിൽ തികഞ്ഞ അസഹിഷ്ണുതയോടെ പിൻവലിയുകയായിരുന്നു. ഇത്തരം മതഭീകരവാദികളെ മൗനികളാക്കാൻ സമാനതകളില്ലാത്ത നിശ്ചയദാർഢ്യം ആവശ്യമാണെന്നും ഫയേ തെളിയിച്ചു. ലോകമാകെ പരിപാടി തത്സമയം വീക്ഷിക്കുകയായിരുന്ന ലക്ഷക്കണക്കിന് പ്രേക്ഷകർ നിറഞ്ഞ കരഘോഷത്തോടെയാണ് ആ മാധ്യമ പ്രവർത്തകയുടെ നടപടിയെ വരവേറ്റത്. തഴുകലും തലോടലും മാത്രം മേൽക്കൈ നേടിക്കഴിഞ്ഞ മുഖ്യധാരാ മാധ്യമപ്രവർത്തനത്തിന് ശക്തമായ വിയോജനക്കുറിപ്പെഴുതുകയായിരുന്നു അവർ. വസ്തുതകളിൽനിന്നും യാഥാർഥ്യങ്ങളിൽനിന്നും സമർഥമായി ഒളിച്ചോടി തീവ്രഹിന്ദുത്വ വാഗ്മാരികൾ മുഴക്കുന്നവരെ ഞെട്ടിപ്പിച്ചതായിരുന്നു ഫയേയുടെ വിചാരണകൾ.

'പശുമന്ത്രി'യുടെ ദനീയ തോൽവി

2019 ഡിസംബർ മാസത്തിൽ അഞ്ച് സംസ്ഥാനങ്ങളിലെ ജനങ്ങൾ പോളിങ് ബൂത്തിലെത്തിയപ്പോൾ രാജസ്ഥാനിലെ സിരോഹി നിയമസഭാ മണ്ഡലത്തിലെ വിധിയെഴുത്ത് ഏറെ ശ്രദ്ധേയമായി. വസുന്ധരെ രാജ സിന്ധ്യയുടെ പതിമൂന്ന് മന്ത്രിമാർ തോറ്റമ്പിയപ്പോൾ ലോകത്തിലെ ഏക 'പശുക്ഷേമ മന്ത്രി' ഒട്ടാറം ദെവാസി കനത്ത പരാജയത്തിന്റെ കയ്പുനീർ കുടിക്കുകയായിരുന്നു. കോൺഗ്രസ് വിമത സ്ഥാനാർഥി സന്യാം ലോധയോട് പതിനായിരത്തിലധികം വോട്ടിനായിരുന്നു തോൽവി. 2013 ൽ ലോധയെ കാൽലക്ഷം വോട്ടിന്റെ വ്യത്യാസത്തിൽ പിന്തള്ളുകയായിരുന്നു 2008 ലും ജയിച്ച ദെവാസി. ഗോ സംരക്ഷണത്തിന്റെ പേരിൽ നൂറു കണക്കിന് അതിക്രമ സംഭവങ്ങൾ അരങ്ങേറിയ സംസ്ഥാനമാണ് രാജസ്ഥാൻ. പശുവിനെ കൊന്നെന്നും ബീഫ് കൈവശം വെച്ചെന്നും ആരോപിച്ച് ചില നിരപരാധികളെ കൊലപ്പെടുത്തുകയും ചെയ്തു. മെവാത് മേഖലയിലെ അൽവാറിലാകട്ടെ ഭീതിപ്പെടുത്തിയ നിലയിലെ കാടത്തങ്ങൾ. 2014 ലായിരുന്നു വസുന്ധരെ പശു മന്ത്രാലയം സ്ഥാപിച്ച് രാഷ്ട്രീയക്കാരന്റെ

വേഷത്തിലിറങ്ങിയ പൊലീസുകാരനായ ദെവാസിയെ മന്ത്രിയായി നിയമിച്ചത്.അസുഖബാധിതനായ അദ്ദേഹം മുണ്ടറ മാതാ ക്ഷേത്രത്തിലെ പുരോഹിതനായിരിക്കെയാണ് നിയമ സഭയിലേക്ക് മത്സരിച്ചതും. കന്നുകാലികളെ ആശ്രയിച്ച് ഉപജീവനം നടത്തുന്ന റബാരി വിഭാഗത്തിലാണ് ദെവാസി. ആ സമുദായത്തിന് ജനങ്ങൾക്കിടയിൽ അതിരറ്റ ആദരവാണ്. അവരെ പുരോഹിതരായാണ് കണക്കാക്കുന്നത്. ഭോപ്പജ് എന്നാണ് സംബോധന. പശുപാലകന്റെ പ്രത്യേക വേഷവിതാനങ്ങളോടെയാണ് ദെവാസിയുടെ നടപ്പ്. നീണ്ട വെള്ള വസ്ത്രം, ചുവന്ന തലക്കെട്ട്, കമ്മൽ, കൈയിൽ നീണ്ട ലാത്തി. സത്യപ്രതിജ്ഞ ചെയ്തയുടൻ അദ്ദേഹം എടുത്ത പ്രധാന തീരുമാനം പശുനികുതിയായിരുന്നു. മദ്യത്തിന് ഇരുപത് ശതമാനം പശു സെസും ഏർപ്പെടുത്തി. അലഞ്ഞുതിരിഞ്ഞു നടക്കുന്ന കന്നുകാലികൾക്ക് 1450 രജിസ്ട്രേഡ് അഭയകേന്ദ്രമൊരുക്കാനായിരുന്നു ആ പിരിവ്. അങ്ങനെ പതിനയ്യായിരം പശുക്കളുമായി ജയ്പൂരിനടുത്ത ഹിങ്കോണിയയിൽ പ്രധാന കേന്ദ്രം തുറന്നു. ദിവസം നൂറ് പശുക്കളെ വീതം അവിടെയെത്തിച്ചു. പശു ടൂറിസത്തിനും ആലോചനയുണ്ടായി. സന്ദർശകർക്ക് മേയ്ക്കാനും ഭക്ഷണം കൊടുക്കാനും ആലകൾ വൃത്തിയാക്കാനും തടവാനും കറയ്ക്കാനും അവസരം. ഏഷ്യയിലെ ഏറ്റവും മികച്ച പശു ശാലയായി പ്രചരിപ്പിക്കപ്പെട്ട ഹിങ്കോണിയയിൽ എണ്ണായിരം നാൽക്കാലികളാണ് ചത്തു മരവിച്ചത്. തട്ടിക്കൊണ്ടുപോകൽ തടയാൻ ആറര ലക്ഷം കന്നുകാലികൾക്ക് തിരിച്ചറിയൽ മുദ്രയും പതിച്ചു. ആട്ടുമാടുകളുടെ 'ഉന്നമന'ത്തിന് ചെലവാക്കിയതാകട്ടെ, 450 കോടിയലികം രൂപയും. പ്രത്യേ ക വെറ്റനിറി ആശുപത്രികളും തുറന്നു. ബിക്കാനിറിലും ജയിസാൽമിറിലും പശു സങ്കേതങ്ങൾക്കും പദ്ധതിയിട്ടു. പശുക്കൾക്ക് കാമധേനു ഇൻഷുൻസ്. ആടുകൾക്ക് അവിക, കവച്ച് ഇൻഷുറൻസുകൾ. ആട്ടിടയന്മാരുടെ കുട്ടികൾക്ക് ഹോസ്റ്റൽ. ഒട്ടകത്തെ സംസ്ഥാന മൃഗപദവിയിലേക്കുയർത്തി. അതിനെ ദേശീയ മൃഗമാക്കാൻ കേന്ദ്രത്തോട് അഭ്യർഥിച്ചു. ഒട്ടകപ്പാൽ ഭഷണക്രമത്തിൽ ഉൾപ്പെടുത്താൻ ചർച്ചകൾ. ആട്ടിടയന്മാർക്കും ഒട്ടക പരിപാലകർക്കും സഹായ പദ്ധതി. ഇത്തരം വായ്ത്താരികൾക്കും അവകാശവാദങ്ങൾക്കും വമ്പൻ വാഗ്ദനങ്ങൾക്കുമിടയിലും 2016ൽ അഭയ കേന്ദ്രങ്ങളിൽ ഭക്ഷണമില്ലാതെ 500 പശുക്കൾ നരകിച്ചു ചത്തു. ഗോശാലകളിലെ പരിപാലകർ പശുക്കളുടെ തൊഴിയേറ്റ് മാരകമായി പരിക്കേറ്റ സംഭവങ്ങളുമുണ്ടായി. രാജസ്ഥാനിലെ 2018 ലെ തെരഞ്ഞെടുപ്പിൽ ബിജെപിയുടെ പ്രധാന തെരഞ്ഞെടുപ്പ് മുദ്രാവാക്യം പശുക്കളും അവയുടെ സംരക്ഷണവുമായിരുന്നു.

ശ്രദ്ധേയമായ 'അർബൻ ഡിബേറ്റ്'

ഫയേ 'മിറർ നൗ'വിൽ കൈകാര്യം ചെയ്തുവരുന്ന 'അർബൻ ഡിബേറ്റ്'' എന്ന അതിശ്രദ്ധേയ പംക്തിയിൽ വർഗീയത, അഴിമതി, കർഷക ആത്മഹത്യ, ജാതി വിവേചനം, ബുദ്ധിജീവികൾക്കെതിരായ കടന്നാക്രമണങ്ങൾ, സാംസ്കാരികമായ അസഹിഷ്ണുത, സ്ത്രീ

വിരുദ്ധത, അവസരവാദ രാഷ്ട്രീയം, വിലക്കയറ്റം തുടങ്ങിയ ചുട്ടുപൊള്ളുന്ന വിഷയങ്ങൾ ഉൾപ്പെടുത്തുകയാണ്. ജനപ്രിയ ചേരുവകൾക്കു പകരം ജനകീയ സമസ്യകൾ. ഒട്ടുമിക്ക ചാനലുകളും ഇന്ത്യൻ നഗരങ്ങളുടെ പൊങ്ങച്ചങ്ങളിലാണ് കെട്ടിയിടപ്പെടുന്നതെന്ന് നിരീക്ഷിക്കുന്ന ഫയേ, ഗ്രാമീണ സമസ്യകളാണ് തേടിപ്പോകുന്നത്. രാജ്യത്തിന്റെ നട്ടെല്ലായ, നമ്മുടെ ഭക്ഷണം വിളയിക്കുന്ന കർഷകരെ അവഗണിച്ച് എങ്ങനെ മുന്നോട്ടു പോകാനാവും. താനൊരു കർഷകന്റെ മകളാണ്. സ്ത്രീ ശാക്തീകരണത്തിലും ഇത്തരം വിടവ് ദൃശ്യമാണ്. പെൺഭ്രൂണഹത്യയും സ്ത്രീധന കൊലപാതകങ്ങളും ലൈംഗികാടിമത്തങ്ങളും ഭയാനകമായ നിലയിലാണ്. സ്ത്രീകൾക്കെതിരായ അതിക്രമങ്ങളും ഏറുന്നു. സ്ഥിതി സമത്വത്തിന് ഏറെ പിന്നിലായിരിക്കുന്നു അവർ. സാമ്പത്തികമായ തീരുമാനങ്ങളിലും പെൺ ശബ്ദം വളരെ ദുർബലം. സ്വത്ത്, നിക്ഷേപം, ചെലവിടൽ തുടങ്ങിയ തുറകളിലെല്ലാം പിന്നോക്കാവസ്ഥ കാണാം. സ്ത്രീകൾ യുദ്ധങ്ങളും കലാപങ്ങളും റിപ്പോർട്ട് ചെയ്യുന്നുണ്ടെങ്കിലും അതിനനുസരിച്ച പരിഗണനയില്ല. നിയമവും മതങ്ങളും സ്ത്രീയെ രണ്ടാംതരം പൗരന്മാരാക്കി തരംതാഴ്ത്തുന്നു. മറ്റുള്ളവരുടെ ധാർമികതയും സദാചാരവും ഞങ്ങളുടെ ഉടലിൽ കെട്ടിവെക്കുന്നു- എന്നിങ്ങനെപോയി ഫയേയുടെ കാഴ്ചപ്പാടുകൾ.

ഇത്തരം ഇടപെടലുകൾ പരിഗണിച്ചാണ് മുംബൈ പ്രസ്ക്ലബ്ബ് ഏർപ്പെടുത്തിയ 2018ലെ മികച്ച മാധ്യമ പ്രവർത്തകയ്ക്കുള്ള പുരസ്കാരം തേടിയെത്തിയത്. ആജീവനാന്ത അവാർഡ് സർ വില്യം മാർക് ടുള്ളിക്കാണെന്നറിയുമ്പോഴാണ് ആ അംഗീകാരത്തിന്റെ മഹത്വം തിരിച്ചറിയാനാവുക. മുൻ വറഷങ്ങളിൽ കുൽദീപ് നയ്യാർ, വിനോദ് മേത്ത, എൻ റാം, നിർമൽ പാണ്ഡേ, പ്രണോയ് റോയ്, ടി എൻ നൈനാൻ തുടങ്ങിയവർക്കാരായിരുന്നു അവാർഡുകൾ. മൂന്നു പതിറ്റാണ്ട് ബിബിസിയിൽ പ്രവർത്തിച്ച ലോകപ്രശസ്ത മാധ്യമപ്രവർത്തകനാണ് ടുള്ളി. ഇരുപത് വർഷം ദില്ലിയിൽ ബ്യൂറോ ചീഫ്. തെക്കനേഷ്യയിലെ ഒട്ടുമിക്ക സംഭവവികാസങ്ങൾക്കും സാക്ഷി. ഇന്ത്യാ- പാക്കിസ്ഥാൻ യുദ്ധം, ഭോപാൽ വാതക കൂട്ടക്കൊല, ബ്ലൂസ്റ്റാർ ഓപ്പറേഷൻ, ഇന്ദിരാഗാന്ധിയുടെയും രാജീവ് ഗാന്ധിയുടെയും വധങ്ങൾ, ബാബറി മസ്ജിന്റെ തകർച്ച, രാമജന്മഭൂമിയുടെ പേരിലുള്ള കലാപം- തുടങ്ങിയ ദുരന്ത സങ്കടങ്ങളുടെ സാക്ഷി. അടിയന്തിരാവസ്ഥക്കാലത്ത് ഇന്ത്യയിലേക്ക് പ്രവേശനം നിഷേധിച്ച അദ്ദേഹത്തിന് 1992ൽ പത്മശ്രീയും 2005ൽ പത്മഭൂഷനും നൽകി രാജ്യം ആദരിച്ചു. ഒട്ടേറെ കൃതികളുടെ കർത്താവുമാണ്. 'അമൃതസർ:മിസിസ് ഗാന്ധീസ് ലാസ്റ്റ് ബാറ്റിൽ', 'രാജ് ടു രാജീവ്: 40 ഇയേഴ്സ് ഓഫ് ഇന്ത്യൻ ഇൻഡിപ്പെൻഡൻസ്' (സറീർ മസാനിക്കൊപ്പം), 'നോ ഫുൾ സ്റ്റോപ്പ്സ് ഇൻ ഇന്ത്യ', 'ദി ഹാർട് ഓഫ് ഇന്ത്യ' , 'ഇന്ത്യാസ് അൺഎൻഡിങ് ജേണി', 'ഇന്ത്യാ ഇൻ സ്ലോമോഷൻ'(ഗില്ലിയൻ റൈറ്റിനൊപ്പം), 'ആൻ ഇൻവെസ്റ്റിഗേഷൻ ഇൻടു ദി ലൈവ്സ് ഓഫ് ജീസസ് ക്രൈസ്റ്റ്', 'അപ്കൺട്രി ടെയ്ൽസ്:

വൺസ് അപ്പോൺ അ ടൈം ഇൻ ദി ഹാർട് ഓഫ് ഇന്ത്യ', 'ഇന്ത്യ: ദി റോഡ് എഹെഡ്'' തുടങ്ങിയവ.

അടുക്കളയിലേക്ക് പിന്തിരിയില്ല സ്ത്രീകൾ

കാലുറച്ച നിലപാടുകൾ കൈക്കൊള്ളുന്നതിനാൽ ഫയേ മതമൗലികവാദ ശക്തികളിൽനിന്ന് നിരന്തരം പരിഹാസങ്ങൾക്കും ശകാരങ്ങൾക്കും ഇരയായിട്ടുണ്ട്. പ്രശസ്ത നടി പ്രിയങ്കാ ചോപ്ര പ്രത്യേക വേഷത്തിൽ പ്രധാനമന്ത്രി നരേന്ദ്ര മോഡിക്കു മുന്നിൽ പ്രത്യക്ഷപ്പെട്ടെന്നും നിതേഷ് തിവാരി സംവിധാനം ചെയ്ത് 2016 ൽ റിലീസായ ഡങ്കൽ സിനിമയിലെ സാനിയാ മൽഹോത്രയ്ക്കൊപ്പം നായികയായ ഫാത്തിമ സനാ ഷെയ്ക്ക് റംസാൻ മാസത്തിൽ നീന്തൽ വസ്ത്രം ധരിച്ചെത്തിയെന്നും ആരോപിച്ച് നവമാധ്യമങ്ങളിൽ കടന്നാക്രമണമുണ്ടായതാണ് 2017 ജൂൺ ഒമ്പതിന് അർബൻ ഡിബേറ്റിൽ ചർച്ചചെയ്തത്. സ്ത്രീ- പുരുഷ സമത്വത്തെക്കുറിച്ച സൂചിപ്പിച്ചപ്പോൾ ഇസ്ലാമിക പ്രചാരകനും ഓൾ ഇന്ത്യാ ഷിയാ പേഴ്സണൽ ലോ ബോർഡ് അംഗവുമായ മൗലാന യസൂം അബ്ബാസ് ഫയേയോട് തിരക്കിയത് പുരുഷന് തുല്യമാണെങ്കിൽ അടിവസ്ത്രംമാത്രം ധരിച്ച് ജോലിക്കു വരാമോ എന്നായിരുന്നു. സ്ത്രീകൾക്ക് എന്തും ധരിക്കാനുള്ള അവകാശമുണ്ട്; അതിന് ആരുടെയും സമ്മതം ആവശ്യമില്ല-അതിരുകടന്ന ചോദ്യത്തിനു മുന്നിൽ പകച്ചുനിൽക്കാതെ സമചിത്തതയോടെ മറുപടി പറയുകയായിരുന്നു അവതാരിക. മാത്രവുമല്ല മൗലാനയുടെ തരംതാണ പരാമർശത്തിൽ പ്രകോപിതരായ മറ്റ് അതിഥികളെ സമാധാനിപ്പിക്കുകയും ചെയ്തു. സ്വന്തം തൊഴിൽ ചെയ്യുന്ന നടി ഫാത്തിമ സനയും ടെന്നീസ് താരം സാനിയാ മിർസയും പിന്തിരിയുമെന്ന് കരുതരുത്. സ്ത്രീ അത്‌ലീറ്റുകളും നടിമാരും തൊഴിലെടുക്കുമ്പോഴേ എതിർപ്പുള്ളൂ. ഭീഷണി വേണ്ട; ഭയപ്പെടുകയുമില്ല. മൗലാനയെപ്പോലെ പല പുരുഷ കേസരിമാരെയും കണ്ടിട്ടുണ്ട്. സ്ത്രീകൾ അതത് മണ്ഡലങ്ങളിൽ ജോലിചെയ്യുമ്പോൾ നിങ്ങൾ പുരുഷന്മാർ കരുതുന്നത് അവഹേളിച്ചാൽ അടിക്കളയിലേക്ക് മടങ്ങിപ്പോകുമെന്നാണ്. ഞങ്ങൾ ഒളിച്ചോടില്ല. ഇത് സ്ത്രീ നടത്തുന്നൊരു ചാനലാണ്. താങ്കളെപ്പോലുള്ളവർക്ക് എളുപ്പം പരിഭ്രമിപ്പിക്കാവുന്ന മട്ടിലുള്ള പെണ്ണല്ല ഞാൻ. ഇന്ത്യയിൽ ഏത് മേഖലയാണെങ്കിലും സ്ത്രീ കടുത്ത അവഗണനയും വിവേചനവുമാണ് നേരിടുന്നത്. അതൊരു വെല്ലുവിളിയുമാണെന്ന ഉറച്ച സ്വരത്തോടെയായിരുന്നു ഉപസംഹാരം.

ജിഎസ്ടിയെക്കുറിച്ചുള്ള ചർച്ചയിൽ ധനമന്ത്രി അരുൺ ജെയ്റ്റ്ലിയോട് അഭ്യർഥന രൂപേണയുള്ള വിമർശനമായിരുന്നു ഫയേയിൽനിന്ന്. പാർലെ ജി ബിസ്കറ്റിന് 18 ശതമാനം നികുതി ഏർപ്പെടുത്തിയതിനെതിരെ വീട്ടമ്മമാരുടെ ക്ലേശം സൂചിപ്പിച്ചായിരുന്നു പ്രതികരണം. രാജ്യത്തെ ലക്ഷക്കണക്കിന് അമ്മമാർ തെരഞ്ഞെടുക്കാൻ നിർബന്ധിതമാകുന്ന ശിശു ഭക്ഷണമാണത്. ജിഎസ്ടി കൗൺസിലിൽ വനിതാ പ്രാതിനിധ്യം ഇല്ലാത്തതിനെയും എടുത്തുകാട്ടി. 2017 മെയ് മാസത്തിൽ മുംബൈ നഗരപ്രാന്തത്തിലെ 1000 ചേരികളിൽനിന്ന് 30000 ആളുകളെ

മഹ്ഹലിലേക്ക് ഒഴിപ്പിച്ചപ്പോൾ അത് ചർച്ചയാക്കി. അത് ട്രോംബേക്ക് തൊട്ടുരുമ്മിയാണ്. അവിടുത്തെ റിഫൈനറികളിൽ നിന്നുള്ള അന്തരീക്ഷ മലിനീകരണം ജീവിതം അസാധ്യമാക്കുന്നതാണ്. അതുപോലെ മാരക രോഗങ്ങൾ പടർന്നു പിടിക്കും. പത്തു പേർ മരിക്കുകയും ചെയ്തു.

2013 ആഗസ്തിൽ കൊച്ചുകുട്ടിയെ ബലാൽസംഗം ചെയ്ത കേസിൽ ആൾദൈവം ആശാറാം ബാപ്പുവിനെ ജോധ്പൂർ കോടതി 2018 ഏപ്രിൽ 25ന് ശിക്ഷിച്ചപ്പോൾ അതിന് മതസ്പർശം നൽകാൻ ശ്രമിച്ച സനാതൻ സൻസ്തയുടെ മേധാവിയോട് ഫയേ കയർത്തു. 1999ൽ ജയന്ത് ബാലാജി അത്തവാലെ സ്ഥാപിച്ച മൃഗീയ സംഘടനയാണ് സൻസ്ത. മാലിക് മുഹമ്മദ് ജയാസിയുടെ കവിത ആസ്പദമാക്കി ഒരുക്കിയ പത്മാവത് സിനിമയുടെ പേരിൽ റാണി പത്മാവതിയായി വേഷമിട്ട ദീപികാ പദുക്കോണിനെയും സംവിധായകൻ സഞ്ജയ് ലീലാ ബൻസാലിയെയും ഭീഷണിപ്പെടുത്തിയ രജപുത്ത് കർണിസേനയെയും അതിന്റെ അധ്യക്ഷൻ അജിത് സിങ്ങ് മംഡോളിയെയും വെറുതെവിട്ടതുമില്ല. ആ ചിത്രം പത്മാവതിയെ മോശമായി ചിത്രീകരിച്ചെന്നാരോപിച്ച് കർണിസേന കോലാപ്പൂരിലെ സെറ്റിൽ കലാപം ഇളക്കിവിടുകയും നാശനഷ്ടങ്ങൾ വരുത്തുകയും ചെയ്തിരുന്നു. അതിന്റെ തുടർച്ചയായിരുന്നു അജിത് സിങ്ങിന്റെ ചാനൽ ആക്രോശങ്ങൾ. താങ്കളാരാണ് എന്ന കടുത്ത പരാമർശം തന്നെ ഫയേയിൽ നിന്നുണ്ടായി. ബെൻ കിങ്ങ്സിലിയെ നായകനാക്കി റിച്ചാർഡ് ആറ്റൻബറോ 1982ൽ ഗാന്ധി സിനിമ നിർമിച്ചപ്പോൾ സെൻസറിങ്ങിനോ തല വെട്ടിമാറ്റാനേ രാജ്യം ആവശ്യപ്പെട്ടുകയുണ്ടായില്ല. ഇപ്പോൾ എന്തൊരു മാറ്റമാണ് എന്ന് കൂട്ടിച്ചേർക്കുകയും ചെയ്തു.

വിശന്നു കരയുന്ന ഇന്ത്യ

ഫത്തേപ്പൂർ സിക്രിയിൽ സ്വിസ് ദമ്പതികൾ ആക്രമിക്കപ്പെട്ടപ്പോൾ ബിജെപി ദില്ലി ഘടകം വക്താവ് തീന ശർമ നിരത്തിയ ന്യായീകരണങ്ങൾക്കെതിരെ ഫയേ പൊട്ടിത്തെറിച്ചു. തെറ്റായ പാരമ്പര്യത്തിലേക്ക് ഉത്തർപ്രദേശ് മറിഞ്ഞുവീണതായും പറഞ്ഞു. താൻ നിരാഹാരമിരുന്നതായി ബിജെപി നേതാവും ഭാരതീയ യുവമോർച്ച ഉത്തർപ്രദേശ് സംസ്ഥാന കൺവീനറുമായ വൈഭവ് അഗർവാൾ വീമ്പടിച്ചപ്പോൾ കണക്കറ്റ് കളിയാക്കുകയായിരുന്നു. തിരക്കിനിടയിൽ താൻ വൈകി അത്താഴം കഴിക്കുന്നതിന് സമാനമാണെന്ന് കൂട്ടിച്ചേർക്കുകയുമുണ്ടായി. രാജ്യത്ത് 3.1 കോടി ജനങ്ങൾ ദിവസേന വിശപ്പ് മുറുകെ പിടിച്ചാണ് കിടന്നുറങ്ങാൻ പോകുന്നത്. അതും ഒരു ഉപവാസമായി കണക്കാക്കേണ്ടിവരുമെന്നും ഫലിത രൂപേണ വിശദീകരിച്ചു. രാമ ക്ഷേത്ര നിർമാണത്തെ കുറിച്ച് വാചാലമായ സംഘപരിവാര നേതാവിനോട് അടിസ്ഥാന സൗകര്യങ്ങളുടെ അഭാവത്തെ ഓർമിപ്പിക്കുകയായിരുന്നു. അനാവശ്യ വിവാദങ്ങളിൽ ചുറ്റിത്തിരിഞ്ഞ് വാർത്തകളെയും ചർച്ചകളെയും അന്തഃസാരശൂന്യമാക്കുന്ന കൗശലങ്ങളെയും ഫയേ പൊറുപ്പിച്ചില്ല. ഒന്നര ലക്ഷം കർഷകർ ആത്മഹത്യയിൽ അഭയംതേടുമ്പോൾ

സർക്കാരുകളുടെ പ്രതികരണം പൂജ്യം നിലവാരത്തിലാണ്. എന്നിട്ടും മനുഷ്യ ജീവിതവുമായി ഒരു ബന്ധവുമില്ലാത്ത കപട പ്രശ്നങ്ങൾ പെരുപ്പിക്കുകയാണ് മാധ്യമങ്ങൾ. വിചാര ബുദ്ധിയുടെ ശബ്ദം എന്ന് വിശേഷിപ്പിക്കപ്പെടുന്ന ഫയേ, ധീരത കൈയൊഴിഞ്ഞാൽ മാധ്യമപ്രവർത്തനം അസാധ്യമാണെന്നും തുറന്നടിച്ചു.

ബംഗലൂരുവിൽ ജനിച്ച ഫയേ ഡിസൂസ നഗരത്തിലെ മൗണ്ട് കാർമൽ കോളേജിൽ നിന്ന് ഇംഗ്ലീഷിലും പത്രപ്രവർത്തനത്തിലും ബിരുദം നേടി. തുടർന്ന് കൊമിറ്റ്സ് ഇൻസ്റ്റിറ്റ്യൂട്ടിൽനിന്ന് മാസ് കമ്യൂണിക്കേഷനിൽ ബിരുദാനന്തര ബിരുദം. വിദ്യാർഥിയായിരിക്കെ ഡിബേറ്റിങ്ങിലും പ്രസംഗങ്ങളിലും പങ്കെടുക്കുമായിരുന്നു. ഓൾ ഇന്ത്യാ റേഡിയോവിലൂടെയാണ് പത്രപ്രവർത്തന ജീവിതം ആരംഭിച്ചത്. രണ്ടു വർഷം വാർത്ത വായിച്ചു. സംഗീത പരിപാടികളുടെ അവതാരികയായി. മുഖപത്രപ്രവർത്തനത്തെക്കാൾ ശബ്ദപത്രപ്രവർത്തനത്തെ പ്രണയിച്ച ഘട്ടമെന്നാണ് അക്കാലത്തെ വിശദീകരിച്ചത്. എന്നാൽ വാർത്തകളുടെ അടിവേര് കണ്ടെത്താനുള്ള അദമ്യമായ ആഗ്രഹം മറ്റൊരു മണ്ഡലം പരീക്ഷിക്കാൻ പ്രേരണയായി. പതുക്കെ സിഎൻബിസി ടെലിവിഷനിൽ. 2003ൽ ക്യാമാറയേന്തിയായിരുന്നു തുടക്കം. സാമ്പത്തിക പത്രപ്രവർത്തനത്തിലായിരുന്നു ആ മേഖലയിലെ ആദ്യ താൽപ്പര്യം. അക്കാലത്ത് പ്രോപ്പർടി ഷോകൾക്കൊപ്പം വനിതാ സംരംഭകരെയും അവരുടെ വിജയഗാഥകളെയും സമൂഹ ശ്രദ്ധയിലെത്തിച്ചു. പണവും നിക്ഷേപവും സ്ത്രീശാക്തീകരണത്തിലേക്ക് നയിക്കാൻ പരിപാടികളെ ഉപയോഗിക്കുകയുമുണ്ടായി. ടൈംസ് നെറ്റ്‌വർക്ക് 2017 ഏപ്രിലിൽ മിറർ നൗ തുടങ്ങിയപ്പോൾ സീനിയർ എഡിറ്ററായി ചുമതലയേറ്റു. പ്രശസ്ത ഇന്ത്യൻ മാധ്യമ പ്രവർത്തകയും 'വാട്ട് വിമൻ വാണ്ട്'' പേലുള്ള പംക്തിയുടെ അവതാരകയുമായിരുന്ന ഷെറീൻ ബാനാണ് തനിക്ക് ഏറെ പ്രചോദനമെന്ന് ഫയേ പറയുമായിരുന്നു.

'ഞങ്ങളെപ്പോലെ നിങ്ങളുമാവരുത്'

ജർമൻ സ്ത്രീകൾ വോട്ടവകാശമെന്ന ചരിത്ര നേട്ടം എത്തിപ്പിടിച്ചിട്ട് ഒരു നൂറ്റാണ്ട് കഴിഞ്ഞിരിക്കുന്നു. 1918 നവംബർ പന്ത്രണ്ടിനായിരുന്നു ആ അവകാശം ഔദ്യോഗികമായി അനുവദിക്കപ്പെട്ടത്. ആ വർഷത്തെ സ്ഥിതിവിവര കണക്കു പ്രകാരം തൊഴിൽ ശക്തിയുടെ 36 ശതമാനമായിരുന്നു സ്ത്രീകൾ- അതായത് 1.1 കോടി. എന്നിട്ടും അവർക്ക് പൊതുജീവിത പ്രവേശം അന്യമായിരുന്നു. പതിറ്റാണ്ടുകൾ നീണ്ട പ്രചാരണങ്ങൾക്കും പ്രവർത്തനങ്ങൾക്കുമൊടുവിലായിരുന്നു നിയമനിർമാണം. അക്കാലയളവിലെല്ലാം പ്രക്ഷോഭകർക്കെതിരെ അതിശക്തമായ എതിർപ്പുകളും ശകാരങ്ങളും തടസ്സങ്ങളും ഉയരുകയുമുണ്ടായി. അതിൽ പുരുഷന്മാർക്കൊപ്പം സ്ത്രീകളും അണിചേർന്നുവെന്നത് ഏറെ വിചിത്രം. പോസ്റ്ററുകളും ബാനറുകളും കീറി നശിപ്പിക്കാനും പ്രകടനക്കാരെ തടയാനും എന്തിനേറെ കല്ലെറിഞ്ഞ് തുരത്താനും സ്ത്രീകൾ മുന്നിട്ടിറങ്ങുകപോലും ചെയ്തു. മകൾ, സഹോദരി, ഭാര്യ, കാമുകി തുടങ്ങിയ പദവികളേ സ്ത്രീകൾക്ക് അനുവദിക്കപ്പെട്ടിരുന്നുള്ളൂ. മാത്രവുമല്ല, ഭരണകാര്യങ്ങളിൽ ഇടപെടുന്നതിന് അവർ പക്വത നേടിയിട്ടില്ലെന്നും എന്തെങ്കിലും അഭിപ്രായമുണ്ടെങ്കിൽ കിടപ്പറയിൽ ഭർത്താവിനോട് പറഞ്ഞാൽ മതിയെന്നു വരെ തീർപ്പുകൽപ്പിക്കുകയുമുണ്ടായി. സ്ത്രീകളുടെ വോട്ടവകാശത്തിനായി പൊരുതിയ വനിതാ പ്രക്ഷോഭകരെ ഭരണകർത്താക്കൾ തന്നെ അപഹസിക്കുകയും ചെയ്തു. ആഗസ്റ്റ് ബേബൽ 1879ൽ എഴുതിയ 'സ്ത്രീകളും സോഷ്യലിസവും' എന്ന കൃതി പുതിയ ചിന്തകൾക്ക് പ്രചോദനമായി. അതിന്റെ സ്വാധീനം സ്ത്രീ പ്രക്ഷോഭങ്ങളായി അലയടിച്ചു. ക്ലാര സെറ്റ്കിനിന്റെ ആഹ്വാനപ്രകാരം 1911 മാർച്ച് എട്ടിന് ജർമനിയിൽ അന്താരാഷ്ട്ര വനിതാ ദിനം ആചരിച്ചു. തുടർന്ന് അവർ 'തുല്യത' എന്ന മാഗസിനും ആരംഭിക്കുകയുണ്ടായി. 1914 വനിതാദിനത്തിൽ വോട്ടവകാശത്തിനായി രംഗത്തിറങ്ങാൻ കാൾ മരിയ സ്റ്റാൾഡർ പ്രസംഗിച്ചു. 1918 ഒക്ടോബറിൽ 50 വനിതാ സംഘടനകൾ പ്രധാനമന്ത്രി മാക്സ് വോൺ ബാദനോട് ഇതേ ആവശ്യമുയർത്തി. തുടർന്നായിരുന്നു നിയമനിർമാണം. 1919 ജനുവരി 19ന് ദേശീയ അസംബ്ലിയിലേക്ക് നടന്ന തെരഞ്ഞെടുപ്പിൽ 82 ശതമാനം സ്ത്രീകൾ സമ്മതിദാനാവകാശം

വിനിയോഗിച്ചു. പുരുഷന്മാരെക്കാൾ 1.7 ശതമാനം കൂടുതൽ. 423 ഡപ്യൂട്ടികളിൽ 37 വനിതകൾ തെരഞ്ഞെടുക്കപ്പെട്ടു. എന്നാൽ നാസി ഭരണകാലത്ത് എല്ലാം അട്ടിമറിക്കപ്പെട്ടു. തെരഞ്ഞെടുപ്പിൽ മത്സരിക്കുന്നതിൽ സ്ത്രീകൾക്ക് നിയന്ത്രണങ്ങൾ കൊണ്ടുവരികയായിരുന്നു ഹിറ്റ്ലർ.

നിലക്കാത്ത പോരാട്ടങ്ങൾ

ഒരു നൂറ്റാണ്ടിന് ഇപ്പുറവും സ്ഥിതിഗതികൾ അത്ര ശോഭനമല്ല. സ്ത്രീകൾ പലതരം ക്രൂരതകൾക്കും കടുത്ത വിവേചനങ്ങൾക്കും ആവർത്തിച്ച് ഇരയാവുകയാണ്. പുതിയ ചൂഷണക്കെണിയുടെ പ്രധാന ഉപകരണം മതപ്രവർത്തനവും വിശ്വാസ ഭീകരതയുമാണ്. ഏതുതരം മതമൗലികവാദമായാലും അവ കൂരിരുട്ട് വീഴ്ത്തിയ സമൂഹങ്ങളിലെല്ലാം ഒരേ അവസ്ഥയാണ്. ഇത് നന്നായി സാക്ഷ്യപ്പെടുത്തുകയാണ് 2018 നവംബർ 21 ന് നിര്യാതയായ ലോകപ്രശസ്ത പാക്കിസ്ഥാനി കവയിത്രിയും വിവർത്തകയും മനുഷ്യാവകാശ പ്രവർത്തകയും ഫെമിനിസ്റ്റ് പോരാളിയുമായ ഫഹ്മിദ റിയാസിന്റെ സംഭവബഹുലമായ ജീവിതവും പ്രവചന തുല്യമായ രചനകളും. "ഇരുണ്ട നാളുകളിൽ വെട്ടിത്തിളങ്ങിയ വെളിച്ചം കെട്ടുപോയി" എന്നാണ് സഹപ്രവർത്തകർ ആ വിയോഗത്തെ അടയാളപ്പെടുത്തിയത്. ചില നിരൂപകർ അവരെ താരതമ്യം ചെയ്തുതാകട്ടെ റഷ്യൻ കവയിത്രി അന്ന അഖ്മതോവയുമായിട്ടാണ്. വർഗീയ രാഷ്ട്രീയത്തെയും പരമ്പരാഗത സാഹിത്യ സമീപനങ്ങളെയും മാമൂൽ കുടുംബ ഔചിത്യങ്ങളെയും കുടഞ്ഞെറിഞ്ഞതിനാൽ ജീവിതകാലം മുഴുവൻ ഫഹ്മിദ വേദനാജനകങ്ങളായ ഒറ്റപ്പെടലുകൾ അനുഭവിച്ചു. ക്രൂരമായ അവഗണന മരണത്തിലും ഒഴിഞ്ഞുപോയില്ല. ലാഹോറിൽ നടന്ന അവരുടെ ശവസംസ്കാര ചടങ്ങ് അനാഥ ജഡത്തോടുള്ള സമീപനം പോലെയായി. പ്രധാന മുഖ്യധാരാ എഴുത്തുകാരോ സർക്കാർ പ്രതിനിധികളോ വരേണ്യ സാംസ്കാരിക സംഘാടകരോ പങ്കെടുത്തില്ല. ശുഷ്കമായ നിലയിലായിരുന്നു അന്ത്യയാത്ര. വെറും മൂന്ന് എഴുത്തുകാർ മാത്രം. പിന്നെ സായാഹ്ന നമസ്കാരത്തിനെത്തിയ അജ്ഞാതരായ 50 പേർ ഒന്നുമറിയാതെ കാഴ്ചക്കാരായി. സ്വന്തം കവിതയായ 'അനുശോചന പ്രമേയം' ദീർഘദർശനം ചെയ്തതിന് സമാനമായി ആ വിടവാങ്ങൽ.

പിൽക്കാലത്ത് വർഗീയ കലാപങ്ങൾക്ക് കുപ്രസിദ്ധമായ മീററ്റിൽ 1946 ജൂലൈ ഇരുപത്തിയെട്ടിനായിരുന്നു ഫഹ്മിദയുടെ ജനനം. പിതാവ് വിദ്യാഭ്യാസ പ്രവർത്തകനായ റിയാസുദ്ദീൻ അഹമ്മദ്. സിന്ധ് പ്രവിശ്യയിൽ ആധുനിക വിദ്യാഭ്യാസം നടപ്പിലാക്കുന്നതിൽ ഏറെ മുഴുകി പ്രവർത്തിച്ച അദ്ദേഹം അവിടെ അധ്യയനത്തിന്റെയും പാഠ്യപദ്ധതിയുടെയും അലകും പിടിയും മാറ്റുന്നതിൽ ശ്രദ്ധേയ സംഭാവന നൽകി. വിഭജനത്തെ തുടർന്ന് റിയാസുദ്ദീനെ സ്ഥലംമാറ്റി. തുടർന്ന് കുടുംബസമേതം സിന്ധ് പാക്കിസ്ഥാനിലെ ഹൈദരാബാദിലേക്ക് മാറി. നാലാം വയസ്സിൽ പിതാവ് മരിച്ചതിനാൽ അമ്മ ഹസ്ന ബീഗമായിരുന്നു പിന്നീട് ഫഹ്മിദയെ വളർത്തിയത്. വളരെ

ധീരയായ അവരുടെ സ്വാധീനം മകളിലും ദൃശ്യമായി. നന്നേ ചെറുപ്പത്തിലേ ഉറുദു, സിന്ധി, പേർഷ്യൻ ഭാഷകൾ പഠിച്ചു. സ്കൂൾ പഠന കാലത്തേ കവിതകൾ എഴുതിത്തുടങ്ങി. ആദ്യ രചന വെളിച്ചം കണ്ടത് പതിനഞ്ചാം വയസ്സിൽ. കവിയും നാടകകാരനുമായ അഹമ്മദ് നദീം ക്വാസ്മിയുടെ പത്രാധിപത്യത്തിൽ ലാഹോറിൽ നിന്നിറങ്ങിയ 'ഫുനൂൻ' എന്ന ഉറുദു സാഹിത്യ മാസികയിൽ. 1963ൽ ഹബീബ് അഷറിനൊപ്പമാണ് അദ്ദേഹം മാഗസിൻ ആരംഭിച്ചത്. പ്രേംചന്ദിന്റെ തലയെടുപ്പുള്ള എഴുത്തുകാരനായാണ് ക്വാസ്മി പാക്കിസ്ഥാനിൽ അറിയപ്പെട്ടതും. ഹൈദരാബാദിലെ സുബൈദാ സർക്കാർ വനിതാ കോളേജിലായിരുന്നു ഫഹ്മിദയുടെ ഉന്നത വിദ്യാഭ്യാസം. സിന്ധ് സർവകലാശാലയിൽ ബിരുദാനന്തര ബിരുദ പഠന കാലത്ത് വിദ്യാർഥി രാഷ്ട്രീയത്തിൽ ഏറെ സജീവമായി. അയൂബ് ഖാൻ സർക്കാർ വിദ്യാർഥി രാഷ്ട്രീയം നിരോധിച്ചപ്പോൾ അതിശക്തമായ പ്രതിഷേധവുമായി രംഗത്തിറങ്ങുകയും ചെയ്തു. 1968 നവംബറിൽ റാവൽപിണ്ടിയിൽ നടന്ന ഇടതുപക്ഷ വിദ്യാർഥി റാലിക്കു നേരെ പൊലീസ് വെടിയുതിർത്തതിനെ തുടർന്ന് മൂന്നു വിദ്യാർഥികൾ രക്തസാക്ഷികളായപ്പോൾ അവൾ തെരുവുകളിൽ പ്രസംഗിച്ച് ഉശിരുകാട്ടി. ഇരുപത്തിരണ്ടാം വയസ്സിൽ ഫഹ്മിദയുടെ ആദ്യ കവിതാ സമാഹാരം-പഥർ കി സബൻ (ദി ലാൻഗ്വേജ് ഓഫ് സ്റ്റോൺസ്) പുറത്തിറങ്ങി. പരമ്പരാഗത ഉറുദു സാഹിത്യത്തിന്റെ ചിട്ടവട്ടങ്ങളെ മറികടന്നുകൊണ്ടായിരുന്നു കാവ്യസംഭാവനകൾ. കവിതകളിൽ ഹിന്ദി വാക്കുകൾ സമൃദ്ധമായി സ്വീകരിക്കാനും സന്നദ്ധയായി. വർഗീയ വർഗീകരണം ഭയന്ന് പല സമകാലീനരും ഹിന്ദിയെ ബോധപൂർവം ഒഴിവാക്കിയപ്പോഴായിരുന്നു ആ ധീരത. അതുപോലെ ഉറുദുവിൽ പുതിയ ശബ്ദകോശം ആവശ്യമാണെന്നും പ്രഖ്യാപിച്ചു."വരൂ നമുക്ക് പുതിയ ശബ്ദകോശം തീർക്കാം. നമുക്ക് ഇഷ്ടമില്ലാത്ത അർഥങ്ങൾ. ഞാനും നിങ്ങളും തുല്യരായ വാക്ക്. നമ്മളും അവരും സമന്മാരാണ്. നമുക്ക് പുതിയൊരു നിഘണ്ടു ഉണ്ടാക്കാം" എന്നമട്ടിലായിരുന്നു അത്.

റൂമി കൃതികളുടെ പരിഭാഷ

മൗലാന ജലാലുദ്ദീൻ റൂമിയെ ആഴത്തിൽ പഠിച്ചത് ഫഹ്മിദയെ സൂഫി സാഹിത്യത്തിലെത്തിച്ചു. പിന്നീട് അദ്ദേഹത്തിന്റെ രചനകൾ പേർഷ്യനിൽനിന്ന് ഉറുദുവിലേക്ക് വിവർത്തനം ചെയ്തു. റൂമിയുടെ രചനകളിൽ ഏറ്റവും പ്രശസ്തമായ 'മസ്നവി എ മഅനവി'യാണ് അതിൽ പ്രധാനം. ആത്മീയജ്ഞാന ഈരടികൾ എന്നാണ് ശീർഷകത്തിന്റെ അർഥം. അമ്പത്തിനാലാം വയസ്സിൽ തുടക്കമിട്ട അതിന്റെ രചന അദ്ദേഹം അന്ത്യനാളുകൾവരെയും തുടർന്നു. ആറ് ഭാഗങ്ങളായി ക്രമീകരിച്ച കൃതിയുടെ അവസാന ഭാഗം അപൂർണമാണ്. ഖുറാൻ, ഹദീസ്, ബൈബിൾ, ഇസോപ്പ് കഥകൾ, പഞ്ചതന്ത്രം, തുടങ്ങിയ സ്രോതസ്സുകളിൽ നിന്നുമുള്ള കഥകളും സംഭവങ്ങളും സദോപദേശം നൽകാനായി പുനർനിർമിച്ച അത്യപൂർവ ശൈലിയാണ് മസ്നവിയിൽ ദൃശ്യമാകുന്നത്. അതിലെ 424 കഥകൾ ദൈവവുമായുള്ള ഐക്യത്തിനു

വേണ്ടിയുള്ള മനുഷ്യന്റെ നിരന്തരവും ക്ഷമാപൂർവവുമായ അന്വേഷണങ്ങളാണ് വിവരിക്കുന്നത്.

കേവല സാഹിത്യ കൗതുകം കൊണ്ടായിരുന്നില്ല ഫഹ്മിദ റൂമി കൃതികൾ കൃത്യതയോടെ പിന്തുടർന്നത്. മറിച്ച് ആ ജീവിത വീക്ഷണങ്ങളോടും പ്രബോധനങ്ങളോടും നിറഞ്ഞ ആരാധനയായിരുന്നു."സ്നേഹത്തിന്റെ രാജ്യം മറ്റെല്ലാ മതങ്ങളിൽനിന്നും വ്യത്യസ്തമാണ്. സ്നേഹിക്കുന്നവന്റെ മതവും രാജ്യവും സ്നേഹിക്കപ്പെടുന്നവൻ മാത്രം. സ്നേഹിക്കുന്നവന്റെ ലക്ഷ്യമാകട്ടെ മറ്റെല്ലാ ലക്ഷ്യങ്ങളിൽനിന്നും വിഭിന്നം. സ്നേഹമാണ് ദൈവത്തിന്റെ നിഗൂഢതയിലേക്കുള്ള ദൂരദർശിനി"എന്ന അദ്ദേഹത്തിന്റെ വാക്കുകൾ അവർ എപ്പോഴും ഓർമപ്പെടുത്തുമായിരുന്നു. സൂഫിസത്തിന്റെയോ ഇസ്ലാമിന്റെയോ മറ്റേതെങ്കിലും മതത്തിന്റെയോ മാത്രം വീക്ഷണം പുലർത്തുന്നതല്ല റൂമിയുടെ ലോകമെന്ന് കൂട്ടിച്ചേർത്ത ഫഹ്മിദ അത് വിശ്വസ്നേഹത്തിലും ഏകദൈവത്തിന്റെ അനന്യതയിലും ഊന്നിയതാണെന്ന് അടിവരയിട്ടു. അടിമത്തത്തെയും ബഹുഭാര്യാത്വത്തെയും എതിർത്ത റൂമിയെക്കുറിച്ചും വാചാലയായി. സ്ത്രീകൾക്ക് മത-സാമൂഹികജീവിതത്തിൽ ഉന്നത പദവി കൽപ്പിച്ചത് പ്രത്യേകം എടുത്തുകാട്ടി. ഉറവിടം പരിഗണിക്കാതെ സത്യത്തിന്റെയും സൗന്ദര്യത്തിന്റെയും എല്ലാ രൂപങ്ങളെയും പിന്തുടരാനും സ്നേഹമുള്ളവരും പരസ്പര ബഹുമാനമുള്ളവരും ദാനശീലരും ആയിരിക്കുന്നതിനും ശിഷ്യരെ പഠിപ്പിച്ച റൂമിയെ ഹൃദയത്തിൽ പ്രതിഷ്ഠിച്ചു. "നിങ്ങൾ ശബ്ദമുയർത്തുകയല്ല വേണ്ടത്, പകരം വാക്കുകൾ ഉണർത്തു, ഇടിമിന്നലല്ല മഴയാണ് ചെടികളെ വളർത്തുന്നത്'" എന്ന റൂമിയുടെ ഉദ്ധരണി ഫഹ്മിദക്കും വഴികാട്ടിയായി. സൂഫി പണ്ഡിതനും കവിയുമായ ഷാ അബ്ദുൾ ലത്തീഫ് ബിദായി, ഇറാനിയൻ കവയിത്രിയും ചലചിത്രകാരിയുമായ ഫൊറോ ഫെറോഖ്സാദ്, കവിയും ജീവചരിത്രകാരനുമായ ഷെയ്ക്ക് അയസ് തുടങ്ങിയവരുടെ കൃതികളും അവർ മൊഴിമാറ്റി. വിവർത്തനമെന്നാൽ മഹാന്മാരായ കലാകാരന്മാരുടെയും ചിന്തകരുടെയും ധൈഷണിക- സൗന്ദര്യശാസ്ത്ര അനുഭവങ്ങൾ പുനരുജ്ജീവിക്കാനുള്ള മാധ്യമാണെന്നായിരുന്നു ഫഹ്മിദയുടെ പക്ഷം.

ഇന്ദിരാഗാന്ധിയും അമൃതാപ്രീതവും

ഫഹ്ദിമ ലണ്ടനിൽവെച്ച് ആദ്യം വിവാഹിതയായെങ്കിലും അത് ഉപേക്ഷിച്ചു. പിന്നീട് ഇടതുപക്ഷ പ്രവർത്തകനായ സഫർ അലി ഉജാൻ ജീവിതത്തിലെത്തി. ബിബിസി ഉറുദു വിഭാഗത്തിലും റേഡിയോ പാക്കിസ്ഥാനിലും പ്രവർത്തിച്ച ഫഹ്മിദ, ആവാസ് എന്ന ഉറുദു പ്രസിദ്ധീകരണത്തിന്റെ പത്രാധിപരുമായി. അക്കാലത്ത് സ്വതന്ത്രമായ അഭിപ്രായങ്ങൾ മുറുകെപ്പിടിച്ചത് ജനറൽ സിയാ ഉൾ ഹഖിനെ ചൊടിപ്പിച്ചു. രണ്ടാമത്തെ കാവ്യസമാഹാരം 'ബദൻ ദറീദ'(ദി ബോഡി എക്സ്പോസ്ഡ്)ക്കുനേരെ ലൈംഗികത ആരോപിക്കപ്പെട്ടു. തക്കം പാർത്തു നിൽക്കുകയായിരുന്ന ആ പട്ടാള ഏകാധിപതിക്ക് നല്ല അവസരമായി. ഇതേത്തുടർന്ന് അവരെയും ഭർത്താവിനെയും പതിനാല്

കള്ളക്കേസുകളിൽപെടുത്തി. ആവാസിന് താഴിട്ടു. ഭർത്താവിനെ അഴികൾക്കുള്ളിലാക്കി. ഒരു ആരാധകൻ ജാമ്യമെടുത്തതിനാൽ ഫഹ്മിദ രക്ഷപ്പെട്ടു. തുടർന്ന് 1981 മാർച്ചിൽ രണ്ടു കൊച്ചു കുഞ്ഞുങ്ങൾക്കും സഹോദരിക്കുമൊപ്പം ഇന്ത്യയിലേക്ക് പലായനം ചെയ്തു. മറ്റു പലരും പാശ്ചാത്യ രാജ്യങ്ങളിലേക്ക് രക്ഷപ്പെട്ടപ്പോഴായിരുന്നു അവർ ഇന്ത്യയെ ഇഷ്ടപ്പെട്ടത്. 1987 ഡിസംബർ വരെ ഇവിടെക്കഴിഞ്ഞു. അവരുടെ ആത്മമിത്രം പ്രശസ്ത കവയിത്രി അമൃതാപ്രീതത്തിനൊപ്പം ദില്ലിയിലായിരുന്നു കുറച്ചുനാൾ താമസിച്ചത്. കുട്ടികൾ പ്രാഥമിക വിദ്യാഭ്യാസം നേടിയതും ദില്ലിയിൽ. അതിനും അമൃതയുടെ സഹായമുണ്ടായി.

ഇന്ത്യയിൽ സ്ഥിരമായി അഭയം ലഭിച്ചതാകട്ടെ, അമൃതാ പ്രീതം ഇന്ദിരാഗാന്ധിയോട് സംസാരിച്ചതിനെ തുടർന്നും. ലണ്ടനിൽ വെച്ചാണ് ഇരുവരും തമ്മിലുള്ള ബന്ധം മൊട്ടിട്ടത്. 'നസം' ഉൾപ്പെടെ അമൃതയുടെ ചില കവിതകൾ ഫഹ്മിദ വായിച്ചിരുന്നു. "കവിതയാണ് ഞങ്ങളെ ഒന്നിപ്പിച്ചത്. രണ്ടുപേർക്കും രാഷ്ട്രീയ മനസ്സാണ്. അവരാകട്ടെ സെക്കുലർ പ്രതിഭയും "എന്നാണ് പറഞ്ഞത്. ഇന്ത്യയിൽ കഴിയവേ ഒരിക്കൽ ദില്ലി ജവഹർലാൽ നെഹ്റു സർവകലാശാലയിൽ കവിത വായിക്കവേ ശ്രോതാക്കളിൽനിന്ന് ഒരാൾ ഫഹ്മിദയ്ക്കു നേരെ തോക്കു ചൂണ്ടുകയുണ്ടായി. അപ്പോഴും അവർ സംയമനം കൈവിടാതെ ആലാപനം മുഴുമിക്കുകയായിരുന്നു.

കാൾ മാർക്സ്, അനുശോചന പ്രമേയം. സൗന്ദര്യമത്സരം തുടങ്ങിയ ഒറ്റയൊറ്റ കവിതകളും ഫഹ്മിദയുടേതായിട്ടുണ്ട്. മാർക്സിനെ നൂറ്റാണ്ടും ലോകജനതയും നിവർന്നുനിന്ന് അഭിവാദ്യം ചെയ്യുകയാണ് ആ പ്രശസ്ത രചനയിൽ. "ഞാൻ മരിച്ചാൽ വിശ്വാസിയാണെന്ന സാക്ഷ്യപത്രം വേണ്ട. ഭരണകൂടത്തിന്റെ വിശ്വസ്തയാണെന്ന് പ്രഖ്യാപിക്കുകയുമരുത്. മതപുരോഹിതൻ സംസ്കാരച്ചടങ്ങുകൾ നിഷേധിച്ചാൽ വിഷമിക്കരുത്. ശരീരം കാട്ടിലിടുക. എന്റെ മാംസവും എല്ലും ശക്തമായ ഹൃദയവും മൃഗങ്ങൾ ഭക്ഷിക്കട്ടേ. എന്നാൽ എന്റെ ചിന്തകളെ ഗണിച്ചെടുക്കാൻ ആർക്കും ആവില്ലതന്നെ" എന്നതാണ് 'അനുശോചന പ്രമേയ'ത്തിന്റെ കാതൽ. 'സൗന്ദര്യ മത്സര'ത്തിൽ 'ശുദ്ധ' സാഹിത്യ സ്ഥാപനങ്ങളുടെ നാട്യങ്ങൾക്കെതിരായ നിർത്താത്ത കലഹമാണ്. ബൈബിളും ഖുറാനും ശ്രീബുദ്ധനും ആഴത്തിൽ സ്വാധീനം ചെലുത്തിയ ഫഹ്മിദ ഇരു കൃതികളിൽനിന്നുമുള്ള സന്ദർഭങ്ങളും ബുദ്ധന്റെ ഏകാന്തഗംഭീരങ്ങളായ ആലോചനകളും ഊന്നി സ്ത്രീവിരുദ്ധങ്ങളായ ആശയങ്ങൾ തുറന്നുകാട്ടി. 'ഗുഡിയ', 'അക്‌ലീമ', 'ധൂപ്' തുടങ്ങിയ കാവ്യസമാഹാരങ്ങളിലടക്കം അത് കാണാം. 1992 ഡിസംബർ ആറിന് ഹിന്ദുത്വ ഭീകരർ ബാബറി മസ്ജിദ് തകർത്തപ്പോൾ വികാരതീവ്രമായ കവിതയുമായി രംഗത്തെത്തിയതും മറക്കാനാവില്ല. ധീരവും വ്യത്യസ്തവുമായ രചനകളിലൂടെ ഫഹ്മിദ ഒട്ടേറെ അംഗീകാരങ്ങളും നേടുകയുണ്ടായി. 2014ൽ തേടിയെത്തിയ പാക്കിസ്ഥാനിലെ പരമോന്നത സാഹിത്യ പുരസ്കാരമായ ' കമൽ ഇ ഫൻ' ഏറ്റവും ശ്രദ്ധേയം. അവരുടെ പുസ്തകങ്ങൾ ഫ്രഞ്ച്, റഷ്യൻ, ജർമൻ തുടങ്ങിയ ഭാഷകളിലേക്ക് മൊഴിമാറ്റപ്പെടുകയുമുണ്ടായി.

ശിരോവസ്ത്രവും വീടിന്റെ നാല് ചുവരുകളും

സിയാ ഉൾ ഹഖിന്റെ കിരാത ഭരണത്തിനെതിരെ എഴുതിയ 'ഗൃഹ പരിശോധന', മജിസ്ട്രേറ്റ്' തുടങ്ങിയ കവിതകൾ പ്രക്ഷുബ്ധങ്ങളായിരുന്നു.'ശിരോവസ്ത്രവും വീടിന്റെ നാലു ചുവരുകളും' എന്ന ശീർഷകം തന്നെ സ്വയം സംസാരിക്കുന്നതായി. ഇന്ത്യൻ വാസകാലത്ത് പുറത്തിറങ്ങിയ 'വിൽ യു നോട്ട് സീ ദി ഫുൾ മൂൺ' പാക്കിസ്ഥാനിലെ സാഹിത്യ സാഹചര്യം മുൻനിർത്തി ഗദ്യവും പദ്യവും ഇടകലർത്തിയെഴുതിയതാണ്. പാക്കിസ്ഥാനിൽ തിരിച്ചെത്തിയ ശേഷം ചില ബാലസാഹിത്യ കൃതികളും രചിച്ചു.'ദി മിസ്റ്റീരിയസ് ലെറ്റർ' കഥാസമാഹാരവും പ്രസിദ്ധം. 'ഇൻകംപ്ലീറ്റ് മാൻ' മനഃശാസ്ത്രപരമായ ലേഖന സമാഹാരമാണ്. എറിക് ഫ്രോമിന്റെ ചിന്തകൾ പിൻപറ്റിയതായിരുന്നു അത്. സിന്ദ ബഹാർ, ഗോദാവരി, കറാച്ചി എന്നിവ യാത്രാവിവരണങ്ങളിലൂന്നിയ നോവലുകൾ. ഗോദാവരിയിൽ ഇന്ത്യൻ ചിത്രങ്ങളാണ്. 1980ലെ മുംബൈ വർഗീയ കലാപങ്ങളുടെ നഖചിത്രം ഗൊദാവരിയിലെ അവധിക്കാല വാസത്തിലൂടെ അവതീർണമാക്കുകയാണതിൽ.വ്യക്ത്യനുഭവങ്ങളും പുരാണങ്ങളും നിറഞ്ഞുതുളുമ്പുന്ന ഈ മൂന്ന് കൃതികളിൽ ഇന്ത്യയുടെയും പാക്കിസ്ഥാന്റെയും ബംഗ്ലാദേശിന്റെയും ചരിത്ര-രാഷ്ട്രീയ പ്രശ്നങ്ങൾ പ്രതിപാദിച്ചു. അതിൽ ഫഹ്മിദയുടെ ഉൽക്കണ്ഠകളും ദുഃഖങ്ങളും ഇടകലരുകയും ചെയ്തു. 2017ൽ ഇറങ്ങിയ 'ഫോർട്രസ് ഓഫ് ഒബ്ലീവിയൻ' ചരിത്ര നോവലാണ് അവസാന രചന. അഞ്ചാം നൂറ്റാണ്ടിലെ പേർഷ്യൻ വിപ്ലവകാരി മസ്ദാക്കിന്റെ ജീവിതവും കാലവുമാണ് പ്രതിപാദ്യം. സാമൂഹ്യക്ഷേമത്തിലും സമ്പത്തിന്റെ തുല്യ വിതരണത്തിലും ഊന്നിയ ആ മതപരിഷ്ക്കർത്താവിന്റെ കാഴ്ചപ്പാടുകൾ സോഷ്യലിസത്തിന്റെ പ്രാങ് രൂപമായാണ് കണക്കാക്കപ്പെട്ടത്.

നസീം ഹിക്മെത്, പാബ്ലോനെരൂദ, ഴാങ് പോൾ സാർത്ര്, സിമോൺ ദി ബൊവ തുടങ്ങിയവരെല്ലാം ഒന്നുചേർന്ന പ്രതിഭയെന്ന് അറിയപ്പെട്ട ഫഹ്ദിമ ഇന്ത്യയിലായിരുന്ന കാലത്ത് ദില്ലി ജാമിയ മിലിയ സർവകലാശാലയിൽ പൊയറ്റ് റെസിഡൻസ് ആയിരുന്നു. ഹിന്ദി നന്നായി പഠിക്കുകയുംചെയ്തു. സിയയുടെ മരണത്തെ തുടർന്നാണ് പാക്കിസ്ഥാനിലേക്ക് തിരിച്ചുപോകുന്നത്. അത് ബേനസീർ ഭൂട്ടോയുടെ വിവാഹ ദിനം കൂടിയായിരുന്നു. ലാഹോറിൽ വിമാനമിറങ്ങിയപ്പോൾ അത്യുജ്വല വരവേൽപ്പ് ലഭിച്ചു. ബേനസീറിന്റെ ഭരണകാലത്ത് ചില സർക്കാർ പദവികളിൽ നിയമിച്ചു. നാഷണൽ ബുക്ക് ഫൗണ്ടേഷന്റെ മാനേജിങ് ഡയരക്ടർ പദവി അതിലൊന്ന്. എന്നാൽ നവാസ് ഷെരീഫ് അധികാരത്തിലെത്തിയപ്പോൾ വീണ്ടും പീഡനങ്ങൾ. ഇന്ത്യൻ ഏജന്റാണെന്ന് മുദ്രകുത്തി പലമട്ടിൽ ദ്രോഹിച്ചു. ഔപചാരികവും ഔദ്യോഗികവുമായ ഒരു ജോലിയും ലഭിക്കാതിരിക്കാൻ പ്രത്യേകം ശ്രദ്ധിച്ചു. തുടർന്ന് കുട്ടികളെ പോറ്റാൻ ഫഹ്മിദയ്ക്ക് പല ചെറിയ വേലകളും ചുമലിലേറ്റേണ്ടി വന്നു. വിദൂര ദേശത്തെ ഫാക്ടറിയിൽ ആരാണെന്ന് വെളിപ്പെടുത്താതെ അരഞ്ഞുതീർന്നത് അതിലെ സങ്കടകരമായ ഏട്.

കനത്ത മുന്നറിയിപ്പ്

സ്ത്രീവിമോചനാശയങ്ങളും മനുഷ്യാവകാശ സന്ദേശങ്ങളും ഉയർത്തിപ്പിടിച്ച ഫഹ്മിദയുടെ മറ്റൊരു പ്രധാന പോരാട്ടം മതമൗലികവാദത്തിനെതിരായിരുന്നു. ഹിന്ദു- ഇസ്ലാമിക പതിപ്പുകളെ നന്നായി തുറന്നുകാട്ടി. 2014 മാർച്ച് എട്ടിന് പ്രവചന തുല്യമായ മുന്നറിയിപ്പ് നൽകിയത് അന്താരാഷ്ട്ര മാധ്യമങ്ങളിൽ വലിയ വാർത്തയായി. ദില്ലിയിൽ നടന്ന സെമിനാർ വേദിയിൽ 'തും ബിൽകുൽ ഹം ജൈസേ നികലേ' എന്ന ശീർഷകത്തിലുള്ള കവിത ആലപിച്ചാണ് നിലപാട് വ്യക്തമാക്കിയത്. പാക്കിസ്ഥാനിലെ ഇസ്ലാമിക മൗലികവാദംപോലെ ഇന്ത്യയിൽ ഹിന്ദുത്വ ഭീകരവാദം വേരുറപ്പിക്കുകയാണെന്ന് പാടിയത് സദസ്സ് ഹർഷാരവത്തോടെയാണ് എതിരേറ്റത്. ''ഞങ്ങളെപ്പോലെ നിങ്ങളുമാവരു''തെന്നായിരുന്നു അതിലെ ഊന്നൽ.ചെന്നായ വരുന്നേ എന്ന പഴയ കഥയില്ലേ? യഥാർഥത്തിൽ പാക്കിസ്ഥാനിൽ ചെന്നായ എത്തിയിരിക്കുന്നു. അത് കഴുത്ത് കുരുക്കിമുറുക്കുകയാണ്. ഭ്രാന്തു പിടിച്ച മതമൗലികവാദികൾ രാജ്യത്തെ വിഴുങ്ങാവുന്ന അവസ്ഥ. താലിബാനും ഐഎസ്ഐഎസും കവിതയും കഥകളും വായിക്കാറില്ല. അതുകൊണ്ടാണ് ഞങ്ങൾ വീണ്ടും വീണ്ടും എഴുതുന്നത്. അവർക്ക് വായനയുണ്ടായാൽ ഇപ്പോൾ കാട്ടിക്കൂട്ടുന്നതൊന്നും ഉണ്ടാകുമായിരുന്നില്ലെന്നും ചൂണ്ടിക്കാട്ടി. മുസ്ലിങ്ങളെ ഹിന്ദുമതത്തിലേക്ക് നിർബന്ധിച്ച് മാറ്റികൊണ്ടുപോകുന്നത്, ബീഫിന്റെ പേരിലുള്ള മനുഷ്യ ഹത്യകൾ-തുടങ്ങി ഹിന്ദുത്വത്തിന്റെ കൗശലങ്ങളായിരുന്നു കവിതയുടെ പശ്ചാത്തലം. പാക്കിസ്ഥാൻ അരനൂറ്റാണ്ട് വർഗീയ ആകാശത്തിന്റെ കീഴിലായിരുന്നു; ആ അവസ്ഥ ഇന്ത്യയെയും ഒളിഞ്ഞിരുന്ന് ഉറ്റുനോക്കുകയാണ്. താൻ ഇന്ത്യയിലേക്ക് വന്നപ്പോൾ രാജ്യവും ജനങ്ങളും തുറന്ന മനസ്സോടെ ഇരുകൈയും നീട്ടി സ്വീകരിച്ചു; കലവറയില്ലാതെ പിന്തുണയ്ക്കുകയുമുണ്ടായി. ഇന്നതിന് സാധ്യമല്ലാത്തവിധം സാമൂഹ്യ-രാഷ്ട്രീയ കാലാവസ്ഥ അതികലുഷിതമാണ്. മുസഫർനഗറും ദാദ്രിയും അതിന്റെ ഭീഷണങ്ങായ സൂചനകളും. എല്ലാം മാറ്റണം. നരകദ്വാരത്തിൽ ജീവിക്കുന്നത് ഭയാനകമാണ്. ഇന്ത്യ അസഹിഷ്ണുതയുടെയും വിദ്വേഷത്തിന്റെയും കുറ്റകൃത്യങ്ങളുടെയും വിളനിലമായിരിക്കുന്നു. പാക്കിസ്ഥാനിലെ സാധാരണ ജനങ്ങൾ സമാധാനവും ഇന്ത്യയുമായുള്ള സൗഹൃദവും കൊതിക്കുന്നവരാണ്. ആഭ്യന്തര ഭീകരതയും മതമൗലികവാദവും അതിരൂക്ഷമായ തൊഴിലില്ലായ്മയും വരിഞ്ഞുമുറുക്കുമ്പോൾ ഇന്ത്യയുമായുള്ള ബന്ധം സങ്കീർണമാവാൻ അവർ ആഗ്രഹിക്കില്ലെന്നും വിശദീകരിച്ചു.

സ്ത്രീ വിമോചനാശയങ്ങളോട് കൂറുകാണിക്കുക മാത്രമല്ല; വ്യക്തമായ പ്രത്യയശാസ്ത്ര സമീപനവും പുലർത്തി ഫഹ്മിദ. ''ഫെമിനിസത്തിന് കുറേ വ്യാഖ്യാനങ്ങളുണ്ട്. അതിരുകളില്ലാത്ത സാധ്യതകൾ കൈമുതലാക്കി മുന്നേറുന്ന പുരുഷനെപ്പോലെ പരിപൂർണ മനുഷ്യരാണ് സ്ത്രീകളും. ദലിതരെയും കറുത്ത അമേരിക്കക്കാരെയുംപോലെ അവരും സാമൂഹ്യ സമത്വം നേടേണ്ടതുണ്ട്. സ്ത്രീകളെ സംബന്ധിച്ച് അത് കൂടുതൽ

സങ്കീർണമാണ്. സദാചാര വിരുദ്ധമെന്ന് ആരോപിക്കപ്പെടാതെ, അവഹേളനമില്ലാതെ റോഡിൽ നടക്കാനും നീന്താനും കവിതയെഴുതാനുമാവണം. വിവേചനം ക്രൂരവും മനുഷ്യവിരുദ്ധവും വ്യക്തവും അതേസമയം നിശബ്ദവുമാണ്. സ്ത്രീയായതു കൊണ്ടുമാത്രം എഴുത്തുകാരികൾക്ക് വലിയ വില കൊടുക്കേണ്ടിവരുന്നു"വെന്നും പ്രസ്താവിക്കുകയുണ്ടായി.

എഴുത്തിലെയും സാഹിത്യത്തിലെയും പ്രത്യയശാസ്ത്രത്തെയും രാഷ്ട്രീയത്തെയും സംബന്ധിച്ചും വ്യക്തമായ നിലപാടുണ്ടായിരുന്നു ഫഹ്മിദക്ക്. സൂക്ഷ്മമായി പരിശോധിച്ചാൽ പാക്കിസ്ഥാനിലെ നാടൻ പാട്ടുകൾക്കും നാടോടി കഥകൾക്കുപോലും സാമൂഹ്യ ഉള്ളടക്കമുണ്ട്. പുരോഗമന സാഹിത്യം മനുഷ്യരുടെ പുറംലോകത്തെയും സാഹചര്യങ്ങളെയും വർഗ സംഘർഷങ്ങളെയുമാണ് അഭിസംബോധന ചെയ്യുന്നത്. ഇത്തരം ബോധങ്ങളിൽനിന്ന് രചനകൾക്ക് മാറിനിൽക്കാനാവില്ല. പാബ്ലോ നെരൂദയും ഫെയ്സ് അഹമ്മദ് ഫെയ്സും ഗബ്രിയേല ഗാർഷ്യ മാർക്കേസും മറ്റും മാർക്സിസ്റ്റുകാരാണെന്ന് സ്വയം അഭിമാനിച്ചവരാണ്. ചിത്രകലയെ വിപ്ലവകരമായി പരിവർത്തിപ്പിച്ച പാബ്ലോ പിക്കാസോ ഫ്രഞ്ച് കമ്യൂണിസ്റ്റ് പാർടി അംഗമായിരുന്നു. അവർക്ക് മുമ്പ് ജീവിച്ച ഉജ്വല സാഹിത്യ പ്രതിഭകളായ ലിയോ ടോൾസ്റ്റോയിയും ദെസ്തയേവ്സ്കിയും വ്യക്തികളെയും സമൂഹത്തെയും ക്രിസ്ത്യൻ പ്രബോധനത്തിന്റെ പശ്ചാത്തലത്തിലാണ് കണ്ടത്. അതുപോലെ എല്ലാ മനുഷ്യ പ്രശ്നങ്ങളുടെയും ഉത്തരങ്ങൾ തെരഞ്ഞതാകട്ടെ, ബൈബിളിലും ക്രിസ്തുവിലും. അതും ഒരുതരം പ്രത്യയശാസ്ത്രമാണെന്ന് മനസ്സിലാക്കണമെന്നായിരുന്നു ഫഹ്മിദയുടെ നിരീക്ഷണം.

വധു മനുഷ്യൻ
വരൻ മാവ്

പൊതുജീവിത പ്രവേശം വിലക്കപ്പെട്ടിരുന്ന കാലത്ത് സ്ത്രീകൾ അനുഭവിച്ച യാതനകൾക്ക് നിറഞ്ഞ കയ്യായിരുന്നു. ഈ അവസ്ഥയെ കൂടുതൽ തീക്ഷ്ണമാക്കിയത് ആചാരങ്ങളും ചടങ്ങുകളും. സിംബാബ്‌വെയിലെ മനുഷ്യാവകാശ പ്രവർത്തക തിന മച്ചിഡയുടെ ആത്മകഥാംശമുള്ള കുറിപ്പുകളിൽ കൗതുകരമായ ഒരു ആചാരം വെളിപ്പെടുത്തിയിട്ടുണ്ട്. പ്രസവിപ്പിക്കാതെ മരിക്കുന്ന സ്ത്രീകൾ ദുശ്ശകുനമാണെന്നും അത് മാറ്റാൻ അവരുടെ ശവപ്പെട്ടിക്കുമേലെ എലിയെ വെക്കണമെന്നും പഴമക്കാർ നിർബന്ധം പിടിക്കുമായിരുന്നത്രെ.

പെൺകുട്ടികളുടെ സ്വതന്ത്രചലനം വിലക്കാൻ ചൈനയിൽ ഫൂട്ട്ബൈൻഡിങ് എന്ന് ഓമനപ്പേരിട്ട പാദം ഞെരുക്കലായിരുന്നു പണ്ട്. അവിടുത്തെ പെൺമക്കൾക്ക് പേരിന്റെ അവകാശം പോലുമുണ്ടായിരുന്നില്ല. മകൾ ഒന്ന്, രണ്ട് എന്ന നിലയിലായിരുന്നു സംബോധന. കേരളത്തിലാകട്ടെ താലികെട്ടു കല്യാണം ആ പട്ടികയിലൊന്ന്. യഥാർഥ വിവാഹത്തിനുമുമ്പ് നടക്കുന്ന പ്രതീകാത്മക ചടങ്ങ്. സ്ത്രീവിരുദ്ധമായ ആ ആഘോഷം നിർത്തിപ്പിക്കാൻ ശ്രീനാരായണഗുരുവും മന്നത്ത് പത്മനാഭനും മറ്റും ഏറെ ക്ലേശിച്ചിരുന്നു.

സ്ത്രീധനവും പെൺഭ്രൂണഹത്യയും ഞെട്ടിപ്പിക്കുന്ന വലുപ്പത്തിലെത്തിയ ബിഹാർ ഗ്രാമങ്ങളിലിതാ മറ്റൊരു ആചാരം. മാവിന് താലികെട്ടുന്ന പെൺകുട്ടികൾ. വിവാഹ ദിനത്തിൽ പരമ്പരാഗത നാടൻ സംഗീതവും ഷെഹ്നായിയും ഇഴചേർന്നു നിൽക്കുന്ന അന്തരീക്ഷമായിരിക്കും. വധുവിനെ ആനയിച്ച് ഘോഷയാത്രയായി ആളുകൾ കൂടെ. അക്ഷമനായി കാത്തുനിൽക്കുന്ന വരന്റെ ഇടത്തേക്കല്ല യാത്ര. പിന്നെയോ? മാങ്ങകൾ ഭാരം തൂങ്ങി നിൽക്കുന്ന തോട്ടത്തിലേക്ക്. ആ നാണംകുണുങ്ങി കാരണവരിൽനിന്ന് ചുവന്ന നൂൽ സ്വീകരിക്കുന്നു. അത് അവൾ വൻമാവിന് ചാർത്തി പ്രതീകാത്മക വിവാഹത്തിലേക്ക്. സംഗീതത്തിന്റെ പൂമഴ അവസാനിക്കുന്നതോടെ ലളിതവും ഹ്രസ്വവുമായ ചടങ്ങിന് തിരശീല വീഴുന്നു.

പിന്നെ അവർ ഭർത്താവ് മാവിനെ കെട്ടിപ്പിടിക്കും. പതുക്കെ കവിളുകൾ മരദേഹത്ത് മുട്ടിച്ച് നിർവൃതികൊള്ളും. ഈ ചടങ്ങിനുശേഷം

വധുവിന്റെ ഭാഗം വീട്ടിലെത്തും. കുറച്ചുനേരം അവിടെ കഴിഞ്ഞശേഷം യഥാർഥ വരനുമായുള്ള വിവാഹത്തിനായി പുറപ്പെടും. മരം പെൺ കുട്ടിയുടെ രക്ഷിതാവാണെന്നാണ് ഗ്രാമീണരുടെ പഴയ വിശ്വാസം. അത് ഇപ്പോഴും തുടരുന്നു. രണ്ട് നൂറ്റാണ്ടിന്റെ ചരിത്രമുണ്ടതിന്. പക്ഷേ സാമൂഹ്യ കെടുതികൾക്കെതിരായ ചെറിയ സാന്ത്വനവുമാണ് അത്. സ്ത്രീ ശാക്തീകരണത്തിന്റെ പ്രതീകമായി മാവ് നട്ടുപിടിപ്പിക്കുകയാണവർ. ലിംഗ വിവേചനം, ആഗോള താപനം, സ്ത്രീ ഭ്രൂണഹത്യ, വൈകുന്ന വിവാഹം - തുടങ്ങിയവക്കെല്ലാമുള്ള ലളിത പരിഹാരവുമായും ഗ്രാമീണർ മാവ് നടലിനെ കാണുന്നു.

വർഗീയ കലാപങ്ങളും കണ്ണുചൂഴ്ന്നെടുക്കലും ജാതീയതയുടെ പേരിലുള്ള കാടത്തങ്ങളും നാണംകെടുത്തിയ ഭഗൽപൂർ പ്രദേശത്താണ് മാവ് പ്രതിരോധം കൂടുതലും. ഭഗൽപൂരിന് 20 കിലോമീറ്റർ അകലെയുള്ള ധർഹറ ഗ്രാമം കാലുറപ്പിക്കാൻ തുടങ്ങിയിരിക്കുന്നു. ദാരിദ്ര്യവും വികസന പിന്നോക്കാവസ്ഥയും അതിനെ പഴയമട്ടിൽ അലോസരപ്പെടുത്തുന്നു മില്ല. വകതിരിവില്ലാത്ത പെൺഭ്രൂണഹത്യ സ്ത്രീ- പുരുഷഅനുപാതം അപകടകരമാംവിധം തകിടം മറിച്ചതാണ് ബീഹാറിനെ.

ശാപമായി വിലയിരുത്തപ്പെട്ട പെൺകുട്ടികൾക്ക് ഇപ്പോൾ സ്വീകാര്യത ഏറുകയാണ്. ലക്ഷ്മീദേവിയുടെ അവതാരമായിട്ടുപോലും അവർ പരിഗണിക്കപ്പെടുന്നു. സാമ്പത്തിക ബാധ്യത എന്ന് അർഥം വരുന്ന ഭോജ് വിശേഷണം പതുക്കെ നാടുനീങ്ങുന്നുണ്ട്. പെൺകുട്ടിയുടെ ജനന നാളിൽ രക്ഷിതാക്കൾ പത്ത് മാവുകൾ നടുന്നു. അവരുടെ സ്ഥിരനിക്ഷേപമാണത്. തെക്ക് ഗംഗയും വടക്ക് കോശി നദിയും ചുറ്റി നിൽക്കുന്ന ധർഹറയിലാകെ ഒരു ലക്ഷത്തിലധികം മാവുകളുണ്ട്. അവയിലെ മാങ്ങ സ്ത്രീധനമരണം കുറച്ചുകൊണ്ടുവന്ന് വിദ്യാഭ്യാസത്തിനും ഭാവിക്കുമുള്ള നിക്ഷേപമാവുകയാണ്. ഇന്ത്യൻ സാമൂഹ്യ പ്രത്യേകതകൾ കാരണം സ്ത്രീധനം പൂർണമായും ഒഴിവാക്കാനാകില്ലെന്നും അതിന്റെ കെടുതി കുറച്ചുകൊണ്ടുവരികയാണെന്നും ഗ്രാമീണർക്ക് ധാരണയുണ്ട്. അതുപോലെ പെൺകുട്ടികളിലും സ്ത്രീകളിലും ഉടമസ്ഥതാബോധത്തിന്റെ ബലവും ഉറപ്പിക്കുന്നു. വിറകിന്റെ ആവശ്യത്തിനെന്നപോലെ സ്ത്രീധനമായി നൽകേണ്ട ഫർണിച്ചറിനും മാവുകൾ ഉപയോഗിക്കുന്നുണ്ട്. വലിയ ആദായമില്ലാതെ മണ്ണു കിളച്ചുകൊണ്ടിരിക്കുന്നവർക്ക് ഇപ്പോഴിതാ മാവ് നല്ല വരുമാനം എത്തിക്കുന്നു. ലാഭം കുറഞ്ഞ പരമ്പരാഗത വിളകൾ കൈയൊഴിയാനും ശക്തി നൽകി. ഇപ്പോൾ പപ്പായയും പേരക്കയും മറ്റും പരീക്ഷിക്കുന്നുണ്ട്.

പെൺകുട്ടികൾ കുറയുന്ന ബിഹാറിന്റെ ജനന പ്രവണതക്കും മറുപടിയായിരിക്കുന്നു മാവ് വിപ്ലവം. ദേശീയ ശരാശരിയെക്കാൾ മികച്ചതായിരിക്കുന്നു അത്. ധർഹറയുടെ വിജയഗാഥ മുഖ്യമന്ത്രി നിതീഷ് കുമാറിനെ പോലുള്ള ഭരണാധികാരികളെയും സ്പർശിച്ചു. വൃക്ഷം നടലിനെ പ്രശംസിച്ച അദ്ദേഹം ഗ്രാമത്തിന് പെൺസ്കൂൾ വാഗ്ദാനം ചെയ്താണ് മടങ്ങിയത്. പരിസ്ഥിതി സംരക്ഷണവും ലിംഗ നീതിയും

ലക്ഷ്യമാക്കിയുള്ള ആ ഗ്രാമത്തിന്റെ ഹൃദയ മുദ്രാവാക്യം, പെൺകുട്ടി അനുഗ്രഹവും മരങ്ങൾ നിക്ഷേപവുമാണെന്നാണ്.

പെൺജീവിതത്തിന് ഉറപ്പുള്ള താങ്ങാവുന്ന മാവ് സമ്പദ്വ്യവസ്ഥയെ തുണയ്ക്കുകയും പരിസ്ഥിതിക്ക് കാവൽ നിൽക്കുകയും ചെയ്യുന്നു. ഇത്തരമൊരു ബദൽ ചിന്തയുടെ ഉദയത്തെക്കുറിച്ച് തെളിവുകളൊന്നുമില്ല; വാങ്മൊഴിയിലോ ലിഖിത രേഖയിലോ സർഗാത്മക രചനകളിലോ പരാമർശങ്ങളുമില്ല. സ്ത്രീധന മരണങ്ങൾ ഇപ്പോൾ ധർഹറയെ ഭയപ്പെടുത്തുന്നേയില്ലെന്നതിൽ ഗ്രാമീണർ ഏറെ സന്തുഷ്ടരാണ്. ചുരുക്കത്തിൽ മാവുകൾ ഗ്രാമത്തിന്റെ സാമൂഹ്യ-സാമ്പത്തിക ഘടനയുടെ അടിത്തറയായിരിക്കുന്നു.

'കിസിങ് ദി മാംഗോ ട്രീ' എന്ന കൃതിയിൽ കാർമെൻ എസ് റിവേറ, കഥയിൽ മധുരം നിറയ്ക്കുന്ന മാവിനെക്കുറിച്ചാണ് പറഞ്ഞിട്ടുള്ളത്. പ്യൂർട്ടോ റിക്കയിലെ ഏഴ് എഴുത്തുകാരികളുടെ രചനകളിലൂടെയുള്ള സഞ്ചാരമാണ് കിസിങ് ദി മാംഗോ ട്രീ. നിക്കോൾസാ മോറിന്റെ മുത്തശ്ശിമാവിൻ ചുവട്ടിലിരുന്നാണ് കഥകളുടെ കെട്ടഴിക്കുന്നത്. അതിൽ മാങ്ങ മധുരം ചുരത്തുന്ന ഓർമയാണ്.

സ്വപ്ന വിവാഹങ്ങൾ വധുക്കളെ ചാരമാക്കുകയാണ്. ഭർത്താവിന്റെ വീട് മരണമുറികൾ തന്നെ. പരിശോധനകൾ നടത്തി പെൺഭ്രൂണങ്ങൾ അലസിപ്പിക്കുന്നു. എല്ലായിടങ്ങളിലും ഇന്ത്യൻ സ്ത്രീകൾ അഭിമുഖീകരിക്കേണ്ടിവരുന്ന കടുത്ത വിവേചനങ്ങളും പീഡനങ്ങളും ഒപ്പിയെടുക്കുകയായിരുന്നു 'മാംഗോ ഗേൾസ്'' ഡോക്യുമെന്ററി. ചോരയൊലിക്കുന്ന ഈ കഥകളിൽ അവസാനിക്കുന്നില്ല റോബർട് കാറിന്റെയും കുനാൽ ശർമയുടെയും അഭ്രഭാഷ്യം. വിശ്വാസത്തിന്റെയും സമ്പത്തിന്റെയും നിഷ്ഠകൾ കൊണ്ടുവന്ന ആചാരത്തെ ധർഹര ഗ്രാമം നേരിട്ട വഴികളും അവർ പറയുന്നുണ്ട്. പെൺകുട്ടിയുടെ ജനനദിനം പത്ത് മാവ് വെച്ചുപിടിക്കുന്നത് പ്രതിരോധത്തിന്റെ സൂചന നൽകുന്നതാണെന്നും ഡോക്യുമെന്ററി ഓർമിപ്പിക്കുന്നു.കഴിഞ്ഞ മൂന്ന് ദശാബ്ദമായി ഇന്ത്യയിൽ ഒന്നേകാൽ കോടി സ്ത്രീകളാണ് ഭ്രൂണഹത്യയിലൂടെ മാത്രം കുറഞ്ഞത്. ദില്ലിക്കടുത്ത ബഹ്റായിനിയിലെ സ്ത്രീ-പുരുഷ അനുപാതം 378:1000 എന്ന പേടിപ്പെടുത്തുന്ന നിലയിലാണ്. റോബർട് കാറും ശർമയും ഭ്രൂണഹത്യയിലെ പ്രാകൃതത്വവും മൃഗീയതയും പുറത്തുകൊണ്ടുവരുന്നുണ്ട്. പട്ടിണിക്കിടൽ. അമ്മിഞ്ഞപ്പാൽ നിഷേധം. വിഷപ്പെടുത്തൽ. നനഞ്ഞ തുണികൊണ്ട് മൂടിയും കഴുത്തുഞെരുക്കലും തുടങ്ങി, പെൺകുഞ്ഞിനെ ഇല്ലാതാക്കുന്ന മാർഗങ്ങൾ ഏറെയാണ്. ഇതെല്ലാം അതിജീവിച്ച് പിടിച്ചുനിൽക്കുന്ന സ്ത്രീകൾക്ക് മുന്നിൽ മറ്റൊരു തടസമുയരുന്നു സ്ത്രീധനം. എല്ലാ അടുക്കള മരണങ്ങളും സ്വാഭാവികമല്ലെന്നും ഡോക്യുമെന്ററി അടിവരയിടുന്നു. വധുക്കൾ ഉൽപന്നമാണെങ്കിൽ വരന്മാർ ലേലവസ്തുവാണെന്നും കൂട്ടിച്ചേർക്കുന്നുണ്ട്. മകളെ വിവാഹപന്തലിലെത്തിക്കുമ്പോൾ അവളുടെ മരണ വാറണ്ടും ഒപ്പമുണ്ടാകുമെന്ന് പല രക്ഷിതാക്കളും ഓർക്കുന്നേയില്ല. ഇവിടെയാണ് ധർഹര ബദലുയർത്തുന്നതെന്നും പറയാം.

പിയൂസ് പന്ത്രണ്ടാമൻ എന്ന ഹിറ്റ്ലറുടെ പോപ്പ്

ശാസ്ത്രവും സാങ്കേതികവിദ്യയും നേടിയെടുത്ത വിജയങ്ങൾ സമർപ്പിക്കുന്നത് ദൈവങ്ങൾക്കാവുന്നത് ന്യായീകരിക്കാൻ യുക്തിയുടെ പിൻബലമില്ലെങ്കിലും വിശ്വാസത്തിന്റെ മറവുകളുണ്ട്. രാമജന്മഭൂമി തകർത്ത് അസഹിഷ്ണതയുടെ കാവിക്കൊടി ഉയർത്തിയ സംഘപരിവാരം ആവർത്തിച്ചതാകട്ടെ, രാമജന്മഭൂമി പ്രശ്നം തങ്ങളുടെ വിശ്വാസത്തിന്റെ ഭാഗമാണെന്നാണായിരുന്നു. ഒരാളുടെ ജന്മസ്ഥലം ഏതെന്നത് വിശ്വാസംകൊണ്ട് സാധൂകരിക്കാവുന്നതല്ല. മറിച്ച് അതിന് വസ്തുതകളുടെ പിൻബലം വേണം.

ജീവിതത്തിന്റെ എല്ലാ അടരുകളിലേക്കും പതഞ്ഞൊഴുകുന്ന യുക്തിരാഹിത്യത്തിനെതിരെ ശക്തമായ ചെറുത്തുനിൽപ്പ് നടക്കുന്ന മേഖലകളിലൊന്നാണ് നവമാധ്യമങ്ങൾ. അവയെ ഉജ്വലങ്ങളായ സമരമുഖങ്ങളാക്കുന്ന ആക്ടിവിസ്റ്റുകളിൽനിന്ന് മോഡിവൽക്കരണം, അതോട് ഐക്യം പ്രഖ്യാപിക്കുന്ന 'നവോത്ഥാന'ത്തിന്റെ അവകാവശവാദങ്ങൾ, ജാതി-മത രാഷ്ട്രീയത്തിന്റെ സാമ്പത്തികാടിത്തറ, അന്ധവിശ്വാസങ്ങളുടെ വേലിയേറ്റം, ആൾദൈവങ്ങളുടെയും ആത്മീയ വ്യാപാരത്തിന്റെയും അറവുശാലകൾ- തുടങ്ങി ജനാധിപത്യ സംസ്കാരത്തെ കുത്തിമലർത്തുന്ന പ്രവണതകൾ ചൂണ്ടിക്കാട്ടി ഗൗരവാവഹങ്ങളായ ഇടപെടൽ ഉണ്ടാകുന്നുണ്ട്. വർഗീയതയുടെയും വംശീയതയുടെയും അവകാശവാദങ്ങൾക്കും പ്രഖ്യാപനങ്ങൾക്കുമെതിരെ മതനിരപേക്ഷതയുടെ നിലപാടെടുക്കുന്നവരും ഏറെയാണ്. വലതുപക്ഷ സർക്കാരുകളോടും രാഷ്ട്രീയത്തോടും വിലപേശി നേതൃത്വത്തിന്റെ കച്ചവട താൽപര്യങ്ങൾ ഉറപ്പിക്കുന്നതിനെതിരെ ഫേസ്ബുക്കിൽ സമീപകാലത്ത് നിറഞ്ഞ അഭിപ്രായപ്രകടനങ്ങൾക്ക് വല്ലാത്ത തീവ്രതയുണ്ടായിരുന്നു. "ജാതിക്കും മതത്തിനും മന്ത്രിവേണം എന്നുപറയുന്ന ജാതി-മത നേതാക്കൾ അവരുടെ സമുദായത്തിലെ എത്രപേർക്ക് സ്വന്തമായി വീടില്ല, കക്കൂസില്ല, തൊഴിലില്ല, ആഹാരമില്ല എന്ന് അന്വേഷിക്കാറുണ്ടോ? ആർക്കുവേണ്ടിയാണ് മന്ത്രിക്കസേര?....." എന്ന തുറന്നപറച്ചിലിന് ഏറെ സ്വാധീനമുണ്ടാക്കാനായി. ഭരണസംവിധാനത്തിലെ താക്കോൽ സ്ഥാനങ്ങളിൽ മന്ത്രിമാരായും സെക്രട്ടറിമാരായും ബോർഡ്

കോർപറേഷൻ ചെയർമന്മാരായും എംപി-എംഎൽഎമാരുമായി സ്വന്തം സമുദായത്തിലെയും മതത്തിലെയു അംഗങ്ങളെ നിയമിക്കണമെന്ന ജാതിമത നേതൃത്വങ്ങളുടെ ശാഠ്യത്തിനെതിരെയായിരുന്നു ആ ഫേസ്ബുക്ക് വിമർശനം. വാണിജ്യ ജാതി - മത നേതൃത്വങ്ങൾ ജനങ്ങളുടെ യഥാർഥ പ്രതിനിധികളെന്ന സൂചനയുണ്ടാക്കുന്നു എന്നതാണ് പുതിയ വാദങ്ങളുടെ പ്രധാന അപകടം. ഏതെങ്കിലും വരേണ്യ പദവിയിൽ തങ്ങളുടെ ജാതി-മതത്തിലെ കൈവിരലിലെണ്ണാവുന്നവരെ കുടിയിരുത്തിയാൽ മുഴുവൻ ആളുകളുടെയും പ്രാതിനിധ്യമായി എന്ന ധാരണയുണ്ടാക്കുന്നതാണ് രണ്ടാമത്തെ ദുരന്തം. പഞ്ചാബിലെ വർഗീയതയുടെ കയറ്റിറക്കങ്ങൾ പരിശോധിച്ച ചില പഠനങ്ങൾ അത് വികൃതമാക്കപ്പെട്ട വർഗ സമരമാണെന്ന് നിരീക്ഷിച്ചത് കേരളത്തെയും ഉണർത്തേണ്ടതാണ്. അമേരിക്കൻ എഴുത്തുകാരനും സംഗീതജ്ഞനും ഹാസ്യകാരനുമായ ഗാരിസ്സൺ കെയ്ല്ലോർ പറഞ്ഞത് ഇവിടെ ചേർത്തുവെക്കാം. പള്ളിയിൽ ഇരുന്നാൽ ക്രിസ്ത്യാനിയായെന്ന് കരുതുന്നവർ ഗാരേജിലിരുന്നാൽ കാർ ആയെന്നും വിചാരിക്കും. സ്വന്തം ചിന്ത, കാഴ്ച, പ്രചാരണം, നിഗമനം -തുടങ്ങിയവ സ്വയം നിർവചിക്കുകയെന്ന ഫലമാണ് ജാതി-മത നേതൃത്വത്തിന്റെ അവകാവശവാദങ്ങൾ ഉണ്ടാക്കുന്നത്. 'ഹിറ്റ്ലറുടെ പോപ്പ്' എന്ന കൃതിയിലൂടെ ബ്രിട്ടീഷ് പത്രപ്രവർത്തകൻ ജോൺ കോൺവെൽ, പിയൂസ് പന്ത്രണ്ടാമൻ മാർപ്പാപ്പയുടെ ഹിറ്റ്ലർ ബന്ധം നന്നായി തുറന്നുകാട്ടിയിട്ടുണ്ട്. യുജെനിയോ പാസെല്ലി പിയൂസിലേക്ക് വളർന്നപ്പോൾ നാസി ജർമനിയെ പാടിപ്പുകഴ്ത്തുകയായിരുന്നു. രണ്ടാംലോക യുദ്ധവേളയിലെ കൂട്ടക്കുരുതികളോട് പിയൂസിന്റെ നിലപാട് മാർദവമേറിയതായിരുന്നതായും കോൺവെൽ കണ്ടെത്തി. ജർമനിയിലെ കാത്തലിക് ജനാധിപത്യ രാഷ്ട്രീയത്തെ പോപ്പ് വഞ്ചിച്ചതായും ആ കൃതി സ്ഥാപിച്ചു. പാസെല്ലിയുടെ സഹോദരൻ ഫ്രാൻസെസ്കോ, ബെനിറ്റോ മുസോളിനിയുമായി വിജയകരങ്ങളായ കൂടിയാലോചനകൾ നടത്തി കരാറുകളിലെത്തുകയുമുണ്ടായെന്ന് കോൺവെൽ തുടർന്ന് കൂട്ടിച്ചേർത്തു. വലതുപക്ഷ സ്വേച്ഛാധിപത്യ ഭരണങ്ങളുമായി ഉറ്റചങ്ങാത്തം പുലർത്തിയ ഈ സഹോദരതാൽപര്യങ്ങളുടെ മാതൃകയിലാണ് കേരളത്തിലെ പല ജാതി - മത സംഘടനങ്ങളുടെയും നേതൃത്വങ്ങൾ പെരുമാറി വരുന്നത്. സൗഹാർദം, സാഹോദര്യം, അനുകമ്പ - തുടങ്ങിയ സന്ദേശങ്ങളുടെ പ്രവാചകരും പ്രചാരകരുമെന്ന് സ്വയം പരസ്യപ്പെടുത്തുന്നവർ നരേന്ദ്രമോഡിയുമായിപ്പോലുംകൈകോർത്തുനിന്നു. ഗുജറാത്തിലെ വംശഹത്യാ പരമ്പരകളെ ന്യൂട്ടന്റെ ചലന നിയമം കൂട്ടിപിടിച്ച് ന്യായീകരിച്ച ആ ഇന്ത്യൻ ഹിറ്റ്ലർക്ക് പരവതാനി വിരിക്കാനും ചില ആത്മീയ കച്ചവക്കാർ തയ്യാറായി. ഏറ്റവും ഹീനവും പ്രാകൃതവുമായ ആതിക്രമങ്ങളിലൂടെ ഗുജറാത്തിൽ ചോരപ്പുഴ ഒഴുക്കിയ മോഡിയെയും ദൈവിക - സാംസ്കാരിക കേന്ദ്രങ്ങളെയും ഒന്നിച്ചു നിർത്തുന്നത് മൂലധന രാഷ്ട്രീയമാണ്. ശിവഗിരിയായാലും മന്നം സമാധിയായാലും പള്ളിമേടകളായാലും ഇത് ബാധകമാവുന്നു.

മതമേതായാലും മനുഷ്യൻ നന്നായാൽ മതിയെന്നും പല മത സാരം ഏകം എന്നുമാണ് ശ്രീനാരായണ ഗുരു പറഞ്ഞത്. എന്നാൽ, മതം താനാണെന്നും മതം തന്റേതുതന്നെ ആയിക്കൊള്ളണമെന്നും ശഠിക്കുന്നവരെ വിളിച്ചുവരുത്തി ആദരിച്ചത് ശരിയോ എന്ന് ഗുരുവിന്റെ ശിഷ്യന്മാരായ സന്യാസിവര്യന്മാർ ചിന്തിക്കണം. അവകാശങ്ങൾ ക്കായി സംഘടിക്കണമെന്നാണ് ഗുരു ഉപദേശിച്ചത്. അല്ലാതെ മറ്റ് മതങ്ങൾക്കോ ജാതികൾക്കോ എതിരായി നിൽക്കണമെന്നല്ല. ഗുരു ഉയർത്തിയ മാനവികതയുടെ മഹാസന്ദേശം കൂടുതൽ കരുത്തോടെ ഉയർത്തിപ്പിടിക്കേണ്ട കാലമാണിത്. ഒരു പ്രത്യേക ജാതിയോ പ്രത്യേക മതമോ മാത്രം മതിയെന്നല്ല അദ്ദേഹം ഉദ്ബോധിപ്പിച്ചത്. ഗുരു രൂപംനൽകിയ സംഘടനയുടെ പേര് ഒരു ജാതിയുമായും ബന്ധ പ്പെട്ടതല്ല. ശ്രീനാരായണധർമത്തിന്റെ പേരാണ് അതിന് നൽകിയത്. സംഘടനയിൽ പ്രത്യേക സമുദായക്കാർ മാത്രമായി ചുരുങ്ങരുതെന്നും മനുഷ്യരെയെല്ലാം ഒന്നായി ചേർക്കുന്നതാകണമെന്നുമായിരുന്നു സന്ദേശം. തന്റെ ശിഷ്യർ ഒരേ സമുദായത്തിൽ പെട്ടവരാകരുതെന്നാ യിരുന്നു കാഴ്ചപ്പാട്. മുസ്ലീങ്ങൾക്ക് സംഘടന രൂപീകരിക്കുമോ എന്ന ചോദ്യത്തിന് അവർക്ക് ആവശ്യമെങ്കിൽ തയ്യാറാണ് എന്നാണ് അദ്ദേഹം പ്രതികരിച്ചതും.

സന്ദേശത്തിനൊപ്പം പ്രവർത്തനത്തിലൂടെയേ സാമൂഹ്യമാറ്റം കൈവ രിക്കാനാകൂ എന്ന് ഗുരു തെളിയിച്ചു. അരുവിപ്പുറം ശിവപ്രതിഷ്ഠ നൽകുന്ന സന്ദേശം അതാണ്. ചാതുർവർണ്യ തേർവാഴ്ചയിൽ ചതഞ്ഞരഞ്ഞ സമൂഹത്തെ മോചിപ്പിക്കാനും ആത്മാഭിമാനവും വെളിച്ചവും പകരാനും ഗുരുവിന് കഴിഞ്ഞു. സാമൂഹ്യമാറ്റത്തിന്റെ ചിന്തയുടെ പ്രതിഷ്ഠയാണ് അരുവിപ്പുറത്തേത്. നിലവിലെ സാമൂഹ്യവ്യവസ്ഥയോടുള്ള കലാപ മായിരുന്നു അത്. നിങ്ങൾ നിങ്ങളെത്തന്നെ തിരിച്ചറിയണമെന്ന സന്ദേശവുമായി കണ്ണാടിപ്രതിഷ്ഠയും ഇരുട്ടിൽനിന്ന് വെളിച്ചത്തിലേക്ക് നയിക്കാൻ ദീപപ്രതിഷ്ഠയും വിദ്യകൊണ്ട് പ്രബുദ്ധരാകാൻ അക്ഷരപ്ര തിഷ്ഠയും നടത്തി. ഇതെല്ലാം മറന്ന് വിഗ്രഹത്തിൽമാത്രം കേന്ദ്രീകരി ക്കുന്നത് ഗുരുനിന്ദയാകും.

സാധാരണ സന്യാസികൾ മോക്ഷപ്രാപ്തിക്കായി ശ്രമിക്കുമ്പോൾ ജനങ്ങളുടെ ജീവിതപ്രാപ്തിക്ക് ഉതകുന്ന വഴികൾ തേടുകയായിരുന്നു ഗുരു. സമൂഹത്തെ മാറ്റുന്നതിനുള്ള സമരോത്സുക പാതയായിരുന്നു അത്. മനുഷ്യത്വം തൊട്ടുതീണ്ടിയിട്ടില്ലാത്ത സാമൂഹ്യവ്യവസ്ഥയിൽ മനുഷ്യത്വത്തിന്റെ സന്ദേശവുമായി ഗുരു ഇടപെട്ടു. ഒരുപാട് അനാചാ രങ്ങളും ജീർണതകളും പീഡനങ്ങളും അടിമത്ത മനോഭാവവുമെല്ലാം നിറഞ്ഞുനിന്നിരുന്ന അവസ്ഥ. ഗുരുവിന്റെ സന്ദേശങ്ങളും ഇടപെട ലുകളും ഒരു സമുദായത്തിൽ മാത്രമല്ല എങ്ങും മാറ്റത്തിന്റെ കാഹളം മുഴക്കി. കേരളത്തെ ഭ്രാന്താലയമാണെന്ന വിശേഷണത്തിൽനിന്ന് മാറ്റുന്നതിനുള്ള തീവ്രമായ ശ്രമമാണ് നടത്തിയത്. ശ്രീനാരായണ ധർമ പരിപാലന യോഗത്തിന്റെ പേരുപോലും അനുകരിച്ച് മുസ്ലീം

സംഘടനകൾ ഉണ്ടായത് പ്രത്യേകം ശ്രദ്ധിക്കേണ്ടതുണ്ട്. സവർണ - അവർണ വ്യത്യാസമില്ലാതെ എല്ലാ വിഭാഗത്തെയും ഗുരുചിന്തകൾ ആഴത്തിൽ പിടിച്ചുകുലുക്കി. അധ്വാനവർഗത്തിന്റെ പോരാട്ടങ്ങളിലൂടെയാണ് മറ്റു സംസ്ഥാനങ്ങളിൽനിന്ന് വ്യത്യസ്തമായ ജീവിതനിലവാരം കേരളത്തിലുണ്ടായത്. ആ ഐക്യം ജാതി പറഞ്ഞ് ഭിന്നിപ്പിക്കാനുള്ള ശ്രമങ്ങളാണ് ഇപ്പോൾ നടക്കുന്നത്.

വ്യക്തിപരവും സാമ്പത്തികവുമായ ഇടുങ്ങിയ കാഴ്ചയിലൂടെമാത്രം നോക്കി ഇത്തരം പുതിയ ബാന്ധവങ്ങളുടെ ന്യായീകരിക്കുകയുമാണ് വരേണ്യവാദികൾ. ശ്രീനാരായണ ഗുരുവും മന്നത്ത് പത്മനാഭനും മറ്റും ഏതൊക്കെ പ്രവണതകൾക്കെതിരെ നിലയുറപ്പിച്ചുവോ അവയെയെല്ലാം മാന്യമായി തിരിച്ചെത്തിക്കുകയാണ് ജാത പ്രമാണിമാർ. അങ്ങനെ നോക്കുമ്പോൾ ഗുരുവിനെപ്പോലെ ഇത്രയും അനാഥനായ ആചാര്യൻ വേറെയുണ്ടാവില്ല ലോകത്ത്. താൻ തച്ചുടച്ച കെട്ട പ്രവണതകളെല്ലാം സ്വന്തം പേരിൽ മടങ്ങിവരുന്നത് ജീവിച്ചിരുന്നപ്പോൾ തന്നെ കാണാനുള്ള അവസരവും അദ്ദേഹത്തിനുണ്ടായി. എസ്എൻഡിപി യോഗവുമായുള്ള ബന്ധം വിഛേദിച്ച് ഡോ. പൽപുവിനെഴുതിയ കത്ത് ചരിത്രത്തിലെ തുടിക്കുന്ന നിലപാടാണ്. കെട്ടുപിണഞ്ഞ അന്ധവിശ്വാസങ്ങളുടെയും ചീഞ്ഞളിഞ്ഞ അനാചാരങ്ങളുടെയും അംഗവൈകല്യമുണ്ടായ സമൂഹത്തിലാണ് ഗുരു ചിന്താ സ്ഫോടനങ്ങളുണ്ടാക്കിയത്. സമുദായ നേതാക്കളുടെ നടുവിൽനിന്ന് അവരുടെ ഉദ്ദേശ്യങ്ങൾക്കും ലക്ഷ്യങ്ങൾക്കും വ്യത്യസ്തമായ ദർശനം കരുപ്പിടിപ്പിക്കുകയായിരുന്നു അദ്ദേഹം. ശങ്കരാചാര്യർക്കുശേഷം പത്ത് നൂറ്റാണ്ട് കഴിഞ്ഞാണ് ഈ വഴിമാറ്റമെന്നോർക്കണം. ഒരു ജാതി ഒരു മതം ഒരു ദൈവം എന്ന സങ്കൽപം അത്രവേഗം വ്യാഖ്യാനിച്ചെടുക്കാനാവില്ല. എന്നിട്ടും അത് സാമാന്യ ജനങ്ങളിൽ ചെലുത്തിയ സ്വാധീനം വിപുലമായിരുന്നു. മതം ഒന്നാകുമ്പോൾ ദൈവവും ഒന്നുമാത്രം. ദൈവ സൃഷ്ടിയായ മനുഷ്യർ അപ്പോൾ പലതാകാൻ വഴിയില്ല. അങ്ങനെയായാൽ മനുഷ്യർ പലജാതിയാകാൻ തരമില്ല. ജാതിയും ഒന്ന് - മനുഷ്യൻ മാത്രം.

എവിടെയും തുറന്ന സ്വാഗതവും നിറഞ്ഞ സ്വീകാര്യതയും ലഭിച്ച ചന്ദ്രസ്വാമി കുംഭകോണങ്ങളിലും ഹൈന്ദവ പ്രതീക പ്രചാരണത്തിലും ലോല ജീവിതാനന്ദങ്ങളിലും തിളങ്ങി. ഹിന്ദുത്വവും ദേശീയതയും മാറിമാറി പരീക്ഷിച്ച കോൺഗ്രസിന്റെ കാവി - ദൈവിക - ജനാധിപത്യ പ്രഛന്നവേഷമത്സരത്തിൽ അയാൾ പലപ്പോഴും ഒന്നാമനുമായി. നെമി ചന്ദ് ബിഹാർ വനാന്തരങ്ങളിൽ നാലുവർഷം കഴിഞ്ഞശേഷം 'സിദ്ധി' സ്വായത്തമാക്കുകയും ചന്ദ്രസ്വാമി എന്ന ആൾദൈവമായി അറിയപ്പെടുകയുമായിരുന്നു. ജ്യോതിഷിയെന്ന നിലയിലായിരുന്നു ആദ്യം പ്രാമുഖ്യം നേടിയത്. കോൺഗ്രസ് നേതാവ് നരസിംഹറാവുമായുള്ള ബന്ധം അയാളെ ദേശീയ ശ്രദ്ധയിലെത്തിച്ചു. റാവുവിന്റെ ആത്മീയ ഉപദേശകനായും ചന്ദ്രസ്വാമി പരിഗണിക്കപ്പെട്ടു. ഈ സാധ്യത ദുരുപയോഗംചെയ്ത് പല നേട്ടങ്ങളും കൊയ്യാൻ ആധ്യാത്മിക വ്യാപാരിക്ക്

കഴിഞ്ഞു. 1991ൽ റാവു പ്രധാനമന്ത്രി പദത്തിലെത്തിയപ്പോൾ ദില്ലിയുടെ കണ്ണായ സ്ഥലത്ത് കുറ്റൻ ആശ്രമം പണിതു. പൊന്നിൻവിലയുള്ള ആ സ്ഥലം ഇന്ദിരാഗാന്ധിയുടെ കാലത്ത് അനുവദിച്ചതായിരുന്നു. ബ്രൂണേ സുൽത്താൻ, ബഹറിൻ ഷെയ്ക്ക്, മാർഗരറ്റ് താച്ചർ തുടങ്ങിയ രാജ്യ നേതാക്കൾക്കൊപ്പം സ്വാധീന വലയത്തിൽ എലിസബത്ത് ടെയ്‌ലറുൾപ്പെടെയുള്ളവരും ഉണ്ടായി. ആയുധ വ്യാപാരി അഡ്നൻ ഖഷോഗി വരെ നീണ്ടതായിരുന്നു ആ സാമ്രാജ്യം. ചന്ദ്രസ്വാമിക്ക് ലോക ഭരണവൃത്തങ്ങളിൽനിന്നും വ്യവസായിക ഭീമന്മാരിൽനിന്നും ചലച്ചിത്ര - കായിക താരങ്ങളിൽനിന്നും എണ്ണിത്തിട്ടപ്പെടുത്താനാവാത്ത സഹായങ്ങളാണ് ലഭിച്ചത്. സാമ്പത്തി കുറ്റകൃത്യങ്ങളുടെ നീണ്ട പട്ടികയിലൂടെയായിരുന്നു സ്വാമിയുടെ നടത്തം. ഫെറ നിയമലംഘനത്തിന്റെ ഒട്ടേറെ കേസുകൾ അയാളുടെ കണക്ക് പുസ്തകത്തിലുണ്ടായി. ഖഷോഗിയുമായുള്ള ഒരുകോടി ഡോളറിന്റെ ഇടപാടടക്കം വിവാദമാവുകയും ചെയ്തു. രാജീവ് ഗാന്ധി വധം അന്വേഷിച്ച ജയിൻ കമ്മീഷൻ സ്വാമിയുടെ പങ്കാളിത്തം മുൻനിർത്തി ഒരു വാല്യംതന്നെ എഴുതിച്ചേർക്കുകയുണ്ടായി. ചില സന്യാസിവര്യന്മാരുടെ ദുരൂഹ മരണങ്ങൾക്ക് പിന്നിലും ആ കൈയായിരുന്നു.

"ഞാൻ ബിസിനസ്സുകാരൻ എന്ന നിലയ്ക്ക് മായം ചേർക്കുന്നു. കൈക്കൂലികൊടുക്കുന്നു. നീ തെറ്റ് എന്നു പറയുന്നതൊക്കെ ചെയ്യുന്നു. പക്ഷേ, മനുഷ്യൻ എന്ന നിലയിൽ ഞാൻ പുണ്യം ചെയ്യുന്നു. പത്ത് ശതമാനം ആദായനികുതി കൊടുക്കുന്നു. അത് ദാനമല്ലേ? ഞാൻ ശ്രീ രാമകൃഷ്ണമിഷന് എത്ര രൂപ കൊടുക്കുന്നുണ്ടെന്ന് നിനക്കറിയാമോ...." ബിമൽ മിത്രയുടെ പ്രശസ്തമായ 'യുധിഷ്ഠിരജന്മം' നോവലിലെ ജീവന്മയ് ബാബുവിന്റെ സാമൂഹ്യ വേദാന്തമാണിത്. മകൻ പ്രതുൽറായുടെ മുന്നിലേക്ക് അയാൾ വലിച്ചിടുന്ന മനുഷ്യവിരുദ്ധമായ ചിന്തയുടെ രൂപങ്ങൾ ഭയാനകമായിരുന്നു. ഇവിടെ ജീവിക്കണമെങ്കിൽ എന്തായിത്തീരണമെന്നും ആ അച്ഛൻ വളച്ചുകെട്ടില്ലാതെ കൂട്ടിച്ചേർക്കുന്നുമുണ്ട്. തുറന്ന അനീതിയെന്ന് ജീവന്മയ് ബാബുവിന്റെ വിശദീകരണങ്ങളിൽ ധർമസങ്കടം അനുഭവിക്കുകയാണ് പ്രതുൽ. നോവലിലെ ജീവന്മയ് ഇപ്പോഴുമൊരു സർവനാമമാണ്. കേരളത്തിന്റെ സമകാലീന വിശദീകരണവുമായിരിക്കുന്നു അയാളുടെ രൂപീകരണം. എന്നാൽ സംഘർഷമനുഭവിക്കുന്ന പ്രതുൽമാരുടെ അഭാവം ഈ പ്രതിസന്ധി ആഴമേറിയതാക്കുന്നു. മൂലധന പ്രേമത്തിന്റെയും കച്ചവട ഭക്തിയുടെയും കൃത്രിമ ആത്മീയതയുടെയും രക്ഷക പ്രതീകങ്ങളുടെയും യജ്ഞ-യാഗ സംസ്കാരത്തിന്റെയും റിബേറ്റ് ചന്തയാണ് ഇപ്പോൾ കേരളം. ചന്ദ്രസ്വാമിയെന്ന വമ്പൻ സ്രാവിനെ ഓർമിപ്പിച്ച പരൽ മീനുകളായിരുന്നു കേരളത്തിൽ സന്തോഷ് മാധവനും ഹിമവൽ ഭദ്രാനന്ദനും മറ്റ് അസംഖ്യം കള്ളസ്വാമിമാരും. സാമ്പത്തിക - ലൈംഗിക കുറ്റകൃത്യങ്ങളിൽപ്പെട്ട് ജയിലിലായ സന്തോഷ് മാധവന്റെ അവസ്ഥ ഒരു സന്ന്യാസിക്ക് തെമ്മാടിയാവാം, എന്നാൽ തെമ്മാടിക്ക് സന്യാസിയാവാൻ കഴിയില്ലെന്ന വസ്തുത

തെളിയിക്കുന്നു. എല്ലാ ആടയാഭരണങ്ങളും അഴിഞ്ഞുവീണ് സാധാരണ ക്രിമിനലിനെയോ തെരുവു ഗുണ്ടയെയോപോലെ പൊലീസ് മധ്യത്തിലും കോടതി സമുച്ചയങ്ങളിലും ജയിലഴികൾക്കുള്ളിലും വരണ്ടുണങ്ങി നിൽക്കുന്നത് സഹതാപാർഹമാണ്. മനോരോഗത്തേക്കാൾ വളർന്ന അസ്വഭാവികതയുടെ മുഖമായിരുന്നു ഹിമവൽ ഭദ്രാനന്ദന്റേത്.

ബംഗലൂരു ആസ്ഥാനമായ നിത്യാനന്ദ ധ്യാനപീഠം സ്ഥാപകൻ സ്വാമി നിത്യാനന്ദ അദ്വൈത വേദാന്തത്തിന്റെ പ്രചാരകനായിരുന്നുവെന്നത് നിറഞ്ഞ ഫലിതമാണ്. തമിഴ്നാട്ടിലെ തിരുവണ്ണാമലൈയിൽ ജനിച്ച അയാളുടെ ജീവിതത്തിൽ വഴിത്തിരിവുണ്ടാകുന്നത് മൂന്നാം വയസ്സിൽ രഘുപതിയോഗിയെന്ന ആചാര്യൻ വീട്ടിലെത്തിയതോടെയാണത്രെ! അത്ഭുതം വീണ്ടും വളർന്നു. ഒമ്പത് വയസ്സുമുതൽ അരുണഗിരിയോഗീശ്വരയുമായി സംസാരിച്ചുവെന്നും അവകാശപ്പെട്ടു. ഭഗവാൻ ശിവന്റെ അവതാരമായ അരുണഗിരി ഒരുദിവസം വലിയ സത്യം വെളിപ്പെടുത്തി: "പ്രിയപ്പെട്ടവനേ, നമ്മൾ രണ്ടും ഒന്നാണ്. നമുക്ക് ഒരിക്കലും പിരിയാനാവില്ല. നാടകത്തിന് തിരശീല വീണിരിക്കുന്നു. ഇനിയൊരിക്കലും നിനക്ക് ഞാൻ നഷ്ടമാവില്ല. നാം ഒന്നാണ്" എന്ന് പറഞ്ഞ് അരുണഗിരി തന്റെ ശരീരത്തിൽ ലയിച്ച് അപ്രത്യക്ഷമാവുകയായിരുന്നു എന്നായിരുന്നു നിത്യാനന്ദന്റെ അവകാശവാദം. അത്ഭുതകഥകൾ പിന്നെയും തുടർന്നു. രാജശേഖർ എന്ന പഴയപേര് ഉപേക്ഷിച്ച് നിത്യാനന്ദനായതിന് പിന്നിലും ദൈവിക പ്രചോദനമുണ്ടായി. ഈ അസംബന്ധങ്ങളെല്ലാം ചെലവായത് വൻ സാമ്പത്തിക പിന്തുണയിൽ കൂടിയായിരുന്നു. തമിഴ്നാട്ടിലും കർണാടകത്തിലുമായി രണ്ടരക്കോടി ഡോളർ ആസ്തിയുണ്ട് അയാൾക്ക്. കയറ്റുമതി - ഇറക്കുമതി വ്യാപാരവും മഠത്തിന്റെ മറവിൽ. ഇരുപത് വിദേശ ട്രസ്റ്റുകളടക്കം നിരവധി സ്ഥാപനങ്ങളും ആ കൈപ്പിടിയിലുണ്ട്. 2012 മാർച്ച് രണ്ടിന് തമിഴ്നടി രഞ്ജിതയുമൊത്തുള്ള കിടപ്പറ ദൃശ്യങ്ങൾ പുറത്തായിട്ടും ഭക്തർ അയാളുടെ സിദ്ധിയിൽ പുളകംകൊള്ളുകയുണ്ടായി. ആരതി റാവു എന്ന ആശ്രമകന്യകയ്ക്ക് അഞ്ചുവർഷം നീണ്ട ലൈംഗിക പീഡനമായിരുന്നു. ചൂടൻ രംഗങ്ങളിലൂടെ നിത്യാനന്ദക്കൊപ്പം കുപ്രസിദ്ധയായ രഞ്ജിത എല്ലാം പെരുംകള്ളന്മാരെയുംപോലെ ആത്മീയ ശീർഷകത്തിൽ അഭയംതേടി വീണ്ടും സ്വയം രക്ഷിച്ചെടുക്കാൻ ശ്രമിക്കുകയുമുണ്ടായി. മാ ആന്ദനമയി എന്ന പേരിന് പിറകിലേക്കായിരുന്നു മറഞ്ഞുനിന്നത്. നിത്യാനന്ദന്റെ മുപ്പത്തിയേഴാം ജന്മദിനത്തിൽ രഞ്ജിതയും എഴുപത് അനുയായികളുമാണ് സന്യാസം സ്വീകരിച്ചത്. മാ ആനന്ദമയി ജീവിതകാലം മുഴുവൻ നിത്യനന്ദാശ്രമത്തിൽ കഴിയുമെന്ന പ്രതിജ്ഞയുമെടുത്തു. ഗർഭപാത്രം എപ്പോഴും തുറന്നുവെക്കുകയും വായമൂടുകയും ചെയ്യുന്ന സ്ത്രീകളുടെ പ്രധാന അഭയകേന്ദ്രമാണ് ഇത്തരം ആത്മീയ അറവുശാലകൾ. ഇംഗർസോൾ, പ്രതികരിച്ചതുപോലെ യഥാർഥ ചിന്തകൾ തുറന്നുപറയാനും എഴുതാനും ധീരതകാട്ടുന്ന മനുഷ്യരെയാണാവശ്യം. മരണം മുന്നിൽകണ്ടാലും തങ്ങളുടെ ബോധ്യമനുസരിച്ച് ജീവിക്കുന്നവരാണ് അവർ. അത്

ചെയ്യാത്തവർ അടിമകളാണ്. അവർ സ്വയവും സഹമനുഷ്യരെയും വഞ്ചിക്കുന്നു. അങ്ങനെ കൊടിയ വഞ്ചനകളുടെയും ന്യായീകരണമില്ലാത്ത ആത്മവഞ്ചനനയുടെയും നടുവിലാണ് അസംബന്ധ മനുഷ്യർ അഭയങ്ങളാകുന്നത്. പ്രേതങ്ങളുടെ ചിത്രങ്ങൾ കണ്ട് ഭയപ്പെട്ടുകയും അവ അജ്ഞതയുടെ ഗ്യാലറിയിൽ തൂക്കിയിടുകയുമാണ് മനുഷ്യർ. റിച്ചാർഡ് ലെഡെറെർ പലപ്പാഴും ആവർത്തിക്കാറുള്ളതുപോലെ, എല്ലാ മനുഷ്യരും ദൈവത്തിൽ വിശ്വസിക്കുകയും പള്ളി ഭരിക്കുകയുംചെയ്ത കാലമുണ്ടായിരുന്നു. അക്കാലമാണ് ഇരുണ്ടയുഗം എന്നറിയപ്പെട്ടത്. നിർഭയമായ ചോദ്യങ്ങളും യുക്തിയുടെ പിൻബലമുള്ള സന്ദേഹങ്ങളും ശാസ്ത്രീയ സമീപനവും തന്നെയാവണം ഇരുട്ടിൻ നടുവിലേക്ക് പതുക്കെ വെളിച്ചം കടത്തിവിട്ടിട്ടുണ്ടാകുക. എന്നാൽ വീണ്ടുമിതാ തിരിച്ചുപോക്കിനായുള്ള ബലപ്രയോഗങ്ങൾ. ഇംഗ്ലീഷ് ഭാഷയിൽ ഇന്ദ്രജാലം കാട്ടിയ ലെഡെറെർ വിരോധാഭാസാലങ്കാരത്തിന്റെ പ്രയോഗത്താലും ശ്രദ്ധേയനായിരുന്നു. ദി വേർഡ് സർക്കസ്, ദി മിറക്കിൾ ഓഫ് ലാംഗ്വേജ്, എ മാൻ ഓഫ് മൈ വേർഡ്സ് തുടങ്ങിയ കൃതികളിലൂടെ പുതിയ വാക്കുകൾ മുന്നോട്ടുവച്ചു. അതിനൊപ്പം തുറന്ന ചിന്തകളും പടർത്തി. ബോക്സിങ് റിങ്ങുകൾ ചതുരാകൃതിയിലാണ്, ഗിനിപ്പന്നി ഗിനിയിൽ നിന്നല്ലെന്ന് മാത്രമല്ല അതൊരു പന്നിയുമല്ല. പല്ലിന്റെ ബഹുവചനം ടീത്ത് ആണെങ്കിൽ ബൂത്തിന്റേത് ബീത്ത് ആവുന്നില്ലല്ലോ- തുടങ്ങിയ ചോദ്യങ്ങളിലൂടെയാണ് മധ്യകാലം ചങ്ങലക്കിട്ട ചിന്തകൾ അന്വേഷിച്ച് പോയത്. ഫ്രെഡറിക് നീഷ്ചെ വിശ്വാസത്തെയും സത്യത്തെയും തുലനം ചെയ്തത് അസാധാരണമായ ഉൾക്കാഴ്ചയോടെയായിരുന്നു. എന്താണ് സത്യമെന്ന് അറിയാൻ ആഗ്രഹിക്കാത്തതാണ് വിശ്വാസം എന്ന മട്ടിലായിരുന്നു ആ ആശയം. തെളിയിക്കേണ്ടതില്ലാത്ത വിശ്വാസത്തിന്റെ പ്രചാരത്തിലൂടെയാണ് ആൾദൈവങ്ങൾ എന്ന അസംബന്ധ മനുഷ്യർ സമ്മതി നേടുന്നത്. മാതാ അമൃതാനന്ദമയി എന്ന അധികാര പട്ടത്തിന് കിട്ടിയ സ്വീകാര്യത തന്നെയാവണം രഞ്ജിതയെ പുതിയ പേരിലേക്ക് എത്തിച്ചിട്ടുണ്ടാവുക.

ബ്രാഹ്മണവൽക്കരണവും ആർ എസ് എസ്സും

വിശ്വാസികളായ വങ്കന്മാരെക്കാൾ എനിക്കിഷ്ടം അവിശ്വാസികളെയാണെന്ന് പറഞ്ഞത് സ്വാമി വിവേകാനന്ദനായിരുന്നു. പ്രവർത്തിക്കുന്ന മസ്തിഷ്ക്കമില്ലാത്തവരാണ് വിശ്വാസികളെന്നും അദ്ദേഹം കൂട്ടിച്ചേർക്കുകയുണ്ടായി. യുക്തിചിന്തയുടെ പ്രയോഗമാണ് ആവശ്യമെന്ന ധാരണയാണ് സ്വാമി ഇതിലൂടെ മുന്നോട്ടുവെച്ചത്. ...നാം യുക്തിയെത്തന്നെ അനുസരിക്കണം. യുക്തിയുപയോഗിച്ചിട്ടും വിശ്വാസം വന്നിട്ടില്ലാത്തവരോട് സഹതപിക്കുകയും വേണം. യുക്തിയുപയോഗിച്ച് നാസ്തികത്വത്തിലാണ് എത്തുന്നതെങ്കിൽ അതിനെ സ്വീകരിക്കുന്നതാണ്, ആരെങ്കിലും പറയുന്നതിനെ പ്രമാണിച്ച് മുപ്പത്തുമുക്കോടി ദേവന്മാരെ വിശ്വസിക്കുന്നതിനേക്കാൾ മനുഷ്യസമുദായത്തിന് ഏറെ നല്ലത്....(വിവേകാനന്ദ സാഹിത്യ സർവസ്വം-11, പേജ് 391)

യുക്തിവിചാരത്തെയും വ്യത്യസ്ത ചിന്തയെയും കൂട്ടിയിണക്കിക്കൊണ്ടും വിവേകാനന്ദൻ ശ്രദ്ധേയമായ ചില സൂചനകൾ നൽകി. 1890 ജനവരി 28ന് കാലിഫോർണിയയിൽ വിശ്വമത സാധ്യതയെക്കുറിച്ച് സംസാരിക്കവെയായിരുന്നു അത്. വ്യത്യസ്ത ചിന്തകളുടെ ആവശ്യത്തിലൂന്നിയ ആ പ്രസംഗത്തിന്റെ കേന്ദ്രാശയങ്ങൾ ശ്രദ്ധിക്കാം: ശവക്കുഴിപോലുള്ളിടത്തിരിക്കാൻ എനിക്കിഷ്ടമില്ല. എനിക്ക് മനുഷ്യലോകത്തിന്റെ മനുഷ്യനായിരിക്കണം. ചിന്തിക്കുന്നവർക്ക് തമ്മിൽ ചിന്ത വ്യത്യാസപ്പെട്ടേ ഇരിക്കണം. വ്യത്യസ്തതയാണ് ചിന്തയുടെ പ്രഥമ ലക്ഷണം. വിചാരശീലനാണെങ്കിൽ അഭിപ്രായ വ്യത്യാസമുള്ള ചിന്താശീലരുടെ കൂട്ടത്തിൽ ഇരിക്കാനാണ് ഇഷ്ടപ്പെടേണ്ടത്.

വിവേകാനന്ദന്റെ അഭിപ്രായങ്ങളും അത് യുക്തിചിന്തക്ക് നൽകിയ പ്രാധാന്യവും ഇക്കാലത്ത് ഓർമ്മയിൽ വെക്കേണ്ടതുണ്ട്. ദാർശനികാചാര്യന്മാരെയും ആൾദൈവങ്ങളെയും ഒരേ ചരടിൽ കോർക്കുന്ന രാസവിദ്യ ആത്മീയ വ്യവസായത്തിന്റെ പരീക്ഷണശാലയിൽ നടക്കുന്ന ഘട്ടത്തിൽ പ്രത്യേകിച്ചും. വിവേകാനന്ദനും ചട്ടമ്പിസ്വാമിയും ശ്രീനാരായണഗുരുവും മറ്റും ഉൾപ്പെടുന്ന പാരമ്പര്യത്തിലേക്ക് അമൃതാനന്ദമയിയെയും ചേർത്തുവെക്കുകയാണിപ്പോൾ. ആൾദൈവങ്ങൾ -അവഹേളിക്കാൻ പുതിയൊരു പ്രയോഗം (മാതൃഭൂമി ദിനപത്രം) എന്ന

ലേഖനത്തിലൂടെ പി പരമേശ്വരൻ ശ്രമിച്ചതും മറ്റൊന്നല്ല.

ബുദ്ധിശാലികൾ കെണിയൊരുക്കുന്നു. ശുദ്ധഗതിക്കാർ അതിൽ വീഴുന്നു. ഇത് സർവസാധാരണമാണ്. 'ആൾദൈവങ്ങൾ' എന്ന പദം ഇത്തരമൊരു കെണിയാണ്. അവിശുദ്ധമായ ഒരു കൂട്ടുകെട്ടിന്റെ സന്തതി കൂടിയാണത്. ഈശ്വരനില്ല എന്ന് ഉറച്ച് വിശ്വസിക്കുന്നവരുണ്ട്. ശുദ്ധഭൗതികവാദികളോ വൈരുധ്യാത്മക ഭൗതികവാദികളോ ആകാം. മറ്റൊരു കൂട്ടർ ഈശ്വരനിൽ വിശ്വസിക്കുന്നു. പക്ഷേ, മനുഷ്യരൂപത്തിലോ മറ്റേതെങ്കിലും രൂപത്തിലോ പ്രത്യക്ഷപ്പെടുകയില്ല എന്ന വിശ്വാസം അവരുടെ ഈശ്വരവിശ്വാസം പോലെ ഉറച്ചതാണ്. ഈ രണ്ടുകൂട്ടരും ചേർന്ന് ബോധപൂർവം ഒരുക്കിയ കെണിയാണ് ആൾദൈവങ്ങൾ. ഈശ്വരനുണ്ടെന്നും മനുഷ്യരൂപത്തിലോ മറ്റേതെങ്കിലും രൂപത്തിലോ പ്രത്യക്ഷപ്പെടാറുണ്ടെന്നും വിശ്വസിക്കുന്നവരാണ് മൂന്നാമതൊരു കൂട്ടർ. അത്തരക്കാരെ വീഴ്ത്താനുള്ള കെണിയായിട്ടാണ് ആൾദൈവങ്ങൾ എന്ന ആക്ഷേപപ്രചാരണം നടത്തുന്നത്- എന്ന പരമേശ്വരന്റെ ലേഖനത്തിലെ ആമുഖം തന്നെ അപകടത്തിന്റെ ആഴം ബോധ്യപ്പെടുത്തുന്നുണ്ട്. ആത്മീയവാദികൾ നിരാകരിച്ച ജീവിതവുമായി ബന്ധമില്ലാത്ത അന്ധവിശ്വാസങ്ങളും അനാചാരങ്ങളും തിരികെ കൊണ്ടുവരാനാണ് വിചാരകേന്ദ്രത്തിന്റെ താത്ത്വികൻ ശ്രമിക്കുന്നത്.

ഹിന്ദു, കാവി എന്നീ പദങ്ങളെ പുതിയ സാഹചര്യത്തിൽ പരിശോധിക്കുന്ന നിരീക്ഷണങ്ങളെയും പരമേശ്വരൻ വെച്ചുപൊറുപ്പിക്കുന്നില്ല. ഹിന്ദുമതത്തെയും ഹിന്ദുത്വത്തെയും ഒരേ പ്രവണതയായി കണക്കാക്കുന്ന രീതിയും പുറത്തു ചാടി. കാവിയുടെ പേരിൽ ചരിത്രവും സിലബസും ചോദ്യങ്ങളും മാറ്റിമറിക്കുന്ന അധികാര രാഷ്ട്രീയ ലക്ഷ്യങ്ങൾ പുറത്തെടുക്കുമ്പോൾ ജനാധിപത്യവാദികൾ പ്രതികരിക്കാതിരിക്കുന്നതെങ്ങനെ. അയോധ്യയിലെ രാമജന്മഭൂമിക്കായി 78 യുദ്ധങ്ങൾ നടന്നിട്ടുണ്ട്. അവയിലെല്ലാമായി മൂന്നരലക്ഷം ദേശസ്നേഹികൾ മരിച്ചു വീഴുകയും ചെയ്തു. രാമപാദം ഭാരതത്തിൽ പതിഞ്ഞിട്ട് ഒമ്പത് ലക്ഷം വർഷങ്ങൾ കഴിഞ്ഞിരിക്കുന്നു- തുടങ്ങിയ അസംബന്ധങ്ങൾ ചരിത്രപാഠമായിട്ടുതന്നെ ഈ കാവിവൽക്കരണകാലം മുന്നോട്ടുവെക്കുന്നു. അഹിംസാവാദം രാഷ്ട്രത്തെ ഭീരുക്കളുടെ താവളമാക്കി, പശുക്കളുടെ കൊലയാളികളായ മുസ്ലീങ്ങളെ അവസാനിപ്പിക്കുന്ന ഹിന്ദുക്കളെ പൂജിക്കണം, മനുവും ശത്രുഘ്നനുമാണ് ഭൂമിയിൽ ജീവന്റെ ദാതാക്കൾ - തുടങ്ങിയ വിഡ്ഢിത്തങ്ങൾ ഔദ്യോഗികമായി അംഗീകരിക്കപ്പെട്ടന്നത് കാവിവൽക്കരണത്തിന്റെ സൗകര്യത്തിലാണ്. ചരിത്രത്തെയും സംസ്കാരത്തെയും യുക്തിബോധത്തെയും അനാഥമാക്കുന്ന കാവിവൽക്കരണത്തെ എതിർക്കുന്നവരെ ശത്രുക്കളായാണ് പരമേശ്വരൻ കണ്ടത്.

ആൾദൈവം എന്നത് ഒരു ശകാരപദമായി വിലയിരുത്തുന്ന വിചാരകേന്ദ്രം ബുദ്ധിയുടെ ഉദാഹരണങ്ങൾ ചിരിക്കു വകനൽകുന്നതാണ്. വിശ്വാസികൾക്കിടയിലെ മറ്റൊരു ധാരയെപ്പോലും ഉൾക്കൊള്ളാനാവാത്ത ഫാസിസ്റ്റ് ആത്മീയതയുടെ അസഹിഷ്ണുതയാണ്

മാതൃഭൂമി ലേഖനത്തിൽ നിന്ന് വായിച്ചെടുക്കാനാവുന്നത്. മുസോളിനിയും ഗോൾവാൾക്കറും മറ്റും അടിവരയിട്ട ഭൗതിക ആത്മീയതയിലേക്ക് പരമേശ്വരൻ കേരളത്തിൽനിന്ന് താത്ത്വിക വ്യാഖ്യാനങ്ങളുമായി കടന്നുചെല്ലുന്നുമുണ്ട്. അതിന്റെ ഒന്നാമത്തെ പ്രവണത യുക്തിക്ക് ശവപ്പ റമ്പൊരുക്കുകയാണ്.

.....തകർന്നടിഞ്ഞ വിശ്വാസപ്രമാണങ്ങളുടെ കൂരിരുട്ടിൽ നിൽക്കുന്നവർ വിശ്വാസത്തിന്റെ വെളിച്ചം തേടുന്നവരുടെ പിടിവള്ളി കൾപോലും തട്ടിക്കളയുന്നത് സമൂഹദ്രോഹമാണ് എന്ന പരമേശ്വരന്റെ അഭ്യർഥനയെന്ന് തോന്നിപ്പിക്കുന്ന മുന്നറിയിപ്പ് നവോത്ഥാനത്തിന്റെ ജനാധിപത്യബോധത്തെയും നവീകരണത്തെയും തച്ചുടക്കുകയാണ്. ഇങ്ങനെ പറയാൻ തുടങ്ങിയാൽ കാവി കലണ്ടറിൽ ശ്രീനാരായണഗു രുവും വാഗ്ഭടാനന്ദനും സാമൂഹ്യദ്രോഹികളായിത്തീരും.

സന്ദർഭങ്ങളിൽനിന്നടർത്തിമാറ്റി ഗുരുപ്രഭാഷണങ്ങൾ ഉദ്ധ രിക്കാനുള്ള പരമേശ്വരന്റെ വിരുത് അസൂയാവഹമാണ്. അങ്ങനെയാ യാൽ ക്ഷേത്രപുനരുദ്ധാരണ പ്രവർത്തനങ്ങൾക്ക് ഇപ്പോഴും താങ്ങായി ശ്രീനാരായണന്റെ ഉദ്ധരണികൾ പ്രയോജനപ്പെടുത്താം. സ്വയം നവീകരിച്ച് അക്കാലത്തെ സാമൂഹ്യ മനുഷ്യരുമായുള്ള സംവാദാത്മക സമ്പർക്കങ്ങളിലൂടെ പുതിയ കാഴ്ചപ്പാടുകളിലേക്ക് മുന്നേറുകയുമായിരുന്നു ഗുരു. ക്ഷേത്രനിർമാണത്തെപ്പറ്റിയുള്ള വാഗ്ഭടാനന്ദന്റെ വിമർശനം അതിലൊന്നുമാത്രമായിരുന്നു.

ആരാധനാ സമ്പ്രദായം പരിഷ്ക്കരിക്കേണ്ടതിനെക്കുറിച്ച് ഗുരു പല നിർദേശങ്ങളും നൽകി. മാടൻ, യക്ഷി, ഗന്ധർവൻ, മറുത തുടങ്ങിയ മൂർത്തികളെ ആരാധിക്കുന്നതിനെതിരെ പ്രചാരണം നടത്തു കയുമുണ്ടായി. പല സ്ഥലങ്ങളിലും ചെന്ന് ഗുരു അത്തരം മൂർത്തികളെ നീക്കി. പല ദുർദേവതാ വിഗ്രഹങ്ങളും ചാക്കിലാക്കി പുഴയിലൊഴു ക്കാനും മുന്നിട്ടിറങ്ങി. സർപ്പക്കാവുകൾ പലതും വെട്ടിത്തെളിക്കാനും നേതൃത്വം കൊടുത്തു.

നിരന്തരമായ നവീകരണത്തിലൂടെ മുന്നേറിയ നാരായണഗുരു വിനൊപ്പം സംഘപരിവാര രാഷ്ട്രീയ അജണ്ട മാതാ അമൃതാനന്ദമയിയെ യും പ്രതിഷ്ഠിക്കുകയാണ്. ആർഎസ്എസിന്റെ ബ്രാഹ്മണവൽക്കരണ പരിശ്രമങ്ങളുടെ അനുബന്ധചിന്തകളും ഇവിടെ കാണാനാവും. അരയ സമുദായത്തിൽ ജനിച്ച അമൃതാനന്ദമയി മൂലധനത്തിന്റെ കളിത്തോ ഴികുട്ടിയായപ്പോൾ ബ്രാഹ്മണ സ്ത്രീയാകാൻ മോഹിച്ചത് നിസ്സാര മായിരുന്നില്ല. അതിനു കണ്ടെത്തിയ വഴി ആദ്യം അച്ഛനമ്മമാരെ ബ്രാഹ്മണരാക്കുകയാണ്. അമൃതാനന്ദമയിയുടെ ജീവചരിത്രകാരൻ പറയുന്നത് ശ്രദ്ധിക്കുക:"ഒരു വലിയ ഹഠയോഗി ഒരിക്കൽ ഇടമണ്ണേൽ വന്നു. അദ്ദേഹം സുഗുണാനന്ദനോട് പറഞ്ഞു. നീ ബ്രാഹ്മണനാണ്. നിന്റെ പൂണൂൽ മറ്റാരും കാണുന്നില്ല. പക്ഷേ, എനിക്ക് കാണാം..." എന്ന തുടക്കം അവസാനിക്കുന്നത് ബ്രാഹ്മണരെപ്പോലെ വ്രതാനുഷ്ഠാ നങ്ങളും മറ്റും ചിട്ടയായി നടത്തുന്ന ദമയന്തിയമ്മയെ ഗ്രാമവാസികൾ

പട്ടത്തിയമ്മ എന്നാണ് വിളിച്ചിരുന്നത് എന്ന് കൂട്ടിച്ചേർത്താണ്.

എല്ലാ ആൾദൈവങ്ങളുടെയും തുടക്കം ലളിതമായ ചുറ്റുപാടിൽ നിന്നാണ്. പിന്നെ സാമാന്യബോധത്തിന്റെ ആവരണങ്ങൾക്കിടയിൽ അവരിലെ അസംബന്ധ മനുഷ്യരെ ഒളിച്ചുവെക്കുകയാണ് പതിവ്. ജ്വലിച്ചുയർന്നുവന്ന നീല ഗോളമാണ് സത്യസായി ബാബക്ക് ജന്മം നൽകിയ ഗർഭത്തിലേക്ക് നയിച്ചതെന്നാണ് കഥ. അമൃതാനന്ദമയിയെ ചുറ്റിപ്പറ്റി സംഘപരിവാര താത്ത്വികരും മാധ്യമങ്ങളും പരമ്പരാഗത പണ്ഡിതരും സാമാന്യ യുക്തിപോലും സ്വീകരിക്കാത്ത കെട്ടുകഥകളാണ് എഴുന്നള്ളിച്ചുകൊണ്ടിരിക്കുന്നത്.

'മാതാ അമൃതാനന്ദമയി ദിവ്യകഥകളും യാഥാർഥ്യങ്ങളും' എന്ന പുസ്തകത്തിൽ ശ്രീനി പട്ടത്താനം ഉമിക്കരി പഞ്ചസാരയായ എത്രയോ അസംബന്ധങ്ങൾ നിരത്തിയിട്ടുണ്ട്. ജീവചരിത്രകാരനെ ഉദ്ധരിച്ച് കെട്ടുകഥകളിലേക്ക് കടന്നുചെല്ലുന്നുമുണ്ട്. 1953 സപ്തംബർ 27 കാർത്തിക നക്ഷത്രത്തിൽ കുഞ്ഞു ജനിച്ചു. മാതാപിതാക്കൾ നൽകിയ പേര് സുധാമണി എന്നായിരുന്നു. സുധാമണിയാകട്ടെ ദമയന്തിയുടെ കടിഞ്ഞൂൽ ശിശുവൊന്നുമല്ല. നാലാമതായി പിറന്ന സന്തതിയാണ്. രണ്ടു പ്രസവത്തിനു ശേഷം ദമയന്തിയമ്മ മൂന്നാമതായി ഒരു വിചിത്ര ശിശുവിന് ജന്മം നൽകി. സുന്ദരനും തേജസ്വിയുമായ ആ ആൺകുഞ്ഞിന്റെ ദേഹം മുഴുവൻ നീലനിറമായിരുന്നു. വീട്ടിൽ കൃഷ്ണൻ പിറന്നു എന്നു പറഞ്ഞ് എല്ലാവരും സന്തോഷിച്ചു. പക്ഷെ 53 ദിവസം കഴിഞ്ഞ് ആ കുഞ്ഞ് മരിച്ചുപോയി. അതിനുശേഷം ശ്യാമവർണത്തോടുകൂടിയ പെൺകുഞ്ഞിന്റെ ജനനത്തിൽ സന്തോഷിക്കാൻ എന്തിരിക്കുന്നു... എന്ന വിനീതഭാവം പെട്ടെന്നാണ് സടകുടഞ്ഞെഴുന്നേൽക്കുന്നത്. പിന്നെ ദമയന്തി സുധാമണി ജനിച്ചപ്പോഴുണ്ടായ പ്രത്യേകതകളും കുട്ടി ഗർഭത്തിലുണ്ടായപ്പോൾ അനുഭവിച്ച സ്വപ്നക്കാഴ്ചകളും വിവരിക്കുന്നു.

പിറന്ന് വീണാലുടൻ കുഞ്ഞുങ്ങൾ കരയുക പതിവാണല്ലോ. എന്നാൽ ഈ കുഞ്ഞ് കരയുകയേ ഉണ്ടായില്ല. കുഞ്ഞിന് നല്ല നീലനിറമായിരുന്നു. കൃഷ്ണന്റെയും കാളിയുടെയും വർണത്തോട് സാദൃശ്യമുള്ള ദൂർവാദളശ്യാമളകോമളാംഗം. സുധാമണിയെന്ന വിചിത്ര ബാലിക ആറാം ദിവസംതൊട്ട് വ്യക്തമായി മാതൃഭാഷയായ മലയാളം സംസാരിക്കാൻ തുടങ്ങി. ഏഴാം മാസത്തിൽ എഴുന്നേറ്റ് ഓട്ടമായി. ഒരിക്കൽ സുധാമണി അച്ഛനോട് പറഞ്ഞു. ഹോ, അച്ഛനെന്നെ പണ്ട് വലിച്ചെറിഞ്ഞ ഏറ് കൊല്ലാനുള്ള ഏറായിരുന്നല്ലോ. സുഗുണചന്ദ് ആദ്യം കാര്യം മനസ്സിലായില്ല. മനസ്സിലായപ്പോൾ അത്ഭുതത്തിന് അതിരില്ലാതായി. അഞ്ചുമാസം പ്രായമുള്ളപ്പോൾ നടന്ന സംഭവം കുഞ്ഞ് അതേപടി ഓർമിച്ചുവെക്കുന്നു. ജീവചരിത്രകാരൻ 57,58 പേജുകളിലായി പുളകം കൊണ്ടെഴുതിയ അത്ഭുത പരമ്പരകൾ പിന്നെയും നീളുന്നുണ്ട്.

അമൃതവർഷത്തിന്റെ മൂലധനദൈവങ്ങൾ അമൃതാനന്ദമയിയുടെ ദിവ്യാത്ഭുതങ്ങൾ വീണ്ടും ആവർത്തിച്ചു. പുതിയ അനുബന്ധ കഥകളുമുണ്ടായി. ജീവിതത്തിലേക്ക് തിരിച്ചുവരാൻ 20 ശതമാനം സാധ്യതമാത്രം

ഡോക്ടർമാർ വിധിയെഴുതിയ ആൾ അമ്മയുടെ സ്പർശനത്തിലൂടെയാണ് ഇപ്പോൾ ജീവിക്കുന്നതെന്ന കഥ തൊട്ട് അത് തുടങ്ങുന്നു. അമൃതാനന്ദമയിയുടെ ആലിംഗനം മരുന്നിന്റെ സ്ഥാനം കൈയേറുന്നുവെന്ന് തോന്നിപ്പിക്കുന്ന മട്ടിലായിരുന്നു വാർത്തകൾ. അമൃതവർഷകാലയളവുവരെ മൂന്ന് കോടി ജനങ്ങളെ അവർ ആശ്ലേഷിച്ചുവത്രെ. അമ്മയുടെ ജീവിതകാലത്തിനുള്ളിൽ ബാക്കിയുള്ളവരെയും ആ കരവലയത്തിനുള്ളിലാക്കിയാൽ ഇന്ത്യൻ പ്രതിസന്ധികളെങ്കിലും തീരാതിരിക്കില്ല!

നമ്മൾ ചെയ്യുന്നതിനൊന്നും നമ്മൾ ഉത്തരവാദിയല്ലെന്ന ആത്മീയവിചാരത്തിന്റെ ബലഹീനത അമൃതാനന്ദമയി അമൃതവർഷത്തോടനുബന്ധിച്ച് നടത്തിയ അനുഗ്രഹ പ്രഭാഷണങ്ങളിലും കണ്ടു. ഇന്ന് ലോകത്തിൽ കാണുന്ന യുദ്ധങ്ങളുടെയും ഭീകരാക്രമണങ്ങളുടെയും കാരണം വ്യക്തിമനസ്സിലെ വിദ്വേഷമാണ്... എന്ന വാദം അംഗീകരിച്ചുകഴിഞ്ഞാൽ സമൂഹം എന്ന ചിന്തയെയും അതിനെ നിയന്ത്രിക്കുന്ന പ്രേരണകളെയും തള്ളിക്കളയേണ്ടിവരും.

ജീവിതത്തെ സുന്ദരമാക്കുന്നതും വികൃതമാക്കുന്നതും മനസ്സാണ്. ആ മനസ്സിനെ വേണം ആദ്യം നാം ഭംഗിയാക്കേണ്ടത്. പണ്ടുകാലത്ത് അസുരന്മാരും ദേവന്മാരും ഉണ്ടായിരുന്നു. അവർ തമ്മിൽ കൂടെക്കൂടെ യുദ്ധങ്ങളും നടക്കാറുണ്ടായിരുന്നു. എന്നാൽ അക്കാലത്ത് അവർ വ്യത്യസ്ത ലോകങ്ങളിലാണ് ജീവിച്ചിരുന്നത്. ശ്രീരാമന്റെ കാലമായപ്പോഴേക്കും അസുരന്മാർ അടുത്ത രാജ്യങ്ങളിലേക്ക് കുടിയേറി. ശ്രീകൃഷ്ണന്റെ കാലത്താകട്ടെ അസുരന്മാർ സ്വന്തം കുടുംബത്തിൽ തന്നെയായി. എന്നാൽ ഇന്നത്തെ കാലത്ത് അസുരന്മാർ വീണ്ടും അടുത്തു. നമ്മുടെ ഉള്ളിൽത്തന്നെയായി. ഈ ശത്രുക്കളെ തോൽപ്പിച്ചാലേ നമുക്ക് യഥാർത്ഥ വിജയം കൈവരിക്കാൻ സാധിക്കൂ...(ജന്മഭൂമി) എന്നുകൂടി കൂട്ടിച്ചേർക്കുമ്പോൾ അമൃതാനന്ദമയി സാമാന്യബോധത്തെ കൂട്ടുപിടിച്ച് ചില ആശയങ്ങളാണ് പങ്കുവെക്കുന്നത്. എം.എൻ വിജയൻ നിരീക്ഷിച്ചതുപോലെ, നിങ്ങൾ ധർമം മാത്രമേ ചെയ്യുന്നുള്ളൂ എന്ന ഉദ്ബോധനം വ്യക്തികളെ യന്ത്രമാക്കുന്നതിന് തുല്യമാണ്. ഇതാവട്ടെ കുറ്റവിമുക്തി നൽകുന്നുമുണ്ട്. ആത്മീയതയും ഫാസിസ്റ്റ് രാഷ്ട്രീയ ലക്ഷ്യങ്ങളും ഊന്നുന്ന ധർമനിഷ്ഠ കുറ്റവിമുക്തിയുടേതാണ്. ഈ വ്യക്തിവാദത്തിന്റെ ആശയമണ്ഡലമാണ് ആൾദൈവങ്ങളുടെ ലോകത്തുനിന്ന് കാണാനാവുന്നത്. ചോദ്യങ്ങൾ വിലക്കപ്പെടുന്നിടത്താണ് അന്ധവിശ്വാസങ്ങൾക്കും ദിവ്യാത്ഭുതങ്ങൾക്കും സ്പർശന ചികിത്സകൾക്കും ആലിംഗന പ്രതിവിധിക്കും സ്വീകാര്യതയേറുന്നത്. ആൾദൈവങ്ങളെ കേന്ദ്രസ്ഥാനത്ത് പ്രതിഷ്ഠിക്കുമ്പോൾ ഉത്തരം പറയേണ്ട ഒരേയൊരുകേന്ദ്രം അതായി മാറുന്നു. ജനാധിപത്യനിരാസത്തിന്റെ ഈ മാറ്റം ചൂണ്ടിക്കാണിക്കുമ്പോഴാണ് ആൾദൈവം എന്നതിനെ പി പരമേശ്വരനും മറ്റും ശകാര പദമാക്കുന്നത്.

ശിവഗിരിയിലെ കാണിക്കപ്പെട്ടി മോഷണം പോയതറിഞ്ഞ് ശ്രീനാരായണഗുരു ചിരിച്ചുകൊണ്ട് പറഞ്ഞത് ശ്രദ്ധേയമാണ്. ഈ പണമെല്ലാം കാണിക്കയായി ഇട്ടവരുടെ പക്കൽ കുറേശ്ശെയായി

കിടന്നിരുന്നെങ്കിൽ കള്ളൻ വളരെ ബുദ്ധിമുട്ടിപ്പോകുമായിരുന്നു. എല്ലാം ഒന്നിച്ച് ഒരിടത്ത് കൂടിയപ്പോൾ അവനെന്ത് എളുപ്പമായിത്തീർന്നു എന്ന പ്രതികരണം മൂലധനസമാഹരണത്തിന്റെ കൗശലങ്ങളെയും മുറിവേൽപ്പിക്കുകയാണ്. വിഗ്രഹാരാധനാ ഖണ്ഡനത്തിലൂന്നിയ വാഗ്ഭടാനന്ദനും അനാചാരങ്ങളെയും അന്ധവിശ്വാസങ്ങളെയും കടപുഴക്കാൻ പല ശ്രമങ്ങളും നടത്തി. മതത്തിന്റെ പേരിൽ യാഥാസ്ഥിതികർ അനുശാസിക്കുന്ന പഴകിദ്രവിച്ച വിശ്വാസ പ്രമാണങ്ങളെ അദ്ദേഹം ചോദ്യം ചെയ്തു. മതം മനുഷ്യനെ നല്ലവരാക്കാനുള്ള ആചാരനിഷ്ഠകൾ ആവിഷ്ക്കരിച്ചിട്ടും മനുഷ്യസമുദായം വേണ്ടവിധം പ്രബുദ്ധമോ പരിശുദ്ധമോ ആയിട്ടില്ലെന്ന് വാഗ്ഭടാനന്ദൻ പരിതപിച്ചു. മനുഷ്യന്റെ ചരിത്രം പവിത്രമാകുന്നത് പരിഷ്ക്കാരം പരക്കുന്നതോടെയാണെന്നറിയാൻ ആർക്കും പ്രയാസമില്ല. അനുഗ്രഹീതനായ മനുഷ്യന്റെ ഭാഗ്യവും സൗഭാഗ്യവും വെളിപ്പെടുത്തുന്ന വെളിച്ചമത്രേ പരിഷ്ക്കാരം. (വാഗ്ഭടാനന്ദന്റെ സമ്പൂർണ കൃതികൾ, പേജ് 292) എന്ന് പറയുമ്പോൾ സാമൂഹ്യ നവീകരണത്തിന്റെ സാധ്യതകളിലാണ് ഊന്നിയത്. ജനസമുദായത്തിന്റെ പൊതുവിലുള്ള യോഗവും ക്ഷേമവും ലക്ഷ്യമാക്കി സ്വാർഥത്തെ പരാർഥമുണ്ടാക്കി പരിഷ്ക്കാരം പരത്തുവാൻ ഏവരും ഇവിടെ കടപ്പെട്ടിരിക്കുകയാണെന്നുള്ള വസ്തുത വിസ്മരിക്കാതിരിക്കണം എന്നുകൂടി വാഗ്ഭടാനന്ദൻ കൂട്ടിച്ചേർത്തു. ഈ ധാരയെയാണ് സാമൂഹ്യവിരുദ്ധ പ്രവർത്തനമായി പി പരമേശ്വരൻ വിലയിരുത്തി ശകാരിക്കുന്നത്. ആൾദൈവങ്ങൾക്കു ചുറ്റും യുക്തിരഹിതമായ പ്രതീതികളുണ്ടാക്കുന്ന പരമേശ്വരൻ കുട്ടിച്ചാത്തൻ, ചാത്തനേറ്, മന്ത്രവാദം തുടങ്ങിയ രീതികൾപോലും അനിവാര്യമാണെന്ന് ആവർത്തിക്കുന്നുമുണ്ട്.

വിധേയത്വത്തിന്റെ എച്ചിലില

ഭക്തിയാം ച്ചണ്ടയിൽ
ഒരിക്കൽ വിഴങ്ങിയ
ബുദ്ധിഹീനന്
മുക്തിയില്ലൊരിക്കലും -ഇടശ്ശേരി

വിശ്വാസ ഭീകരതയുടെ താന്തോന്നിത്തങ്ങൾ ശബരിമലയിൽ സാമൂഹ്യ മര്യാദയുടെ എല്ലാ സീമകളും ലംഘിച്ച് ഉറഞ്ഞാടിയ ദിനങ്ങളിലാണ് ഒഡീഷയിൽനിന്ന് രാജ്യത്തെ നടുക്കിയ വാർത്ത വന്നത്. ദുർഗാ ദേവിയെ പ്രീതിപ്പെടുത്താൻ ഒമ്പതു വയസ്സുകാരനായ ഘനശ്യാം റാണയെ ശിരസ്സറുത്ത് ബലിനൽകുകയായിരുന്നു. ബോംഗിർ ജില്ലയിലെ സുന്ദിഉുന്ദ ഗ്രാമത്തിൽ നടന്ന പ്രാകൃതമായ ആ ക്രൂര സംഭവത്തിൽ കുട്ടിയുടെ അമ്മാവൻ കുഞ്ഞ റാണയും ബന്ധു സംബാബൻ റാണയും അറസ്റ്റിലാവുകയുംചെയ്തു. 2018 ഒക്ടോബർ പതിമൂന്നിനായിരുന്നു ആധുനിക ഇന്ത്യയുടെ തലകുനിഞ്ഞ സംഭവം. ദുർമന്ത്രവാദികളാണ് ഇരു റാണമാരും. തങ്ങൾക്ക് നല്ല ദിവസം വരുന്നതിന് കുട്ടിയെ തന്ത്രപൂർവം വിളിച്ചുകൊണ്ടുപോയി ബലിനൽകുകയായിരുന്നു. അതിന് ദുർഗാപൂജാ ദിവസം തെരഞ്ഞെടുത്തതും നിസ്സാരമല്ല. മകനെ കാണാനില്ലെന്ന് കാണിച്ച് ഒക്ടോബർ പതിനാറിന് അച്ഛനമ്മമാർ പൊലീസിൽ നൽകിയ പരാതിയെ തുടർന്നുള്ള അന്വേഷണത്തിൽ സുന്ദിഉുന്ദയിൽ നിന്ന് തല അറുത്തുമാറ്റിയ നിലയിൽ ജഡം കണ്ടെത്തുകയായിരുന്നു. ഛേദിക്കപ്പെട്ട തല പ്രദേശത്തുനിന്ന് അൽപ്പം മാറി കിട്ടുകയും ചെയ്തു. ഈ പ്രാകൃതത്വത്തെ വിശ്വാസത്തിന്റെ പേരിൽ ആർക്കെങ്കിലും ന്യായീകരിക്കാനാവുമോ?. ഇത്തരം ഹീനകൃത്യങ്ങൾ തങ്ങളുടെ ജന്മാവകാശമാണെന്ന് ചിലർ ബഹളംകൂട്ടിയാൽ വകവെച്ചുകൊടുക്കാനാവുമോ?.

രാജസ്ഥാനിലെ സികാർ ജില്ലയിലെ ദിയോരാല ഗ്രാമത്തിൽ സതിയുടെ പേരിൽ തീക്കുണ്ഡത്തിലേക്ക് വലിച്ചെറിയപ്പെട്ട രൂപ്കൻവർ ഇപ്പോഴും ചോരചീറ്റുന്ന ഓർമയാണ്. 1987 സപ്തംബർ നാലിനായിരുന്നു ആ സാമൂഹ്യവധം. പതിനെട്ടാം വയസ്സിൽ മാൽസിങ് ഷെഘാവത്ത് എന്നയാളെ ആ രജപുത്ത് സ്ത്രീ വിവാഹം ചെയ്തെങ്കിലും അയാൾ എട്ടു മാസത്തിനുള്ളിൽ മരിച്ചു. തുടർന്നായിരുന്നു വിശ്വാസ

സംരക്ഷണത്തിന്റെ മറവിൽ നിർബന്ധിത സതി അനുഷ്ഠാനം. പതിനായിരങ്ങളാണ് അവിടെ തടിച്ചുകൂടിയത്. രൂപ്കൻവറിനെ അവരെല്ലാം സതിമാതാ എന്നാണത്രെ അഭിസംബോധനചെയ്യുന്നതും. സംഭവം വിവാദമായപ്പോൾ പൊലീസ് അന്വേഷണം നടത്തുകയും ചിലരുടെ പേരിൽ കേസെടുക്കുകയുമുണ്ടായി. ആ അനാചാരത്തിനെതിരായ പ്രതിഷേധത്തിൽ മൂവായിരം ആളുകൾ മാത്രമായിരുന്നെങ്കിൽ അതിനെ അനുകൂലിച്ച് എഴുപതിനായിരത്തിലേറെ പേർ തെരുവിലിറങ്ങി. നിയമപരമായി വിലക്കിയിട്ടും സതിയെ മഹത്വവൽക്കരിക്കാനുള്ള ശ്രമങ്ങൾ ഇപ്പോഴും ഉത്തരേന്ത്യൻ ഗ്രാമങ്ങളിൽ തകൃതിയായി നടക്കുന്നു. കമിഴ്ന്ന് കിടന്ന് മേൽജാതിക്കാരുടെ ചെരുപ്പുകൾ പുറത്തേറ്റിയുള്ള പൂജാചടങ്ങ് ഉത്തരേന്ത്യയിൽ ഇപ്പോഴുമുണ്ട്. സവർണരുടെ തേഞ്ഞരഞ്ഞ് വൃത്തികെട്ട പാദുകങ്ങൾ ശരീരത്തിൽ വെക്കുന്നത് വിനീത വിധേയത്വത്തിന്റെ സാക്ഷ്യം മാത്രമാണ്. അത് തങ്ങളുടെ അവകാശമായാണ് അക്കൂട്ടർ കണക്കാക്കുന്നതും. മേൽപ്പറഞ്ഞ മൂന്ന് കാര്യങ്ങളും കേരളത്തിന്റെ ഇപ്പോഴത്തെ പിൻനടത്തത്തിനുനേരെ ചില സന്ദേഹങ്ങളെങ്കിലും ഉയർത്താതിരിക്കില്ല.

ആചാരങ്ങളുടെയും വിശ്വാസത്തിന്റെയും അപ്രമാദിത്വം അരക്കിട്ടുറപ്പിക്കാൻ തെരുവുകളും ആരാധനാലയങ്ങളും കലാപകലുഷിതമാക്കുന്ന അസംബന്ധമനുഷ്യർ കേരളത്തിന്റെ പോയകാലമെങ്കിലും ഓർക്കേണ്ടതാണ്. ഒരു നൂറ്റാണ്ടു മുമ്പ് സ്ഥിതിയെന്തായിരുന്നുവെന്ന് മനസ്സിലാക്കാനെങ്കിലും അത് ഉപകരിക്കും. പി ഭാസ്കരനുണ്ണിയുടെ 'പത്തൊമ്പതാം നൂറ്റാണ്ടിലെ കേരളം'എന്ന കൃതിയിലൂടെ കടന്നുപോയാൽ അബദ്ധധാരണകൾക്ക് വലിയ ആയുസ്സുണ്ടാവില്ല. പുലയസ്ത്രീകൾ ആദ്യമായി മൂക്കുത്തി ധരിച്ച് റോഡിലിറങ്ങിയപ്പോൾ പന്തളത്ത് നടന്ന അതിക്രമങ്ങൾ ഇപ്പോൾ ഊഹിക്കാൻപോലുമാവില്ല. ശൂദ്ര പെണ്ണുങ്ങൾക്ക് മൂക്കുത്തിയിടാൻ അനുവാദമില്ലാത്ത കാലമായിരുന്നു അത്. അത് ലംഘിച്ച് റോഡിലിറങ്ങിയവരുടെ മൂക്ക് സവർണന്മാർ വലിച്ചുകീറി. ആ കടന്നാക്രമത്തിന് മേൽജാതി സ്ത്രീകൾ പിന്തുണ നൽകിയെന്നത് അതേക്കാൾ ഭയാനകം. എല്ലാ സ്ത്രീകൾക്കും മൂക്കുത്തി ധരിക്കാമെന്ന് രാജവിളംബരം ഇറങ്ങിയിട്ടും സവർണ വിഭാഗങ്ങൾ അംഗീകരിച്ചില്ല. അവർ കലാപാഹ്വാനവുമായി തെരുവിലും റോഡിലുമിറങ്ങി. മൂക്കുത്തിയിട്ടവരുടെ മൂക്ക് വലിച്ചുകീറി. കായംകുളത്ത് പൊതുനിരത്തിൽ ഈഴവ യുവതി മാറിൽ തുണ്ടു തുണിയുമിട്ടു പോയതും മേൽജാതിഹിന്ദുക്കൾക്കും അവരുടെ പിണിയാളുകളായ ചുരുക്കം മുസ്ലിം പ്രമാണിമാർക്കും ദഹിച്ചില്ല. അവളുടെ മാറിൽനിന്നു തുണി വലിച്ചുമാറ്റി വെള്ളയ്ക്കാമോട പിടിപ്പിച്ചു ആ സ്ത്രീയെ റോഡിൽ നഗ്നയാക്കി അപമാനിച്ചു. കീഴ്ജാതി പെണ്ണുങ്ങൾ മാറിൽ തുണി ഇടുന്നതിനെതിരെ വമ്പൻ സവർണ കലാപം നടന്നു. ഇടത്തുവശത്ത് ചായ്ച്ചു കൊണ്ടുവച്ച മുടികെട്ടാനുള്ള അവകാശം മേൽജാതി ഹിന്ദുക്കൾക്ക് മാത്രം. അച്ചിപ്പുടവ പറയത്തിക്കും പുലയത്തിക്കും ഈഴവപ്പെണ്ണിനും നിഷിദ്ധമായിരുന്നു. കായംകുളത്തിനടുത്ത്

പത്തിയൂരിൽ അച്ചിപ്പുടവ ഉടുത്തുപോയ ഈഴവ പെണ്ണിനെ മേൽജാതിക്കാർ തുണിയുരിഞ്ഞാണ് അധിക്ഷേപിച്ചത്. തൊള്ളായിരത്തി അറുപതുകളുടെ ആദ്യംവെ അമേരിക്കയിൽ പൊതുവിദ്യാലയങ്ങളിൽ കറുത്ത കുട്ടികൾക്ക് പ്രവേശനമുണ്ടായിരുന്നില്ല. നിയമം അനുകൂലമായിട്ടും ആ കുരുന്നുകൾക്കുനേരെ പാഠശാലകളുടെ വാതിലുകൾ കൊട്ടിയടക്കപ്പെട്ടു. ആറു വയസ്സുകാരിയായ റൂബി ബ്രിഡ്ജസാണ് ആ വിലക്ക് ലംഘിച്ച് ആദ്യമായി സ്കൂളിലെത്തിയത്. 1960 നവംബർ പതിനാലിനാലിന് അവൾ ന്യൂ ഓർലീൻസിലെ വില്യം ഫ്രാന്റ്സ് എലമെന്ററി സ്കൂളിലേക്ക് കാലെടുത്തുവെച്ചത് നാല് വെള്ള പൊലീസുകാരുടെ സുരക്ഷയിലും. വെള്ളക്കാരായ രക്ഷിതാക്കൾക്ക് അത് രുചിച്ചില്ല. അവർ തങ്ങളുടെ മക്കളെ സ്കൂളിൽനിന്ന് പിൻവലിച്ചു. ചിലർ അവിടെ തടിച്ചുകൂടി ബഹളംകൂട്ടി. അധികൃതർ മുട്ടുമടക്കാതിരുന്നതിനാൽ പ്രതിഷേധങ്ങൾ പതുക്കെ തണുക്കുകയായിരുന്നു. 'ദി പ്രോബ്ലം വി ഓൾ മസ്റ്റ് ലിവ് വിത്ത്'എന്ന നോർമൻ റോക്ക്‌വെല്ലിന്റെ പ്രശസ്ത പെയിന്റിങ്ങിന്റെ പ്രേരണ ആ സംഭവമാണ്. അത് 1964 ജനുവരി പതിനാലിന്റെ 'ലുക്ക്' മാഗസിന്റെ കവർ ചിത്രമാവുകയും ചെയ്തു.

രണ്ട്

കർണാടകത്തിലെ ക്ഷേത്രങ്ങളിൽ അര നൂറ്റാണ്ട് നിലനിന്ന മഡെ സ്നാന നാടുനീങ്ങിയത് പുരോഗമനവാദികളുടെ അസംഖ്യം പ്രക്ഷോഭങ്ങളുടെ ഫലം. ബ്രാഹ്മണർ ഭക്ഷണം കഴിച്ച ഇലയിൽ കീഴ്ജാതിക്കാർ ഉരുളുന്ന ആ ദുരാചാരം മനുഷ്യന്റെ വ്യക്തിത്വത്തെയും ആത്മാഭിമാനത്തെയും കുഴിച്ചുമൂടുന്നതായിരുന്നു. ചർമ രോഗങ്ങൾ മാറുമെന്ന അന്ധവിശ്വാസത്തിന്റെ മറവിലാണ് എച്ചിലിലയിൽ ദളിതരടക്കമുള്ള പിന്നോക്കക്കാർക്ക് ഉരുളാൻ പ്രേരണയായതും. കുക്കേ സുബ്രഹ്മണ്യ, ഉഡുപ്പി ശ്രീകൃഷ്ണ ക്ഷേത്രമുൾപ്പെടെ സംസ്ഥാനത്തെ വിവിധ ക്ഷേത്രങ്ങളിൽ മഡെ സ്നാനയും പന്തി ഭോജനവും ആചരിച്ചുവന്നു. കുന്താപുരം, ഹാസൻ, രാമനാഥപുര മേഖലകളിലും അടിമ സമാനമായ ദുരാചാരത്തിന്റെ വിളനിലമാണ്. ഉന്നത ശ്രേണിയിൽപെട്ടവർക്കും കീഴ്ജാതിക്കാർക്കും ക്ഷേത്രങ്ങളിൽ പ്രത്യേകം ഭക്ഷണം വിളമ്പുന്ന പന്തിഭോജന സമ്പ്രദായം കർണാടകത്തിലെ ഇരുനൂറ്റി അമ്പതിലധികം ക്ഷേത്രങ്ങളിൽ കാണാം. ബ്രാഹ്മണന്റെ എച്ചിലിലയിൽ നീന്തിയാൽ സർവരോഗങ്ങളും ശമിക്കും എന്നതാണ് മഡെ സ്നാനയുടെ അടിസ്ഥാനം. ആദ്യകാലങ്ങളിൽ ഇതുമൂലം ചർമരോഗങ്ങൾ മാറുമെന്നും മോക്ഷം ലഭിക്കുമെന്നുമായിരുന്നു വിശ്വാസം. പിന്നീട് കുഷ്ഠം, ശ്വാസതടസ്സം, കാൻസർ, ഹൃദ്രോഗം തുടങ്ങി എല്ലാറ്റിനും പ്രതിവിധിയാണ് എന്ന രീതിയിലായി പ്രചാരങ്ങൾ.

ചതുർഥി, പഞ്ചമി, ഷഷ്ഠി ദിവസങ്ങളിലാണ് ചടങ്ങ്. ഉച്ചയ്ക്കു രണ്ട് മണിയോടെ ബ്രാഹ്മണർ കൂട്ടമായി ക്ഷേത്രത്തിനകത്ത് പ്രവേശിച്ച് വാതിലടച്ച് ഇലയിട്ടു സദ്യയുണ്ണും. കൈകഴുകിക്കഴിയുമ്പോൾ പുറത്തു കാത്തുകെട്ടിനിൽക്കുന്ന കീഴ്ജാതിക്കാർ ക്ഷേത്രത്തിനകത്തേക്ക്

ഇരമ്പിക്കയറി ബ്രാഹ്മണർ അവശേഷിച്ച എച്ചിലിലകൾക്കു മേലെ ഭക്ത്യാദരപൂർവം ശയനപ്രദക്ഷിണം നടത്തും. സവർണരുടെ ഉമിനീരിന് ഔഷധ മൂല്യമുണ്ടെന്ന അന്ധവിശ്വാസമാണ് അതിന്റെ അടിസ്ഥാനം. കുമാരധാര നദീതീരത്താണ് സുബ്രഹ്മണ്യ ക്ഷേത്രം. ആ നദി ഉണ്ടായത് താരകാസുരനെ കൊന്ന ഗണപതിയുടെ ആയുധം കഴുകാനാണെന്നാണ് പുരാവൃത്തം. കുമാരപർവതത്തിൽ സന്ന്യാസിമാരുടെ ഹോമം നടന്നിരുന്നുവെത്രെ. അതിൽനിന്നും ഒഴുകിയെത്തിയ ദ്രവ്യങ്ങളാൽ അത് പുണ്യനദിയായി മാറി. അങ്ങനെ രോഗശമന ശക്തിയുള്ള നദിയിൽ ശ്നാനംചെയ്താൽ രോഗങ്ങൾ മാറിക്കിട്ടുമെന്നതാണ് മിത്ത്. പിന്നീട് ദ്വാപരയുഗത്തിലെ കൃഷ്ണനുമായി ബന്ധപ്പെടുത്തി ഐതിഹ്യം വികസിച്ചു. കൃഷ്ണന്റെ മകനായ സാംബൻ കാട്ടുസ്ത്രീയെ കടന്നാക്രമിച്ചു. മഹർഷിമാർ അദ്ദേഹത്തിന്റെ രൂപം വികൃതമാകാൻ കുഷ്ഠരോഗം പിടികൂടട്ടേയെന്ന് ശപിച്ചു. സാംബന് കുഷ്ഠരോഗം ബാധിച്ചത് നാരദമഹർഷിക്ക് സഹിക്കാവുന്നതിന് അപ്പുറമായിരുന്നു. സാംബനോട് കുമാരധാര നദിയിൽ മുങ്ങിക്കുളിച്ച് തീരത്തെ മണ്ണ് ഉടലിൽ തേച്ച് ബ്രാഹ്മണന്റെ എച്ചിലിലയിൽ കിടന്നുരുളാൻ ഉപദേശിച്ചു. ആ വാക്കുകൾ അനുസരിച്ച സാംബന് തന്റെ പഴയരൂപം തിരിച്ചുകിട്ടി; മാത്രവുമല്ല രോഗമുക്തി കൈവരിക്കുകയും ചെയ്തുവെന്നാണ് കഥ.

സിപിഐ എം ഉൾപ്പെടെയുള്ള രാഷ്ട്രീയ-സാമൂഹ്യ പ്രസ്ഥാനങ്ങൾ കടുത്ത പ്രതിഷേധവുമായി നിലയുറപ്പിച്ചതോടെ മഡേ സ്നാനക്കെതിരായ വികാരം വ്യാപകമായി. ഹൈക്കോടതിയിൽ നൽകിയ കേസിൽ പൂജചെയ്ത ഇലയിൽ ഉരുളുന്ന യദേ സ്നാന നടത്താൻ അനുമതി നൽകണമെന്ന സർക്കാർ ആവശ്യം കോടതി അംഗീകരിച്ചു. എന്നാൽ, സുപ്രീംകോടതി വിധി സ്റ്റേചെയ്തതോടെ കുക്കേ സുബ്രഹ്മണ്യ, ഉഡുപ്പിക്ഷേത്രമുൾപ്പെടെ കർണാടകയിൽ മഡെ സ്നാന വീണ്ടുമതിരിച്ചെത്തി. സിപിഐ എം, ഡിവൈഎഫ്ഐ, പിന്നോക്കജാതി ജാഗൃത വേദികെ തുടങ്ങിയ സംഘടനകളുടെ നേതൃത്വത്തിൽ 2012 ഡിസംബറിൽ നടന്ന പ്രതിഷേധ റാലിക്കു നേരെ ലാത്തിച്ചാർജിൽ ഒട്ടേറെപ്പേർക്ക് പരുക്ക് പറ്റുകയുണ്ടായി. ശക്തമായ എതിർപ്പുകളെത്തുടർന്നാണ് കർണാടക സർക്കാർ മഡെ സ്നാന നിരോധിച്ചതെങ്കിലും ചില ഭക്തർ ഹൈക്കോടതിയിലെത്തി. ക്ഷേത്രത്തിനുള്ളിൽനിന്നു നേരിട്ടുനൽകുന്ന പ്രസാദത്തിൽ ഭക്തർക്ക് ഉരുളാൻ അവസരം നൽകുക എന്ന് നിർദേശംവെച്ചു. അതിനെതിരെ ചിലർ സുപ്രീം കോടതിയിൽ അപ്പീൽ നൽകി. 2012 ഡിസംബർ 12ന് ഹൈക്കോടതി വിധി സ്റ്റേചെയ്യുകയും സർക്കാർ തീരുമാനം തുടരാൻ നിർദേശിക്കുകയുമായിരുന്നു.

കുക്കെ സുബ്രഹ്മണ്യസ്വാമി ക്ഷേത്രത്തിൽ 2011 ഡിസംബറിൽ ഒരു സംഭവമുണ്ടായി. മഡെ സ്നാനത്തിനെതിരെ ചോദ്യമുയർത്തിയതിനാൽ ദ ബാക്ക്‌വേഡ്ക്ലാസ്സസ് അവേർനെസ്സ് ഫോറം സംസ്ഥാന അധ്യക്ഷൻ ഡോ. കെ എസ് ശിവറാമിനെ ക്ഷേത്രാചാര സംരംക്ഷകർ കടന്നാക്രമിച്ചു. നാലു പതിറ്റാണ്ടിലധികമായി അനാചാരങ്ങൾക്കെതിരെ

ശബ്ദമുയർത്തിയ അദ്ദേഹത്തെ സിപിഐ എം പിന്തുണച്ചതോടെ വിഷയം നീതിപീഠത്തിന് മുന്നിലെത്തുകയും എച്ചിലിൽ ഉരുണ്ടുള്ള പുണ്യം വേണ്ടെന്ന് വിധി പറയുകയും ചെയ്തു. എന്നാൽ അതിനെതിരെ ഒരുവിഭാഗം രംഗത്ത് വന്നു. രാജ്യ ആദിവാസി ബുഡാക്ക് ഹിതരക്ഷണ വേദികെ എന്ന ദളിത് സംഘടന വിധിക്കെതിരെ അപ്പീൽ പോയി. ബ്രാഹ്മണരുടെ എച്ചിലിൽ കുളിച്ച് പുണ്യം നേടാനുള്ള തങ്ങളുടെ അവകാശത്തിൽ കോടതി ഇടപെടൽ അരുതെന്നായിരുന്നു അവരുടെ വാദം. ആദ്യവിധി കോടതി സ്റ്റേ ചെയ്തു. ക്ഷേത്ര ആചാരസംരക്ഷകർ വിശ്വാസികളുടെ അവകാശം പരിഗണിച്ച് പുതിയ ആചാരം കൊണ്ടു വന്നു. മഡെ സ്നാനക്ക് പകരം യഡെ സ്നാന. ബ്രാഹ്മണരുടെ എച്ചിലിന് പകരം പശു തിന്നതിന്റെ ബാക്കി വൈക്കോലും പിണ്ണാക്കും ക്ഷേത്രമണ്ഡപത്തിൽ വിതറി വിശ്വാസികൾക്ക് ഉരുളാനുള്ള അവസരമൊരുക്കി. ദളിതന്റെ ആവശ്യത്തിനെതിരെ ദളിതൻതന്നെ രംഗത്തു വന്ന സംഭവം കൂടിയാണിത്.

മധുരക്കടുത്ത് ഉത്തപുരം ഗ്രാമത്തിലെ മുത്താലമ്മൻ ക്ഷേത്രത്തിലേക്ക് ദളിതർ പ്രവേശനം നേടിയത് രണ്ടു പതിറ്റാണ്ടിലധികം നീണ്ട പോരാട്ടങ്ങൾക്കൊടുവിലാണ്. അടിമത്തത്തിന്റെ കൂരിരുട്ട് തളംകെട്ടി നിന്നതിനാൽ പൊതുയിടങ്ങളിൽ നടക്കാൻപോലും അവകാശമില്ലാതെ ദുരിതമനുഭവിക്കുകയായിരുന്ന പ്രദേശത്തെ ജനസംഖയയുടെ പകുതിയോളംവന്ന അതിദരിദ്രർ. അയിത്ത മതിൽ പണിതുയർത്തി ദളിതരുടെ വഴികൊട്ടിയടച്ച ഉത്തപുരത്തിന് തണലായതും സിപിഐ എം. സവർണ-ദളിത് വിഭാഗങ്ങൾ തമ്മിൽ ഒപ്പിട്ട കരാറനുസരിച്ച് ദളിതർക്ക് മുത്താലമ്മൻ ക്ഷേത്രം, അരയാൽമരം എന്നിവിടങ്ങളിൽ ആരാധനാസ്വാതന്ത്ര്യം അനുവദിച്ചു. സിപിഐ എം നേതൃത്വത്തിൽ 2008ൽ അയിത്ത മതിൽപൊളിച്ച് തീർത്ത പാതയിലൂടെയാണ് ദളിതർ ക്ഷേത്രത്തിലേക്ക് വന്നത്. 22 വർഷത്തെ ദളിത്-സവർണ ഏറ്റുമുട്ടൽ സമാധാനത്തിന് വഴിമാറിയത് സിപിഐ എമ്മിന്റെയും അൺടച്ചബിലിറ്റി ഇറാഡിക്കേഷൻ ഫ്രണ്ടിന്റെയും പ്രക്ഷോഭത്തിന് ലഭിച്ച അംഗീകാരമായിരുന്നു. മധുര ജില്ലയിലെ ഉശിലംപട്ടി താലൂക്കിലാണ് ഉത്തപുരം ഗ്രാമം. ദളിതർ നടക്കുന്ന പൊതുവഴി 22 വർഷം മുമ്പ് സവർണർ മതിൽകെട്ടി അടച്ചു. അയിത്തജാതിക്കാരെ വഴിനടക്കാൻ അനുവദിക്കില്ലെന്ന് പ്രഖ്യാപിച്ചാണ് മതിൽ നിർമിച്ചത്. തുടക്കത്തിൽ ദളിതർ അതിനെ ചോദ്യം ചെയ്തു. എന്നാൽ അധികാരവും പണവുമുള്ള സവർണരെ ചെറുത്തുനിൽക്കാൻ അവർക്കായില്ല. പലതവണ സംഘർഷമുണ്ടായി. തുടർന്ന് നിരവധി ദളിതരെ പൊലീസ് സഹായത്തോടെ വേട്ടയാടി.

മൂന്ന്

ആഫ്രിക്കൻ ഫോക്‌ലോറും മിത്തും പുരാവൃത്തങ്ങളും വിസ്മയങ്ങളും കൗതുകങ്ങളും നിഷ്കളങ്കതയും കലർന്നുനിൽക്കുന്നതാണ്. വയോധികരുടെ ചടങ്ങുകൾ മുതൽ സ്ത്രീകളുടെ അനുഷ്ഠാനങ്ങൾ തൊട്ട് കുട്ടികളുടെ

കളികളിൽവരെ അതിന്റെ മുദ്രകൾ കാണാം. കറുത്ത ഭൂഖണ്ഡത്തിന്റെ സവിശേഷതകൾ അവയിലെല്ലാം നിറഞ്ഞുതുളുമ്പുന്നുണ്ട്. കൂട്ടായ്മയുടെയും സഹവർത്തിത്വത്തിന്റെയും സ്വാർഥരാഹിത്യത്തിന്റെയും വിശാലതയാണ് മറ്റൊരു പ്രത്യേകത. മനുഷ്യനെക്കുറിച്ചുള്ള കൊതിപ്പിക്കുന്ന നിർവചനങ്ങൾ അവയുടെ ഹൃദയവുമാണ്. മധ്യാഫ്രിക്കയിലെ കോംഗോ റിപ്പബ്ലിക്കിൽനിന്നുള്ള 'എഫേ' ജനവിഭാഗങ്ങൾക്കിടയിൽ പ്രചാരത്തിലുള്ള 'ഒമ്പാനി' വട്ടംകളി ഏറെ സൂചന നൽകുന്നു. ആ പരമ്പരാഗത കളിയിൽ വൻമരത്തിനും ചുവടെ വലിയൊരു ചൂരൽ കൊട്ടയിൽനിറയെ മധുരപ്പഴങ്ങൾ നിറയ്ക്കും. ആദ്യം അവിടേക്ക് ഓടിയെത്തുന്ന കുട്ടിക്ക് അവയെടുക്കാം. എന്നാൽ ഒറ്റയ്ക്ക് ഓടി ജയിക്കാതെ കൈകൾ ചേർത്ത്പിടിച്ച് ഒപ്പം എത്തി അവിടെ ആ കുട്ടികൾ കാലുകൾ നിവർത്തി വൃത്താകൃതിയിൽ നിലത്തിരുന്നു. ഓടി ഒന്നാമതെത്തി ആ പഴങ്ങൾ സ്വന്തമായി കൈക്കലാക്കിക്കൂടേ എന്ന ചോദ്യത്തിന് 'ഉബുൻതു' എന്നായിരുന്നു മറുപടി. ഞാൻ നിലനിൽക്കുന്നത് നമ്മൾ ഉള്ളതിനാലാണ് എന്നാണ് 'ഷോസ' ഭാഷയിൽ അതിന്റെ അർഥം. മറ്റെല്ലാവരും ദുഃഖത്തിൽ മുങ്ങിനിൽക്കുമ്പോൾ തങ്ങളിൽ ഒരാൾ സന്തോഷിക്കുന്നത് എങ്ങനെ എന്ന മട്ടിലായിരുന്നു ഉബുൻതുവിന്റെ വിശദീകരണം. വരേണ്യതയുടെ ധൂർത്തിനും വർണപ്പൊലിമയ്ക്കും അന്തഃസാരശൂന്യതക്കുമെതിരായ കലഹം ഗർഭം ധരിച്ചവയാണ് ഇത്തരം പൊട്ടിത്തെറികൾ. അതിന്റെ വകഭേദങ്ങൾ കേരളത്തിലെ തെയ്യമടക്കമുള്ള അനുഷ്ഠാന കലകളിൽ വായിച്ചെടുക്കാം. പൂരുല്പം കാവുകളും തെയ്യങ്ങളുമെല്ലാം ഹിന്ദുത്വത്തിന്റെ ചേരുവകൾ ചേർത്ത് മാറ്റിയെടുക്കാൻ നടക്കുന്ന ഗൂഢ പദ്ധതികളുടെ പശ്ചാത്തലത്തിൽ ചരിത്രം നിശ്ചയമായും സമരായുധമാകേണ്ടതുണ്ട്.

ദൈവം പോലും സവർണ- സമ്പന്നവിഭാഗങ്ങളുടെ സ്ഥലമായി മാറിയ ഘട്ടത്തിലായിരുന്നു ജനകീയ ആരാധനയുടെ പുതിയ പതിപ്പുകൾ പ്രചാരം നേടിയത്. ജാതിമഹത്വവും തൊട്ടുകൂടായ്മയും കൊടികുത്തിവാണകാലത്ത് അധഃസ്ഥിതരുടെ ഉണർവുകൾ പലമട്ടിലുണ്ടായി. വടക്കേ മലബാറിലെ തെയ്യക്കാലത്തിന്റെ കേളികൊട്ടായ ചാത്തമ്പള്ളി വിഷകണ്ഠനും ഗുളികനും പൊട്ടൻതെയ്യവും പറശ്ശിനി മുത്തപ്പനും കടാങ്കോട്ട് മാക്കവുമെല്ലാം ബദൽ വഴികളാണ് തേടിയത്. ഭാഷയും ഭക്ഷണവും ഭാഷണവുമെല്ലാം സമുദായത്തിന്റെ ചൂഷണ ചിഹ്നങ്ങളായപ്പോഴാണ് കരുത്തിൽ കുരുത്ത മറുചോദ്യങ്ങൾ ഉണ്ടായതും. കല്ലേൻ പൊക്കുടന്റെ ആത്മകഥ പഴയ ഔപചാരികതകളുടെ നെഞ്ചുപിളർന്നാണ് മുന്നേറിയിട്ടുള്ളത്. ഹരിജൻ വിഭാഗങ്ങളുടെ ചില ദൈവങ്ങളെ പരാമർശിച്ചുപോകുന്നുണ്ട് അദ്ദേഹം. "ചെമ്മീൻ കെട്ടിന്റെ ബണ്ടിന് വിള്ളലുണ്ടാകുമ്പോൾ കെട്ടിയാടുന്നതാണ് കണ്ടിത്തെയ്യം. അതിനൊരു ഹൈതിഹ്യമുണ്ട്.മുമ്പ് കർഷകത്തൊഴിലെടുക്കുന്ന പുലയകുടുംബത്തിലെ സുന്ദരിയായ പെൺകുട്ടി മുതലാളിയുടെ അവിഹിതത്തിന് വഴിപ്പെട്ടില്ല. കണ്ടിയിൽ വലകുടുക്കാൻ പോയ സമയത്ത് മുതലാളിയുടെ പണിക്കാർ

പെൺകുട്ടിയുടെ കണ്ണിൽ ചെളിവാരിയെറിഞ്ഞു. എന്നിട്ടും അവൾ വഴങ്ങിയില്ല. ഒടുവിൽ കണ്ടിയുടെ നടുക്ക് പുല്ല് വാരിയിട്ട്, പുല്ല് വാരി കൊണ്ടുപോ എന്ന് മുതലാളി പറഞ്ഞു. അത് ചതിയായിരുന്നു. പുല്ല് വാരാൻ വന്ന പെൺകുട്ടി കണ്ടിയിൽ വീണു മരിച്ചു. അപ്പോഴും കണ്ടിക്ക് ഒടവ് പറ്റുകയും പിന്നെ നാട്ടിൽ പല അനർഥങ്ങളും വരാൻ തുടങ്ങുകയും കണിശനെ വിളിച്ച് പ്രശ്നം വയ്പ്പിക്കുയും ചെയ്തു. പ്രശ്നവശാൽ പെൺകുട്ടിയുടെ കോലം കെട്ടിയാടാൻ തെളിഞ്ഞതായി കണിശൻ പറഞ്ഞു. തെയ്യം കെട്ടിയാടാൻ തുടങ്ങി" എന്നാണ് പൊക്കുടൻ എഴുതിയത്. മാക്കപ്പോതി, തോട്ടുങ്കര ഭഗവതി തുടങ്ങിയവയും ഇതിന്റെ അനുബന്ധം. 'കടയങ്കര മമ്മദും കൈതേരി പാട്ടിയും' നാടൻപാട്ട് കണ്ണൂർ ജില്ലയിലെ ചെറുതാഴം ഭാഗത്ത് പാടങ്ങളിൽ കർഷകസ്ത്രീകൾ ഇന്നും പാടുന്നതാണ്. നിഷ്കളങ്കയായ സ്ത്രീ അവിചാരിതമായി ആപത്തിൽ പ്പെടുകയും മാനം രക്ഷിക്കാൻ മരണം വരിക്കുകയുംചെയ്ത സംഭവമാണ് അതിന്റെ ഇതിവൃത്തം.

നാല്

ഈയൊരു ദീർഘ പശ്ചാത്തലത്തിന്റെ നടുവിൽവച്ചുവേണം പറശ്ശിനിക്കടവ് മുത്തപ്പന്റെ ചരിത്രത്തെയും ഇടപെടലുകളെയും പഠിക്കാൻ. ആരാധനാ രീതികളിലും സാമൂഹ്യബന്ധത്തിലും ജനാഭിമുഖ്യത്തിലുമെല്ലാം മുത്തപ്പന് ഏറെ സമാനതകളില്ല. പറശ്ശിനിയെ ചുറ്റിപ്പറ്റി ഒട്ടേറേ ചരിത്രവും മിത്തുകളുമുണ്ട്. സ്ഥലനാമ രൂപീകരണവും ശ്രദ്ധേയം. മുൾക്കാടുകൾ മൂടിയ പ്രദേശം എന്ന അർഥത്തിൽ പറച്ചിങ്ങ എന്നാണ് ആദ്യം അറിയപ്പെട്ടത്. അത് ലോപിച്ചാണ് പറശ്ശിനിക്കടവായത്. ജാതി വ്യവസ്ഥയുടെ കരാളതയും അതിന്റെ നിഷ്ഠകളുടെ ക്രൂരതകളും അധഃസ്ഥിതവിഭാഗങ്ങളെ ആട്ടിയകറ്റിയ കാലം. ആ നാളുകളിൽ മുത്തപ്പൻ അവരോടൊപ്പം കഴിഞ്ഞ് രക്ഷകനായി അവതരിച്ചുവെന്നാണ് ഐതിഹ്യം. അധ:സ്ഥിതരെ രണ്ടു നൂറ്റാണ്ടിനപ്പുറം മനുഷ്യരായി പരിഗണിച്ച് അവരുടെ യഥാർഥ അവകാശസംരക്ഷണത്തിന് നിലകൊണ്ടത് മുത്തപ്പനായിരുന്നുവെന്ന് സുവ്യക്തം.ഇങ്ങനെ തലമുറകൾ കൈമാറി കൈമാറി സൂക്ഷിച്ച ഐതിഹ്യമുണ്ട്.

അയ്യങ്കര വാഴുന്നോരും പാടിക്കുറ്റി അന്തർജനവും പുത്രജനനത്തിന് പല നേർച്ചകളും നേർന്നും നൊയമ്പ് നോറ്റും ഏറെ കാത്തിരുന്നിട്ടും തികഞ്ഞ നിരാശയായിരുന്നു ഫലം. ഒടുവിൽ കാത്തിരുപ്പിന് അറുതിയായി. പുഴയിൽ കുളിച്ചുകൊണ്ടിരിക്കെ അവർക്ക് ആൺകുഞ്ഞിനെ ലഭിച്ചു. അവൻ വളർന്നപ്പോൾ അയ്യങ്കര മനക്കടുത്തെ കാട്ടിലെ സ്ഥിരം സന്ദർശകനായി. വനവാസികളായ കീഴ്ജാതി വിഭാഗങ്ങൾക്കൊപ്പം ഉണ്ടും നായാടിയും ജീവിതം നന്നായി ആസ്വദിച്ചു. വേട്ടയാടിപ്പിടിച്ച മൃഗങ്ങളെ ചുട്ടുതിന്ന് മുത്തപ്പൻ കുലത്തിന് ഹിതമല്ലാത്തത് കാട്ടിയതിൽ മാതാപിതാക്കന്മാർക്ക് ഉത്കണ്ഠയുണ്ടായി. ആ സന്ദേഹം ഉരുണ്ടുകൂടിയപ്പോൾ മുത്തപ്പൻ കുടുംബത്തിൽനിന്ന് അനുഗ്രഹം വാങ്ങി ഇറങ്ങിപ്പുറപ്പെട്ടു. കുന്നത്തൂർപാടിയിലെ പനകളിൽനിന്ന് കള്ളെടുത്ത്

കുടിച്ചും കാട്ടുകനികൾ അകത്താക്കിയുമാണ് പിന്നീട് കഴിഞ്ഞത്. നിലയ്ക്കാത്ത അലച്ചലുകൾക്കൊടുവിൽ പറശ്ശിനിക്കടവിലെത്തി അവിടെ കുടിയിരുന്നു.

ദളിതോന്മുഖത്വം മുഖമുദ്രയാക്കിയ പറശ്ശിനിയുടെ മറ്റൊരു പ്രധാന സവിശേഷത ലാളിത്യമാണ്. കള്ള്, ചുട്ടമീൻ,നായ തുടങ്ങിയ പ്രതീകങ്ങളും തീർഥാടകർക്ക് ഒരേ പരിഗണന നൽകുന്നതും എടുത്തുപറയേണ്ടതാണ്. ആചാരങ്ങളിലെ അതികാർക്കശ്യവും അനുഷ്ഠാനങ്ങളിലെ കെട്ടുപിണഞ്ഞ സങ്കീർണതയും ആരാധനാലയത്തിന്റെ ഗാംഭീര്യം നിർണയിക്കുമ്പോൾ ഇതെല്ലാം സാന്ത്വനങ്ങളും. ഇവിടെയെത്തുന്നവരിയിൽ മഹാ ഭൂരിപക്ഷവും ദരിദ്രരിൽ ദരിദ്രരാണ്. അവർക്ക് ചെറിയ കാശുമുടക്കി വഴിപാടിന് അവസരമുണ്ട്. മതസൗഹാർദത്തിന്റെ ബലിഷ്ഠമായ അടിത്തറയിലാണ് പറശ്ശിനിയുടെ നിൽപ്പ്. നാട്ടുവാഴിത്തത്തിന്റെ ക്രൂരമായ അടിച്ചമർത്തലുകൾക്കും ജീർണതകൾക്കുമെതിരെ ദരിദ്രർക്കൊപ്പം നിലകൊണ്ട പാരമ്പര്യമാണ് മുത്തപ്പന് ജനകീയതയുടെ വിശാലത കൈവരുത്തിയത്. പറശ്ശിനിക്കടവിൽ ബുദ്ധമതത്തിന്റെ ചില വിദൂര സ്വാധീനങ്ങൾ ഉള്ളതായും പഠനങ്ങൾ നിരീക്ഷിച്ചിട്ടുണ്ട്.

മടപ്പുരയിൽ എത്തുന്നവർക്ക് പ്രസാദവും ചായയും ഊണും സൗജന്യമാണ്. കിടന്നുറങ്ങാൻ പായ നൽകുന്ന പതിവുമുണ്ട്. ജാതിയോ മതമോ സാമ്പത്തികനിലയോ കണക്കിലെടുക്കാതെയാണ് സൗജന്യങ്ങളും ദർശനവും ഒരുക്കിയിട്ടുള്ളതെന്നത് നിസ്സാരമല്ല. പറശ്ശിനിയിലേക്ക് ആദ്യകാലത്ത് ആളുകൾ കാൽനടയായിട്ടായിരുന്നു എത്തിയിരുന്നത്. അവർക്ക് ദാഹം തീർക്കാൻ ധർമശാലകൾ പണിയുകയും ചെയ്തു. ധർമശാലയുടെ സ്ഥലനാമചരിത്രവും അതാവാം. മോരുംവെള്ളത്തിനൊപ്പം അൽപ്പനേരം വിശ്രമത്തിനും അവസരമുണ്ടായി. മടപ്പുരയിലെ സൗജന്യഭക്ഷണത്തിന് സാമൂഹ്യമായ ഉള്ളടക്കം കൂടിയുണ്ടായിരുന്നു.

പന്തിഭോജനം എന്ന സാമൂഹ്യവിലക്കിന്റെ ലംഘനം കൂടി അതിന്റെ ഹൃദയമായിരുന്നു. പിന്നീട് കർഷകസംഘം ഏറ്റെടുത്ത പന്തിഭോജനവും മിശ്രഭോജനവുമെല്ലാം ഇതിൽനിന്ന് പ്രേരണ ഉൾക്കൊണ്ടാവണമെന്ന് വേണം കരുതാൻ. ദേശീയ പ്രസ്ഥാനവുമായും പുരോഗമന മുന്നേറ്റങ്ങളുമായും കലാസംഘാടനവുമായും മടപ്പുര അധികാരികൾ തുറന്നനിലയിൽ സഹകരിച്ചു. പ്രദേശത്തിന്റെ പിന്നോക്കാവസ്ഥ തിരുത്തിക്കുറിച്ചതിലും വികസന ഭൂപടം മാറ്റിവരച്ചതിലും മടയൻമാർ നൽകിയ സംഭാവനയും എടുത്തുപറയേണ്ടതാണ്. അതിനായി അവർ കൈയും മെയ്യും മറന്ന് പ്രവൃത്തിച്ചു. പറശ്ശിനി-ധർമശാലാ റോഡ്, സ്കൂൾ, പോസ്റ്റ് ഓഫീസ്, ബസ് , ബോട്ട് സർവീസുകൾ സ്കൂൾ കുട്ടികൾക്ക് മടപ്പുരയിൽനിന്ന് ഉച്ചഭക്ഷണം തുടങ്ങി നിരവധി കാര്യങ്ങൾക്ക് അവർ മുന്നിട്ടിറങ്ങി. ദേശീയ പ്രസ്ഥാനത്തിന്റെയും കമ്യൂണിസ്റ്റ് പാർടിയുടെയും നേതാക്കൾക്ക് ഒളിത്താവളമൊരുക്കിയും മടപ്പുരക്കാർ ചരിത്രത്തിന്റെ ഭാഗമായി. ഇ എം എസ് , എ കെ ജി, വി എം വിഷ്ണു ഭാരതീയൻ, തുടങ്ങിയവരെല്ലാം അതിന്റെ ചിറകിനടിയിൽ അഭയം തേടിയവരാണ്. ഭൂപ്രകൃതിയുടെ

പ്രത്യേകത കവചം പോലെ ഫലപ്രദവുമായിരുന്നു. പൊലീസിനും പട്ടാളത്തിനും ഒറ്റുകാർക്കും പെട്ടെന്ന് ധൈര്യപൂർവം കടന്നുകയറി വരാനാവാത്ത അവസ്ഥ. പറശ്ശിനിപ്പുഴക്ക് പാലമില്ലാതിരുന്നത് മറ്റൊരു ഗുണം.

പ്രകൃതിയുടെ കരവിരുതായി വർണിക്കപ്പെടുന്ന ഭൂമിശാസ്ത്ര പ്രത്യേകതകൾ ഓരോപ്രദേശത്തെയും ചരിത്രം രൂപപ്പെടുത്തുന്ന ഘടകങ്ങളിലൊന്നാണ്. മൃദുവായ ആന്തരികാവയവങ്ങൾക്ക് കവചമായി നിൽക്കുന്ന എല്ലിൻകൂട്ടുകൾപോലെ. ചരിത്രം തുഴഞ്ഞുപോയ അരുവികളും പുഴകളും. ഒളിവിന്റെ രഹസ്യം കൈകൾ പോലെ ചേർത്തുകാത്ത കുന്നിൻനിരകൾ. സാഹസികമായ ആലോചനാ കേന്ദ്രങ്ങളെ പുറംലോകത്തുനിന്നും മറച്ചുപിടിച്ച വനകൗതുകങ്ങൾ. പോരാട്ടങ്ങൾക്ക് കവചമായ ഭൂമിശാസ്ത്ര പ്രത്യേകതകളാൽ നിബിഡമായിരുന്ന പറശ്ശിനിക്കടവ്. ദേശീയ പ്രസ്ഥാനത്തിന്റെ രണ്ടം ഘട്ടം തൊട്ട് ഈ സവിശേഷതകൾ അതിനെ വ്യത്യസ്തമാക്കി. സമീപ പ്രദേശങ്ങളുമായി പെട്ടെന്നുള്ള ബന്ധം അസാധ്യമാക്കുന്ന പുഴ ഒളിത്താവളങ്ങളുടെ സുരക്ഷിതത്വം. ജലപാതയിലൂടെയുള്ള സമ്പർക്കങ്ങൾ പഠനക്യാമ്പുകൾക്കും കൂടിച്ചേരലുകൾക്കും സംശയമില്ലാതെ വേദിയൊരുക്കിയ ഉൾനാടൻ പ്രദേശം.

പറശ്ശിനിക്കടവിലേക്ക് രാഷ്ട്രീയമെത്തുന്നത് പുഴ വഴിയാണെന്ന് പറഞ്ഞാൽ തെറ്റുണ്ടാവില്ല. പറശ്ശിനിയോട് തൊട്ടുരുമ്മികിടക്കുന്ന നണിയൂരിലാണ് ആദ്യത്തെ കർഷകസംഘടന പിറവിയെടുത്തത്. 1935 ജൂലൈ 13ന് വിഷ്ണുഭാരതീയന്റെ വീടായ ഭാരതീയ മന്ദിരത്തിൽ. പറശ്ശിനിക്കടവ് ചരിത്രത്തിന്റെ കടത്തുകേന്ദ്രം കൂടിയായതിന് ഒരു പ്രധാന കാരണമുണ്ട്. മടപ്പുര കൈയേറിയപ്പോൾ ദേശീയപ്രസ്ഥാന പ്രവർത്തകരാണ് ചെറുത്തുനിന്നത്. പിന്നെ പ്രസ്ഥാനത്തിന്റെ നീക്കങ്ങൾക്ക് അത് കാവൽനിന്നു. അവിടെയുണ്ടായ പോസ്റ്റ് ഓഫീസും ശ്രദ്ധേയം. ഭാരതീയന് കോൺഗ്രസ് നേതൃത്വത്തിന്റെ കത്തിടപാടുകൾ അതുവഴിയായിരുന്നു. അവിടുത്തെ ജീവനക്കാരനും പിന്നീട് രഹസ്യപ്രവർത്തകനായി. മടപ്പുര കുടുംബാംഗമായ പി എം കുഞ്ഞപ്പയായിരുന്നു അത്. ആ ബന്ധം അദ്ദേഹത്തെ സജീവ കോൺഗ്രസുകാരനാക്കി. പി കൃഷ്ണപിള്ളയെയും കെ എ കേരളീയനെയും പിന്തുടർന്ന് കുഞ്ഞപ്പയും കോൺഗ്രസുകാരനായി. 1933ൽ മുതലക്കല്ലിനടുത്ത് ആരംഭിച്ച പറശ്ശിനിക്കടവ് യുവജന വായനശാല മറ്റൊരു നാഴികക്കല്ല്. രണ്ടു വർഷത്തിനുള്ളിൽ നൂറിലധികം അംഗങ്ങളുള്ള വില്ലേജ് കോൺഗ്രസ് കമ്മിറ്റിയായി പറശ്ശിനിക്കടവ് വളർന്നു. 1936 നവംബർ ഒന്നിന് ചിറക്കൽ താലൂക്ക് കർഷകസംഘം സമ്മേളനം ചേർന്നത് അവിടെ. ബാരിസ്റ്റർ എ കെ പിള്ളയുടെ അധ്യക്ഷതയിൽ ചേർന്ന സമ്മേളനത്തിന്റെ പ്രധാന സംഘാടകരിലൊരാൾ പി എം ഗോപാലൻ. ഇതെല്ലാം കണ്ട് വിറളി പൂണ്ട ജന്മിത്വം ക്ഷേത്രം പിടിച്ചെടുക്കാൻ പലവട്ടം ശ്രമിച്ചു. ജനകീയ പിന്തുണയിലാണ് അത് നിർവീര്യമാക്കിയത്. പാപ്പിനിശേരി ആറോൺമിൽ സമരത്തിൽ പറശ്ശിനിക്കടവ് ഒളിവു സഹായം ചെയ്തു.

ക്ഷേത്രവും സമീപ പ്രദേശങ്ങളും സാമുവൽ ആറോണിന്റെയും ഗുണ്ടാ പ്പടയുടെയും കണ്ണിലെ കരടായി. മടപ്പുര തറവാടിനുനേരെ പലവട്ടം ഭീഷണികൾ ഉയർന്നു. പി എം ഗോപാലനെ അറസ്റ്റുചെയ്യാൻ എന്ന തിന്റെ പേരിൽ മടപ്പുര കൊള്ളയടിച്ചു. വർഷങ്ങളായി അരണ്ടു ജീവിച്ച് സ്വന്തമാക്കിയ അമ്മമാരുടെ സൂക്ഷിപ്പുകൾ എടുത്തുകൊണ്ടുപോയി. ചപ്പില എന്ന സ്ത്രീയുടെ 32 പവൻ സ്വർണമാണ് അന്ന് നഷ്ടമായത്.

കലകളെ പ്രോത്സാഹിപ്പിക്കുന്നതിലും പറശ്ശിനി മടപ്പുര സ്തുത്യർ ഹമായ സംഭാവനകളാണ് നൽകിയത്. ഉത്തര കേരളത്തിലെ ഏക കഥകളിയോഗം നടത്തുന്നത് ആ ക്ഷേത്രത്തിലാണ്. പഠനവും ഭക്ഷണവും താമസവുമെല്ലാം സൗജന്യം. പറശ്ശിനി കഥകളി യോഗം മലബാറിലാകെ കലാകാരന്മാരുടെ ആദ്യപാഠശാലകളിലൊന്നായിരു ന്നു. അതിന്റെ അനുബന്ധമായി സ്ത്രീകളും കലയുടെ ചിലമ്പൊലിയണി ഞ്ഞു. നിമിഷകവിയായ സി കോരൻ മാസ്റ്ററുടെ പ്രവർത്തനമായിരുന്നു അതിൽ പ്രധാനം. കമ്യൂണിസ്റ്റ് പാർടിയുടെ കോഴിക്കോട് സംസ്ഥാന സമ്മേളനത്തിലും ബോംബെയിൽ നടന്ന ഒന്നാം കോൺഗ്രസിലും വനിതാ കലാട്രൂപ്പ് പങ്കെടുത്തിരുന്നു. കരിഞ്ചിയേടത്തി എന്നപേരില റിയപ്പെട്ട പി എം മാധവിയുടെ നേതൃത്വത്തിലായിരുന്നു കലാപരിശീ ലനം.

കീഴാളർ ആന്തരവൽക്കരിച്ച ജാതി 'ധാർമികത'

കേരളീയ സാമൂഹിക ജീവിതത്തിന്റെ മതേതര അടിത്തറയെ സാംസ്കാരിക വലതുപക്ഷം പലമട്ടിൽ പോറലേൽപ്പിച്ചുകൊണ്ടിരിക്കുകയാണിപ്പോൾ. പ്രതിസന്ധിയുടെ ആഴം അതിൽ മാത്രം ഒതുങ്ങുന്നില്ല. സാമൂഹിക പ്രസ്ഥാനങ്ങളുടെ ചരിത്ര സ്ഥാനം ഈ ശക്തികൾ കലഹിച്ച് സ്വന്തമാക്കുകയുമാണ്. നവോത്ഥാന നായകരെയും ഗുരുക്കന്മാരെയും പലമട്ടിൽ പ്രായോഗികമായി പരാജയപ്പെടുത്തുന്ന ശിഷ്യന്മാർ പുതിയ ഭീഷണികളായി മാറിയിട്ടുമുണ്ട്. തങ്ങൾ ഏതൊക്കെ പ്രവണതകളെ എതിരിട്ടുവോ അതിന്റെയെല്ലാം പുനസ്ഥാപനത്തിനായി നവോത്ഥാന നായകരുടെ ചിന്തകളും ജീവിതവും ദുരുപയോഗപ്പെടുത്തപ്പെടുകയുമാണ്. എസ്എൻഡിപി യോഗത്തിന്റെ ശതാബ്ദിയാഘോഷങ്ങളുമായി ബന്ധപ്പെട്ട് നടന്ന പ്രഖ്യാപനങ്ങൾ ശ്രീനാരായണഗുരുവിനെതന്നെയാണ് അനാഥമാക്കിയത്.

ഹിന്ദുത്വത്തിന്റെ താത്ത്വികകേന്ദ്രങ്ങൾ ആഗ്രഹിക്കും വിധം ഗുരുചിന്തകളെ വ്യാഖ്യാനിക്കുകയും വളച്ചൊടിക്കുകയും ചെയ്യുന്നവർ സാമൂഹിക ജീവിതത്തിന്റെ കാവിവത്കരണമെന്ന സംഘപരിവാർ അജണ്ടക്ക് എല്ലാ പിന്തുണയും നൽകുകയാണ്.

എസ്എൻഡിപി യോഗം ജാത്യാതീത സംഘടനയാണെന്ന് പറയുന്നത് ശരിയല്ല. ഞങ്ങൾക്ക് ജാതിയുണ്ട്. യോഗത്തിന്റെ ഭരണഘടന അത് വ്യക്തമാക്കുന്നുണ്ട്. എന്നു തുടങ്ങി ഇതിനായുള്ള പല ന്യായവാദങ്ങളും നിരത്തുന്ന വർ ഗുരുവിന്റെ മതരഹിതമായ ബോധ്യങ്ങളെയും കുത്തിമലർത്തുകയാണ്. ശിവഗിരിയോഗത്തിൽ ഗുരുദർശനം പറയാൻ പുറമെനിന്ന് ഒരു ക്രിസ്ത്യാനിയെയും ഒരു മുസ്ലിമിനെയും വിളിക്കുന്ന പതിവുണ്ടായിരുന്നു. ഞങ്ങൾ അത് അവസാനിപ്പിച്ചു. ഗുരുധർമം പറയാൻ ഈഴവരും അവരുടെ മക്കളും ഉണ്ട്. (മലയാളം വാരിക, 2003 മെയ് 16) എന്നുകൂടി തുറന്നടിക്കുമ്പോൾ കാര്യങ്ങൾ വ്യക്തം.

ന്യൂനപക്ഷ സമുദായംഗങ്ങൾ കൂടുതലായി തൊഴിലെടുക്കുന്ന മൽസ്യബന്ധന മേഖലയിൽ കടലിൽപോയി മരിച്ചാൽ ഒന്നരലക്ഷം രൂപ സർക്കാർ നഷ്ടപരിഹാരം നൽകും. എന്നാൽ തെങ്ങിൽനിന്നും വീണാൽ തിരിഞ്ഞുപോലും നോക്കില്ല. കടലും കാടും ഇന്ന് പ്രത്യേക

മതവിഭാഗക്കാരുടെ കൈകളിലാണ്. മാറാട് പോലുള്ള പ്രശ്നങ്ങളിൽ നമ്പൂതിരി, നായർ, ഈഴവ , പിന്നോക്ക വിഭാഗങ്ങൾ തുടങ്ങി ഹിന്ദുസമാജത്തിലെ എല്ലാ അവാന്തര വിഭാഗങ്ങളെയും സഹകരിപ്പിച്ച് മുന്നോട്ടു നീങ്ങാൻ എസ്എൻഡിപി ആത്മാർത്ഥമായി പ്രവർത്തിക്കും എന്നമട്ടിലുള്ള വാദങ്ങൾ നിസ്സാരമല്ല. ശ്രീനാരായണ ഗ്ലോബൽ കൺവെൻഷന്റെ പശ്ചാത്തലത്തിൽ മുസ്ലിം ജനസംഖ്യാ പ്രവണത ചൂണ്ടിയുള്ള കാവിപ്പടയുടെ നണകഥകൾ ആവർത്തിച്ചത് ഇതിന്റെ അനുബന്ധമാണ്.

മറ്റു പല ജാതികളിലും സംഘടനാ രൂപവൽക്കരണത്തിന് എസ്എൻഡിപി പ്രചോദനമായിരുന്നു. 1905ൽ അയ്യങ്കാളി സൃഷ്ടിച്ച സാധുജന പരിപാലന സംഘം അതിൽ ആദ്യത്തേതാണ്. 1910ൽ തേവരയിൽ വാലസമുദായ പരിഷ്ക്കാരിണി സഭയുണ്ടായി-കെപി കറുപ്പന്റെ നേതൃത്വത്തിൽ.നായന്മാർക്കിടയിലും നമ്പൂതിരിമാരിലും നവോത്ഥാന-പരിഷ്ക്കരണ മുന്നേറ്റങ്ങളുണ്ടായത് ഗുരുവിന്റെ ചുവടുകൾ കണ്ടുകൊണ്ടാണ്. ആ ശിഷ്യത്വം സ്വീകരിച്ച് ഒട്ടേറേ നായർ യുവാക്കൾ മുന്നോട്ട് വന്നു.ചട്ടമ്പിസ്വാമികളെ ഇതിന്റെ മുന്നണിയിൽ രേഖപ്പെടുത്തിക്കൊണ്ടുള്ള പ്രൊഫ. ബാലരാമപ്പണിക്കരുടെ നിരീക്ഷണം ശ്രദ്ധേയമായിരുന്നു. സമ്പത്ത്, വിദ്യാഭ്യാസം, സാംസ്കാരിക പ്രവർത്തനങ്ങൾ, കുടുംബജീവിതം എന്നീ തലങ്ങളിലെല്ലാം വേണ്ടതുപോലെ നീതിയും സമത്വവും സ്വമേധയാ പാലിക്കപ്പെടണമെങ്കിൽ ദൃശ്യവും അദൃശ്യവുമായ ജാതിപ്രയോഗങ്ങളും സങ്കൽപ്പങ്ങളും സാമൂഹിക ഘടനയിൽ നിന്ന് പിഴുതെറിയപ്പെടണമെന്ന് (വയലാ വാസുദേവൻപ്പിള്ള-വി ടി ഭട്ടതിരിപ്പാട് എന്ന കൃതിയിൽ) വി ടി വിശ്വസിച്ചു. അതിന് പ്രേരണ ഗുരുവായിരുന്നു. അതുകൊണ്ടാണ് 1968ൽ വി ടി മിശ്രവിവാഹ പ്രചരണ ജാഥ കാഞ്ഞങ്ങാട്നിന്ന് ആരംഭിച്ച് ശ്രീനാരായണ ഗുരുവിന്റെ ജന്മസ്ഥലമായ ചെമ്പഴന്തിയിൽ അവസാനിപ്പിച്ചത്.

വൈക്കം- ഗുരുവായൂർ സത്യഗ്രഹങ്ങളും ജാതിക്കുപരിയായ മുന്നേറ്റങ്ങളായിരുന്നു. സ്വാതന്ത്ര്യം ഒരു വ്യക്തിക്കോ, ഒരു വിഭാഗത്തിനോ മാത്രം പോരാ, അത് അർഥവത്താകണമെങ്കിൽ സമൂഹത്തിനാകെയും അനുഭവവേദ്യമാക്കണം എന്നതായിരുന്നു ഗുരുവായൂരിന്റെ സന്ദേശം. തിരുവിതാംകൂറിലെ ചില ചരിത്രാനുഭവങ്ങൾ ഇതോടുചേർത്തു വായിച്ചാൽ പുതിയ വരേണ്യവാദത്തെതന്നെയാണ് നാം പ്രതിക്കൂട്ടിൽ എത്തിക്കുക. എസ്എൻഡി പി യോഗ ചരിത്രത്തിൽ പരാമർശിക്കുന്ന ചിറയൻകീഴിന് സമീപത്തെ സർക്കാർ പള്ളിക്കൂടത്തിലെ പഴയ അവസ്ഥ നോക്കാം. എല്ലാ കുട്ടികൾക്കും അവിടെ പ്രവേശനം അനുവദിച്ചു. നായർ കുട്ടികളെ കൂടാതെ അഞ്ചാറ് ഈഴവ വിദ്യാർഥികളെയും ചേർത്തു. അന്നേരം നായർ കുട്ടികൾ സ്കൂൾ വിട്ടുപോയി. കുറേകഴിഞ്ഞപ്പോൾ രണ്ടു പുലയകുട്ടികളെ പ്രവേശിപ്പിച്ചു. അതുകണ്ട് ഈഴവ വിദ്യാർഥികൾ പിരിഞ്ഞുപോയി. ഒടുവിൽ പുലയകുട്ടികൾ മാത്രം അവശേഷിച്ചു. അതേതുടർന്ന് ആ വിദ്യാലയം അടച്ചുപൂട്ടുന്നതിലേക്കാണെത്തിയത്. ബൂർഷ്വാ പുരോഗമനവാദത്തിലെ ഈ പരിമിതി മറികടക്കുന്നതിനുള്ള

പ്രവർത്തനങ്ങൾ നടത്തുന്നതിലും ശ്രീനാരായണ ഗുരു മുന്നിലായിരുന്നു. ശിവഗിരിയിൽ അന്തേവാസികളായിക്കഴിഞ്ഞ ഏതാനും കുട്ടികളെ ശിവഗിരി സന്ദർശിച്ച ദിവാൻ വാട്സിനു പരിചയപ്പെടുത്തി, എ കെ ദാസ് പറഞ്ഞതിനുള്ള ഗുരുവിന്റെ തിരുത്ത് സി ആർ കേശവൻ വൈദ്യർ (ശ്രീനാരായണഗുരു: സ്വന്തം വചനങ്ങളിലൂടെ) എടുത്തുകാട്ടുന്നുണ്ട്. ഇവർ പറയക്കുട്ടികൾ ആയിരുന്നു. ഇവരെ ആശ്രമത്തിലെടുത്ത് മനുഷ്യരാക്കിയിരിക്കയാണ് എന്ന ദാസിന്റെ അഭിപ്രായത്തിന് ഗുരു വരുത്തിയ ഭേദഗതി ശ്രദ്ധേയമായിരുന്നു. അവർ ആദ്യമേ മനുഷ്യർതന്നെ. പക്ഷേ ആ സംഗതി മറ്റുള്ളവർ വകവെച്ചുകൊടുക്കാതിരുന്നതാണ്. 1905 ജനുവരി 22ന് ഹരിപ്പാട് പൊട്ടിപ്പുറപ്പെട്ട നായർ-ഈഴവ കലഹം ഈ വസ്തുതയുടെ മറ്റൊരു ഏടാണ്. 1859ൽ പന്തളം കമ്പോളത്തിലൂടെ പോവുകയായിരുന്ന ഈഴവ സ്ത്രീയുടെ മൂക്കുകുത്തി വലിച്ചൂരി അവരെ വ്രണപ്പെടുത്തിയതു മുതലുള്ള കലഹങ്ങൾ കാണണം. കായംകുളത്ത് മാറിൽ തോർത്തിട്ട് നടക്കുകയായിരുന്ന ഈഴവ സ്ത്രീയുടെ തോർത്ത് വലിച്ചുകളഞ്ഞ് അവളുടെ മുലക്കണ്ണിൽ ചിരട്ടയെടുപ്പിച്ച് അപമാനിക്കുകയായിരുന്നു. ഈ ധിക്കാരങ്ങളോടുള്ള പ്രതികരണവും അതിന്റെ പ്രതിഫലനവുമായിരുന്നു 1905ലെ ഹരിപ്പാട് പ്രശ്നം.വൈക്കം സമരകാലയളവിൽ സത്യഗ്രഹികളുടെ കണ്ണിൽ ചുണ്ണാമ്പ് കലക്കിയൊഴിച്ച സംഭവം പോലുമുണ്ടായി. എന്നാൽ ആറു വർഷം കഴിഞ്ഞ് നടന്ന ഗുരുവായൂർ സത്യഗ്രഹ കാലത്തിനുശേഷം സ്ഥിതി ഇത്രയും രൂക്ഷമായിരുന്നില്ല.

കേരളീയ നവോത്ഥാനത്തിന്റെ പ്രധാന പ്രവണതകളെ ഉത്തരേന്ത്യൻ ചലനങ്ങളുമായി ചേർത്തുവെച്ചുള്ള താരതമ്യപഠനവും പ്രാധാന്യമർഹിക്കുന്നു. ഉത്തരേന്ത്യയിൽനിന്ന് വ്യത്യസ്തമായി കേരളത്തിലെ പരിഷ്കരണശ്രമങ്ങൾ അധഃസ്ഥിതരെ വലിയമട്ടിൽ തൊട്ടുണർത്തി. അവിടെയാകട്ടെ പുതിയ വരേണ്യ വിഭാഗങ്ങളുടെ താൽപ്പര്യത്തിനപ്പുറം ഇത് വളർന്നില്ല. അവിടെ ചോദ്യങ്ങൾ സവർണ സ്ത്രീകളുടെ സാമൂഹിക പദവിയിലാണ് കുരുങ്ങിക്കിടന്നത്. പി കെ ഗോപാലകൃഷ്ണൻ നിരീക്ഷിച്ചതുപോലെ ഉത്തരേന്ത്യയിലെ നവോത്ഥാന പ്രസ്ഥാനം ചില പുതിയ മതങ്ങൾക്ക്-ബ്രഹ്മസമാജം, ആര്യസമാജം, പ്രാർഥനാ സമാജം- രൂപം നൽകിയപ്പോൾ കേരളത്തിലെ നവോത്ഥാന പ്രസ്ഥാനം യാതൊരു മതവും സൃഷ്ടിച്ചില്ല. ഈ വസ്തുതകളെയാണ് മൂലധനത്തിന്റെ പുത്തൻ ജാതിമത സമവാക്യങ്ങൾകൊണ്ട് കൊലചെയ്യുന്നത്. മുസ്ലിങ്ങൾക്കിടയിലെ നവോത്ഥാന പരിശ്രമങ്ങളിലും ഗുരുവിന്റെ സ്വാധീനം പ്രകടം. വക്കം അബ്ദുൾഖാദർ മൗലവി സ്ഥാപിച്ച സംഘടനയുടെ പേരിൽ പോലും എസ്എൻഡിപിയുടെ അനുകരണം കാണാം. ഇസ്ലാം ധർമ പരിപാലന സംഘം എന്നതായിരുന്നു അത്.ജാതിയെ മാനവികതയുടെ വികസിച്ച കാഴ്ചപ്പാടിലേക്ക് പരിവർത്തനം ചെയ്യാൻ ആഹ്വാനംചെയ്ത ശ്രീനാരായണ ഗുരുവിനെ ജാതി രാഷ്ട്രീയത്തിന്റെ ചുരുക്കപ്പേരായാണ് ഇപ്പോൾ ചിലർ വിശദീകരിക്കാൻ ശ്രമിക്കുന്നത്.

തൃശ്ശൂരിൽ നിന്നും കോഴിക്കോട്ടേക്കുള്ള യാത്രാമധ്യേ തീവണ്ടിയിൽ കണ്ട രാജാവുമായുള്ള സംഭാഷണത്തിനിടെ ഗുരു നൽകിയ മറുപടി ജാതീയതയുടെ ക്രൗര്യങ്ങളെ കീറിമുറിക്കുന്നതായി. പേരെന്താണെന്ന ചോദ്യത്തിന് നാരായണനെന്നും ജാതിയേതാണെന്നുള്ള ആരായലിന് കണ്ടാൽ അറിയില്ലേ എന്നുമായിരുന്നു മറുപടി. രാജാവ് തൃപ്തനായില്ല. കണ്ടാൽ അറിയില്ല എന്ന മറുപടിക്ക് ഗുരുവിന്റെ പ്രത്യാക്രമണം പെട്ടെന്നായിരുന്നു. കണ്ടാൽ അറിഞ്ഞുകൂടെങ്കിൽ പിന്നെ കേട്ടാലറിയുന്നതെങ്ങനെ എന്ന ആ പ്രതികരണം വൈകാരിക പ്രകടനം മാത്രമല്ല. മറിച്ച് ജാതിയെ നിരാകരിക്കുന്ന നിശ്ചയമാണ്. പ്രബുദ്ധകേരളത്തിൽ 1091 മിഥുനമാസത്തിലെ ഒന്നാം വാല്യം ഒമ്പതാം ലക്കത്തിൽ ചേർത്ത ഗുരുവിന്റെ വിളംബരം ആധുനിക കേരളത്തിലെ ഏറ്റവും ശക്തമായ മനുഷ്യ ബോധങ്ങളിലൊന്നാണ്. ''നാം ജാതി മത ഭേദം വിട്ടിട്ട് ഇപ്പോൾ ഏതാനും സംവത്സരങ്ങൾ കഴിഞ്ഞിരിക്കുന്നു. എന്നിട്ടും ചില പ്രത്യേക വർഗക്കാർ നമ്മെ അവരുടെ വർഗത്തിൽപെട്ടതായി വിചാരിച്ചും പ്രവർത്തിച്ചും വരുന്നതായും അതു ഹേതുവാൽ പലർക്കും നമ്മുടെ വാസ്തവത്തിന് വിരുദ്ധമായ ധാരണക്കിടവന്നിട്ടുണ്ടെന്നും നാം അറിയുന്നു. നാം ഒരു പ്രത്യേക ജാതിയിലോ മതത്തിലോ ഉൾപെട്ടന്നില്ല. വിശേഷിച്ച് നമ്മുടെ ശിഷ്യ വർഗത്തിൽനിന്ന് മേൽപ്രകാരമുള്ളവരെ മാത്രമേ നമ്മുടെ പിൻഗാമിയായി വരത്തക്കവിധം ആലുവ അദ്വൈതാശ്രമത്തിൽ ശിഷ്യഗണത്തിൽ ചേർത്തിട്ടുള്ളൂ എന്നും മേലും ചേർക്കുകയുള്ളൂ എന്നും വ്യവസ്ഥപ്പെടുത്തിയിരിക്കുന്നു" എന്ന പരസ്യ പ്രസ്താവന എന്തൊരു പ്രവചന സ്വഭാവമുള്ളതാണ്.

ഡോ. പൽപ്പുവിന് പേരുവെച്ചെഴുതിയ കത്തിൽ ഗുരുവിന്റെ ധർമ സങ്കടങ്ങൾ കാണാനായിട്ടുണ്ട്. "യോഗത്തിന്റെ നിശ്ചയങ്ങളെല്ലാം നാം അറിയാതെ പാസ്സാക്കുന്നതുകൊണ്ടും യോഗത്തിന്റെ ആനുകൂല്യം ഒന്നും നമ്മെ സംബന്ധിച്ച കാര്യത്തിൽ ഇല്ലാത്തതുകൊണ്ടും യോഗത്തിന് ജാത്യാഭിമാനം വർധിച്ചുവരുന്നതുകൊണ്ടും മുമ്പേ തന്നെ മനസ്സിൽനിന്നും വിട്ടിരുന്നതുപോലെ ഇപ്പോൾ വാക്കിൽനിന്നും പ്രവർത്തിയിൽ നിന്നും യോഗത്തെ വിട്ടിരിക്കുന്നു"വെന്ന പ്രസ്താവം വരേണ്യവാദികൾ ശ്രദ്ധിക്കാനിടയില്ല.

ഗുരു, യോഗത്തിനകത്ത് നേരിട്ട അവസ്ഥ അദ്ദേഹത്തിന്റെ ഏറ്റവും അടുത്ത ശിഷ്യന്മാരിലൊരാളായ ധർമതീർത്ഥരുടെ 'അദ്ദേഹം എല്ലാവിധത്തിലും ഏകാകിയായിരുന്നു' എന്ന വാക്കുകളിൽ അടങ്ങിയിരിക്കുന്നു. ഇതാവട്ടെ ഈഴവ മേധവിത്വം നവോത്ഥാനത്തെ കൈപ്പിടിയിലൊതുക്കാൻ നടത്തിയ ശ്രമങ്ങളുടെ ഒരു ഘട്ടം തന്നെയാണ്. 1939ൽ എസ്എൻഡിപി യോഗം ദേശീയ പ്രസ്ഥാനവുമായുണ്ടായ എല്ലാ ബന്ധങ്ങളും ഔപചാരികമായി വിടർത്തി. അതേ വർഷം ചേർന്ന ചേർത്തല യോഗം വാർഷിക സമ്മേളന റിപ്പോർട്ടിലും അത് കാണാനാവും. സർക്കാർ വിരുദ്ധമെന്ന് ശങ്കിച്ചേക്കാവുന്ന പരാമർശങ്ങൾ നീക്കംചെയ്തേ റിപ്പോർട്ട് പാസ്സാക്കാൻ ഈഴവ മുതലാളിമാർ സമ്മതിച്ചുള്ളൂ.

ഈ വിഭാഗമാണ് യുക്തിവാദിയും, നിരീശ്വവാദിയുമായ സി കേശവനെ യോഗനേതൃത്വത്തിൽനിന്ന് നീക്കം ചെയ്യണമെന്ന് ആവശ്യപ്പെട്ടത്. ഈഴവ ബൂർഷ്വാസി ഉയർത്തിയ വിപ്ലവകരമായ മുദ്രാവാക്യങ്ങളും ഉദ്ബോധനങ്ങളും ലക്ഷോപലക്ഷം സാധാരണക്കാരെ സമരത്തില ണിനിരത്തി. പടവെട്ടിയവർ അവരായിരുന്നെങ്കിലും ഒത്തുതീർപ്പുകളുടെ നേട്ടങ്ങളിൽ അവർക്ക് പറയത്തക്ക ഓഹരിയൊന്നും ലഭിച്ചില്ല. സവർ ണജാതി മേധാവിത്വത്തിന്റെകൂടെ ഈഴവ മുതലാളി മേധാവിത്വഭാരവും കൂടി ചുമക്കേണ്ടിവന്നു എന്നതായിരുന്നു മൊത്തത്തിൽ നീക്കിബാക്കി. തങ്ങളുടെ താൽക്കാലിക കാര്യം നേടിക്കഴിഞ്ഞപ്പോൾ ബൂർഷ്വാ നേതൃത്വം സമരപാത ഉപേക്ഷിച്ചതിന്റെ (ഡോ. തോമസ് ഐസക്- ഈഴവ സാമൂഹിക പരിഷ്കരണ പ്രസ്ഥാനത്തിലെ വർഗീയതയും വിപ്ല വാത്മകതയും) രൂപമാണ് പുതിയ ജാതി ഭ്രാന്തിൽ തികട്ടി വരുന്നത്. ഈഴവരിൽ തന്നെ മുതലാളിയും തൊഴിലാളിയുമുണ്ടെന്ന കാർഷിക മുതലാളിയും കർഷക തൊഴിലാളിയും നിലനിൽക്കുന്നുണ്ടെന്ന യാഥാർ ഥ്യത്തെ കടപുഴക്കാനാണ് ജാതി ഐക്യത്തിന്റെ മുദ്രാവാക്യങ്ങളിലൂടെ ശ്രമിച്ചത്. അതാവട്ടെ ഹിന്ദുത്വമെന്ന പുതിയ ദേശീയ വരേണ്യവാദ വുമായി ഐക്യപ്പെടുന്നതുമാണ്. ഉച്ചനീചത്വത്തിന്റേതായ അസമത്വ ചിന്ത താരതമ്യേന അടുത്തകാലത്താണ് വർണ വ്യവസ്ഥയിൽ കടന്നു കൂടിയത്. വിഭജിച്ച് ഭരിക്കുകയെന്ന തങ്ങളുടെ നയത്തിനനുസൃതമായി തന്ത്രജ്ഞരായ ബ്രിട്ടീഷുകാർ ഈ തലതിരിഞ്ഞ ചിന്തക്ക് കൂടുതൽ വളം വെച്ചുകൊടുക്കുകയും ചെയ്തു. എന്നാൽ ഈ സാമൂഹിക വ്യവസ്ഥയുടെ രൂപത്തിൽ അതിന്റെ ഘടകങ്ങൾക്കിടയിൽ വലുപ്പചെറുപ്പത്തിന്റെയോ ഉച്ചനീചത്വത്തിന്റെയോ ഭേദഭാവങ്ങൾക്ക് സ്ഥാനമുണ്ടായിരുന്നില്ല എന്ന ഗോൾവാൾക്കർ കീർത്തനം (വിചാരധാര പേജ് 141) കേൾക്കാൻ എന്തു രസമാണ്! ജാതി വ്യവസ്ഥ ശാശ്വത സത്യമാണെന്നും അതിന്റെ രൂപവൽക്കരണങ്ങളിൽ വിവേചനമില്ലായിരുന്നുവെന്നും പറയുന്ന ആ ഹിന്ദുത്വ താത്വികന്റെ പ്രബോധനങ്ങൾക്കു പിന്നിൽ കേരളത്തിലെ കീഴാള സത്വബോധത്തെയും നവോത്ഥാന ജാഗരണത്തെയും ചുരുക്കി ക്കെട്ടുകയാണ്.

ജാതിവ്യക്തിത്വത്തെ പുനരവതരിപ്പിക്കാനുള്ള ശ്രമങ്ങൾ യോഗ രൂപവൽക്കരണകാലത്തെയും അരുവിപ്പുറം പ്രതിഷ്ഠയുടെയും പിറ കിലേക്ക് കീഴാള ബോധത്തെ മാറ്റി സ്ഥാപിക്കുകയാണ്. ധാർമിക നിയമത്തിന്റെ പ്രതിഛായയിലാണ് ജാതി നിയമം പ്രവർത്തിച്ചത്. ജാതി നിയമത്തിന്റെ ലംഘനം അധാർമികമെന്നാണ് കീഴാളർപോ ലും വിശ്വസിച്ചിരുന്നത്. ഓരോ ജാതിക്കും അതിലെ അംഗങ്ങൾക്കും അനുവദിക്കപ്പെട്ടിരുന്ന സ്ഥാനം ധാർമികമായി സാധൂകരിക്കപ്പെട്ടി രുന്നു. (ജെ. രഘു- ഡോ. പൽപ്പുവും മലയാളിയുടെ ജീവചരിത്രവും- പഠനം കാണുക) ഈ ജാതി ധാർമികത ആന്തരവൽകരിച്ച കീഴാള ജനസമൂഹത്തെയാണ് നാരായണഗുരുവും മറ്റും വിമോചിപ്പിച്ചത്. ജാത്യാധിഷ്ഠിത ധാർമിക ലോകവും കീഴാള യാഥാർഥ്യവും തമ്മിലുള്ള

സംഘർഷങ്ങളാണ് നവോത്ഥാനത്തിന്റെ പ്രേരണയായയതും. ഈ ബോധ്യത്തെ ബ്രാഹ്മണവൽകൃത സങ്കൽപ്പങ്ങളിൽനിന്നും വിടുതൽനേടികാണാനും അതിനായി. എന്നാൽ ഇപ്പോൾ പുതിയ ബ്രാഹ്മണവൽകരണത്തിന്റെ പദ്ധതികൾക്കും താഴെയാണ് കൈയൊപ്പ് നൽകുന്നത്. ദേശീയ ഹൈന്ദവസ്വത്വത്തിന്റെ പിന്തുണയില്ലാതെ നാരായണഗുരുവിന്റെയും പൽപുവിന്റെയും പ്രവർത്തനങ്ങൾ ഫലപ്രാപ്തിയിലെത്തിയിരുന്നെങ്കിൽ ഇപ്പോഴിതാ അതിന്റെ തുടർച്ചയിൽ ഹിന്ദുത്വത്തിന്റെ രാഷ്ട്രീയ സാമൂഹിക ധൈഷണിക നേതൃത്വം സ്ഥാപിക്കുകയാണ്. ഇന്ത്യൻ ദേശീയ ഹൈന്ദവ പ്രതീതികളുടെ തണലുകളിലേക്ക് ഒരിക്കലും കയറാതിരുന്ന ഗുരുവിന്റെ പ്രസ്ഥാനത്തെ പുതിയ സാമ്പത്തിക രാഷ്ട്രീയ വ്യവസായികൾ അതിനും ഇരയാക്കുകയാണ്. പ്രാഥമിക വിധേയത്വത്തിന്റെ സ്ഥാനത്ത് ജാതിയെ വീണ്ടും പ്രതിഷ്ഠിക്കാനാണ് പുത്തൻ മൂലധനതാൽപ്പര്യങ്ങളുടെ ശ്രമം.

വർഗീയവാദികൾക്കെതിരെ ആനന്ദതീർഥന്റെ നിരാഹാരം

നവോത്ഥാന പരിശ്രമങ്ങളുടെ കൈവഴികളിൽ ആദ്യകാലത്ത് സാന്നിധ്യമറിയിച്ച മലബാറിലെ പ്രധാന കേന്ദ്രമായിരുന്നു തലശ്ശേരി. അതിന് ചരിത്രത്തിലേക്ക് വേരുകളുള്ള കാരണങ്ങളുണ്ട്. കൊളോണിയൽ ഭരണത്തിൻകീഴിൽ പാലക്കാട്,കോഴിക്കോട്,കണ്ണൂർ എന്നിവപോലെ അതും ചെറുപട്ടണമായിരുന്നു. ഈ പട്ടണങ്ങളിലെല്ലാം ഇരുപതാം നൂറ്റാണ്ടിന്റെ തുടക്കത്തിൽ മധ്യവർഗം ഉയർന്നുവരികയുണ്ടായി.പതിനേഴാം നൂറ്റാണ്ടിന്റെ അവസാനംമുതൽ ഡച്ചുകാരും ഫ്രഞ്ചുകാരും ബ്രിട്ടീഷുകാരും ഈ കേന്ദ്രങ്ങളിൽ സ്വാധീനമുറപ്പിച്ചുവന്നു. 1683മുതൽ തലശ്ശേരിയിൽ ഇംഗ്ലീഷ് കമ്പനി തങ്ങളുടെ ഫാക്ടറി സ്ഥാപിക്കുകയുമുണ്ടായി. ബാസൽ മിഷൻ ആധുനിക വിദ്യാഭ്യാസത്തിന്റെ സന്ദേശമുയർത്തി നെട്ടൂരിൽ സ്ഥാനമുറപ്പിച്ചു. തന്നെ കാണാൻ തലശ്ശേരിയിൽനിന്നെത്തിയ സാമൂഹ്യ പരിഷ്ക്കർത്താക്കളായ പൗരപ്രമുഖരോട് ശ്രീനാരായണ ഗുരു, ബ്രണ്ണൻ കോളേജിനെക്കുറിച്ച് തിരക്കിയിരുന്നു. തലശ്ശേരി പട്ടണവും പരിസരങ്ങളും വളരെ മുമ്പേ സംസ്കൃത വിദ്യാഭ്യാസത്തിന് പ്രശസ്തിയാർജിച്ചതായി. സാഹിത്യം, ജ്യോതിഷം ,ആയുർവേദം,അധ്യാപനം,ശാസ്ത്രം തുടങ്ങി ഒട്ടുമിക്ക മേഖലകളിലും ധാരാളം പ്രതിഭകൾക്ക് ആ പ്രദേശം ജന്മംനൽകുകയുണ്ടായി. നിഘണ്ടു തയ്യാറാക്കുന്നതിൽ ഹെർമൻ ഗുണ്ടർട്ടിനെ വലിയമട്ടിൽ സഹായിച്ച ഊരാച്ചേരി ഗുരുക്കന്മാരും സംസ്കൃതത്തിലും ശാസ്ത്ര ഗ്രന്ഥങ്ങളിലും ഉപരിപഠനംനൽകാൻ കുടിപ്പള്ളിക്കൂടം ഒരുക്കിയ മേലൂട്ട് കുഞ്ഞിക്കണ്ണൻ ഗുരിക്കളും അവിടെ ജനിച്ചവരാണ്. ധനാഢ്യനും എന്നാൽ പഴഞ്ചനുമായ സൂരിനമ്പൂതിരിയെ തള്ളി ഉദ്യോഗസ്ഥനായ മാധവനെ ഭർത്താവായി വരിച്ച ഇന്ദുലേഖയെ സൃഷ്ടിക്കാൻ ഒ ചന്തുമേനോന് പ്രേരണയായത് തലശ്ശേരിയുടെ നവോത്ഥാന ഉണർവ്. ഭരണത്തിൽ ഭാഗഭാക്കായതിലൂടെയും വ്യാപാരത്തിലൂടെയും കാർഷികോൽപ്പന്നങ്ങൾ വിറ്റതിലൂടെയും സാമ്പത്തിക മെച്ചമുണ്ടാക്കിയ ഒരു മധ്യവർഗം പതുക്കെ ഉയർന്നുവന്നു. ഇതെല്ലാം മധ്യകാല സാമൂഹിക-സാമ്പത്തിക ബന്ധങ്ങളെ സമൂലമായി മാറ്റി. മുസ്ലിങ്ങൾക്കു പുറമെ തീയരിലും മറ്റുമായിരുന്നു ഈ വളർച്ച. അങ്ങനെയുള്ള പ്രാമുഖ്യമുണ്ടായപ്പോഴും ജാതിപരമായ അവശതകൾ

അവരിൽ ഒട്ടിനിന്നു. മൂർക്കോത്ത് രാമുണ്ണിയുടെ ബാല്യകാല സ്മരണ യിൽ അതിന്റെ ചില സൂചനകളുണ്ട്. അവർണർക്ക് പ്രവേശനമില്ലാ തിരുന്ന തലശ്ശേരിയുടെ പരിസരത്തെ ഒരു ക്ഷേത്രത്തിൽ ഇളനീർ വഴിപാടായി കൊണ്ടുപോയി വളരെ ദൂരെ അവയെല്ലാം നിക്ഷേപിച്ച് തുണിയിൽ വഴിപാടായി കൊണ്ടുവന്ന പണവും കല്ലുകളും കെട്ടി യെറിഞ്ഞുകൊടുത്തതിന്റെ കാഴ്ച്ച അദ്ദേഹം വിവരിച്ചു. മനുഷ്യനേ അയിത്തമുണ്ടായിരുന്നുള്ളൂ. അവരുടെ പണത്തിനും അവർ പോയ്ക്കഴി ഞ്ഞാൽ ഇളനീരിനും അയിത്തമുണ്ടായിരുന്നില്ലെന്നും രാമുണ്ണി പകുതി ഫലിതമായി കൂട്ടിച്ചേർക്കുകയുണ്ടായി. ഇത്തരമൊരു പശ്ചാത്തലത്തി ലാണ് മൂർക്കോത്ത് കുമാരനെപ്പോലുള്ളവർ ശ്രീനാരായണ ഗുരുവിന്റെ പ്രവർത്തനങ്ങൾ മലബാറിലേക്ക് വ്യാപിപ്പിക്കാൻ മുന്നിട്ടിറങ്ങിയത്. അതിന്റെ കേന്ദ്രം തലശ്ശേരിയായത് യാദൃഛികമല്ല. ഇവിടുത്തെ തീയർക്കിടയിലെ പരിഷ്ക്കരണ പരിശ്രമങ്ങൾക്ക് യഥാർഥ രൂപംനൽകിയത് ഗുരുവാണ്.ജഗന്നാഥ ക്ഷേത്രവും ജ്ഞാനോദയ യോഗവും അങ്ങനെയാണ് ചരിത്രത്തിലെ ഉജ്വല സ്തംഭങ്ങളായത്. ജഗന്നാഥ ക്ഷേത്രം നിലവിൽവരാൻ ആദ്യമായി പരിശ്രമിച്ചത് വരളുർ കാണിയിൽ കുഞ്ഞിക്കണ്ണൻ കമ്പൗണ്ടർ. അദ്ദേഹം തലശ്ശേരിയിൽ അലോപ്പതി മരുന്നുകട നടത്തുകയായിരുന്നു.മദ്രാസിൽ നിന്നായിരുന്നു മരുന്നുകൾ കൊണ്ടുവന്നിരുന്നത്. അങ്ങനെ ഒരിക്കൽ പോയപ്പോൾ ഒരു റസ്റ്റാറന്റിൽ ചായ കുടിക്കാൻ കയറി. അവിടെ കണ്ടുമുട്ടിയ ഒരാൾ തിരുവിതാംകൂറിലെ ദിവ്യസന്ന്യാസിയെപ്പറ്റി ആരാധനാപൂർവം സംസാരിക്കുന്നത് കേട്ടു. കഥാപുരുഷനെ കാണണമെന്ന് കമ്പൗണ്ടർ അതിയായി കൊതിച്ചു. നാട്ടിൽ തിരിച്ചെത്തിയശേഷം അതിനായുള്ള ശ്രമം തുടങ്ങി. അങ്ങനെ തീവണ്ടിയിലും തോണിയിലുമായി സഞ്ചരിച്ച് ശിവഗിരിയിലെത്തി. ഗുരുവിനോട് കാര്യം പറഞ്ഞു. കള്ളും ചാരായവും നടമാടുന്ന, ആട്,കോഴി എന്നീ നിർദോഷ ജീവികളെ കൊന്ന് ചോരയും മാംസവും ദേവന് നിവേദിക്കുന്ന കാവുകളാണ് ഈഴവർക്കുള്ളത്. ബ്രാ ഹ്മണരുടേതുപോലെ ഉത്തമപൂജ നടത്തുന്ന ക്ഷേത്രങ്ങളാണ് വേണ്ടത്. അത്തരത്തിലുള്ളവയിൽ പ്രവേശിക്കാൻ ഞങ്ങൾക്ക് അനുവാദമില്ല. എല്ലാം ശ്രദ്ധാപൂർവം കേട്ട ഗുരു പറഞ്ഞത് ,ഇപ്പോൾ താൻ വരുന്നില്ലെ ന്നും ചിന്ന സ്വാമി(കുമാരനാശാൻ)യെ കൂട്ടിക്കൊള്ളൂ എന്നുമായിരുന്നു. ക്ഷേത്ര നിർമാണത്തെപറ്റി ആലോചിക്കാൻ 1905 ജൂലൈ ഒമ്പതിന് യോഗം വിളിച്ചുചേർത്തു. തിരുവിതാംകൂറിൽനിന്ന് ആശാനും എത്തി. ഒരാഴ്ച്ചക്കുള്ളിൽ വിപുലമായ യോഗംകൂടി. ആ കൂടിച്ചേരലിന്റെ പേര് ശ്രീജ്ഞാനോദയയോഗം എന്ന് കുമാരനാശാൻ നിർദേശിച്ചു. എല്ലാവരും കൈമുട്ടി അംഗീകാരംനൽകി. ജ്ഞാനോദയം തൊഴിലാളി സംഘാടനത്തിനും ഇന്ധനമായി. സി കണ്ണനെപ്പോലുള്ളവർ അക്കഥ പറയാറുണ്ടായിരുന്നു. ജാതി പരിഷ്ക്കരണ പ്രസ്ഥാനത്തിന്റെ ഒരു ഘട്ട മായിരുന്നു അത്. ശ്രീനാരായണ ബീഡിത്തൊഴിലാളി സംഘം അതിന് മൂർത്തരൂപംനൽകി. ട്രേഡ് അടിസ്ഥാനത്തിലായിരുന്നില്ല അത്. 1934

ഏപ്രിലിൽ ശ്രീനാരായണ ഭക്തനും തിയോസഫിക്കൽ സൊസൈറ്റി പ്രവർത്തകനുമായ ശിവപ്രസാദ്, സംഘം അധ്യക്ഷനായി. കണ്ണൂർ ഗൗതമ ലോഡ്ജ് കേന്ദ്രീകരിച്ചായിരുന്നു പ്രവർത്തനങ്ങൾ. മദിരാശി ലേബർ യൂണിയന്റെ ഘടകം തുടങ്ങാനും ശിവപ്രസാദ് മുന്നിട്ടിറങ്ങി. ശ്രീ നാരായണ ഗുരുവിന്റെ ജനന-മരണ വാർഷികത്തിന് പൊതുഅവധി വേണമെന്നതായിരുന്നു ശ്രീനാരായണ ബീഡിത്തൊഴിലാളി സംഘം ഉയർത്തിയ ആദ്യ ആവശ്യം. അത്തരത്തിലൊരു പ്രമേയം പാസാക്കു കയുമുണ്ടായി. കെ പി കുമാരൻ,പി കെ കൃഷ്ണൻ,കച്ചുമ്പ്രോൻ ശങ്കരൻ, പറമ്പത്ത് രാമുണ്ണി, കൊയമ്പ്രോൻ ഗോവിന്ദൻ, കോട്ടായി അനന്തൻ തുടങ്ങിയ തൊഴിലാളികൾ തന്നെയായിരുന്നു തലശ്ശേരി യോഗത്തിലെ പ്രധാനികൾ. എസ്എൻ ബീഡിത്തൊഴിലാളി സംഘത്തിന്റെ ആഭി മുഖ്യത്തിൽ തലശ്ശേരി പട്ടണത്തിൽ വായനശാലയും മാസികയും തുടങ്ങാനും തീരുമാനിച്ചതായി മാതൃഭൂമി വാർത്ത വ്യക്തമാക്കി. സംഘടന പ്രദേശത്തിന്റെ അതിരുകൾ കടന്ന് പ്രവർത്തിക്കാനും വളരാനും തുടങ്ങി.ജോലി സ്ഥിരതയും കൂലി വർധനയും ആവശ്യപ്പെട്ട് 'ചർക്ക' ബീഡിത്തൊഴിലാളികൾ നടത്തിയ പണിമുടക്കായിരുന്നു ശ്രീനാരായണ സംഘത്തിന്റെ പ്രധാന സമരം. ഗുരുഭക്തിക്കൊപ്പം തൊഴിൽ സാഹചര്യവും മുതലാളിമാരുടെ അലസസമീപനങ്ങളും മാറ്റിയെടുക്കണമെന്ന മുദ്രാവാക്യവും സംഘം മുന്നോട്ടുവെച്ചു. ഇത്തര മൊരവസ്ഥയിലാണ് അഖിലകേരളാടിസ്ഥാനത്തിൽ യൂണിയൻ രൂപീ കരിക്കേണ്ടതിന്റ ആവശ്യത്തിൽ ഊന്നിയത്. ജാതിക്കും മതത്തിനും ഉപരിയായി തൊഴിലാളികൾക്കെല്ലാം ഒരേ താൽപ്പര്യമാണെന്നും എല്ലാ തൊഴിലാളികൾക്കും ഒരേ പണിയും ഒരേ കൂലിയും ഒരേ തൊഴിൽ സമയമാണെന്നും സർദാർ ചന്ദ്രോത്ത് കുഞ്ഞിരാമൻ നായർഓർമിപ്പിച്ചു. അങ്ങനെ ശ്രീനാരായണ ബീഡീത്തൊഴിലാളി സംഘത്തിന്റെഘട നയെയും കാഴ്ച്ചപ്പാടിനെയും മറികടന്ന വീക്ഷണത്തിന്റെ പ്രകടിത രൂപമായിരുന്നു കണ്ണൂർ ബീഡിത്തൊഴിലാളി യൂണിയൻ. 1934 ആഗസ്ത് എട്ടിനായിരുന്നു അതിന്റെ രൂപീകരണം.

ശ്രീനാരായണ ഗുരു 1906ലാണ് ജഗന്നാഥ ക്ഷേത്രത്തിന് തറക്കല്ലി ട്ടത്. നിർമാണം പ്രാരംഭദശയിലെത്തിയപ്പോഴും അഭിവൃദ്ധിയുണ്ടായില്ല. പണി നടക്കുന്നിടത്ത് ഒരു തോർത്ത് വിരിച്ചിരുന്നു. സാധു മനുഷ്യർ കാലണയും അരയണയും അതിലിടും. വൈകുന്നേരം തോർത്തിലെ പണം ഭാരവാഹികളിൽ ഒരാളുടെ വീട്ടിലേക്ക് കൊണ്ടുപോകും. ആ സമ്പ്രദായം ജനങ്ങൾക്ക് ഇഷ്ടപ്പെട്ടില്ലത്രെ. അങ്ങനെ പകരം ചെമ്പ് വട്ടളമാക്കി. ആളുകൾ പണമിടുന്നത് ഏറി. 1908 ഫെബ്രുവരി 13ന് ഗുരു ശിവലിംഗം പ്രതിഷ്ഠിച്ചു. ആയിരക്കണക്കിന് തീയർക്കൊപ്പം ധാരാളം ബ്രാഹ്മണരും നായന്മാരുമടക്കം അന്യ ജാതികളിൽപ്പെട്ടവരും എത്തി. തിരുവിതാംകൂറിൽനിന്ന് വന്ന വാദ്യക്കാരും നാദസ്വരക്കാരും പ്രത്യേകം ശ്രദ്ധിക്കപ്പെട്ടു. ശ്രീനാരായണ ഗുരുവിന് വന്ദനം, ഐകമത്യം മഹാബലം എന്ന് എങ്ങും എഴുതിവെക്കുകയുണ്ടായി. ഗുരു തലശ്ശേരിയിൽ

പ്രതിഷ്ഠ നടത്തിയ ക്ഷേത്രത്തിന് ജഗന്നാഥം എന്ന് പേരിട്ടതും ആലോചിച്ചുറപ്പിച്ചായിരുന്നു. ഒറീസയിലെ പുരി ജഗന്നാഥക്ഷേത്രവുമായി ബന്ധപ്പെട്ടാണത്. ഹിന്ദു ആരാധനാലയങ്ങളിൽ പുരാതനവും പ്രധാനവുമാണത്. അവിടെ ജാതിവിചാരം ഒട്ടുമില്ലെന്നത് ഗുരുവിനെ ഏറെ ആവേശംകൊള്ളിച്ചിരുന്നു. തന്റെ കീഴിലുള്ള ആരാധനാലയങ്ങളെല്ലാം ആ മാതൃകയിൽ ആവണമെന്ന് ആഗ്രഹിക്കുകയുമുണ്ടായി. ശിവഗിരിയിൽ മഠവും ആലുവയിൽ അദ്വൈതാശ്രമവും നിർമിച്ചത് തലശ്ശേരി ജഗന്നാഥത്തിനുശേഷമാണ്. ജഗന്നാഥ ക്ഷേത്രത്തിൽ ഗുരുദേവൻ മഹാശിവനെയും ഗണപതിയെയും സുബ്രഹ്മണ്യനെയും മാത്രമേ പ്രതിഷ്ഠിച്ചുള്ളൂ. എന്നാൽ ക്ഷേത്രം ഭാരവാഹികൾക്ക് നവഗ്രഹ-ദേവീ -നാഗ പ്രതിഷ്ഠകൾ വേണമെന്ന് ആഗ്രഹമുണ്ടായി. അത് മനസ്സിലിരുത്തി അത്തരം വിഗ്രഹങ്ങൾ ഒരുക്കിവെക്കുകയുംചെയ്തിരുന്നു. ഗുരു അതെല്ലാം തള്ളിക്കളഞ്ഞു.ക്ഷേത്ര പ്രതിഷ്ഠക്ക് മുമ്പേ മറ്റൊരു പ്രധാന സംഭവവുമുണ്ടായി. പ്രതിഷ്ഠിക്കപ്പെടുന്ന ക്ഷേത്രത്തിന്റെ താന്ത്രികാവകാശം ശിവഗിരി മഠത്തിൽതന്നെ ആയിരിക്കണമെന്ന് ഗുരു കൽപ്പിച്ചു. ജഗന്നാഥ ക്ഷേത്രത്തിന്റെ താന്ത്രികാവകാശം ശിവഗിരി മഠത്തിലേക്ക് രജിസ്റ്റർചെയ്യപ്പെട്ടു. അതുപ്രകാരം ഇവിടെനിന്ന് വർക്കലയിലേക്ക് ഒരുവർഷം ഇരുന്നൂറ് രൂപ നൽകണം.

1907 ജൂൺ ഒമ്പത് ക്ഷേത്ര ചരിത്രത്തിലെ പ്രധാന ദിവസം. അന്നത്തെ യോഗമാണ് ആദ്യമായി ജനാധിപത്യ സമ്പ്രദായമനുസരിച്ച് പതിനൊന്ന് ഡയരക്ടർമാരെ തെരഞ്ഞെടുത്തത്. ശ്രീനാരായണനെ സംബന്ധിച്ചിടത്തോളം ക്ഷേത്രങ്ങൾ വെറും ആരാധനാലയം മാത്രമല്ല. മറിച്ച് സാമൂഹ്യമാറ്റത്തിന്റെ കേന്ദ്രങ്ങൾ കൂടിയായിരുന്നു. ആ കാഴ്ച്ചപ്പാട് ഉറപ്പിച്ച് തെളിയിക്കുന്നതായിരുന്നു തലശ്ശേരിയിലെ പ്രവർത്തനങ്ങൾ. ജ്ഞാനോദയമാകട്ടെ തീയർക്കിടയിൽ നിലനിന്ന ജാതിവിഭജനം ഇല്ലാതാക്കാൻ നേതൃത്വംനൽകിയതോടൊപ്പം അന്ധവിശ്വാസങ്ങൾക്കും അനാചാരങ്ങൾക്കുമെതിരെയും നിലകൊണ്ടു. പുളികുടി, പിണ്ഡസദ്യ തുടങ്ങിയ കർമങ്ങൾക്കെതിരെ തുറന്നുവിട്ട വിമർശനങ്ങളും ചെറുതായിരുന്നില്ല. ജഗന്നാഥ ക്ഷേത്രത്തിൽ സ്ഥാപിച്ച ശ്രീനാരായണ ഗുരുവിന്റെ പഞ്ചലോഹ പ്രതിമയ്ക്കുവേണ്ടിയുള്ള ധനസമാഹരണവും ജനകീയ പിന്തുണയോടെയായിരുന്നു. സാധാരണക്കാർ ഓരോരുത്തർക്കും കഴിയുന്ന ചെറിയ തുക സംഭാവനചെയ്താണത് നിർമിച്ചത്. മൂർക്കോത്ത് കുമാരന്റെ അധ്യക്ഷതയിൽ അന്നൊരു തൊഴിലാളി സംഘമുണ്ടായിരുന്നു. ജാതി മത ഭേദമന്യേ പണിയെടുക്കുന്നവർക്കായി പ്രവർത്തിച്ചു അത്. സംഘത്തിന്റെ സഭ ചേരുകയും ഗുരു പ്രതിമയ്ക്കായി ഓരോ തൊഴിലാളിയും ഒരു രൂപവീതം സംഭാവന നൽകാൻ അഭ്യർഥിക്കുകയുംചെയ്തു. പ്രതിമയെക്കുറിച്ച് ഗുരുവിനോട് സൂചിപ്പിച്ചപ്പോൾ, നല്ലതുതന്നെ ഭക്ഷണം ആവശ്യമില്ലല്ലോ എന്ന് പറഞ്ഞതായി കഥയുണ്ട്. 1927 മാർച്ച് പതിമൂന്നിന് ബ്രഹ്മവിദ്യാ സംഘത്തിലെ പ്രധാനിയായ എൻ എസ് റാവു അനാഛാദനംചെയ്തു

അത് ഗുരു ജീവിച്ചിരിക്കെ ലോകത്തിലാദ്യമായി സ്ഥാപിച്ച അദ്ദേഹത്തിന്റെ പ്രതിമയെന്ന പ്രശസ്തിയുംനേടി. അനാഛാദനച്ചടങ്ങിൽ മഞ്ചേരി രാമയ്യരും വി കരുണാകരൻ നായരും മറ്റും സംബന്ധിച്ചു.

അത്തരം ചരിത്രവും പാരമ്പര്യവുമുള്ള ആ ആരാധനാലയത്തെ പിടിച്ചടക്കാൻ ആർഎസ്എസ് നേതൃത്വത്തിൽ ഹിന്ദുത്വ ശക്തികൾ പലവട്ടം ശ്രമിച്ചിരുന്നു. തുടരെയുള്ള ആക്രമണങ്ങളിലൂടെ ആർഎസ്എസ് ലക്ഷ്യമിട്ടത് ക്ഷേത്രഭരണമായിരുന്നു. ബഹുഭൂരിപക്ഷം ശ്രീനാരായണവിശ്വാസികളും ജ്ഞാനോദയയോഗം അംഗങ്ങളും എതിരായതിനാൽ ആ മോഹം സഫലമായില്ല. 2015ൽ ഏതുവിധേനയും ഭരണം പിടിക്കാനുള്ള ശ്രമം നടത്തി. മൂന്നര പതിറ്റാണ്ടോളമായി ക്ഷേത്രത്തെ നയിക്കുന്ന പ്രസിഡന്റ് കെ പി രത്നാകരനെ മർദിക്കുകയും ക്ഷേത്ര ഓഫീസ് അടിച്ചുപൊളിക്കുകയുംചെയ്തു. ബോർഡും കസേരകളും വർഷങ്ങളായി സൂക്ഷിക്കുന്ന നെല്ലും ഉറിയുമുൾപ്പെടെ നശിപ്പിച്ചു. അംഗത്വം ആവശ്യപ്പെട്ട് പല സ്ഥലങ്ങളിൽനിന്നായി ആളുകളെ അവിടെ എത്തിച്ചിരുന്നു. തെരഞ്ഞെടുപ്പ് വിജ്ഞാപനം പ്രഖ്യാപിച്ച് നടപടി ആരംഭിച്ചതിനാൽ പുതിയ അംഗത്വം നൽകാനാവില്ലെന്ന് ഭരണസമിതിയും വരണാധികാരിയും അറിയിച്ചെങ്കിലും വഴങ്ങിയില്ല. കുഴപ്പമുണ്ടാക്കി കോടതിയെ ഇടപെടുവിച്ച് തെരഞ്ഞെടുപ്പ് മാറ്റിവെപ്പിക്കാനാവുമോയെന്ന ശ്രമമായിരുന്നു അക്രമത്തിന്പിന്നിൽ. സംഘപരിവാറിന്റെ രാഷ്ട്രീയ അജൻഡ അറിയാത്ത ചിലരും അവരുടെ വലയിൽവീണു. ശ്രീനാരായണഗുരു പ്രതിഷ്ഠ നടത്തിയ, സർവമതസമഭാവനയും മാനവസ്നേഹവും പുലരുന്ന മഹാക്ഷേത്രമായ ജഗന്നാഥം ആർഎസ്എസ്സിന് ബാലികേറാമലയാണ്. പല തെരഞ്ഞെടുപ്പുകളിലും നാണംകെട്ട കള്ളപ്രചാരണം നടത്തിയെങ്കിലും ഫലംവന്നപ്പോൾ കെ പി രത്നാകരന്റെ പാനലാണ് ജയിച്ചത്. അതോടെ പുതുതന്ത്രങ്ങൾ മെനയുകയായിരുന്നു ആർഎസ്എസ്. ജഗന്നാഥക്ഷേത്രത്തിൽ കാവിപ്പട ചോരവീഴ്ത്തുന്നത് ആദ്യമല്ല. മുമ്പ് പലവട്ടം അക്രമം നടത്തിയിട്ടുണ്ട്. ഉത്സവമടക്കം അലങ്കോലപ്പെടുത്താൻ ശ്രമിച്ച സന്ദർഭങ്ങൾ നിരവധി. 2013ലും ജ്ഞാനോദയയോഗം പ്രസിഡന്റ് കെ പി രത്നാകരനെ ആക്രമിച്ചിരുന്നു.

ഏതുനേരവും ഹിന്ദുസ്നേഹം വിളമ്പുന്ന ആർഎസ്എസിന്റെ ഭീകരമുഖമാണ് 2015ൽ ജഗന്നാഥക്ഷേത്രത്തിൽ കണ്ടത്. ക്ഷേത്രങ്ങളെപ്പോലും ഹിന്ദുത്വ ഭീകരത വെറുതെവിടില്ലെന്നതിന്റെ തെളിവായിരുന്നു അത്.പവർഗീയവാദികൾക്ക് ജഗന്നാഥക്ഷേത്രത്തിൽ സ്ഥാനമില്ലെന്ന് പ്രഖ്യാപിച്ചാണ് ശ്രീജ്ഞാനോദയയോഗം തെരഞ്ഞെടുപ്പിൽ ശ്രീനാരായണദർശനം പിന്തുടരുന്നവർ മത്സരിക്കുന്നത്. അക്രമം നടത്തിയും ഭീഷണിപ്പെടുത്തിയും അവരെ പിന്തിരിപ്പിക്കാനാവുമോയെന്നാണ് ആർഎസ്എസ് നോക്കിയത്. അവർണ വിഭാഗങ്ങൾക്ക് തിരുവങ്ങാട് ശ്രീരാമക്ഷേത്രത്തിൽ പ്രവേശനം ഇല്ലാത്ത കാലത്താണ് ഗുരു തലശേരി ജഗന്നാഥ ക്ഷേത്രത്തിന് ശിലയിട്ടത്. സവർണപ്രമാണിമാർ അക്കാലത്തുതന്നെ അതിനെതിരെ കലാപമുയർത്തി. പിൽക്കാലത്ത്

ശ്രീനാരായണ ദർശനങ്ങൾക്ക് കടകവിരുദ്ധമായ നിലയിൽ 'അഹിന്ദുക്കൾക്ക് പ്രവേശനമില്ല" എന്ന് ക്ഷേത്ര പരിസരത്ത് ആർഎസ്എസ്സുകാർ ബോർഡ് സ്ഥാപിച്ചു. അതിനെതിരെ ശ്രീനാരായണ ദർശനം പിന്തുടരുന്നവർ ശക്തമായ പ്രതിഷേധമുയർത്തിയിരുന്നു. അതിന്റെ ഭാഗമായാണ് 1978ൽ സ്വാമി ആനന്ദതീർഥൻ വർഗീയ വാദികൾക്കെതിരെ നിരാഹാര സത്യഗ്രഹം നടത്തിയത്. ഉത്സവാവസരത്തിൽ ക്ഷേത്രത്തിലേക്കുള്ള പൊതുവഴിയിൽ പ്രത്യക്ഷപ്പെടാറുള്ള,മുഹമ്മദീയർക്ക് പ്രവേശനമില്ല എന്ന ബോർഡ് കെപി രത്നാകരന്റെ നേതൃത്വത്തിലുള്ള ഭാരവാഹികൾ അക്കൊല്ലം സ്ഥാപിച്ചില്ല. അതേത്തുടർന്ന് വർഗീയ ശക്തികൾ കുഴപ്പങ്ങൾ കുത്തിപ്പൊക്കിയേക്കാമെന്ന അഭ്യൂഹം അന്തരീക്ഷത്തിൽ കത്തിയപ്പോൾ അന്ന് തിരുവനന്തപുരത്തായിരുന്ന ആനന്ദതീർത്ഥൻ അച്ചടിച്ച പ്രസ്താവനയുമായി തലശ്ശേരിയിലേക്ക് കുതിച്ചു. ദളിതന്റെ പ്രതീകമായി, ഉത്സവപ്പറമ്പിൽനിന്ന് വാങ്ങിയ ഒരുരൂപ മാത്രം വിലയുള്ള കറുത്ത കല്ലുമാല അണിഞ്ഞ്,അർധനഗ്നനായി ഗജമണ്ഡപത്തിനു മുന്നിൽ സത്യഗ്രഹംനടത്തിയത് ആവേശകരമായിരുന്നു. ഇതെല്ലാം കണ്ട് വിഭ്രാന്തിപൂണ്ട വർഗീയവാദികൾ ക്ഷേത്രത്തിനെതിരെ തുടർച്ചയായി പലവിധ നീക്കങ്ങൾ നടത്തിയിട്ടുണ്ട്. അതിന്റെ തുടർച്ചയായിട്ടാണ് 2015ലെ ആക്രമണം. ഭരണസമിതി പ്രസിഡന്റായ 84 വയസ്സുകാരനെ ആക്രമിച്ച ആർഎസ്എസ്സുകാർ പറയുന്ന ക്ഷേത്ര സംരക്ഷണം പൊള്ളയാണ്.

സിപിഐ എം പ്രവർത്തകർമാത്രമല്ല, ശ്രീനാരായണീയ ദർശനം പിന്തുടരുന്നവരും തങ്ങളുടെ ശത്രുക്കളാണെന്നാണ് ആ സംഭവത്തിലൂടെ ആർഎസ്എസ്സുകാർ പ്രഖ്യാപിച്ചത്.ഗുരുദർശനത്തിന് കടകവിരുദ്ധമായ ഹിന്ദുത്വ മതഭ്രാന്തിനെതിരെ ശ്രീനാരായണീയർക്കൊപ്പം സിപിഐ എമ്മും അണിനിരന്നു. ശ്രീനാരായണീയരിൽനിന്ന് ജഗന്നാഥക്ഷേത്രം പിടിച്ചെടുത്ത് സവർണമാടമ്പി വാഴ്ച അടിച്ചേൽപിക്കാനാണ് ആർഎസ്എസ് ശ്രമം . ശ്രീനാരായണദർശനങ്ങളോടും വിശ്വാസങ്ങളോടുമുള്ള പരസ്യവെല്ലുവിളിയായായിരുന്നു അത്. അന്യമതവിരോധവും വർഗീയതയും ഊതിക്കത്തിക്കുന്നവരാണ് സർവമതസമഭാവനയുടെ കേന്ദ്രമാകണമെന്ന്, ശ്രീനാരായണഗുരു അരുളിച്ചെയ്ത ജഗന്നാഥത്തിൽ കുഴപ്പമുണ്ടാക്കുന്നതും. തിരുവങ്ങാട് ശ്രീരാമസ്വാമിക്ഷേത്രത്തിൽ പിന്നോക്കജാതിക്കാർക്ക് ദർശനമോ ക്ഷേത്രച്ചിറയിൽ കുളിക്കാനോ അനുവാദമില്ലാതിരുന്ന കാലത്താണ് ജഗന്നാഥമെന്ന ആശയത്തിന് തലശേരിയിൽ വിത്തുപാകിയത്. നവോത്ഥാനനായകനായ ശ്രീനാരായണഗുരു ആ ആശയത്തിന് സാക്ഷാത്കാരംനൽകി. അദ്ദേഹം ശിവപ്രതിഷ്ഠ നടത്തിയതറിഞ്ഞ് ചോദ്യംചെയ്യാനെത്തിയ സവർണ മാടമ്പിമാർക്ക് മുന്നിൽ ഈഴവശിവനെയാണ് പ്രതിഷ്ഠിച്ചതെന്ന ചരിത്ര പ്രസിദ്ധമായ പ്രസ്താവനയാണ് ഗുരു നടത്തിയത്. അന്ന് അദ്ദേഹത്തെ ചോദ്യംചെയ്തവരുടെ പിന്മുറക്കാരാണ് ക്ഷേത്രം പിടിച്ചെടുക്കാൻ തുടരെ അക്രമം നടത്തുന്ന ആർഎസ്എസ്സുകാർ.

ഏതാനും വർഷമായി ജഗന്നാഥക്ഷേത്രത്തിൽ അക്രമം നടക്കാത്ത ഒരു ഉത്സവവുമുണ്ടായിട്ടില്ല. ക്ഷേത്രപരിസരത്ത് ഏത്നേരത്തും സായുധ ആർഎസ്എസ് സംഘമുണ്ടാവും. എത്രയോ ശ്രീനാരായണീയവിശ്വാസികൾ അവിടെ ആക്രമിക്കപ്പെട്ടു. ഡയറക്ടർമാർക്കുപോലും ക്ഷേത്രത്തിൽ പലവിധ ദുരനുഭവങ്ങളുമുണ്ടായി. ഭാരവാഹികൾക്കും ജീവനക്കാർക്കും രണ്ടു മാസത്തോളം ഓഫീസിൽ കയറാൻ സാധിക്കാതെ ഉപരോധം തീർത്തു. 2014ലെ ശ്രീജ്ഞാനോദയം തെരഞ്ഞെടുപ്പിൽ സംഘപരിവാർ പാനൽ തോറ്റതോടെയാണ് വ്യാജപ്രചാരണം തുടങ്ങിയത്. ഡയറക്ടർമാരെ പ്രവർത്തിക്കാൻ വിടില്ലെന്ന വെല്ലുവിളിയാണവിടെ. ജഗന്നാഥക്ഷേത്രത്തിന് വിളിപ്പാടകലെയാണ് തിരുവങ്ങാട് ശ്രീരാമസ്വാമിക്ഷേത്രം. അവിടുത്തെ നടത്തിപ്പുകാരായി മാറുന്ന ആർഎസ്എസ് ജഗന്നാഥക്ഷേത്രത്തിലെത്തുമ്പോൾ ഉത്സവം കലക്കുന്നു. കുഴപ്പം കുത്തിപ്പൊക്കിയും അക്രമം നടത്തിയും ഭീഷണിപ്രയോഗിച്ചും ജഗന്നാഥം കൈപ്പിടിയിലൊതുക്കാനാണ് ശ്രമം. അവർ അക്ഷരാർഥത്തിൽ ശ്രീനാരായണഗുരുവിനെതിരെയാണ്, ഗുരുദർശനത്തിനെതിരെയാണ് യുദ്ധം പ്രഖ്യാപിക്കുന്നത്.

ഗുരു സ്ഥാപിച്ച ക്ഷേത്രങ്ങൾ കൈയടക്കുകയെന്നത് ആർഎസ്എസ്സിന്റെ ആസൂത്രിത പദ്ധതിയാണ്. അതിന്റെ ഭാഗമായി പലയിടങ്ങളിലും ശ്രീനാരായണബന്ധമുള്ള സ്ഥാപനങ്ങൾ പിടിച്ചെടുക്കാൻ ശ്രമിക്കുന്നു. ജാതിരഹിതവും മതനിരപേക്ഷവുമായ സമൂഹത്തിനായി പോരാടിയ നവോത്ഥാനനായകനാണ് ഗുരു. ഹിന്ദുക്ഷേത്രങ്ങളിൽ പിന്നോക്കജാതിക്കാർക്ക് പ്രവേശനം നിഷേധിച്ചപ്പോഴാണ് ജഗന്നാഥം ഉൾപ്പെടെയുള്ളവ സ്ഥാപിച്ചത്. ജീവിച്ച കാലത്ത് അദ്ദേഹത്തെ ഹിന്ദുവായി സവർണമേധാവികൾ അംഗീകരിച്ചിട്ടില്ല. ഒരു ക്ഷേത്രത്തിലും പ്രവേശിപ്പിച്ചുമില്ല. അന്നത്തെ സവർണമേധാവിത്വത്തിന്റെ ആധുനിക പതിപ്പാണ് ആർഎസ്എസ്. ജഗന്നാഥക്ഷേത്രം തെരഞ്ഞെടുപ്പ് ശാന്തമായ അന്തരീക്ഷത്തിൽ നടത്താൻ എല്ലാവരും സഹകരിക്കണമെന്ന ശിവഗിരി ധർമസംഘം ട്രസ്റ്റ്ബോർഡ് അംഗവും ചാലക്കുടി ആശ്രമമഠാധിപതിയുമായ സച്ചിദാനന്ദസ്വാമികളുടെ അഭ്യർഥന ഈയർഥത്തിലാണ് ശ്രദ്ധേയമായത്. ശ്രീനാരായണഗുരുവും കുമാരനാശാനുമാണ് ക്ഷേത്രഭരണസംവിധാനത്തിന്റെ ബൈലോ തയ്യാറാക്കിയത്. അതുപ്രകാരമാണ് തെരഞ്ഞെടുപ്പ് ഉൾപ്പെടെയുള്ള എല്ലാനടപടികളും. ശ്രീനാരായണ ധർമത്തിനായി നിലകൊള്ളുന്ന വ്യക്തികൾക്ക് ജ്ഞാനോദയയോഗത്തിൽ അംഗത്വം സ്വീകരിച്ച് പ്രവർത്തിക്കാം. വിഭാഗീയചിന്തകൾക്കപ്പുറം എല്ലാവരും ഒത്തുചേർന്ന് സമാധാനത്തോടെ പ്രവർത്തിക്കാനുള്ള അന്തരീക്ഷമുണ്ടാവണം. ശ്രീനാരായണഗുരുവിലും ജഗന്നാഥനിലും വിശ്വാസമുള്ളവരാണെങ്കിൽ ആരും ക്ഷേത്രം ഓഫീസിൽ തടസ്സമുണ്ടാക്കില്ല. ക്ഷേത്രം ഓഫീസ് ഉപരോധിക്കുന്നത് അറിഞ്ഞ് ആലുവ അദ്വൈതാശ്രമത്തിൽനിന്നുള്ള സ്വാമികൾ വന്നപ്പോൾ അദ്ദേഹത്തെ ഒരു കൂട്ടർ അധിക്ഷേപിച്ചു.

ഗുരുദേവൻ പ്രതിഷ്ഠിച്ച ക്ഷേത്രത്തിലെ താന്ത്രിക-വൈദിക അവകാശങ്ങൾ പൂർണമായും ശിവഗിരിമഠത്തിൽ നിക്ഷിപ്തമാണ്. ജഗന്നാഥക്ഷേത്രം രാഷ്ട്രീയ ബലപരീക്ഷണ വേദിയാകരുത്. എല്ലാവിധ വിഭജനങ്ങൾക്കും ജാതിമതചിന്തകൾക്കും അതീതമായി ലോകത്തെ ഒന്നായി കാണുന്ന വിശ്വമാനവിക ദർശനമാണ് ഗുരുവിന്റേത്. അത് പ്രചരിപ്പിക്കുകയാവണം ജഗന്നാഥക്ഷേത്രത്തിന്റെ കർത്തവ്യമെന്നും അന്ന് സച്ചിദാനന്ദസ്വാമികൾ പറഞ്ഞു. ഏറ്റവും താഴ്ന്ന സമുദായക്കാരെ ക്ഷേത്രത്തിൽ പ്രവേശിപ്പിക്കണമെന്ന് ആദ്യകാലത്ത് മൂർക്കോത്ത് കുമാരനും ചില യുവനേതാക്കളും വാദിച്ചപ്പോൾ യാഥാസ്ഥിതികർ പല തൊടുന്യായങ്ങളും നിരത്തി അത് നീട്ടിക്കൊണ്ടുപോകാൻ ശ്രമിച്ചു. ദീർഘമായ വാദപ്രതിവാദങ്ങൾക്കുശേഷം മൂർക്കോത്ത് ചോദിച്ചത് നവ പ്രതിലോമകാരികൾ ഓർത്താൽ നന്ന്. ക്ഷേത്രങ്ങളിൽ ശാന്തിമാരെ നിയമിക്കുന്നത് വർക്കലയിൽനിന്നാണ്. ഗുരു അവിടെ എല്ലാ ജാതിക്കാരെയും പരിശീലിപ്പിക്കുന്നുമുണ്ട്. ഇവിടെ പ്രവേശനം നിഷേധിച്ചിരിക്കുന്ന ഒരാളെ ശാന്തിയായി നിയമിച്ചാൽ എന്തുചെയ്യും. ഇതുകേട്ടപ്പോൾ യാഥാസ്ഥിതിക നേതാക്കൾ, ഗുരോ ഞങ്ങൾ ഇതാലോചിച്ച് ഒരുവർഷം കഴിഞ്ഞ് തീരുമാനമെടുക്കാം എന്ന് പ്രതികരിച്ചു. ആ സമയം ചെറിയ ചാറ്റൽ മഴയുണ്ടായി.അത് നിൽക്കുകയുംചെയ്തു. ഒരുവർഷം കഴിഞ്ഞല്ലോ, ഇനി അവർക്ക് പ്രവേശനം നൽകാമെന്ന് ഗുരു തന്റെ സ്വതസിദ്ധമായ നർമബോധത്തോടെ പറഞ്ഞപ്പോൾ എല്ലാവരും ചിരിച്ചുകൊണ്ട് യോജിക്കുകയുംചെയ്തു.

ഇങ്ങനെ ഗുരുവിന്റെ ഉപദേശങ്ങളും നിർദേശങ്ങളും അക്ഷരംപ്രതി നിറവേറ്റിയ ക്ഷേത്രങ്ങളിലൊന്നെന്ന ഖ്യാതിയും ജഗന്നാഥത്തിനുണ്ട്. ആ സന്ദേശങ്ങൾ അവിടെ എഴുതിവെച്ചതായുംകാണാം.'അവ ക്ഷേത്രത്തിൽ പ്രവേശിക്കുന്ന ഏവരുടെയും ഹൃദയാന്തരാളത്തിൽ നിറയേണ്ടതുണ്ട്.

ജാതിഭേദം മതദ്വേഷം
ഏതുമില്ലാതെ സർവരും
സോദരത്വേന വാഴുന്ന
മാതൃകാസ്ഥാനമാമിത്
ഒരു ജാതി, ഒരു മതം, ഒരു ദൈവം മനുഷ്യന്
ജാതിചോദിക്കരുത്, പറയരുത്,വിചാരിക്കരുത്
മതമേതായാലും മനുഷ്യൻ നന്നായാൽമതി
വിദ്യാഭ്യാസംകൊണ്ട് സ്വതന്ത്രരാവുക
സംഘടിച്ച് ശക്തരാവുക
വ്യവസായംകൊണ്ട് സമ്പന്നരാവുക
സ്ത്രീകൾക്ക് വിദ്യാഭ്യാസം നൽകുക
സ്ത്രീകളെ എല്ലാ വികസന പ്രവർത്തനങ്ങളിലും പങ്കാളികളാക്കുക

ഇംഗ്ലീഷ് ഭാഷ പഠിക്കുക-എന്നിങ്ങനെ അദ്ദേഹത്തിന്റെ പ്രബോധനങ്ങൾ ജഗന്നാഥത്തിനും ഹൃദിസ്ഥമാണ്. മാതൃകാ സ്ഥാനമാമിത് എന്ന ഗുരുവചനം പലപ്പോഴും തെറ്റായി ഉദ്ധരിക്കപ്പെട്ടിട്ടുണ്ട്. മാതൃകാ സ്ഥാനമാണിത് എന്ന മട്ടിലായിരുന്നു അത്. നാളെ ആയിത്തീരണം, തീരേണ്ടതാണ് എന്നാവാം ഗുരു ഉദ്ദേശിച്ചിരുന്നത്. ഭാഷയും പ്രയോഗങ്ങളും പദങ്ങളും ഉപമകളും വളരെ അവധാനതയോടെ ഉപയോഗിച്ച അദ്ദേഹത്തിന്റെ ജാഗ്രത വിട്ടുകളയാനാവാത്തതാണ്.

ജാതിപറയുന്നവരെ ശാരീരികമായി കൈകാര്യംചെയ്യാൻ രക്തം തൊട്ട് തിലകംചാർത്തി പ്രതിജ്ഞയെടുത്ത ബോധാനന്ദസ്വാമികളുടെ സ്മരണയും തലശേരി ജഗന്നാഥ ക്ഷേത്രത്തിന്റെ ആവേശകരമായ പാരമ്പര്യങ്ങളിലൊന്നാണ്.അദ്ദേഹവും ശ്രീനാരായണഗുരുവും തമ്മിലുള്ള കൂടിക്കാഴ്ചക്ക് വേദിയായതും ജഗന്നാഥം. ഗുരുവിന്റെ ആദ്യത്തെ പഞ്ചലോഹപ്രതിമ ജഗന്നാഥത്തിൽ പ്രതിഷ്ഠിച്ചതും അതേ സന്ന്യാസി. ഗുരു ജീവിച്ചിരിക്കെ ആദ്യത്തെ പഞ്ചലോഹപ്രതിമ 1927 മാർച്ച് 12ന് അഷ്ടകോൺമന്ദിരത്തിൽ സ്ഥാപിച്ചു. അനീതിക്കെതിരെ ജീവിതത്തിലുടനീളം പൊരുതിയ ഉൽപതിഷ്ണുവായിരുന്നു ബോധാനന്ദ. ജാതിപറയുന്നവരെ ചോദ്യംചെയ്യാൻ ധർമഭടസംഘം രൂപീകരിച്ച സാമൂഹ്യപരിഷ്കർത്താവ്.ഒട്ടേറെ ചെറുപ്പക്കാരെ ധർമഭടസംഘത്തിന്റെ ഭാഗമാക്കുന്നതിലും വിജയിച്ചു. ക്ഷേത്ര പ്രതിഷ്ഠയെ ചോദ്യംചെയ്യാനാണ് അദ്ദേഹം തലശേരിയിലെത്തിയത്. ഗുരുവിനെ കാണുകയും ഉത്തരേന്ത്യൻ ആചാരമനുസരിച്ച് താലത്തിൽ പഴങ്ങൾവെച്ച് നമസ്കരിക്കുകയുമായിരുന്നു ആദ്യം.ആ സ്നേഹവാത്സല്യത്തിന് മുന്നിൽ വിനീതനായ ബോധാനന്ദൻ ശിഷ്യനാകാനുള്ള താൽപര്യം പ്രകടിപ്പിച്ചു. 1908 ഫെബ്രുവരി 13ന് ജഗന്നാഥ ക്ഷേത്രത്തിന്റെ പ്രതിഷ്ഠക്കുശേഷം ഗുരുവിനൊപ്പം ശിവഗിരിയിലേക്ക് പോയി. ധർമസംഘത്തെ നയിക്കാൻ അനന്തരാവകാശിയായി അദ്ദേഹം നിയോഗിച്ച ബോധാനന്ദനും ഗുരുവിന് പിന്നാലെ യാത്രയായി. 1928 സെപ്തംബർ 23നായിരുന്നു ആ വിയോഗം.

ശ്രീനാരായണ ഗുരുവും വക്കം മൗലവിയും

മുസ്ലിങ്ങളിൽ കോടീശ്വരന്മാരുണ്ട്. വിലകൂടിയ കാറുകൾ, രമ്യഹർമ്യങ്ങൾ; ഭാര്യമാർ. പറഞ്ഞിട്ടെന്തു കാര്യം? വക്കംമൗലവി ഇല്ല എന്ന് ഉത്ക്കണ്ഠപ്പെട്ടത് മലയാളത്തിന്റെ പ്രിയങ്കരനായ എഴുത്തുകാരൻ വൈക്കം മുഹമ്മദ് ബഷീറാണ്. ബുദ്ധിമരവിച്ചുപോയ ഒരു ജനത. നൂറ്റാണ്ട നൂറ്റാണ്ടുകളായി ഉറക്കത്തിലാണ് മുസ്ലിം സമുദായം. അന്ധവിശ്വാസങ്ങൾ, അനാചാരങ്ങൾ, കെട്ടുകഥകൾ, നുണകൾ ഇതിലൊക്കെയാണ് വിശ്വാസം ഉറപ്പിച്ചിരിക്കുന്നത്. ഖുറാന് നിരക്കാത്ത നൂറുനൂറു സംഗതികൾ, വിശ്വാസങ്ങൾ.ഷർത്തും ഫർസും പറഞ്ഞുള്ള അട്ടഹാസങ്ങൾ, കൊലപാതകങ്ങളും ഹീനചെയ്തികളും. ഇതിനൊക്കെയുള്ള ഒരാഞ്ഞടിയായിരുന്നു വക്കം അബ്ദുൾ ഖാദർ മൗലവി. മനുഷ്യസ്നേഹി, സമുദായ പരിഷ്ക്കർത്താവ്, പണ്ഡിതൻ, പ്രാസംഗികൻ, എഴുത്തുകാരൻ, യഥാർത്ഥ മുസ്ലിം. ഒരു കൊടുങ്കാറ്റായിരുന്നു ആ പ്രബോധകൻ എന്നും ബഷീർ അഭിപ്രായപ്പെട്ടിരുന്നു. മൗലവിയും ശ്രീനാരായണ ഗുരുവും തമ്മിലുണ്ടായ വലിയ അടുപ്പവും അദ്ദേഹം ഓർത്തെടുക്കുകയുണ്ടായി.

മൗലവിയും ഗുരുവും ഒട്ടേറെ തവണ കണ്ട് ചർച്ചകൾ നടത്തിയിരുന്നു. സാമൂഹ്യ ഉള്ളടക്കമുള്ള ബന്ധമായിരുന്നു ഇരുവരും തമ്മിൽ. കുമാരനാശാൻ ജനിച്ച 1873 ലാണ് വക്കം മുഹമ്മദ് അബ്ദുൾ ഖാദറും പിറന്നുവീണത്. ആശാൻ 1924ൽ ബോട്ടപകടത്തിൽ മരിച്ചു. മൗലവി പിന്നെയും എട്ടുവർഷം ജീവിക്കുകയുണ്ടായി. നല്ല സാമ്പത്തിക നിലയുണ്ടായ, വാണിജ്യ പ്രമുഖനായിരുന്നു മൗലവിയുടെ അച്ഛൻ മുഹമ്മദ്കുഞ്ഞി. മകൻ പണ്ഡിതനായിക്കാണാനാണ് ആഗ്രഹിച്ചത്. അവനിലെ സ്ഫുരണങ്ങൾ ആദ്യമേ തിരിച്ചറിഞ്ഞിരുന്നു. ലോകത്തിന്റെ പല ഭാഗത്തു നിന്നും പണ്ഡിതന്മാരെ വീട്ടിലേക്ക് ക്ഷണിച്ചു. അവരുമായുള്ള സാമീപ്യസമ്പർക്കങ്ങൾ അബ്ദുൾഖാദറിലെ അന്വേഷണത്വരക്ക് ദിശാബോധം നൽകി. തീർന്നില്ല, ഇസ്ലാമിക ലോകത്ത് പ്രചാരത്തിലിരുന്ന ആനുകാലികങ്ങൾ മകന് വേണ്ടി വരുത്തിക്കാനും ആവതെല്ലാംചെയ്തു.

മുസ്ലിങ്ങൾ അക്കാലത്ത് അതിദയനീയ പിന്നോക്കാവസ്ഥയിലായിരുന്നു. അക്ഷരങ്ങളുടെ കൗതുകംപോലും നുണയാൻ അവസരമുണ്ടായില്ല.

ഇംഗ്ലീഷ് വിദേശ ശത്രുവിന്റെയും മലയാളം സാത്താന്റെയും ഭാഷയായിട്ടാണ് പ്രചരിപ്പിക്കപ്പെട്ടത്. ഇവിടെയാണ് മൗലവി നടത്തിയ വിദ്യാഭ്യാസ പ്രവർത്തനങ്ങൾ ശ്ലാഘനീയമായിത്തീർന്നതും. ബ്രിട്ടീഷുകാരോടുള്ള എതിർപ്പ് നിലനിർത്തിക്കൊണ്ട് അദ്ദേഹം ഇംഗ്ലീഷിനെ സ്വാഗതംചെയ്തു.സർ സെയദ് അഹമ്മദ്ഖാന്റെ നിലപാടുകളായിരുന്നു അതിന് വഴികാട്ടിയത്. സ്ത്രീകളെയടക്കം മുന്നിൽകണ്ട് ആരംഭിച്ച വിദ്യാഭ്യാസ പ്രചാരണത്തിന് പ്രേരണയായതാകട്ടെ 'വിദ്യനേടി പ്രബുദ്ധരാകുവിൻ' എന്ന ശ്രീനാരായണ ഗുരുവിന്റെ ആഹ്വാനം. മൗലവിയുടെ നിതാന്തമായ പരിശ്രമങ്ങൾക്കൊടുവിൽ മലബാറിൽനിന്ന് വ്യത്യസ്തമായി തിരുവിതാംകൂറിലെ മുസ്ലിങ്ങൾ മെച്ചപ്പെട്ടു.

വക്കം മൗലവിയുടെ മറ്റൊരു പ്രധാന കർമ്മമണ്ഡലം പത്രപ്രവർത്തനമായിരുന്നു. ഈജിപ്റ്റിൽനിന്നും പ്രസിദ്ധീകരിച്ചുവന്ന 'അൽ മനാർ' അറബി മാസിക യാദൃച്ഛികമായി കൈയിലെത്തിയതാണ് അത്തരമൊരു മേഖലയിലേക്ക് താൽപര്യം തിരിച്ചുവിട്ടത്. 1906ൽ 'മുസ്ലിം' മാസിക പ്രസിദ്ധീകരിച്ചു തുടങ്ങുകയുംചെയ്തു അദ്ദേഹം. "അൽ മനാർ തനിക്കു പുതിയ ജീവൻ നൽകി. ഹൃദയത്തിന് കാഴ്ചയും മനസ്സിന് ഉണർവ്വും ഉണ്ടാക്കിത്തീർത്തു. അതിൽ പ്രതിപാദിക്കപ്പെട്ട കാര്യങ്ങളുടെ പ്രചാരണത്തിന് മലയാളത്തിൽ അൽ ഇസ്ലാം എന്ന പേരിൽ മാസിക ആരംഭിച്ചു. അതിൽകൂടി അൽ മനാറിന്റെ പ്രകാശം പ്രതിഫലിപ്പിക്കുകയുംചെയ്തത് കണ്ടപ്പോൾ ജനങ്ങൾ ആവേശഭരിതരായി. അവരുടെ ഇടയിൽ ഒച്ചപ്പാടുകൾ തുടങ്ങി.താൻ പിഴച്ചുപോയെന്ന പ്രചാരണവും നടന്നു" എന്നാണ് മൗലവി എഴുതിയത്. അൽ ഇസ്ലാം ചുരുങ്ങിയ ലക്കങ്ങൾ പുറത്തുവന്നപ്പോഴേ ചിലർ പ്രകോപിതരായി. അവർ മൗലവിയെ ഇസ്ലാമിന്റെ ധൂമകേതുവായി ചിത്രീകരിച്ചു. പത്രപ്രവർത്തക രംഗത്ത് കുറച്ചുകൂടി നിശ്ചയദാർഢ്യത്തോടെ മൗലവി കാലുറപ്പിച്ചത് സ്വദേശാഭിമാനിയുടെ തുടക്കത്തോടെ. 1905 ജനുവരി പത്തിന് ഇറങ്ങിയ ആദ്യലക്കത്തിൽ നിർഭയമായ ലക്ഷ്യം പ്രഖ്യാപിച്ചു: 'ഞങ്ങൾക്കുണ്ടാകുന്ന വല്ല ആപത്തുകളെയും ഭയന്ന് പൊതുജന സങ്കടങ്ങളെ മറച്ചുവെക്കുന്നതല്ല, നിശ്ചയം'.കേരളത്തിൽ ദേശീയതയെക്കുറിച്ച് ഭ്രൂണസമാനമായ കാഴ്ചപ്പാടുകൾപോലും അധികം വികസിക്കാത്ത ഘട്ടത്തിൽ, പത്രത്തിന് സ്വദേശാഭിമാനി എന്ന പേരിട്ടത് പ്രകീർത്തിക്കപ്പെട്ടു. അതിന്റെ ആദ്യ പത്രാധിപർ സി പി ഗോവിന്ദപിള്ള. അദ്ദേഹത്തിന്റെ തൂലിക മൗലവി ഉദ്ദേശിച്ചതിനപ്പുറം ചാഞ്ചാടിയതിനാലാണ് കെ രാമകൃഷ്ണപിള്ളയെ ആ പദവിയിൽ നിയമിച്ചത്. 1906ൽ അദ്ദേഹം ചുമതലയേറ്റശേഷം പത്രം സ്ഫോടനങ്ങൾ തീർത്തു. ഗോവിന്ദപിള്ളയിൽ തികട്ടിയ രാജഭക്തിക്കു നേരെ എതിർദിശയിലായി രാമകൃഷ്ണപിള്ള. പ്രക്ഷോഭകാരിയായ ആ പത്രപ്രവർത്തകൻ യഥാർഥത്തിൽ മൗലവിയുടെ സംഭാവനയായിരുന്നു. ഈ പ്രവർത്തനങ്ങളും മറ്റും ശ്രീനാരായണ ഗുരുവിനും പ്രസിദ്ധീകരണ പരിശ്രമങ്ങൾക്ക് ആവേശമായി.

മൗലവിയുടെ സാമൂഹ്യ ചിന്തയ്ക്ക് പല തലങ്ങളുണ്ടായിരുന്നു. മതപരമായ അധഃപതനത്തിൽനിന്നും അന്ധവിശ്വാസങ്ങളിൽനിന്നും

ജനങ്ങളെ വിമോചിപ്പിക്കുക, പൊതുസമൂഹ പുരോഗതിക്കായി അവരെ സജ്ജമാക്കുക, സ്ത്രീശാക്തീകരണത്തിന് മുന്നിട്ടിറങ്ങുക തുടങ്ങിയ അത്തരം ലക്ഷ്യങ്ങൾക്കെല്ലാം ഗുരുവിന്റെ മാതൃക വഴികാട്ടി. അധഃകൃതരും സ്ത്രീകളും ഉൾപ്പെട്ട അവശ വിഭാഗങ്ങളോടെല്ലാം അദമ്യമായ കാരുണ്യത്തോടും സമഭാവനയോടും പെരുമാറുന്നതിലും ഗുരു പ്രചോദനമായി. തന്നെ പേരുവിളിച്ചാൽ മതിയെന്ന് മൗലവി ഭാര്യയോട് പറയുകയുംചെയ്തിരുന്നു. അവർ അതിനു തയ്യാറാകാതിരുന്നപ്പോൾ രണ്ടാമത്തെ മകന് അബ്ദുൾഖാദർ എന്ന് പേരിട്ട് അങ്ങനെ വിളിപ്പിക്കാൻ തന്ത്രം മെനയുകപോലുമുണ്ടായി അദ്ദേഹം. വക്കം മൗലവിയുടെ പ്രബുദ്ധതയും സംഘാടനമികവും ഇതര പ്രസ്ഥാനങ്ങളും പിന്തുടർന്നു. സ്വന്തം സമുദായത്തിൽ വെളിച്ചമെത്തിക്കാൻ ഉദ്ദേശിച്ച് അദ്ദേഹം രൂപംകൊടുത്ത പ്രസ്ഥാനങ്ങളെ പുറംസമൂഹവും ശ്രദ്ധിച്ചു. ഒരു ഘട്ടത്തിൽ മൗലവി എസ്എൻഡിപി യോഗത്തിൽ അംഗത്വമെടുക്കുകയുമുണ്ടായി. പള്ളിപ്പുറം ഹദിയ്യുൽ ഇസ്ലാം സംഘം, കൊടുങ്ങല്ലൂരിലെ നിഷ്പക്ഷസംഘം തുടങ്ങിയ സംഘടനകൾ അദ്ദേഹത്തിന്റെ നേതൃത്വത്തിലായിരുന്നു ആരംഭിച്ചത്. ആ ശ്രേണിയിൽ ഏറെ പ്രാധാന്യമുള്ളതായിരുന്നു ചിറയൻകീഴ് താലൂക്കിൽ 1918ൽ തുടങ്ങിയ നിലയ്ക്കാമുക്ക് ഇസ്ലാം ധർമപരിപാലന യോഗം. ശ്രീനാരായണ ധർമപരിപാലന യോഗത്തിൽനിന്ന് പേര് സ്വീകരിച്ചതാണെന്ന് പ്രത്യേകം പറയേണ്ടതില്ല. പണ്ടകശാലപ്പുറത്ത് എം അബ്ദുറഹിമാൻ, കെ എം ഇസ്മയിൽ തുടങ്ങിയവർക്കൊപ്പം സ്ഥാപിച്ച അതിന്റെ ആദ്യ അധ്യക്ഷനും മൗലവി. പ്രതിമാസ യോഗം, ചർച്ചാസമ്മേളനം, സെമിനാർ, നിശാപാഠശാല തുടങ്ങിയവ ആരംഭിച്ച സംഘം അന്ധവിശ്വാസങ്ങളുടെ അർഥശൂന്യത വെളിവാക്കുന്ന ലഘുലേഖകളും ഗ്രന്ഥങ്ങളും പ്രചരിപ്പിച്ചു. മതപണ്ഡിതരെ വിളിച്ച് പ്രസംഗ പരമ്പര നടത്തുകയുംചെയ്തു. ആനുകാലിക പ്രസിദ്ധീകരണങ്ങളും പുസ്തകങ്ങളും വരുത്തി വായനശാല തുറക്കുകയുമുണ്ടായി. 1920 മുതൽ സംഘം അന്ന് കിട്ടുമായിരുന്ന മലയാളം, ഇംഗ്ലീഷ്, തമിഴ്, അറബി ഗ്രന്ഥങ്ങളും ആനുകാലികങ്ങളും വരുത്തി. അവിടുത്തെ വായനശാല പേരുകേട്ടതായിരുന്നു. സമീപപ്രദേശങ്ങളിലെ വിദ്യാർഥികളും യുവാക്കളും വിജ്ഞാനദാഹികളും അത് നന്നായി പ്രയോജനപ്പെടുത്തി. പതുക്കെ 'വാഗ്‌വർധിനി സമാജം' യുവജന സംഘടനയും രൂപീകരിക്കപ്പെട്ടു. രണ്ടും മൂന്നും മാസത്തിലൊരിക്കൽ പണ്ഡിതന്മാരെയും പ്രഭാഷകരെയും ക്ഷണിച്ച് നടത്തിയ ചർച്ചായോഗങ്ങളിൽ സ്ത്രീകളുടെ പങ്കാളിത്തവുമുണ്ടായി.

1903ലാണല്ലോ ശ്രീനാരായണ ഗുരുവിന്റെ ആശിർവാദത്തോടെ എസ്എൻഡിപി യോഗം രൂപീകൃതമായത്. അത് വ്യക്തികളിലും ജനസമൂഹങ്ങളിലും അഗാധമായ സ്വാധീനമുണ്ടാക്കി. അതിന്റെ ചുവടുപിടിച്ച് പല സംഘടനകളും കുതിച്ചുയർന്നു. 1907ൽ അയ്യങ്കാളി സ്ഥാപിച്ച സാധുജനപരിപാലനസംഘം കർഷകത്തൊഴിലാളികളെ സംഘടിപ്പിച്ചും പോരാട്ടങ്ങൾ നടത്തി. 'സാധുജനപരിപാലിനി'

മാസികയിലൂടെ അവകാശ പ്രചാരണവും നടന്നു. കാളി ചോതിക്കുറുപ്പ നായിരുന്നു മാസികയുടെ സ്ഥാപക പത്രാധിപർ. തോമസ് വൈദ്യരെ പ്പോലുള്ളവരും അയ്യങ്കാളിക്ക് പിന്തുണയുമായി നിലകൊണ്ടു. 1908ലെ യോഗക്ഷേമ സഭയും ഒരു വർഷം കഴിഞ്ഞ് പിറന്ന പ്രത്യക്ഷ രക്ഷാ ദൈവസഭയും 1912ലെ വാലസമുദായ പരിഷ്ക്കരണ സഭയും 1914ലെ നായർ സർവീസ് സൊസൈറ്റിയും എന്തിനധികം, 1935ൽ എം സി ജോസഫ് രൂപീകരിച്ച യുക്തിവാദി സംഘവും മറ്റ് സംഘടനാരൂപങ്ങൾ. 1836ൽ വൈകുണ്ഠസ്വാമികൾ സ്ഥാപിച്ച സമത്വ സമാജമായിരുന്നു ഈ ശ്രേണിയിലെ ആദ്യ പരിശ്രമം. അന്നദാനം, പന്തിഭോജനം, തുടങ്ങി യവയായിരുന്നു അതിന്റെ പരിപാടികൾ. 'സുജനനന്ദിനി' പത്രം ആ ആശയങ്ങളെ പരിപോഷിപ്പിക്കുകയുംചെയ്തു. 1891ൽ പറവൂർ കേശവനാ ശാനാണ് പത്രം തുടങ്ങിയത്. വാല സമുദായ പരിഷ്കരണ സഭയുടെ പിന്നിൽ കേരള ലിങ്കൺ എന്നറിയപ്പെട്ട കെ പി കറുപ്പനായിരുന്നു. എൻ കൃഷ്ണൻ, വേലുക്കുട്ടി അരയൻ, റാവു ബഹാദൂർ വി വി ഗോവിന്ദൻ തുടങ്ങിയവരൊക്കെയാണ് ആദ്യകാല നേതൃത്വത്തിൽ. കല്യാണദാ യിനി സഭ എന്ന ചെറു ഗ്രൂപ്പിൽനിന്നാണ് കറുപ്പനും കൂട്ടരും പുതിയ സംഘടനയിൽ എത്തിയത്

ഇങ്ങനെ സഹോദരൻ അയ്യപ്പന്റെയും ചിന്തകളിലും പ്രവർത്തന ങ്ങളിലും സംഘാടനത്തിലും ശ്രീനാരായണ ഗുരുവിന്റെ കാഴ്ചപ്പാടുകൾ ചുരണ്ടിക്കളയാനാവാത്തവിധം ഉറച്ചിരുന്നു. ഗുരുവിൽനിന്ന് പ്രചോദ നമുൾക്കൊണ്ട് 1917 മേയ് 30 ന് ചെറായിൽ നടന്ന മിശ്രഭോജനത്തെ തുടർന്ന് സഹോദരന് കൊടിയ അവഹേളനവും ഒറ്റപ്പെടലും അനുഭവി ക്കേണ്ടിവന്നു. 'പുലയനയ്യപ്പൻ' എന്ന ശകാരംപോലും ചാർത്തിനൽകി. ആ പശ്ചാത്തലത്തിലാണ് സഹോദര പ്രസ്ഥാനം രൂപീകരിച്ചത്. അതിലേക്കു നയിച്ച പ്രേരണയുടെയും പ്രചോദനത്തിന്റെയും ഉറവിടം മുൻനിർത്തി അദ്ദേഹം പറഞ്ഞത് ഇങ്ങനെ: ജാതിക്കെതിരായ പ്രചരണം തുടങ്ങുന്നതിനുള്ള ആവേശം സ്വാമിയുമായുള്ള സമ്പർക്കം കൊണ്ടുണ്ടായതാണ്. സഹോദര സംഘം തുടങ്ങിയ 1092ത്തിൽ ഞാൻ ബി എ പരീക്ഷ കഴിഞ്ഞുവന്നശേഷം കുറേ ദിവസം ആലുവയിൽ താമസിക്കുകയുണ്ടായി. ജാതിക്കെതിരായ സ്വാമിയുടെ അഭിപ്രായ ദൃഢത ആ അവസരത്തിൽ അദ്ദേഹത്തിന്റെ സംഭാഷണങ്ങളിൽനി ന്ന് മനസ്സിലാക്കാൻ കഴിഞ്ഞു. ആശ്രമത്തിൽനിന്ന് ചെറായിലേക്ക് മടങ്ങിയശേഷം ചില സ്നേഹിതരുമായി ആലോചിച്ച് മിശ്രഭോജനം നടത്താൻ തീരുമാനിച്ചു. സ്വാമിയുടെ അനുവാദം ചോദിച്ചല്ല അങ്ങനെ ചെയ്തത്. എന്നാലും മിശ്രഭോജനം കഴിഞ്ഞ് ആലുവയിൽച്ചെന്ന് അദ്ദേ ഹത്തെ കണ്ട് സംഗതി പറഞ്ഞപ്പോൾ, വലിയ കാര്യമായി, ക്രിസ്തുവി നെപ്പോലെ ക്ഷമിക്കണം എന്ന ഉപദേശമാണ് തന്നത്.

കൊടുങ്ങല്ലൂർ ക്ഷേത്രത്തിലെ അനാചാരങ്ങൾക്കെതിരെ സഹോദരൻ അവിടെ ശക്തമായ പ്രഭാഷണം നടത്തുകയുണ്ടായി അസഹിഷ്ണുക്കളായ യഥാസ്ഥിതികർ അതിൽ പ്രകോപിതരാവുകയും

അദ്ദേഹത്തെ കൈയേറ്റം ചെയ്യുകയുമായിരുന്നു. ഒരു കൂട്ടർ ഗുരുവിനെ കണ്ട് ശിഷ്യനെക്കുറിച്ച് പരാതി പറഞ്ഞു. ഉവ്വോ അവൻ അവിടെ പ്രസംഗിച്ചോ, നമ്മെ അറിയിച്ചിരുന്നെങ്കിൽ ആ പ്രസംഗപരമ്പര ഉദ്ഘാടനം ചെയ്യുമായിരുന്നേനെ എന്നായിരുന്നു അദ്ദേഹത്തിന്റെ മറുപടി. അനാചാരവിഷം തീണ്ടി മൂർഛിച്ച് ശവതുല്യരായിക്കിടന്ന കേരളീയർക്ക് നവജീവൻ നൽകിയ സഹോദര പ്രസ്ഥാനത്തിന്റെ ലക്ഷ്യം അയ്യപ്പൻ അർഥശങ്കയ്ക്കിടയില്ലാത്തവിധം വ്യക്തമാക്കി: സംഘം ഒരു ജാതിക്കാരെയും മതത്തെയും ഉദ്ദേശിച്ച് നടത്തുന്നതല്ല. അതിന് ജാതിയുമില്ല മതവുമില്ല. സമുദായ ഐക്യം, സർവസാഹോദര്യം, പരിപൂർണമായ മനുഷ്യത്വം ഇതാണ് അതിന്റെ ആദർശം. സംഘത്തിന്റെ ജിഹ്വയായി 1917 ഒക്ടോബറിൽ പറവൂരിൽനിന്ന് 'സഹോദരൻ' പത്രവും ആരംഭിച്ചു. മാസികയായിട്ടായിരുന്നു തുടക്കം.

ഒന്നാം ലക്കത്തിൽ മറ്റ് ഉള്ളടക്കത്തോടൊപ്പം ഗുരുവിന്റെ ആത്മോപദേശശതകത്തിലെ പലമതസാരവുമേകം എന്ന ദർശനം ഉൾക്കൊള്ളുന്ന പദ്യങ്ങൾ ഉദ്ധരിച്ചുചെർത്തു. മിശ്രഭോജന വിരുദ്ധർക്കുള്ള മറുപടിയെന്ന നിലയിലായിരുന്നു അത്. മിശ്രഭോജനത്തെപ്പറ്റി എസ്എൻഡിപി യോഗത്തിന്റെ മുഖപത്രമായ വിവേകോദയത്തിൽ കുമാരനാശാൻ രണ്ട് മുഖപ്രസംഗങ്ങൾ എഴുതിയിരുന്നു. മിശ്രഭോജന ബഹളം എന്ന ആദ്യത്തേതിൽ, ജാതി ഈശ്വരൻ സൃഷ്ടിച്ചതല്ലെന്നും ഈശ്വരന്റെ ദൃഷ്ടിയിൽ എല്ലാ മനുഷ്യരും തുല്യരാണെന്നും അതിനാൽ പുലയരുമായി ചില യുവാക്കൾ പന്തിഭോജനം നടത്തിയതിൽ പന്തികേടില്ലെന്നും തുറന്നടിച്ചു. 'സഹോദരൻ' പത്രം തുടങ്ങിയും മുടങ്ങിയും മുന്നോട്ടുപോയി. അപ്പോഴും എസ്എൻഡിപി യോഗത്തിന്റെ പ്രവർത്തനങ്ങൾക്ക് അത് മറയില്ലാത്ത പിന്തുണനൽകിപ്പോന്നു. തൊഴിലാളികൾക്ക് വേണ്ടി 'വേലക്കാരൻ' എന്ന പത്രവും അയ്യപ്പൻ തുടങ്ങുകയുണ്ടായി. 1933ലായിരുന്നു അത്. ആ പത്രത്തിന്റെ ഓഫീസിൽ കാൾ മാർക്സ്, ലെനിൻ, സ്റ്റാലിൻ എന്നിവരുടെ ഫോട്ടോ ചില്ലിട്ടു തൂക്കിയത് എടുത്തുപറയാതിരിക്കാനാവില്ല. സഹോദരൻ പത്രം നമ്പൂതിരിമാർക്കിടയിലും വെളിച്ചംതൂകാൻ സഹായിച്ചു. മാളികപ്പുറത്ത് കഴിഞ്ഞിരുന്ന നമ്പൂതിരിമാരെ താഴത്തേക്ക്, മനുഷ്യ സമുദായത്തിലേക്ക് ഇറക്കിക്കൊണ്ടുവരികയും എല്ലാവരുടെയും സുഖദുഃഖങ്ങളിൽ പങ്കുകൊള്ളേണ്ടതാണ് അവരെന്ന് ബോധ്യമാക്കിക്കൊടുക്കുകയുംചെയ്തു. അങ്ങനെ നമ്പൂതിരി സമുദായത്തിലും പരിവർത്തനത്തിന് വഴിതെളിച്ച പത്രമാണ് സഹോദരൻ എന്നാണ് വി ടി ഭട്ടതിരിപ്പാട് പ്രശംസിച്ചത്. ശ്രീനാരായണ സന്ദേശം ക്രിയാത്മകമായി കാണിച്ചുതന്നിട്ടുള്ള അയ്യപ്പന്റെ പ്രവർത്തങ്ങൾ ഒരിക്കലും തന്റെ ജാതിയുടെ മതിൽകെട്ടിനകത്ത് മാത്രമായി ഒതുങ്ങിനിൽക്കാൻ കൂട്ടാക്കിയില്ലെന്നും കൂട്ടിച്ചേർത്തു. ശ്രീനാരായണ ഗുരുവിന്റെ ശിഷ്യഗണത്തിൽ കാഷായവേഷം ധരിക്കാത്തവരിൽ പ്രധാനിയായിരുന്നു സ്വാമി സത്യവ്രതൻ. ഭേദപ്പെട്ട നായർ തറവാട്ടിൽ ജനിച്ച അയ്യപ്പൻപിള്ള ആലുവ അദ്വൈതാശ്രമത്തിലെത്തി ഗുരുവിനെ കണ്ടമാത്രയിൽ ആകൃഷ്ടനായി.

തന്റെ ആദർശങ്ങളും സന്ദേശങ്ങളും പ്രവർത്തിപഥത്തിലെത്തിക്കാൻ കരുത്തുള്ള ധീരനായാണ് അദ്ദേഹം അയ്യപ്പൻപിള്ളയെ കണ്ടത്. അദ്വൈതാശ്രമത്തിന്റെ കീഴിലെ പാഠശാലയിലെ അധ്യാപകനായി നിയമിക്കുന്നതിലെത്തി ആ വിശ്വാസം.

എല്ലാ തരത്തിലുമുള്ള സദസ്സുകളെ പിടിച്ചുലുക്കാൻപോന്ന ഗംഭീരമായ പ്രസംഗശൈലിയിലൂടെ അയ്യപ്പൻപിള്ള വിദ്യാലയത്തിന് പുറത്തും അറിയപ്പെട്ടു. ജാതിയുടെ അർഥശൂന്യതയും വിശ്വാസ സാഹോദര്യവും ധർമ പ്രചാരങ്ങളുമായിരുന്നു ആ പ്രഭാഷണങ്ങളുടെ പ്രധാന ഊന്നൽ. 1918ൽ ഗുരുവിന്റെ നിർദേശാനുസരണം സിലോൺ സന്ദർശിച്ചു. അവിടെ ആദ്യമായി അദ്ദേഹത്തിന്റെ ദർശനങ്ങൾ പ്രചരിപ്പിച്ചത് സത്യവ്രതൻ. തിരിച്ചെത്തിയശേഷം മതപരിഷ്ക്കരണ വിഷയത്തിൽ വിപുലമായ പ്രവർത്തനങ്ങൾ നടത്തി. അതെല്ലാം മാനിച്ച് 1923ൽ അദ്വൈതാശ്രമം സെക്രട്ടറിയാക്കി. 1930ൽ ടി എസ് ബന്ധു ആരംഭിച്ച 'സത്യവ്രതൻ' മാസിക അദ്ദേഹത്തോടുള്ള നിറഞ്ഞ ആദരവിന്റെയും ആരാധനയുടെയും നിദർശനമായിരുന്നു. 1926ൽ പെട്ടെന്നുണ്ടായ അസുഖത്തെ തുടർന്നാണ് സത്യവ്രതൻ അകാല ചരമമടഞ്ഞത്. അതറിഞ്ഞപ്പോൾ ഗുരു തീർത്തും ക്ഷീണിതനായി. ഹൃദയശുദ്ധിയിലും ജാതിയില്ലായ്മയിലും സത്യവ്രതൻ പൂർണനായിരുന്നു. ജാതിയില്ലായ്മയിൽ ബുദ്ധനെക്കൂടി ജയിക്കുമെന്ന് തോന്നുന്നു. സത്യവ്രതൻ സത്യവ്രതനായിത്തന്നെ മരിച്ചു. ആ ജീവിത ദർശനങ്ങൾ ജനങ്ങളുടെ ഇടയിൽ പരത്താൻ ശ്രമിക്കണം- അങ്ങനെയായിരുന്നു ഗുരുവിന്റെ വിലയിരുത്തൽ.

ബൈബിളിന്റെ പുനർവായന

പ്രക്ഷുബ്ധങ്ങളായ ആശയങ്ങൾക്കും തീപിടിപ്പിച്ച ചിന്തകൾക്കുമൊപ്പം പ്രതിഫലമാഗ്രഹിക്കാത്ത പരോപകാര പ്രവൃത്തികളും ഏകാന്തഗംഭീരമായി മുന്നോട്ടുവച്ച ക്രൈസ്തവ സൈദ്ധാന്തികനായിരുന്ന ജോസഫ് പുലിക്കുന്നേൽ. മികച്ച അധ്യാപകൻ, സൂക്ഷ്മത പുലർത്തിയ എഴുത്തുകാരൻ, നിർഭയനായ പത്രാധിപർ, മനുഷ്യസ്നേഹിയായ സാമൂഹ്യപ്രവർത്തകൻ, പ്രദർശനപരതയില്ലാത്ത ജീവകാരുണ്യവാദി എന്നീ നിലകളിലെല്ലാം അറിയപ്പെട്ട അദ്ദേഹം ഒരു അധികാര സംവിധാനത്തിനുമുന്നിലും തല കുനിച്ചിരുന്നില്ല. മാത്രവുമല്ല, വിശ്വാസിയായിരിക്കെതന്നെ ജീർണപൗരോഹിത്യത്തിന്റെ കുടിലതകൾക്കെതിരെയും സ്വത്ത് സമ്പാദനത്തിനുള്ള ആർത്തിക്കെതിരെയും നിരന്തരം കടന്നാക്രമണം നടത്തി. സഭയുടെ അധികാരഘടനയെയും പൗരോഹിത്യത്തിന്റെ പ്രവർത്തനരീതികളെയും രൂക്ഷമായി വിമർശിച്ച പുലിക്കുന്നേൽ ദരിദ്ര സഭാവിശ്വാസികളെ എല്ലാതുറകളിലും അനാഥമാക്കുന്ന ചട്ടങ്ങളെയും പ്രബോധനങ്ങളെയും പൊറുപ്പിച്ചതേയില്ല. കത്തോലിക്കാ സഭയിലെ നവീകരണം മുൻനിർത്തിയുള്ള ഇടപെടലുകളിൽ കേന്ദ്രീകരിക്കുന്നതിനുമുമ്പ്, അധ്യാപന- രാഷ്ട്രീയ മണ്ഡലങ്ങളിൽ തിളങ്ങി. പാലാ സെന്റ്മേരീസ് ഹൈസ്കൂൾ പഠനത്തിനുശേഷം മൈസൂർ സെന്റ് ഫിലോമിന കോളേജിലും മദ്രാസ് ലയോളയിലും പ്രസിഡൻസിയിലുമായിരുന്നു വിദ്യാഭ്യാസം. കോഴിക്കോട് ദേവഗിരി കോളജിൽ 1958- 65 കാലത്ത് ധനതത്ത്വശാസ്ത്ര വിഭാഗം അധ്യാപകനായിരുന്ന പുലിക്കുന്നേൽ ജില്ലാ കോൺഗ്രസ് എക്സിക്യൂട്ടീവ് അംഗമായാണ് നേതൃനിരയിലേക്കെത്തുന്നത്. കേരള സർവകലാശാലാ സെനറ്റ് അംഗവും കെപിസിസി അംഗവുമായി പ്രവർത്തിച്ചു. 1964ൽ രൂപംകൊണ്ട കേരളാ കോൺഗ്രസിന്റെ സ്ഥാപകനേതാക്കളിൽ ഒരാൾ കൂടിയാണ്. മഹാത്മജിയുടെയും ജവഹർലാൽ നെഹ്റുവിന്റെയും ആശയങ്ങളാണ് പുലിക്കുന്നേലിനെ കോൺഗ്രസിനോട് അടുപ്പിച്ചത്. എന്നാൽ ആ രാഷ്ട്രീയാഭിമുഖ്യം അധികം തുടരാനായില്ല. സ്വാഭാവികമെന്നപോലെ നിലനിന്ന അന്യായങ്ങളോട് ഏറ്റുമുട്ടാനുള്ള വ്യഗ്രത അധ്യാപന ജീവിതത്തിലും തടസ്സമുയർത്തി. കോളേജ് മാനേജ്മെന്റുമായുള്ള തർക്കത്തെ തുടർന്ന്

ജോലി വിട്ടു. അവിടത്തെ ചില പ്രശ്നങ്ങളിൽ നിലപാടെടുത്തതാണ് അധികൃതരുടെ അപ്രീതിക്ക് കാരണമായത്. അതേവർഷം നിയമസഭാ തെരഞ്ഞെടുപ്പിൽ കൽപ്പറ്റയിൽ കേരള കോൺഗ്രസ് സ്ഥാനാർഥിയായി. ബി വെല്ലിങ്ടണോട് 6,362 വോട്ടിന് തോറ്റു. 1976 ൽ 'ഭാരതസംസ്കാരവും മതവും' എന്ന വിഷയത്തിൽ പ്രസംഗപര്യടനവുമായി യൂറോപ്പിന്റെ വിവിധ ഭാഗങ്ങളിൽ സഞ്ചരിച്ചു.

'ഓശാന' മാസിക

പ്രസിദ്ധീകരണങ്ങളുടെ ചരിത്രത്തിൽ എക്കാലവും ഓർമിക്കപ്പെടുന്നതാണ് പുലിക്കുന്നേൽ 1975 ഒക്ടോബറിൽ ആരംഭിച്ച 'ഓശാന' മാസിക. മൂലധന പിന്തുണയോ പരസ്യദാതാക്കളുടെ സഹകരണമോ എന്തിനധികം വൻകിട എഴുത്തുകാരുടെ ലേഖന സഹായമോ ഇല്ലാതെ അത് 38 വർഷം നടത്തിക്കൊണ്ടുപോയി എന്നത് വിസ്മയകരമാണ്. അനാരോഗ്യംമൂലം 2014 മാർച്ച് മാസത്തിൽ പ്രസിദ്ധീകരണം നിർത്തുമ്പോഴേക്കും ഓശാന അധികാരശക്തികളെ വിറപ്പിച്ചു. അസൗകര്യങ്ങൾ മാത്രം നിറഞ്ഞ പാലായിലെ കുടുസു വാടകമുറിയിൽ പൊൻകുന്നം വർക്കി അധ്യക്ഷനായ യോഗത്തിൽ ജോസഫ് മുണ്ടശേരിയാണ്, 'ഓശാന' വായനക്കാർക്കായി സമർപ്പിച്ചത്. ആദ്യ ലക്കത്തിൽതന്നെ പുലിക്കുന്നേൽ തന്റെ ലക്ഷ്യം അർഥശങ്കക്കിടയില്ലാത്തവിധം തുറന്നടിച്ചു. സഭയുടെ സംഘടനയിലും സ്ഥാപനങ്ങളുടെ നടത്തിപ്പിലും ദൈവശാസ്ത്രത്തിന്റെ വിശകലനനിഗമനങ്ങളിലും 'സുവിശേഷഗന്ധിയായ പരിവർത്തനവും നവീകരണവു'മാണ് അത് ലക്ഷ്യംവയ്ക്കുന്നതെന്നാണ് വ്യക്തമാക്കിയത്. സഭാ നേതൃത്വത്തിനെതിരായ വിമർശനങ്ങളുടെ മുഖ്യ മാധ്യമമായി ആ പത്രിക വർത്തിച്ചു. നീതിയുടെ പുനഃസ്ഥാപനത്തിനായുള്ള പ്രക്ഷോഭം ഏറ്റവും സംഘടിതമാകണം.എന്നാൽ അത് ചിലപ്പോൾ ഒറ്റയ്ക്കും നടത്തേണ്ടിവരും. അതിന്റെ ഉദാഹരണമാണ് 'ഓശാന'. സ്വന്തം പണം ചെലവിട്ട് സ്ഫോടനാത്മകങ്ങളായ ആശയങ്ങൾവഴി സമൂഹത്തെ ചൂടുപിടിപ്പിച്ചു അത്. യേശുക്രിസ്തു വിഭാവനംചെയ്ത വിമോചനാശയങ്ങളിൽനിന്ന് സഭകൾ അപകടകരമായി അകന്നുപോകുന്നുവെന്ന വിമർശനം അദ്ദേഹം നിരന്തരമുന്നയിച്ചു. സമ്പന്ന പക്ഷപാതവും ആഢംബര പ്രിയതയും ധൂർത്തുമടക്കം ഫ്രാൻസിസ് മാർപാപ്പ മുന്നോട്ടുവയ്ക്കുന്ന പല ആശയങ്ങളും അദ്ദേഹം വളരെ മുമ്പേ ഊന്നി. സഭയുടെ കാർമികത്വത്തിൽ നടമാടുന്ന അനീതികൾക്കെതിരെ എന്നും കലഹിച്ച പുലിക്കുന്നേൽ തൊടുത്ത വിമർശങ്ങൾ പലതും കുറിക്കുകൊണ്ടു. ''നവീകരണപ്രസ്ഥാനം എന്ന പേരിൽ ലഘുലേഖ ഇറക്കുമ്പോൾ ആദ്യം പലരുടെയും നെറ്റി ചുളിഞ്ഞു. തനിക്കൊറ്റക്ക് എന്തു ചെയ്യാനാവുമെന്നായിരുന്നു ചോദ്യം. എന്റെ കുടുംബത്തിൽ വിവാഹിതരാകാൻ നാലു പെൺകുട്ടികൾ. സഭയ്ക്കെതിരെ ഇങ്ങനെ പ്രതികരിച്ചാൽ എന്താകും ഫലമെന്ന വീട്ടുകാരുടെ ഭയം. ഒറ്റപ്പെടലിന്റെ കൂരിരുട്ടിലായിട്ടും ഞാൻ ഉറച്ച തീരുമാനമെടുത്തു. യേശുവിനോടോ വിശ്വാസത്തോടോ വിയോജിപ്പില്ല. അതേസമയം ആൾക്കൂട്ടത്തിലും അനുയായികളിലും വലിയ പ്രകടനങ്ങളിലും യോജിപ്പുമില്ല. എന്റെ എക്കാലത്തെയും മാതൃക

ശ്രീനാരായണഗുരുവായിരുന്നു. ബോധ്യപ്പെട്ട ആശയങ്ങൾ സത്യസന്ധമായി അവതരിപ്പിച്ച് പ്രവർത്തിക്കുക. ബാക്കിയെല്ലാം പിറകെവന്നുകൊള്ളും. ആ ദൃഢവിശ്വാസത്തിന്റെ പിൻബലത്തിലാണ് 'ഓശാന'ക്ക് തുടക്കമിട്ടത്."-പുലിക്കുന്നേൽ പറയുകയുണ്ടായി. 'വാദിക്കാനും ജയിക്കാനുമല്ല, അറിയാനും അറിയിക്കാനുമൊരിടം' - ഓശാനക്കുന്നിലെ ലൈബ്രറി മുറ്റത്തെ ശിലാഫലകത്തിൽ കുറിച്ച ഈ വരികൾ ശ്രീനാരായണ ഗുരു 1924ൽ ആലുവയിൽ വിളിച്ചുചേർത്ത സർവമത സമ്മേളനത്തിന്റെ സന്ദേശങ്ങളിലൊന്നായിരുന്നു.വാടകമുറിയിൽ ആരംഭിച്ച ഓശാനയുടെ വളർച്ച ദ്രുതഗതിയിലായി. മാസികയ്ക്കൊപ്പം സമകാലീന പ്രാധാന്യമുള്ള പുസ്തകങ്ങളുമിറക്കി. എന്റെ കുരിശുമെടുത്ത് നിന്റെ പിന്നാലെ, സിംഹാസനപ്പോര് തുടങ്ങിയ കൃതികളുടെ ശീർഷകങ്ങൾ പോലും അക്ഷരാർഥത്തിൽ സ്ഫോടനമുണ്ടാക്കിയവയാണ്. അതീവഗൗരവമുള്ള സംവാദ പരമ്പരകൾക്കും അവിടം വേദിയായി. സഭയ്ക്കുള്ളിൽ നടമാടിയ ഘടനാപരമായ അനീതികളെക്കുറിച്ച് ഒട്ടേറെ ലേഖനങ്ങൾ എഴുതിയ പുലിക്കുന്നേൽ ആ ആശയങ്ങൾ ജീവിതത്തിൽ പകർത്താനും ശ്രമിച്ചു. സഭാഘടനയും വിശ്വാസവും വിദേശീയർ അടിച്ചേൽപ്പിച്ചതാണെന്നും അത് ക്രിസ്തുവിന്റെ പഠനങ്ങൾക്കും ക്രൈസ്തവരുടെ സ്വാതന്ത്ര്യത്തിനും ജനാധിപത്യാവകാശങ്ങൾക്കും വിരുദ്ധമാണെന്നും അടിവരയിട്ടു. കേരള നസ്രാണികളുടെ മഹദ് ഭാരതീയ പാരമ്പര്യ പൈതൃകങ്ങൾ ഉപേക്ഷിക്കാനും പാശ്ചാത്യസഭാ സ്വഭാവം അടിച്ചേൽപ്പിക്കാനും മെത്രാന്മാരും വൈദികരും ശ്രമിക്കുന്നതായും തുറന്നടിച്ചു. സഭയിൽ ഭാരതീയത്വം പുനസ്ഥാപിക്കാൻ ശ്രമം നടത്തുകയുംചെയ്തു. എന്നാൽ അത് തങ്ങളുടെയും കാഴ്ചപ്പാടാണെന്ന് തെറ്റിദ്ധരിച്ച സംഘപരിവാരവും അതിന്റെ മാധ്യമ സന്നാഹങ്ങളും പുലിക്കുന്നേലിനെ അതിരുകടന്ന് പ്രകീർത്തിച്ചത് സംശയാസ്പദമാക്കിയിരുന്നു. ഏറെ കോലാഹലങ്ങളും സംഘർഷങ്ങളും ഇളക്കിവിട്ട നിലയ്ക്കൽ പ്രശ്നം രമ്യമായി പരിഹരിച്ചതിലും പുലിക്കുന്നേലിന്റെ നിഷേധിക്കാനാവാത്ത സംഭാവനയുണ്ട്. മതനിരപേക്ഷ ശക്തികളുടെ ഉറച്ച കാൽവയ്പ്പിനൊപ്പം അതും സാന്ത്വനമായി. അവിടെ കലഹത്തിന് വിത്തിട്ട വിവാദ കുരിശ് ഇന്ത്യൻ ക്രൈസ്തവർ ഉപയോഗിച്ചിരുന്നതല്ലെന്ന് തെളിവുസാമഗ്രികളുടെ പിൻബലത്തിൽ പ്രചരിപ്പിച്ചത് അദ്ദേഹം. ഏറെ കോപ്പുകൂട്ടിയ നിലയ്ക്കൽ കലാപം നിർവീര്യമാക്കാക്കാൻ സമാധാനവാദികൾക്ക് അതും പ്രയോജനപ്പെട്ടു.

ഇൻസ്റ്റിറ്റ്യൂട്ട് ഓഫ് ക്രിസ്ത്യൻ സ്റ്റഡീസ്

ഓശാന മൗണ്ടിൽ സ്ഥാപിച്ച ഇന്ത്യൻ ഇൻസ്റ്റിറ്റ്യൂട്ട് ഓഫ് ക്രിസ്ത്യൻ സ്റ്റഡീസ് എന്ന ഗവേഷണകേന്ദ്രവും പ്രധാന ചുവടുവയ്പ്പായിരുന്നു. അതിന്റെ ആകർഷണം ലൈബ്രറിയും താമസസൗകര്യവുമാണ്. 15,000ത്തിലധികം ആധികാരിക ഗ്രന്ഥങ്ങളും റഫറൻസ് കൃതികളുമുള്ള അവിടെനിന്ന് എല്ലാ മതങ്ങളെക്കുറിച്ചും അറിവുനേടാം. മരണശേഷം തന്റെ പേരിലുള്ള എല്ലാ സ്വത്തും ഓശാനാ മൗണ്ടിന് നൽകി 2008ൽ പുലിക്കുന്നേൽ ഒസ്യത്ത് എഴുതുകയുണ്ടായി. താൻ സ്ഥാപിച്ച ഗുഡ് സമരിറ്റൻ പ്രോജക്ട് ഇന്ത്യ 34 വർഷത്തിലധികമായി ജനസേവനം ചെയ്യുന്നു.

അത് സ്വന്തം കുടുംബത്തിനായി സ്ഥാപിച്ചതല്ല. പല ക്രൈസ്തവ സംവിധാനങ്ങളുടെയും സ്ഥാപകന്മാർ അവയെ കുടുംബത്തിനായി സംവരണംചെയ്യുന്ന സമ്പ്രദായമുണ്ട്. ആ ദുരവസ്ഥ താൻ പടുത്തുയർത്തിയവയ്ക്ക് ഉണ്ടാവരുതെന്ന് അദ്ദേഹം ഉറപ്പിച്ചു പറഞ്ഞിരുന്നു. തനിക്കൊരു മകനും മൂന്ന് പെൺമക്കളുമാണുള്ളത്. അവർക്കാർക്കും ഓശാനമൗണ്ട് സ്ഥാപനങ്ങളുടെമേൽ അവകാശമില്ലെന്നും കൂട്ടിച്ചേർത്തു.

ഓശാന ബൈബിളിന്റെ പ്രസാധനമാണ് പുലിക്കുന്നേലിന്റെ മറ്റൊരു സംഭാവന. ബൈബിളിന് മറ്റൊരർഥത്തിൽ പുനർവായന സാധ്യമാക്കുകയായിരുന്നു അതിലൂടെ. ദക്ഷിണാഫ്രിക്കയുടെ ധാർമിക മനഃസാക്ഷിയെന്ന് ലോകം തർക്കമില്ലാതെ അംഗീകരിച്ച ബിഷപ് ഡെസ്മണ്ട് ടുട്ടുവിനെക്കുറിച്ച് അദ്ദേഹം ആരാധനയോടെയാണ് സംസാരിച്ചിരുന്നത്. ബൈബിൾ വായനക്ക് ധീരമായ മറുകുറിയെഴുതിയ ടുട്ടുവിന്റെ പരിശ്രമങ്ങളെയും വിലമതിക്കുമായിരുന്നു. ഒരേയൊരു ഭരണഘടനാ രേഖയായി അതിനെ ഭയപ്പെടുന്നതിനെതിരെയായിരുന്നു ആ പോരാളിയുടെ സന്ദേഹങ്ങൾ. ബൈബിളിലെ ചില ഭാഗങ്ങളോട് യോജിപ്പില്ലെന്നും കൂട്ടിച്ചേർത്തു. അടിമത്തം അംഗീകരിക്കുന്നതും പള്ളിയിലെത്തുന്ന സ്ത്രീകൾ സംസാരിച്ചുകൂടെന്നതും സെന്റ് പോളിന്റെ നിശ്ചയവും ഉദാഹരണമായി നിരത്തി. ആഫ്രിക്കൻ ഭാഗങ്ങൾ തേടി മിഷണറിമാർ എത്തിയപ്പോൾ അവരുടെ കൈവശം ബൈബിളും തങ്ങൾക്ക് ഭൂമിയുമുണ്ടായിരുന്നു. കണ്ണടച്ച് പ്രാർഥിക്കാൻ നിർദേശമുണ്ടായി. കണ്ണുതുറന്നപ്പോൾ ബൈബിൾ ആഫ്രിക്കക്കാർക്കും ഭൂമി കടന്നുവന്നവർക്കും എന്ന നിലയിലായിരുന്നു. പുലിക്കുന്നേൽ എഴുത്തിനെ നിർവചിച്ചത് സാമൂഹ്യമാറ്റത്തിനുള്ള ഉപാധിയെന്ന നിലയിലായിരുന്നു. സാധാരണ പൊതുപ്രവർത്തനത്തിന്റെ ചിട്ടവട്ടങ്ങളിലൂടെ പൊതുസമൂഹത്ത തിരുത്തുന്നതുപോലെ സഭയിലെ രീതികളോട് ഏറ്റുമുട്ടാനാവില്ലെന്ന കാഴ്ചപ്പാടിലായിരുന്നു അദ്ദേഹം. മതാധികാരത്തിന്റെ സ്വകാര്യനിക്ഷേപമായി കണക്കാക്കപ്പെട്ട ബൈബിളിന് ജനകീയമായ ഇടമൊരുക്കുകയായിരുന്നു ബൈബിളിന്റെ മലയാളം വിവർത്തനത്തിലൂടെ. എൻ വി കൃഷ്ണവാരിയർ, സ്കറിയ സക്കറിയ തുടങ്ങിയവരുടെ ഉപദേശ നിർദേശങ്ങളോടെയായിരുന്നു അത്.

ചർച്ച് ആക്ടിന്റെ കരട്

ചർച്ച് ആക്ടിന്റെ കരട്രൂപം തയ്യാറാക്കിയത് എടുത്തുപറയേണ്ട മറ്റൊരു കാര്യമാണ്. വി ആർ കൃഷ്ണയ്യർ, കെ ടി തോമസ് തുടങ്ങിയ നിയമജ്ഞരുടെ നിർദേശം സ്വീകരിച്ചായിരുന്നു ആ ധീരസാഹസം. അതിന്റെ ലക്ഷ്യങ്ങൾ പൂർണഫലത്തിലേക്കെത്തിയില്ലെങ്കിലും അസാധാരണമായ ആ ഇടപെടലിന്റെ ഊക്ക് തള്ളാനാവില്ല. സഭയുടെ എല്ലാവിധ സാമ്പത്തികഭരണവും സുതാര്യമാകണമെന്ന തുറന്ന കാഴ്ചപ്പാടായിരുന്നു അദ്ദേഹത്തിന്. പൊതുസ്വത്ത് ഭരിക്കാൻ ചർച്ച് ആക്ട് ഉണ്ടാക്കണമെന്ന വാദം വിവാദമായി. പുരോഹിതർ ആധ്യാത്മികമായ ഉത്തരവാദിത്തം നിറവേറ്റി സഭയുടെ ചുക്കാൻ വിശ്വാസികളെ ഏൽപ്പിക്കട്ടെയെന്നും

സൂചിപ്പിച്ചു. വി ആർ കൃഷ്ണയ്യർ അധ്യക്ഷനായ നിയമപരിഷ്കരണ കമീഷൻ പള്ളിസ്വത്തുക്കളുടെ ഭരണത്തിന് നിയമത്തിന്റെ ആവശ്യകത സംബന്ധിച്ച് സർക്കാരിന് ശുപാർശ നൽകി. മുസ്ലിങ്ങൾക്ക് വഖഫ് സംവിധാനവും ഹിന്ദുക്കൾക്ക് ദേവസ്വം ബോർഡും എന്നപോലെ ക്രിസ്ത്യാനികൾക്കും സമാനമായ സ്ഥാപനം ആവശ്യമാണെന്നും പുലിക്കുന്നേൽ വാദിച്ചു. അത് നടപ്പായാൽ യാക്കോബായ- ഓർത്തഡോക്സ് തർക്കവും പരിഹൃതമാകുമെന്നായിരുന്നു അദ്ദേഹത്തിന്റെ വിശ്വാസം.

ഇപ്പോൾ സീറോ മലബാർ സഭയിൽ പുഴുക്കുത്തായ സ്വത്ത് മോഷണത്തിന്റെയും പണം അപ്രത്യക്ഷമാകലിന്റെയും വാർത്തകൾ കേൾക്കുമ്പോൾ ആ ദീർഘദർശനം വ്യക്തമാകും. 16-ാം നൂറ്റാണ്ടിൽ പോർച്ചുഗീസുകാരുടെ വരവോടെ ആരംഭിച്ച വിദേശ മേൽക്കോയ്മക്ക്മുമ്പ് നിലവിലുണ്ടായ ഭരണവ്യവസ്ഥയിൽ കേരള ക്രിസ്ത്യാനികളുടെ ഓരോ പള്ളിയും സ്വതന്ത്രമായിരുന്നെന്നും അവയുടെ ഭരണനിർവഹണവും സ്വത്തും പ്രായപൂർത്തിയായ മുഴുവൻ അംഗങ്ങളുമുൾപ്പെട്ട പള്ളിയോഗത്തിൽ നിക്ഷിപ്തമായിരുന്നെന്നും പോർച്ചുഗീസ് മേൽക്കോയ്മക്കു കീഴിലെ പാശ്ചാത്യമാതൃകയിലുള്ള സഭാഘടനയാണ് അതിന് അന്ത്യം കുറിച്ചതെന്നും പുലിക്കുന്നേൽ ചൂണ്ടിക്കാട്ടി. കേരളത്തിലെ സഭയുടെ പാശ്ചാത്യമാതൃകയിലുള്ള അധികാരഘടനയുടെ തലപ്പത്തെ നേതൃത്വത്തിന് മാർപ്പാപ്പയോടല്ലാതെ വിശ്വാസികളോടോ ദേശീയ നിയമവ്യവസ്ഥകളോടോ വിധേയത്വമില്ലെന്നും രാഷ്ട്രീയ കൊളോണിയലിസത്തിന്റെ അന്ത്യത്തിനു ശേഷവും തുടരുന്ന മതസാമ്പത്തിക കൊളോണിയലിസത്തിന്റെ ഭാഗമാണിതെന്നുമായിരുന്നു അദ്ദേഹത്തിന്റെ ഉറച്ച പക്ഷം. സഭയുടെ സേവനസംരംഭങ്ങളുടെ നടത്തിപ്പിലുള്ള ക്രമക്കേടുകളെയും അഴിമതിയെയും കെടുകാര്യസ്ഥതയെയും പൗരോഹിത്യത്തിന്റെ ആഡംബരഭ്രമത്തെയും പുലിക്കുന്നേൽ വിമർശിച്ചു. ജനനവേളയെയും പിറന്നാളാഘോഷങ്ങളെയും വിവാഹച്ചടങ്ങുകളെയും മരണാനന്തര ക്രിയകളെയും വരുമാനം കൊയ്യാനുള്ള അവസരമായി ദുരുപയോഗം ചെയ്യുന്നതായി വിശ്വാസികളെ ഓർമിപ്പിക്കുകയും ചെയ്തു. ചുരുക്കത്തിൽ മാമോദീസക്കുപോലും വിലപേശുന്ന പൗരോഹിത്യ സംസ്കാരം വളരുമ്പോൾ, ശുഷ്കമായ ആചാരങ്ങളാൽ ബുദ്ധിയുള്ള വിശ്വാസികളെ സഭയിൽ നിലനിർത്താമെന്നു പുരോഹിതർ ചിന്തിക്കുന്നതായും കുറ്റപ്പെടുത്തി. ഔദ്യോഗിക സംവിധാനങ്ങളിലെ വൈദികർ നടത്താൻ വിസമ്മതിച്ച വിവാഹങ്ങളും ശവസംസ്കാരച്ചടങ്ങുകളും ഏറ്റെടുത്ത പുലിക്കുന്നേൽ ദലിത് ക്രൈസ്തവരെ സഭാസ്ഥാപനങ്ങളിൽ ജോലിക്ക്വയ്ക്കാത്തതിനെയും കൊടിയ അഴിമതിയെയും സഭാ സ്വത്ത് വിനിയോഗത്തിലെ സുതാര്യതയില്ലായ്മയെയും എപ്പോഴും കടന്നാക്രമിച്ചു. സമ്പന്നരും ദരിദ്രരും തമ്മിലുള്ള വിടവ് ഭയാനകമാകുന്നതിൽ എപ്പോഴും ഉൽക്കണ്ഠപ്പെട്ടു. ലോകത്ത് രണ്ട് കുടുംബങ്ങളേയുള്ളൂ- ഉള്ളവന്റെയും ഇല്ലാത്തവന്റെയും എന്ന് 'ഡോൺ ക്വിക്സോട്ട്' നോവലിലൂടെ മിഗ്വെൽ സെർവാന്റസ് പറഞ്ഞിരുന്നു. സ്പാനിഷ് സാഹിത്യത്തെ എക്കാലവും സ്വാധീനിച്ച ആ കൃതിയിലെ കഥാപാത്രത്തിലൂടെയായിരുന്നു ഇത്തരം അഭിപ്രായം

പുറത്തുവന്നതും. ചൂഷണത്തിന്റെയും അസമത്വത്തിന്റെയും ദാരിദ്ര്യത്തിന്റെയും ലോകനീതിക്കെതിരായ തുറന്ന വിമർശനമായിരുന്നു അതിൽ. തടിച്ചുരുണ്ട് കൊഴുത്തും ഉണങ്ങിയ മരക്കമ്പുപോലെ ശുഷ്ക്കിച്ചതുമായ കുട്ടികൾ. ആർഭാടങ്ങളിൽ നീരാടുന്നതും വറ്റിവരണ്ടതുമായ അമ്മമാർ. കൊട്ടാര സദൃശമായ ബംഗ്ലാവുകളിലും തകരപ്പാട്ടയുടെ ഒറ്റമുറികളിലും താമസിക്കുന്ന കുടുംബങ്ങൾ.സമൃദ്ധമായി തിന്നത് ദഹിക്കാൻ നടക്കുന്നവരും ഒരുപിടി വറ്റിനായി മൈലുകൾ താണ്ടുന്നവരും- എന്നിങ്ങനെ ഭൂമിയിലെ യാഥാർഥ്യങ്ങൾക്ക് വിരുദ്ധങ്ങളായ രണ്ട് വശമുണ്ട്. പ്രശസ്ത ഫോട്ടോഗ്രാഫർ മൈക്ക് വെൽസ് പകർത്തിയ ഉഗാണ്ടൻ ക്ഷാമത്തിന്റെ ചിത്രം പുലിക്കുന്നേൽ ഞങ്ങൾ മാധ്യമ പ്രവർത്തകർക്കുമുന്നിൽ എടുത്തിട്ടുമായിരുന്നു. പട്ടിണി എല്ലിൻതോലുമാക്കിയ കുട്ടിയുടെയും വെളുത്തു കൊഴുത്ത മിഷണറിയുടെയും കൈകൾ ഒന്നിച്ചുവെച്ച ഫോട്ടോ 1980 ഏപ്രിലിലാണ് മൈക്കിന്റെ ക്യാമറ ഒപ്പിയെടുത്തത്. തെമ്മാടിക്കുഴിക്കെതിരെ പുലിക്കുന്നേൽ നടത്തിയ പോരാട്ടവും ശ്രദ്ധേയമായി. കോട്ടയം ജില്ലാ കോൺഗ്രസ് അധ്യക്ഷനായിരുന്ന വി കെ കുര്യനനേരെ മരിച്ചടക്ക് നിഷേധമുണ്ടായപ്പോൾ ആരെയും കാത്തുനിൽക്കാതെ ഓടിയെത്തി. കർക്കശമായ താത്ത്വിക നിലപാടുകൾക്കൊപ്പം സാമൂഹ്യമാറ്റത്തിനായുള്ള പ്രായോഗിക ഇടപെടലുകളിലൂടെയും അദ്ദേഹം മാതൃകയായി. ഭാര്യ കൊച്ചുറാണി 2008 ഫെബ്രുവരി 22ന് നിര്യാതയായപ്പോൾ ഇടമറ്റത്തെ സ്വന്തം ഭൂമിയിൽ ചിതയൊരുക്കി വാർത്തകളിൽ ഇടംപിടിക്കുകയും ചെയ്തു. തന്റെ ശരീരവും അതുപോലെ ദഹിപ്പിച്ചാൽ മതിയെന്ന് വ്യവസ്ഥചെയ്തു. അത് ഒസ്യത്തിൽ കുറിച്ചിട്ടതാണ്.കണ്ണുകൾ മെഡിക്കൽ കോളേജിന് ദാനംചെയ്യുമെന്നും വാഗ്ദാനം നൽകി. താൻ സാധാരണ ധരിക്കുന്ന ഖദർ വസ്ത്രങ്ങളേ മൃതദേഹത്തിൽ ധരിപ്പിക്കാവൂ, തലഭാഗത്ത് കുരിശും തിരിയുംവയ്ക്കുന്നതും ഉപേക്ഷിക്കണം, റീത്ത് പാടില്ല തുടങ്ങിയ ഉള്ളടക്കമായിരുന്നു ഒസ്യത്തിൽ. ആഗോള കത്തോലിക്കാ സഭയിലെ സ്ത്രീ ശാക്തീകരണം മനസ്സിലാക്കാത്തപോലെ സീറോ മലബാർ സഭ പെരുമാറിയപ്പോഴും ഓർമപ്പെടുത്തലുമായി രംഗത്തെത്തി. ഫ്രാൻസിസ് മാർപാപ്പയുടെ മാതൃക പിന്തുടർന്ന് ലോകത്തെല്ലായിടത്തും പുരോഹിതർ സ്ത്രീകളുടെ കാൽ കഴുകി ചുംബിച്ചപ്പോൾ പൗരസ്ത്യ പാരമ്പര്യം ചൂണ്ടി ഒഴിഞ്ഞുനിന്ന സീറോ മലബാർ സഭയെ ചോദ്യംചെയ്തത് പുലിക്കുന്നേലായിരുന്നു.

ജീവകാരുണ്യ പ്രവർത്തനം

മനുഷ്യസ്നേഹത്തെ ഏറ്റവും വിലമതിച്ച പുലിക്കുന്നേൽ താൻ കമ്യൂണിസ്റ്റ് വിരുദ്ധനാണെന്ന ചിലരുടെ വിധിതീർപ്പ് തെറ്റിദ്ധാരണയുടെ ഭാഗമാണെന്നും കള്ളപ്രചാരണങ്ങളാണ് മിഥ്യാധാരണ പാകിയതെന്നും വ്യക്തമാക്കി. "കമ്യൂണിസം ചിന്താപരമായി ശരിയാണെന്നു പറയുമ്പോൾ, പ്രയോഗത്തിൽ അത് ഏകാധിപത്യമാണെന്നായിരുന്നു അന്തരീക്ഷത്തിലുണ്ടായ പ്രതീതി. അത്തരമൊരു വ്യാജ സന്ദേശമുയർത്തിയതിൽ പൗരോഹിത്യം വഹിച്ച പങ്ക് കുപ്രസിദ്ധമായിരുന്നു, പ്രത്യേകിച്ചും ഫാദർ ജോസഫ് വടക്കന്റെയും മറ്റും. ഞാൻ കമ്യൂണിസം

ആഴത്തിൽ വായിച്ച് പഠിച്ച് മനസിലാക്കിയിരുന്നു. എം പി പോളും മുണ്ടശേരിയും പൊൻകുന്നം വർക്കിയും ആദ്യംമുതലേ കമ്യൂണിസ്റ്റായിരുന്നില്ല. പതുക്കെ ആ വഴിയിലേക്കെത്തുകയായിരുന്നു. സാമൂഹ്യ ഉള്ളടക്കത്തോടെ, പുരോഗമനപരമായി എഴുതിവന്നവരെ കമ്യൂണിസ്റ്റെന്ന് ചാപ്പകുത്തി. യേശുക്രിസ്തു സ്നേഹംകൊണ്ടാണ് വിപ്ലവം സൃഷ്ടിച്ചതും സമൂഹത്തിനാകെ ദിശാബോധം നൽകിയതും. മഹാത്മജിയും കാൾ മാർക്സും ശ്രീനാരായണ ഗുരുവുമെല്ലാം അത്തരത്തിൽ പ്രവർത്തിച്ചവരാണ്" എന്ന് കൂട്ടിച്ചേർക്കുകയുമുണ്ടായി. യേശുവിന്റെ സ്നേഹവഴിയിലൂടെ തന്നെയായിരുന്നു പുലിക്കുന്നേലും നടന്നത്. അശരണർക്കും ആലംബഹീനർക്കും തന്നാലാകുംവിധം സഹായഹസ്തം വച്ചുനീട്ടി. അറുപതുകഴിഞ്ഞ ദമ്പതികൾക്ക് വീടും പാവപ്പെട്ട കുട്ടികൾക്ക് ആരോഗ്യകേന്ദ്രവും ഒരുക്കി. പ്രമേഹരോഗികളെ സഹായിച്ചു. രോഗം മാറാത്തവർക്ക് പ്രത്യേകകേന്ദ്രം. മരുന്ന്, ഭക്ഷണം, പ്രതിമാസം നൂറു രൂപ, വർഷത്തിൽ രണ്ടുവട്ടം വസ്ത്രവുംവിതരണം ചെയ്തു. സ്നേഹസാന്ത്വനത്തിന് ഗുഡ് സമരിറ്റൻ പ്രോജക്ട് ഇന്ത്യക്ക് രൂപംനൽകി. ഇടമറ്റത്തെ ഓശാനക്കുന്നിൽ വേഡ് ആൻഡ് ഡീഡ് ആശുപത്രി, പാലിയേറ്റീവ് കാൻസർ കെയർ ഹോം, ജുവനൈൽ ഡയബറ്റിക് ഹോം എന്നിവ പടുത്തുയർത്തുകയുമുണ്ടായി. മീനച്ചിൽ, ഭരണങ്ങാനം, തിടനാട് പഞ്ചായത്തുകളിലെ സാമ്പത്തികമായി പിന്നോക്കം നിൽക്കുന്ന പ്രമേഹരോഗികൾക്ക് സൗജന്യമായി മരുന്നു നൽകുന്ന ക്ലിനിക്കും ആരംഭിച്ചു. ഡയാലിസിസ്-അർബുദ രോഗികൾക്ക് മുടങ്ങാതെ സഹായമെത്തിക്കാൻ അവിടെ ആളുകളുണ്ട്. ഡോക്ടർമാരും നേഴ്സുമാരും ഉൾപ്പെടെ. കേരളാ കത്തോലിക്ക അൽമായ അസോസിയേഷൻ സ്ഥാപക സെക്രട്ടറി, മലയാളം ബൈബിളിന്റെ ഓർഗനൈസിങ് എഡിറ്ററും ഗുഡ് സമരിറ്റൻ പ്രോജക്ട് ഇന്ത്യയുടെയും കാത്തലിക് റിഫർമേഷൻ ലിറ്ററേച്ചർ സൊസൈറ്റിയുടെയും സ്ഥാപകനുമായ പുലിക്കുന്നേൽ ഭാരതീയ ക്രൈസ്തവ പഠനകേന്ദ്രത്തിന്റെ സ്ഥാപകനും ഓണററി ഡയറക്ടറുമായിരുന്നു. ക്രിസ്ത്യൻ റിഫർമേഷൻ ലിറ്ററേച്ചർ സൊസൈറ്റി, ഭാരതീയ ക്രൈസ്തവ പഠന കേന്ദ്രം എന്നിവ വിജ്ഞാനത്തിന്റെ പുതുവഴികൾ തുറക്കാൻ അദ്ദേഹം സ്ഥാപിച്ചവയാണ്.

ഇംഗ്ലീഷ്- മലയാളം കൃതികൾ

നിരവധി കൃതികളുടെ കർത്താവ് കൂടിയാണ് പുലിക്കുന്നേൽ. ആത്മകഥയായ പ്രൈവറ്റ് കോളേജ് അധ്യാപകന്റെ സ്മരണകൾ, സിംഹാസനപ്പോര്, കേരള ക്രൈസ്തവചരിത്രം- വിയോജനക്കുറിപ്പുകൾ, കാനോൻ നിയമത്തിലെ കാണാച്ചരടുകൾ, സ്നേഹസമർപ്പണം, എന്റെ കുരിശുമെടുത്ത് നിന്റെ പിന്നാലെ(നോവൽ), ആരാധനാക്രമവിവാദം: ഓശാനയുടെ ഇടപെടലുകൾ, കേരള കോൺഗ്രസിന്റെ സ്ഥാപന ചരിത്രം, ഉദയംപേരൂർ സുന്നഹദോസ് ഒരു ചരിത്ര വിചാരണ, പേപ്പസി- ചരിത്രപരമായ ഒരു പഠനം തുടങ്ങിയവ പ്രധാന മലയാള ഗ്രന്ഥങ്ങളാണ്. കൂടാതെ ഒശാനയിലെ മുഖപ്രസംഗങ്ങൾ രണ്ട് വാല്യങ്ങളായി പുസ്തകരൂപത്തിലിറക്കി.ഇംഗ്ലീഷ് പുസ്തകങ്ങളുമുണ്ട്. ഐഡന്റിറ്റി ഓഫ് നസ്രാണി ചർച്ച്

ഓഫ് കേരള,ദി ലിറ്റർജി ഹയറാർക്കി ആൻഡ് സ്പിരിച്വാലിറ്റി ഓഫ് സെന്റ് തോമസ് ക്രിസ്ത്യൻസ് ഇൻ ദി പ്രീ പോർച്ചുഗീസ് പിരീഡ് എ സ്റ്റഡി തുടങ്ങിയവ അക്കൂട്ടിൽപ്പെടുന്നു.

ഓശാന മൗണ്ട്,യഥാർഥ വിശ്വാസികളുടെയും സാമൂഹ്യ പ്രവർത്തകരുടെയും ഗവേഷകരുടെയും എഴുത്തുകാരുടെയും തീർത്ഥാടനകേന്ദ്രം പോലെയാണ്. രാജ്യത്തിന്റെ വിവിധ ഭാഗങ്ങളിൽനിന്നും അവിടേക്ക് സന്ദർശകരെത്തുന്നു. അതിൽ ഭൂരിപക്ഷവും പുലിക്കുന്നേലിനെക്കുറിച്ചും അദ്ദേഹത്തിന്റെ സേവനങ്ങളെപ്പറ്റിയും മനസ്സിലാക്കുന്നതിനാണ് യാത്ര നടത്തുന്നത്. പലരും ലൈബ്രറിയിൽ ഏറെ നേരം ചെലവഴിക്കുകയും ചെയ്യും. അവിടെ പുലിക്കുന്നേലിന്റെ ജീവചരിത്രമായ'ഏകാന്ത ദൗത്യം' പ്രധാന വായനാവിഭവമാണ്. ഭാവിതലമുറയ്ക്കും ചരിത്രാന്വേഷകർക്കും സമർപ്പിച്ചിട്ടുള്ള ആ ഗ്രന്ഥം കുറേ പ്രശസ്തരുടെ ഓർമകളും വിലയിരുത്തലുകളും അപഗ്രഥനങ്ങളുമാണ്. സുകുമാർ അഴീക്കോട്, സക്കറിയ, വിഷ്ണു നാരായണൻ നമ്പൂതിരി, എം എ ജോൺ തുടങ്ങിയവരുടെ ലേഖനങ്ങൾ ഉൾക്കൊള്ളുന്ന ആ പുസ്തകം എഡിറ്റുചെയ്തത് റോസമ്മാ എബ്രഹാം. സക്കറിയ പുലിക്കുന്നിലിനെക്കുറിച്ച് എഴുതിയത് ഇങ്ങനെ: ജോസഫ് പുലിക്കുന്നേൽ ഏറ്റെടുത്ത ദുഷ്കരമായ ദൗത്യം കേരള കത്തോലിക്കാസഭയുടെ ദുർമാർഗങ്ങളെ ഒറ്റയ്ക്ക് വിമർശിക്കുകയും ചോദ്യംചെയ്യുകയുമായിരുന്നു. മലയാളത്തിൽ ജനങ്ങളുടേതായ ബൈബിൾ പ്രസിദ്ധീകരിച്ചാണ് അദ്ദേഹം അത് തുടങ്ങിവച്ചത്. ഓശാനമൗണ്ടിൽനിന്ന് പുലിക്കുന്നേൽ നടത്തുന്ന ആശയയുദ്ധത്തിലൂടെ കത്തോലിക്കാസഭ അതിന്റെ കേരള ചരിത്രത്തിൽ ആദ്യമായി വിശ്വാസാധികാരത്തിന്റെയും ഭൗതികാധികാരത്തിന്റെയും മേഖലകളിൽ ശക്തനായ പ്രതിയോഗിയെ നേരിട്ടു.

ചുരുക്കത്തിൽ വിശ്വാസത്തെയെന്നതിലുപരി കാർണിവൽവൽക്കരിക്കപ്പെട്ട മതപ്രവർത്തനത്തെയാണ് പുലിക്കുന്നേൽ വിട്ടുവീഴ്ചയുടെ തരിമ്പുമില്ലാതെ നേരിട്ടത്. മതപ്രതിപക്ഷത്തിന്റെ ദൗത്യനിർവഹണത്തിലേക്ക് അദ്ദേഹം വളർന്നത് അപകടകരമായി ജീവിക്കുകയും അതിലേറെ ആപൽക്കരമായി ചിന്തിക്കുകയും ചെയ്താണ്. അതിന്റെതന്നെ ആശയസന്നാഹങ്ങളോടെയുള്ള ആ കലാപത്തിന് മൂർച്ച കുറവാകാമെന്ന് പരിതപിക്കാമെങ്കിലും ഒരു വിമർശനവുമില്ലാത്ത അവസ്ഥയിൽ ഇത്തരം യുദ്ധങ്ങളിലും പ്രതീക്ഷയർപ്പിക്കേണ്ടതുണ്ട്. പൂതലോടിയ ആശയങ്ങൾക്കല്ല, പുലിക്കുന്നേൽ കാവൽനിന്നത്. അതിനാൽ സ്തംഭിച്ചുനിൽക്കുന്ന സഭ അവയെ പിന്നീടെങ്കിലും അഭിസംബോധന ചെയ്യേണ്ടിവരുമെന്നത് തീർച്ച. "ഞാൻ നിങ്ങളുടെ യേശുവിനെ ഇഷ്ടപ്പെടുന്നു, എന്നാൽ നിങ്ങളുടെ ക്രിസ്ത്യാനികളെ ഇഷ്ടപ്പെടുന്നില്ല; അവരാരും യേശുവിനെപ്പോലെയല്ല" എന്ന ഗാന്ധിജിയുടെ വാക്കുകൾ പലപ്പോഴും പുലിക്കുന്നേൽ എടുത്തിടാറുണ്ടായിരുന്നത് അത്രവേഗം വിസ്മരിക്കാനാവില്ല. എന്റെ കുരിശുമെടുത്ത് നിന്റെ പിന്നാലെയെന്ന അദ്ദേഹത്തിന്റെ നോവൽ ശീർഷകവും ഏറെ അർഥതലങ്ങൾ ബാക്കിവയ്ക്കുന്നുണ്ട്.

സ്ത്രീകൾ പൊരുതിനേടിയ ഇരിപ്പിടങ്ങൾ

ഭൂമുഖത്തെല്ലായിടത്തും ഭരണഘടനക്ക് രൂപം നൽകിയതും രാജ്യഭരണം നിയന്ത്രിക്കുന്നതും നിയമം നിർമിച്ച് നടപ്പാക്കുന്നതും പുരുഷന്മാർ മാത്രമാണെന്ന ധാരണ പ്രബലമാണ്. അത് ഇന്ത്യയ്ക്കും ഏറെക്കുറെ ബാധകമാണെന്ന് പറയാറുണ്ട്. ഡോ. ബി ആർ അംബേദ്കർ നേതൃത്വം നൽകിയ ഭരണഘടനാ നിർമാണ സഭയിലെ 299 അംഗങ്ങളിൽ 15 സ്ത്രീകൾ ഉണ്ടായിട്ടും അവരുടെ പങ്കാളിത്തം വേണ്ടവിധം പരിഗണിക്കുകയോ വിലയിരുത്തുകയോ ചെയ്തതായി കാണാനില്ല. ചുരുക്കം അഭിമുഖങ്ങളിലും ഓർമക്കുറിപ്പുകളിലും ഒറ്റൊയൊറ്റ ലേഖനങ്ങളിലും ആ ചരിത്രത്തിന്റെ മുഖം ചെറുതായി അനാവൃതമായിട്ടുണ്ടെന്നത് മറന്നുകൊണ്ടല്ല ഈ പരാമർശം. എന്നാൽ ആ പെൺകരുത്തിന്റെയും ധീരതയുടെയും അഭിപ്രായപ്രകടന സന്നദ്ധതയുടെയും ഏറെക്കുറെ സമഗ്രമായ ചിത്രം പരിചയപ്പെടുത്തുകയാണ് 2016ൽ പുറത്തിറങ്ങിയ 'ദി ഫൗണ്ടിങ്ങ് മദേഴ്സ്: 15 വുമൺ ആർകിടെക്ട്സ് ഓഫ് ഇന്ത്യൻ കോൺസ്റ്റിറ്റിയൂഷൻ' എന്ന പുസ്തകം. സുപ്രീംകോടതി അഭിഭാഷകരായ സിസ്റ്റർ മേരി സ്കറിയ, ഡോ. ഷാലു നിഗം എന്നിവർ ചേർന്നാണ് ആ പഠനഗ്രന്ഥം തയാറാക്കിയത്. അമ്മു സ്വാമിനാഥൻ, ദാക്ഷായണി, ദുർഗാഭായ് ദേശ്മുഖ്,ആനീമസ്ക്രീൻ(മദിരാശി)ഹസ്നാ ജീവ്‌രാജ് മേത്ത(ബോംബെ) മാലതി ചൗധരി (ഒറീസ) സുചേതാ കൃപലാനി, വിജയലക്ഷ്മി പണ്ഡിറ്റ്, പൂർണിമ ബാനർജി, കമലാ ചൗധരി, ബീഗം ഐസാസ് റസൽ(ഉത്തർപ്രദേശ്)സരോജിനി നായിഡു(ബിഹാർ)രാജ്കുമാരി അമ്രീത് കൗർ(പഞ്ചാബ്)രേണുക റോയ്, ലീലാ നാഗ് (ബംഗാൾ)എന്നിവരുടെ അതിതീക്ഷ്ണമായ ജീവിതത്തിന്റെയും മൗലികമായ ഇടപെടലുകളുടെയും പ്രക്ഷുബ്ധങ്ങളായ ചിന്തകളുടെയും രേഖയാണ് അത്.

കോൺസ്റ്റിറ്റിയുവന്റ് അസംബ്ലി എന്ന ആശയം ആദ്യം മുന്നോട്ടുവെച്ചത് 1934ൽ എം എൻ റോയിയാണ്. ഒരു വർഷത്തിനുള്ളിൽ കോൺഗ്രസ് ആ ആവശ്യം ഔദ്യോഗികമായി ഉന്നയിച്ചു. അതിന്റെ ആദ്യ യോഗം 1946 ഡിസംബർ ഒമ്പതിനായിരുന്നു; ഡോ. സച്ചിദാനന്ദ സിൻഹയുടെ താൽക്കാലികാധ്യക്ഷതയിൽ. അവസാന യോഗം 1950

ജനുവരി 24 നും. രണ്ടു കൊല്ലവും പതിനൊന്ന് മാസവും പതിനെട്ട് ദിവസവും നീണ്ട കാലയളവിൽ പതിനൊന്ന് സെഷനുകൾ ചേരുകയു ണ്ടായി. 15 സ്ത്രീകളിൽ മലയാളികളുടെ അഭിമാനമുയർത്തി ദളിതയായ ദാക്ഷായണി വേലായുധനും അമ്മു സ്വാമിനാഥനും ആനി മസ്ക്രീനും. സാമൂഹിക വിലക്കുകളും സാമുദായിക തടസ്സങ്ങളും അന്ധവിശ്വാസ ങ്ങളുടെ കൂരിരുട്ടും പുരുഷാധിപത്യത്തിന്റെ കണ്ണുരുട്ടലുകളും അധികാര ശക്തികളുടെ അവഗണനകളും വകവെക്കാതെയും ധിക്കാരങ്ങൾ തട്ടി മാറ്റിയും മൂവരും എത്തിപ്പിടിച്ച നേട്ടങ്ങൾ രോമാഞ്ചജനകങ്ങളാണ്.

ഇക്കാലത്തെ സ്ത്രീകൾക്കുപോലും തീർത്തും അപരിചിതങ്ങളായ വിസ്മയപാഠങ്ങളിലേക്ക് കേരളം കൂട്ടിച്ചേർത്ത അനുബന്ധമായിരുന്നു പിന്നീട് പല തുറകളിൽ ദേശീയ പ്രശസ്തയായ ദാക്ഷായണി വേലായു ധന്റെ ജീവിതാനുഭവങ്ങൾ. മേൽവസ്ത്രം ധരിച്ച ആദ്യ ദളിത് പെൺകുട്ടി യെന്ന വിശേഷം മുതൽ രാജ്യത്തെ ആദ്യ ബിരുദധാരിയായ ദളിത്സ്ത്രീ തൊട്ട് ഭരണാഘടനാ നിർമാണ സഭയിലെ ധീരശബ്ദം വരെയുള്ള സമാനതകളില്ലാത്ത പെരുമ. ഗാന്ധിജിയിലേക്ക് ആകർഷിക്കപ്പെട്ട് 1930ൽ ഇന്ത്യൻ നാഷണൽ കോൺഗ്രസിൽ അംഗമായതോടെയാണ് അമ്മു സ്വാമിനാഥന്റെ സജീവ രാഷ്ട്രീയ പ്രവർത്തനത്തിന് ഔപചാരിക തുടക്കമാകുന്നത്. 1934 മുതൽ അഞ്ചു വർഷം ചെന്നൈ കോർപ്പറേഷൻ അംഗം. അക്കാലത്ത് വിദ്യാഭ്യാസ സ്റ്റാൻഡിങ് കമ്മിറ്റി അധ്യക്ഷയും. 1940ൽ അമേരിക്കയിലെ പല സാമൂഹിക-വിദ്യാഭ്യാസ സ്ഥാപനങ്ങളും സന്ദർശിച്ചു. 1942ലെ ക്വിറ്റിന്ത്യാ പ്രക്ഷോഭത്തിൽ ഭാഗഭാക്കായതിന് അറസ്റ്റിലായി രണ്ടു വർഷം ജയിലിൽ കഴിഞ്ഞു.1945 ൽ ചെന്നൈ സിറ്റി നിയോജകമണ്ഡലത്തിൽനിന്ന് കേന്ദ്ര അസംബ്ലിയിലെത്തി. തിരുവിതാംകൂറിന്റെ ഝാൻസിറാണി എന്നറിയപ്പെട്ട ആനിമസ്ക്രീന്റെ ജീവിതം ഒട്ടേറെ പ്രത്യേകതകൾ നിറഞ്ഞതായിരുന്നു. തിരുവിതാംകൂർ സ്റ്റേറ്റ് കോൺഗ്രസ്സിൽ അംഗമായ ആദ്യ സ്ത്രീകളിലൊരാൾ. ആ സംഘട നയിലെ ആദ്യ വനിതാ നിർവാഹക സമിതിയംഗം; ജനറൽ സെക്രട്ടറി. മുഖംനോക്കാതെയുള്ള തുറന്ന സംസാരത്തിനും അനുരഞ്ജനമില്ലാത്ത അഭിപ്രായപ്രകടനങ്ങൾക്കും മഹാത്മജിയുടെ വിമർശനം നേരിട്ട സ്വാ തന്ത്ര്യ സമര സേനാനി. ആറു വർഷത്തിലധികം ജയിലിൽ കഴിഞ്ഞ പോരാളി. തെരഞ്ഞെടുപ്പ് രംഗത്ത് വിസ്മയങ്ങൾ തീർത്ത വനിതാ നേതാവ്(1941ൽ തിരുവിതാംകൂർ നിയമസഭയിലേക്ക് തെരഞ്ഞെടു ക്കപ്പെട്ടത് എതിരില്ലാതെ)- വിശേഷണങ്ങൾ ഇവിടെ നിൽക്കുന്നില്ല.

പേരിടലിലും കലാപസ്വരം

എറണാകുളം ജില്ലയിലെ മുളവുകാട്ട് കല്ലംമുറിയിൽ കുഞ്ഞന്റെയും എളങ്കുന്നപ്പുഴ തയ്യിത്തറ മാണിയുടെയും അഞ്ചുമക്കളിൽ നാലാമത്ത വളായി 1912 ജൂലൈ നാലിനായിരുന്നു ദാക്ഷായണിയുടെ ജനനം. സ്കൂൾ അധ്യാപകനായ കുഞ്ഞൻ പ്രയത്നശാലിയായ കർഷകൻ കൂടിയായിരുന്നു. അദ്ദേഹം തന്റെ ഒരേക്കർ പുരയിടത്തിൽ തെങ്ങുകൾ നട്ടുവളർത്തി. കൊച്ചി പുലയസഭാ സ്ഥാപകനും ആദ്യ അധ്യക്ഷനുമായ

കൃഷ്ണേതി കുഞ്ഞന്റെ സഹോദരൻ. അക്കാലത്ത് പുലയർക്ക് കരയിൽ യോഗം ചേരാൻ അനുവാദമില്ലായിരുന്നു. ആത്മാഭിമാനികളായ പുലയർ കൂട്ടിക്കെട്ടിയ വള്ളങ്ങളിൽ കായലിൽ യോഗംചേർന്ന രൂപംകൊടുത്ത സംഘടനയാണ് കൊച്ചി പുലയ മഹാസഭ. ദാക്ഷായണിയുടെ ജനനത്തിന് ഏതാനും മാസം മുമ്പായിരുന്നു അത്. അവൾക്ക് പേരിട്ടതുപോലും വിപ്ലവമായിരുന്നു. അക്കാലത്ത് താഴ്ന്ന ജാതിയിൽപ്പെട്ട പെൺകുട്ടികൾക്ക് അഴകി, പൂമാല, ചക്കി, താറ, കാളി, കുറുമ്പ, കിളിപ്പാക്ക, തുടങ്ങിയ പേരുകളേ അനുവദിക്കപ്പെട്ടിരുന്നുള്ളൂ. അപ്പോഴാണ് നേർത്ത പുരോഗമന ചിന്തയുണ്ടായ കുഞ്ഞൻ മകളെ, ദുർഗയെന്നും ദക്ഷയുടെ പുത്രിയെന്നും അർഥമുള്ള ദാക്ഷായണി എന്ന് വിളിച്ചത്.

അറാം വയസ്സിൽ മുളവുകാട് സെന്റ്മേരീസ് എൽ പി സ്കൂളിൽ ചേർന്ന ദാക്ഷായണി ചാത്യാത്ത് എൽ എം സി ഗേൾസ് ഹൈസ്കൂളിൽനിന്നും ഇഎസ്എസ്എൽസിയും എറണാകുളം മഹാരാജാസ് കോളേജിൽനിന്നും 1935ൽ ഒന്നാം ക്ലാസ്സിൽ ബിഎസ്സി കെമിസ്ട്രിയും പാസായി. 1938ൽ മദ്രാസ് സെന്റ് ക്രിസ്റ്റഫർ കോളേജ് ഓഫ് എജ്യൂക്കേഷനിൽനിന്ന് എൽടി പൂർത്തിയാക്കി. പെൺകുട്ടികളുടെ വിദ്യാഭ്യാസോന്നമനം ലക്ഷ്യമാക്കി 1921ലാണ് ആ കലാലയം സ്ഥാപിതമായത്. ആദ്യ പ്രിൻസിപ്പൽ കെ എൻ ബ്രോക്ക്വേയുടെ സമർപ്പിത മനസ്സ് അതിന് ഉറച്ച അടിത്തറയിടുകയുണ്ടായി. മഹാരാജാസിൽ വിദ്യാർഥിയായിരിക്കെ അധ്യാപകർ കടുത്ത അവഗണനയോടെയാണ് ദാക്ഷായണിയോട് പെരുമാറിയത്. സ്കോളർഷിപ്പ് നേടിയ മികച്ച വിദ്യാർഥിയായിട്ടും ശാസ്ത്രപരീക്ഷണങ്ങൾ മൂന്നുവർഷവും അവൾക്ക് കാണിച്ചുകൊടുക്കാൻ തയ്യാറായില്ല. ഉപകരണങ്ങൾ തൊടാൻപോലും അനുവദിച്ചതുമില്ല. അതിനാൽ ദൂരെമാറിനിന്ന് ഏകലവ്യനെപ്പോലെ കാര്യങ്ങൾ മനസ്സിലാക്കുകയായിരുന്നു അവൾ. ആ നിശ്ചയദാർഢ്യം ഒട്ടേറെ നേട്ടങ്ങൾ എത്തിപ്പിടിക്കുന്നതിലേക്ക് വളർന്നു. അയിത്ത ജാതിയിൽപ്പെട്ട സ്ത്രീ കരസ്ഥമാക്കിയ ചരിത്ര വിജയങ്ങളായിരുന്നു അവയെല്ലാം. ദാക്ഷായണി നേരിട്ട ജാതിപരമായ അധഃസ്ഥിതത്വത്തിനും ലിംഗ വിവേചനത്തിനും ആഴത്തിലുള്ള വേരുകളുണ്ടായിരുന്നു.

വിദ്യാഭ്യാസ യോഗ്യത സവിശേഷമായി പരിഗണിച്ച് ദാക്ഷായണിയെ തൃശ്ശൂരിനടുത്ത പെരിങ്ങോട്ടുകര ഹൈസ്കൂളിൽ അധ്യാപികയായി നിയമിച്ചു. അത് 1937 ലെ കൊച്ചി രാജഭരണ റിപ്പോർട്ടിൽ പ്രാധാന്യത്തോടെ രേഖപ്പെടുത്തിയിട്ടുണ്ട്. അവിടെ കൂടുതൽ പിന്നോക്കവിഭാഗങ്ങൾ താമസിക്കുന്നതിനാലായിരുന്നു ആ തീരുമാനം. താമസിച്ചത് ഈഴവ കുടുംബത്തിനൊപ്പം. എന്നിട്ടും കിണർ തൊടാൻ അനുവാദമുണ്ടായില്ല. പലപ്പോഴും പുലയ ടീച്ചർ എന്ന ആക്ഷേപത്തിന് ഇരയായി. തുടർന്ന് പ്രമോഷൻ നേടി തൃപ്പൂണിത്തുറ ഹൈസ്കൂളിലെത്തി. രണ്ടിടത്തും ദാക്ഷായണി ജാതികാർക്കശ്യങ്ങളുടെ ചൂട് നന്നായി രുചിച്ചറിഞ്ഞു. പെരിങ്ങോട്ടുകരയിൽ പഠിപ്പിക്കുമ്പോൾ ഒരു ദിവസം വയലിലൂടെ നടന്നു പോകവെ പിന്നാലെ ഒരു നായർ സ്ത്രീയുടെ വരവ്.

വഴിമാറിനിൽക്കൂ എന്ന ധിക്കാരപൂർണമായ ഒച്ചവെക്കൽ. ദാക്ഷായണി വഴങ്ങിയില്ല. "നിങ്ങൾക്ക് വേഗം പോകണമെങ്കിൽ വയലിലേക്കിറങ്ങി നടന്നോളൂ" എന്ന നിശ്ചയദാർഢ്യം അനുസരിക്കുകയേ ആ സവർണ സ്ത്രീക്ക് നിർവാഹമുണ്ടായിരുന്നുള്ളൂ.

പുഴുക്കളെക്കാൾ നികൃഷ്ടരും നിന്ദ്യരും നിസ്സാരരുമാണ് അധഃകൃതരെന്ന് ആവർത്തിച്ചുറപ്പിക്കാൻ സംസ്കൃത ശ്ലോകങ്ങളെ നന്നായി ദുരുപയോഗപ്പെടുത്തിയ അക്കാലത്തെ മനോഭാവം ഇപ്പോഴും പൂർണമായും അവസാനിച്ചിട്ടില്ല. മഹാവിഷ്ണുവിന്റെ അവതാരമായ പരശുരാമൻ കടലിലേയ്ക്ക് മഴുവെറിഞ്ഞ് വീണ്ടെടുത്തതാണ് കേരളമെന്ന, ബ്രാഹ്മണർ പ്രചരിപ്പിക്കുന്ന ഐതിഹ്യം ഓർമിപ്പിക്കുന്നതാണ് അത്തരം ശ്ലോകങ്ങൾ. അതിദരിദ്രരുടെ ഓട്ടപ്പാത്രത്തിൽപ്പോലുംആർത്തിപൂണ്ട് കൈയിട്ടുവാരി തിന്നുകൊഴുത്ത രാജാക്കന്മാരുടെയും ബ്രാഹ്മണ പ്രമാണിമാരുടെയും വിഹാരരംഗമായിരുന്ന നവോത്ഥാനത്തിന് മുമ്പത്തെ കേരളം. കേണൽ ജോർജ് മൺറോ വരുംവരെ നമ്പൂതിരിമാർക്ക് ഭൂനികുതിയടക്കം ഒഴിവാക്കിക്കൊടുക്കുന്ന പതിവുമുണ്ടായി. അതേസമയം ജനസംഖ്യയുടെ എഴുപത് ശതമാനം വരുന്ന അധഃസ്ഥിതരുടെ മുതുകിൽ പലമട്ടിലുള്ള ഭാരങ്ങൾ ഇറക്കിവെച്ചു. അവരുടെ ജോലിക്കും തൊഴിലുപകരണങ്ങൾക്കും അവയവങ്ങൾക്കുപോലും കരം ചുമത്തി. 'ജന്മിഭോഗം' എന്ന് സി കേശവൻ വിളിച്ച ചൂഷണത്തിന്റെ മറുപുറം. 'നാറ്റീവ് ലൈഫ് ഇൻ ട്രാവൻകൂർ' എന്ന ഗവേഷണ കൃതിയിൽ സാമുവൽ മതീർ കീഴ്ജാതിക്കാർ ഒടുക്കേണ്ടിവന്ന 110 അധിക നികുതികളെക്കുറിച്ച് പ്രതിപാദിച്ചിട്ടുമുണ്ട്.

ആദ്യകാല മുന്നേറ്റങ്ങൾ

പുലയമഹാജനസഭയുടെ രൂപീകരണം ഒറ്റപ്പെട്ട സാഹസികതയായിരുന്നില്ല. 1900 ന്റെ ആദ്യപാദങ്ങളിൽ കേരളത്തിലെ വിവിധയിടങ്ങളിൽ പല സംഘടനകളും പിറന്നു. സമത്വത്തിന്റെയും സാമൂഹ്യാംഗീകാരത്തിന്റെയും ആശയങ്ങളുയർത്തി പൊട്ടിപ്പുറപ്പെട്ട സമരങ്ങളാണ് പശ്ചാത്തലം. അങ്ങനെ പൊതുഇടങ്ങളുടെ ജനാധിപത്യവൽക്കരണവും തൊഴിലാളികളുടെ ന്യായമായ അവകാശങ്ങളുമുയർത്തി ജാതിവിരുദ്ധ സമരങ്ങൾക്ക് നേതൃത്വം നൽകിയ പോരാളിയാണ് അയ്യങ്കാളി. 1893ൽ വെങ്ങാനൂരിൽ വില്ലുവണ്ടിയിൽ കയറി ജാതിധിക്കാരത്തിന്റെ കനത്ത എതിർപ്പ് മറികടന്നാണ് അദ്ദേഹം പൊതുറോഡിലൂടെ പോയത്. ജനങ്ങളെ ആവേശഭരിതമാക്കിച്ച സംഭവപരമ്പരകൾ മറ്റ് ആവശ്യങ്ങൾ ഉന്നയിക്കുന്നതിലേക്കും നയിച്ചു. പുലയ കുട്ടികൾക്ക് സ്കൂളിൽ പഠിക്കാനുള്ള അവകാശമാണ് അയ്യങ്കാളി ഉയർത്തിയ മറ്റൊരു മുദ്രാവാക്യം. പുലയർക്കായി 1904ൽ അദ്ദേഹം പള്ളിക്കൂടത്തിന് തുടക്കമിട്ടെങ്കിലും സവർണന്മാർ തകർത്തു. സ്കൂളുകൾ തുറന്നുകൊടുക്കുന്നതിനുള്ള ഔദ്യോഗിക ഉത്തരവ് 1907ൽ പുറപ്പെടുവിച്ചത് ശക്തമായ എതിർപ്പ് കാരണം പ്രാബല്യത്തിലായില്ല. മക്കൾക്ക് വിദ്യാഭ്യാസാവകാശം ഉറപ്പാക്കാൻ കർഷകത്തൊഴിലാളികൾ പണിമുടക്കണമെന്ന അയ്യങ്കാളിയുടെ പ്രഖ്യാപനംവന്നത് തുടർന്നാണ്. കുട്ടികൾക്ക് പഠിക്കാൻ അനുവാദം

നൽകിയില്ലെങ്കിൽ, നിങ്ങളുടെ വയലുകളിൽ കള തഴച്ചുവളരുമെന്ന മുന്നറിയിപ്പ് കാർക്കശ്യത്തോടെയാണ് ഉയർത്തിയത്. തങ്ങളുടെ മണ്ഡലത്തിലെ പ്രശ്നങ്ങളിലും കൂലി വർധനയിലുംമാത്രം ഊന്നിനിൽക്കാതെ, കുട്ടികളുടെ വിദ്യാഭ്യാസാവകാശത്തിനായുള്ള പ്രതിഷേധമായിരുന്നു അതെന്നതിനാൽ പണിമുടക്ക് ചരിത്രത്തിൽ ഇടംനേടി. 'വിദ്യനേടുക, സംഘടിക്കുക' എന്ന അദ്ദേഹത്തിന്റെ പ്രബോധനം പിൽക്കാലത്ത് അംബേദ്ക്കർ കടംകൊള്ളുകപോലുമുണ്ടായി. ജോലിസ്ഥിരത, പണിയില്ലാത്ത കാലത്ത് വേതനം, കള്ളക്കേസുകളും പീഡനങ്ങളും പ്രതികാര നടപടികളും ചാട്ടവാറടിയും പീടികകളിൽനിന്നുള്ള ചായവിലക്കും അവസാനിപ്പിക്കുക എന്നിവക്കൊപ്പം പണിക്കിടെ വിശ്രമവേള, കൂലി പണമായി നൽകൽ, വഴിനടക്കാനുള്ള അവകാശം തുടങ്ങിയ ആവശ്യങ്ങളും ഉയർത്തി. ആ ആഹ്വാനം കേട്ട് പല സ്ഥലങ്ങളിലും കാർഷികവൃത്തി മുടങ്ങി. പ്രതികാരമായി ജന്മിമാർ ദളിതരെ കടന്നാക്രമിച്ചു. തൊഴിലാളികളും തിരിച്ചടിച്ചു. അയ്യങ്കാളി മത്സ്യത്തൊഴിലാളികളുടെ സഹായവും അഭ്യർഥിച്ചു. തോണികളിൽ പുലയരെ കയറ്റിയ അവർ പിടിച്ച മീനുകൾ പങ്കുവെച്ചതിനാൽ പണിമുടക്കിയ തൊഴിലാളികളും കുടുംബവും പട്ടിണിയിലായില്ല. ചരിത്രം കുറിച്ച സമരം ഒരു വർഷക്കാലം നീണ്ടതിനാൽ തീർപ്പാക്കാൻ സവർണർ നിർബന്ധിതരായി. പുലയക്കുട്ടികൾക്ക് സ്കൂളിൽ പഠിക്കാനുള്ള അവകാശവും കൂലി വർധനയും അംഗീകരിക്കപ്പെട്ടു.

ഇത്തരം പ്രക്ഷോഭവിജയത്തിന്റെ ബലിഷ്ഠമായ പശ്ചാത്തലത്തിലാണ് 1907ൽ സാധുജനപരിപാലനസംഘം രൂപീകരണത്തിന് അയ്യങ്കാളി നേതൃത്വം നൽകിയത്. പ്രമേയങ്ങളിൽ പൊതുവായ പ്രശ്നങ്ങൾക്കൊപ്പം രാഷ്ട്രീയ രംഗത്തേക്കുള്ള സ്ത്രീപ്രവേശനവും അടിവരയിട്ടു. 'സാധുജന പരിപാലിനി' മാസികയും ആരംഭിച്ചു. ചില പ്രധാന അവകാശങ്ങൾ ഉയർത്തിയുള്ള പ്രക്ഷോഭങ്ങൾ തുടർന്നു. ജാതീയാടിമത്തത്തിന്റെ ചിഹ്നമായ കല്ലയും മാലയും വലിച്ചെറിയാൻ സ്ത്രീകളോട് ആവശ്യപ്പെട്ട അയ്യങ്കാളി, മേൽമുണ്ട് ധരിക്കാനും ആഹ്വാനംചെയ്തപ്പോൾ സവർണർ അക്രമാസക്തമായി. ചേറുത്തുനിൽപ്പും ഉശിരുപിടിച്ചു. മധ്യതിരുവിതാംകൂറിൽ പലേടത്തും പുലയ യുവാക്കൾ പ്രതിരോധത്തിന് ആയുധമേന്തി. കൊച്ചിയിലും അതിന്റെ അനുരണനം. മേൽജാതിക്കാർ ഒരു യുവനേതാവിനെ കൊലപ്പെടുത്തിയതു കാരണം സ്ഥിതി സംഘർഷഭരിതമായി. നിയന്ത്രണം വിട്ടുപോകുമെന്ന അവസ്ഥയിൽ അയ്യങ്കാളി ഇടപെട്ടു. ദാക്ഷായണി ആത്മകഥയിൽ എഴുതി: ദൈനംദിന ചെറുത്തുനിൽപുകളിൽനിന്ന് ജീവിതത്തിന്റെ വിശദാംശങ്ങൾ പൊതുജനങ്ങളുടെ മുന്നിൽ കൊണ്ടുവരുന്നതിനും അടുക്കും ചിട്ടയുമില്ലാതെ കിടന്ന പ്രദേശങ്ങളെ ഒന്നിപ്പിക്കുന്നതിനുമുള്ള ശ്രമമായിരുന്നു പുലയമഹാജനസഭ. പൊതുഇടങ്ങളിലേക്കുള്ള പ്രവേശനം, വഴിനടക്കൽ, വസ്ത്രങ്ങളും ആഭരണങ്ങളും മറ്റും ധരിക്കുന്നതിനും മുടി മുറിക്കുന്നതിനുമുള്ള നിരോധനം തുടങ്ങിയ സാമൂഹ്യ പ്രശ്നങ്ങളിലാണ് തുടക്കത്തിൽ സഭ

ശ്രദ്ധകേന്ദ്രീകരിച്ചത്. അവർ ജാതിവിരുദ്ധ ഗാനങ്ങൾ എഴുതി. മേൽ ജാതിക്കാരുടെ അടുത്തുകൂടി പോകുമ്പോൾ പാട്ടുകൾ ഉറക്കെ പാടി. അത് കേൾക്കുമ്പോൾ അവരെ കല്ലെറിയുമായിരുന്നു. പുലയർ മഹാജനസഭയുടെ ചരിത്രത്തിന് യഥാർഥത്തിൽ 'കല്ലച്ചാമ്മുറി' വീട് എന്നും 'നല്ലച്ചാൻ മുറി' എന്നുമുള്ള പേരുകളിൽ അറിയപ്പെടുന്ന ഞങ്ങളുടെ കുടുംബത്തിന്റെയത്ര പഴക്കമുണ്ട്. അതിന്റെ പല തായ്‌വഴികളിൽ ഒന്നിൽ അമ്മയുടെ അച്ഛൻ വഴിയുള്ള ഒരു അമ്മാവൻ 'ഐക്കര യജമാൻ' എന്ന സ്ഥാനപ്പേര് വഹിച്ചിരുന്നു. കൊച്ചി മഹാരാജാവാണത്രെ ആ പദവി നൽകിയത്.ഞങ്ങളുടെ സമുദായത്തിൽപെട്ടവരുടെ 'നാലുദേശ'ങ്ങളിലെ 'യജമാൻ' ആയിരുന്നു അദ്ദേഹം. മുളവുകാട് തൊട്ട് ആലുവയും വടക്കൻ പറവൂരും ഉൾപ്പെടുന്ന ഏഴ് കരകളും അവയിൽ ഉൾപ്പെടുന്ന കുടുംബങ്ങളും എല്ലാം അടങ്ങുന്നതായിരുന്നു അത്. മാതൃദായ ക്രമത്തിലുള്ള സാമൂഹ്യവ്യവസ്ഥയാണ് അവർ അനുവർത്തിച്ചത്. എന്നാൽ കുടുംബത്തിലെ പുരുഷന്മാർ നിർമാണത്തൊഴിലാളികളും ചെറുകിട കരാറുകാരും മറ്റുമായി പ്രവർത്തിച്ചുവന്നു. (വെല്ലിങ്ടൺ ദ്വീപിന്റെ നിർമാണത്തിൽ അവർ പങ്കെടുത്തു). ആയോധനകലകളിൽ പ്രാവീണ്യം സമ്പാദിച്ച അവർ കളരികൾ സ്ഥാപിക്കുകയും കളരിപ്പയറ്റ് നടത്തുകയും നാടകങ്ങളും പാട്ടുകളും മറ്റും രചിയ്ക്കുകയും ചെയ്തു. മുളവുകാട്ടിൽ പ്രമുഖ ലത്തീൻ ക്രിസ്ത്യാനികളോ അല്ലെങ്കിൽ ഭൂപ്രമാണിമാരായ ഈഴവരോ ജാതിയെ അപമാനിക്കാൻ തുനിഞ്ഞാൽ കളരിപ്പയറ്റ് നടത്തിയതിന്റെ പല ഉദാഹരണങ്ങളും പറയാനുണ്ട്. എന്റെ അമ്മയുടെ അച്ഛനായ വെളുത്ത കുഞ്ഞനായിരുന്നു പയറ്റിൽ മുമ്പൻ. ഒത്ത ശരീരവും ഗാംഭീര്യത്തോടെയുള്ള നടത്തവും കൊണ്ട് ശ്രദ്ധേയമായ വ്യക്തിത്വവും എല്ലാമുണ്ടായിരുന്ന അദ്ദേഹം ആശാനുമായിരുന്നു. അഞ്ചാം ക്ലാസുവരെ പഠിച്ച അദ്ദേഹം വീട്ടിൽ പുലയ കുട്ടികളെ പഠിപ്പിച്ചു. എന്റെ കുടുംബത്തിലെ എല്ലാ അംഗങ്ങൾക്കും സംസ്കൃതം അറിയാമായിരുന്നതിനാൽ (അതിന്റെ കാരണം അന്വേഷിക്കേണ്ടതാണ്) ഒരു സവിശേഷ പുലയ കുടുംബത്തിന്റെ ചരിത്രം തന്നെയായിരുന്നു അത്. പുലയമഹാജനസഭ സ്ഥാപിച്ചവരിൽ ഒരാളായ അദ്ദേഹം ഹിന്ദുത്വത്തെ കടുത്ത ഭാഷയിൽ വിമർശിച്ചു. വിലക്കപ്പെട്ട സംസ്കൃതവും സംഗീതവും പഠിക്കുകയുംചെയ്തു.

പണ്ഡിറ്റ് കെ പി കറുപ്പൻ

പ്രമുഖ സാമൂഹ്യപരിഷ്കർത്താവായ പണ്ഡിറ്റ് കറുപ്പൻ കവിയും നാടകകൃത്തും എന്നനിലയിലും പേരെടുക്കുകയുണ്ടായി. തൊട്ടുകൂടായ്മയ്ക്കും ഉച്ചനീചത്വങ്ങൾക്കുമെതിരെ പൊരുതിയ അദ്ദേഹം പ്രൈമറി വിദ്യാഭ്യാസത്തിനുശേഷം കൊടുങ്ങല്ലൂർ കോവിലകത്ത് ഹൈസ്കൂൾ വിദ്യാഭ്യാസം നേടി.കൊച്ചിരാജാവ് താൽപര്യമെടുത്തതിനാൽ സംസ്കൃതവും പഠിക്കാനായി. 15വയസ്സിനുമുമ്പ് കവിതകളെഴുതി. ഇരുപതോളം കാവ്യങ്ങൾ രചിച്ചു. എറണാകുളം മഹാരാജാസ് കോളേജധ്യാപകനായിരുന്നു. കേരളവർമ്മ വലിയ കോയിത്തമ്പുരാൻ വിദ്വാൻ ബഹുമതിയും കൊച്ചി മഹാരാജാവ് കവിതിലക ബിരുദവും നൽകി ആദരിച്ചു. 1925ൽ

കൊച്ചിൻ ലെജിസ്ലേറ്റീവ് കൗൺസിലിലേക്ക് തെരഞ്ഞെടുക്കപ്പെട്ടു. ഉച്ചനീചത്വങ്ങളെ തുറന്നുകാട്ടുകയും വിമർശിക്കുകയുംചെയ്ത കറുപ്പന്റെ രചനയാണ് 'ജാതിക്കുമ്മി' കവിത. അധഃസ്ഥിത സമുദായങ്ങളെ ഒന്നിപ്പിക്കുകയെന്ന ലക്ഷ്യത്തോടെ 1905ലാണത് രചിച്ചതെങ്കിലും അച്ചടിച്ചത് 1912ൽ. ആദിശങ്കരന്റെ മനീഷാപഞ്ചകത്തിന്റെ സ്വതന്ത്രവും വ്യാഖ്യാനാത്മകവുമായ പരിഭാഷയാണത്. ജാതിയുടെ നിരർഥകത വ്യക്തമാക്കിയ സൃഷ്ടിയായി വിലയിരുത്തപ്പെടുന്ന 'ജാതിക്കുമ്മി' ആശാന്റെ 'ദുരവസ്ഥ'ക്കും ദശാബ്ദം മുമ്പ് പ്രസിദ്ധപ്പെടുത്തിയതാണ്.

തീണ്ടലും തൊടീലും വേരോടെ പിഴുതെറിഞ്ഞാലേ പുരോഗതിയുണ്ടാകൂ എന്ന ഉപദേശത്തോടെ അവസാനിക്കുന്ന'ജാതിക്കുമ്മി' നിരക്ഷരരായ പുലയർ ഹരിനാമകീർത്തനവും സന്ധ്യാനാമവും പോലെ രാത്രികാലങ്ങളിൽ ആലപിക്കുക പതിവായിരുന്നു. ഓണക്കാലത്ത് സ്ത്രീകൾ പാടിക്കളിക്കുകയുംചെയ്തു. ആ കൃതി പ്രസരിപ്പിച്ച ഉണർവ് കീഴാളർക്കിടയിൽ ആത്മവിശ്വാസം വളർത്തി അയിത്താചരങ്ങളെ നേരിടാൻ പ്രാപ്തമാക്കുകയുംചെയ്തു. യുക്തിബോധം കരുത്താർജിച്ചതിന്റെ ഫലമാണ് കൊച്ചി പുലയമഹാജനസഭയുടെ പ്രഥമസമ്മേളനം. മലയാള സാഹിത്യത്തിൽ പുലയജീവിതം മുൻനിർത്തി രചനകൾ നിർവഹിച്ചവർ കറുപ്പന് മുമ്പ് ഉണ്ടായിട്ടില്ല.'ജാതികുമ്മി'ക്കുപുറമെ 'വള്ളോൻ കവിത', 'ചാഞ്ചൻ കുട്ടി', 'ദീനരോദനം' തുടങ്ങിയവയും ഉദാഹരണം. 'ബാലാകലേശം' നാടകത്തിലെ ഏറ്റവും സംഘട്ടനാത്മകമായ രംഗം തീണ്ടൽ ആരോപിച്ച് പുലയനായ കൊച്ചാലയനെ നാലാളുകൾ മർദിക്കുന്നതും വിചാരണനടത്തി രണ്ടുപേരെ തൂക്കാനും രണ്ടുപേരെ നാടുകടത്താനും ദിവാൻ വിധിക്കുന്നതുമാണ്. ഭരണകൂട ഇടപെടൽ കർക്കശമായാലേ തൊട്ടുകൂടായ്മ അവസാനിക്കൂവെന്ന് ഉദ്ഘോഷിക്കുകയായിരുന്നു കറുപ്പൻ. 1928 ൽ രചിച്ച 'ആചാരഭൂഷണം' അധഃസ്ഥിതസ്തുതിയാണെന്ന് വിലയിരുത്താം. എങ്ങനെ ജീവിച്ച് സ്വയം വിമോചിതരാകണമെന്ന് വഴിചൂണ്ടുകയായിരുന്നു അതിൽ. പുലയവിമോചനത്തിന് നിസ്തുലപങ്ക് വഹിച്ച അദ്ദേഹം സ്വാതന്ത്ര്യം അനുഭവിക്കാൻ സംഘടിച്ച് ശക്തരാകണമെന്ന് ഉപദേശിച്ചു. അതിന് വിദ്യുത്സമാനമായ ഫലമായിരുന്നു. 1914 ഫെബ്രുവരി 14 കൊച്ചിയിൽ ചേർന്ന കായൽ സമ്മേളനവും തുടർന്ന് എറണാകുളത്ത് രണ്ടുവട്ടം നടന്ന പുലയമഹാസമ്മേളനങ്ങളും സംഘടിതശക്തി തെളിയിച്ചു. ആത്മകഥയിൽ ദാക്ഷായണി ഇങ്ങനെ എഴുതി: രണ്ട് മൂത്ത സഹോദരന്മാരും അച്ഛൻ കുഞ്ഞന്റെ ഇളയ സഹോദരൻ കൃഷ്ണാതിയും പണ്ഡിറ്റ് കറുപ്പനും ടി കെ കൃഷ്ണൻ മേനോനും ചേർന്നാണ് പുലയർ മഹാജനസഭ രൂപീകരിച്ചത്. പ്രസിഡന്റ് കൃഷ്ണാതി. ബോൾഗാട്ടിയിലെ കടൽപ്പരപ്പിൽ നാടൻവള്ളങ്ങൾ കൂട്ടിക്കെട്ടിയാണ് യോഗം ചേർന്നത്. കടലിന് ജാതിയില്ലല്ലോ.തൊട്ടുകൂടാത്തവർ തന്റെ ഭൂമിയിൽ, യോഗം ചേരരുതെന്ന് രാജാവ് വിലക്കി. മത്സ്യത്തൊഴിലാളികളുടെ സഹായത്തോടെ നിരവധി കട്ടമരങ്ങൾ കൂട്ടിക്കെട്ടി ചങ്ങാടമുണ്ടാക്കിയായിരുന്നു സമ്മേളനം. യോഗം ചേരരുതെന്ന കൽപന

ലംഘിച്ചിട്ടില്ലെന്നാണ് കൃഷ്ണാതി പിന്നീട് രാജാവിനോട് പറഞ്ഞത്. പുലയമഹാജനസഭ നിരവധി സാമൂഹ്യപ്രശ്നങ്ങൾ ഏറ്റെടുത്തു. ആദ്യം നീണ്ടതലമുടി മുറിച്ചുകളഞ്ഞതും കുപ്പായംധരിച്ചതും എന്റെ മൂത്ത സഹോദരന്മാരാണ്. പ്രമുഖരായ ലത്തീൻ ക്രിസ്ത്യൻ സമുദായക്കാരും ഈഴവരും അവരുടെമേൽ ശകാരവർഷം ചൊരിഞ്ഞു; കല്ലെറിഞ്ഞു. തുറമുഖത്തിന്റെ പണിയിൽ ചെറുകിട കരാറുകാരായി പ്രവർത്തിച്ച എന്റെ സഹോദരന്മാരും കൃഷ്ണാതിയും കവിതകളും പാട്ടുകളും രചിക്കുകയുംചെയ്തു. അതിൽ ഒരു പാട്ട് ഇങ്ങനെ: "നാം റോഡിലൂടെ പോകുമ്പോൾ മറ്റേ സമുദായക്കാർ തുറിച്ചുനോക്കും; ഭയപ്പെടുത്താൻ ശ്രമിക്കും. നാം വള്ളങ്ങളിൽ പോകുമ്പോൾ അവർ കല്ലെറിയും." ശ്രീനാരായണഗുരുവിന്റെ പല അനുയായികളുമായും കൃഷ്ണാതിയും കൂട്ടരും തർക്കത്തിലേർപ്പെട്ടു. ഒരിക്കൽ എറണാകുളത്ത് കാർഷിക പ്രദർശനം നടത്തുകയുണ്ടായി. നിരവധി നെൽവിത്തുകൾ പ്രദർശിപ്പിക്കപ്പെട്ടു.എന്നാൽ ഭക്ഷ്യധാന്യങ്ങൾ ഉൽപാദിപ്പിക്കുന്ന പുലയർക്ക് പ്രവേശനമുണ്ടായില്ല. എന്റെ സഹോദരന്മാരും കൃഷ്ണാതിയും മഹാരാജാവിന് കവിതയിൽ നിവേദനം നൽകി. തുടർന്നാണ് പ്രവേശനാനുമതി ലഭിച്ചത്.

ദാക്ഷായണിയുടെ പെരുമ

മികച്ച അധ്യാപികയായി പേരെടുത്ത ദാക്ഷായണിയുടെ യോഗ്യതയും കഴിവും സാമർഥ്യവും പരിഗണിച്ച് 1945 ജൂലൈ 31ന്, കൊച്ചി നിയമസഭയിലേക്ക് നാമനിർദേശംചെയ്തു. അയിത്ത വിഭാഗങ്ങളുടെ അവകാശങ്ങൾക്കായി പോരാടാൻ ലഭിച്ച സുവർണാവസരമായിരുന്നു അത്. സഭാംഗം എന്ന നിലയിലുള്ള പ്രവർത്തനത്തിന്റെ അംഗീകാരമായി 1946 ജൂലൈ 26 ന് ഭരണഘടനാ നിർമാണ സഭയിലേക്കുമെത്തി.1945 ആഗസ്റ്റ് രണ്ടിന് നിയമസഭയിൽ നടത്തിയ ഇംഗ്ലീഷ് പ്രസംഗം അംഗങ്ങളൊന്നാകെ സാകൂതം കേട്ടിരുന്നു. അധഃസ്ഥിതരുടെ ഉന്നമനത്തിന് നീക്കിവെക്കുന്ന ഫണ്ട് ലക്ഷ്യം കാണാതെ പാഴാവുന്നത് മുഖ്യമായും ഊന്നിയ കന്നിപ്രസംഗം, പഞ്ചായത്തുകളിലും മുൻസിപ്പാലിറ്റികളിലും ആനുപാതിക പ്രാതിനിധ്യം വേണമെന്ന് ആവശ്യപ്പെട്ടു. പിന്നെ തൊട്ടുകൂടായ്മക്കെതിരെ ആഞ്ഞടിച്ചു. ആ പ്രവണത നിലനിൽക്കുന്നിടത്തോളം 'ഹരിജൻ' പ്രയോഗം പട്ടിക്ക് നെപ്പോളിയൻ എന്ന് പേരിടുംപോലെ അർഥശൂന്യമാണെന്നും വിശദീകരിക്കുകയുണ്ടായി. അയിത്താചരണത്തെ മതാചരണമായി സ്വീകരിച്ച ഗാന്ധിജി വർണവ്യവസ്ഥക്ക് പുറത്താക്കപ്പെട്ട ആദിദേശീയ ജനതയുടെ സന്താനപരമ്പരകൾക്കുമേൽ പതിപ്പിച്ച അയിത്തത്തിന്റെ സ്ഥിരീകരണ മുദ്രയായിരുന്നു 'ഹരിജൻ' വിളി. അത് ഒരേ സമയം സവർണരെ ആഹ്ലാദിപ്പിക്കുകയും അവർണരെ ഭ്രമിപ്പിക്കുകയുംചെയ്തു. ഹരിജൻ പ്രയോഗം പുതുതലമുറക്കുമേൽ പതിപ്പിച്ച അവഹേളനമാണെന്ന് തിരിച്ചറിഞ്ഞ് നിയമസഭയിൽ ആദ്യമായി പ്രതികരിച്ചതും ദാക്ഷായണി.

1946 ജൂലൈ 22നാണ് ദാക്ഷായണി ഭരണഘടനാനിർമാണസഭയിലെത്തിയത്. ആ ഉന്നത സംവിധാനത്തിലേക്ക് പരിഗണിക്കപ്പെട്ട

ഏറ്റവും പ്രായം കുറഞ്ഞ വനിത. അന്ന് വയസ്സ് 34. സംസ്ഥാനങ്ങളിൽ നിന്ന് 292, നാട്ടുരാജ്യങ്ങളിൽനിന്ന് 93. ദൽഹി, അജ്മീർ- മെർവാര, കൂർഗ്, ബ്രിട്ടീഷ് ബലൂചിസ്ഥാൻ എന്നിവയുടെ പ്രതിനിധികളായി നാലുപേരും. അവയിലെല്ലാം ദാക്ഷായണിയുടെ സുചിന്തിതങ്ങളായ അഭിപ്രായങ്ങളും നിർദേശങ്ങളും വേറിട്ടുനിന്നു.

1948 നവംബർ 29ന് അവർ നടത്തിയ പ്രസംഗം സമയം കടന്നു പോയി. അധ്യക്ഷനായ എച്ച് സി മുഖർജി മുന്നറിയിപ്പ് നൽകി തടസ്സപ്പെടുത്തുകയും സ്ത്രീയായതിനാൽമാത്രം അനുവദിക്കുന്നുവെന്നും പറഞ്ഞു. ആണുങ്ങളുടെ ഔദാര്യത്തിലാണ് സംസാരമെന്ന് ധ്വനിപ്പിക്കുകയും ചെയ്തു. അതുകേട്ട ദാക്ഷായണിക്ക് സഹിക്കാനായില്ല.ആൺകോയ്മാ സമൂഹത്തിന്റെ ഭാഗമാണ് താനെന്ന് ഉറപ്പിച്ച അവർ, പുരുഷ അംഗങ്ങൾ സമയം ഏറെ ഉപയോഗിക്കുന്നത് എടുത്തിട്ടു. ജഗജീവൻ റാമിനെപ്പോലുള്ളവരെ ഉദാഹരണമായി ചൂണ്ടുകയുംചെയ്തു. ദളിതനായതിനാലാണ് അദ്ദേഹത്തിന് അനുവാദം നൽകുന്നതെന്ന് മുഖർജി ഓർമിപ്പിക്കുന്നില്ലല്ലോയെന്ന് തുറന്നടിക്കുകയുമുണ്ടായി. അധികാരകേന്ദ്രീകരണത്തിനു പകരം വികേന്ദ്രീകരണം അനിവാര്യമാണെന്ന് പ്രസ്താവിച്ച പ്രസംഗം."നാം എല്ലാ ദിവസവും മഹാന്മാരായ നേതാക്കളുടെ പ്രഭാഷണങ്ങളും അവരുടെ ആശയങ്ങളും ആദർശങ്ങളും അഭിലാഷങ്ങളും കേൾക്കുന്നു. എന്നാൽ ഭരണഘടന അവയുടെയെല്ലാം തരിശായി മാറുകയാണെ"ന്ന വാക്കുകൾക്ക് തുളച്ചുകയറുന്ന മൂർച്ചയുണ്ടായി. മറ്റൊരു പ്രസംഗം: പട്ടിക ജാതിക്കാർ, ഹരിജനങ്ങൾ എന്നിങ്ങനെ ഏത് പേരു നൽകി വിളിച്ചാലും അവർ മറ്റുള്ള ജനവിഭാഗങ്ങളുടെ സാമ്പത്തികാടിമകളാണ്. സംയുക്തമോ പ്രത്യേകമോ ആയ വോട്ടർപട്ടിക നിലവിൽ വരുത്തിയാൽ ഒരു ഫലവുമില്ല. തൊട്ടുകൂടായ്മയുടെ പേരിൽ ദക്ഷിണാഫ്രിക്കക്കാർപോലും നമ്മെ കളിയാക്കുകയും വിമർശിക്കുകയുമാണ്. അതിനെതിരായ നിരോധനം എന്നതുകൊണ്ട് അർഥമാകേണ്ടത്, അന്താരാഷ്ട്ര സ്വഭാവമുള്ള സമ്മേളനങ്ങളിൽ അത്തരം ചോദ്യങ്ങളുയർന്നാൽ നമ്മുടെ പ്രതിനിധികളുടെ തല നാണംകൊണ്ട് കുനിയരുതെന്നാവണം. അതുകൊണ്ട് തൊട്ടുകൂടായ്മക്കെതിരെ പ്രത്യേക വകുപ്പ് ഉൾപ്പെടുത്താത്ത ഭരണഘടന പ്രതീക്ഷിക്കാനാവില്ല. ഡ്രാഫ്റ്റിങ് കമ്മിറ്റി അധ്യക്ഷൻതന്നെ അത്തരം സമുദായത്തിൽനിന്നാകുമ്പോൾ പ്രത്യേകിച്ചും. അയിത്തജാതിക്കാരുടെ ഉന്നമനത്തിന് ഏറെ സാധ്യത ഒരുക്കിയത് തങ്ങളാണെന്ന വിൻസ്റ്റൺ ചർച്ചിലിന്റെ അവകാശവാദത്തെ 'ആ ജനവിഭാഗങ്ങളുടെ പുരോഗതിക്ക് ബ്രിട്ടീഷുകാർ ഒരു നിയമമെങ്കിലും പാസ്സാക്കിയിട്ടുണ്ടോ എന്ന മറുചോദ്യത്തിലൂടെ ദാക്ഷായണി ഉത്തരംമുട്ടിച്ചു. അയിത്താചാരത്തിന്റെയും അനാചാരത്തിന്റെയും പേരിൽ ഭരണനിർമാണ സഭയിൽ ജവഹർലാൽ നെഹ്റുവിനോട് വാഗ്വാദത്തിലേർപ്പെട്ട അവർ അധഃസ്ഥിതരുടെ വിമോചനത്തിന് ജീവിതം ഉഴിഞ്ഞുവെച്ച അംബേദ്കറോടുപോലും പലപ്പോഴും കലഹിച്ചു.

വിവാഹ കാർമികൻ പർച്ചൂർ ശാസ്ത്രി

കോച്ചേരിൽ സ്വദേശിയും കെ ആർ നാരായണന്റെ അമ്മാമനുമായ ആർ വേലായുധനുമായുള്ള ദാക്ഷായണിയുടെ വിവാഹവും വ്യത്യസ്തവും മാതൃകാപരവുമായി. 1940 സപ്തംബർ ആറിന് വാർധയിലെ സേവാ ഗ്രാമിലായിരുന്നു ലളിതമായ കല്യാണം. മഹാത്മജിയും കസ്തൂർബയും സാക്ഷികളായി. നവവധുവിനായി കസ്തൂർബ ചുവന്ന കരയുള്ള വെള്ള സാരി നെയ്ത് സമ്മാനമായി നൽകി. ആശ്രമത്തിലെ സ്ഥിരം ഭക്ഷണമായ മുത്താറിയും ചപ്പാത്തിയും മടുത്തപ്പോൾ ദാക്ഷായണിക്ക് അനുവദിച്ച കുടിലിൽ മത്സ്യം പാചകം ചെയ്യാൻ ഗാന്ധിജി അനുവദിക്കുകയുമുണ്ടായി. ഉഴവൂർ- കുറവിലങ്ങാട് സ്കൂളുകളിൽ നിന്ന് ഇഎസ്എസ്എൽസി പാസായ ആർ വേലായുധൻ കോട്ടയം സിഎംഎസ് കോളേജ്, തിരുവനന്തപുരം ആർട്സ് കോളേജുകളിൽ പഠിച്ചു. തിരുവിതാംകൂർ സർവകലാശാലയിൽനിന്ന് ബിരുദവും ബോംബെ ടാറ്റാ ഇൻസ്റ്റിറ്റ്യൂട്ട് ഓഫ് സോഷ്യൽ സയൻസിൽനിന്നും സോഷ്യൽ സർവീസ് അഡ്മിനിസ്ട്രേഷനിൽ ഡിപ്ലോമയും നേടിയ അദ്ദേഹം എറണാകുളത്ത് ടാറ്റാ ഓയിൽ മില്ലിൽ ലേബർ വെൽഫയർ ഓഫീസറുമായി. ആദ്യം ഗാന്ധിജിയിലേക്ക് ആകർഷിക്കപ്പെട്ട വേലായുധൻ പതുക്കെ റാംമനോഹർ ലോഹ്യയുടെ ആശയങ്ങളിലെത്തി. അദ്ദേഹവും ദാക്ഷായണിയും പരിചയത്തിലായി.അത് പതുക്കെ പ്രണയത്തിലേക്ക് വളരുകയും വിവാഹത്തിലെത്തുകയുമായിരുന്നു.

വാർധയിൽ സപ്തംബർ അഞ്ചിന് ചേർന്ന കോൺഗ്രസ് വർക്കിങ് കമ്മിറ്റി യോഗത്തിനുശേഷം ഗാന്ധിജി വിവാഹത്തിന് എത്തുകയായിരുന്നു. ദത്താത്രേയ് പർച്ചൂർ ശാസ്ത്രി എന്ന കുഷ്ഠരോഗിയുടെ കാർമികത്വത്തിലായിരുന്നു ചടങ്ങുകൾ.അദ്ദേഹത്തിനൊരു ചരിത്രമുണ്ട്. ഗാന്ധിജി കുഷ്ഠരോഗികളെ ഭയമില്ലാതെ പരിചരിക്കുമായിരുന്നു. അവർക്കുനേരെ സമൂഹം കാട്ടിയ നികൃഷ്ടമായ അകൽച്ച കുറച്ചുകൊണ്ടുവരാൻ രോഗികളെ ശുശ്രൂഷിക്കുന്ന ചിത്രങ്ങൾ വ്യാപകമായി പ്രചരിപ്പിക്കുകയുണ്ടായി. 1932ൽ ഗാന്ധിജി ദക്ഷിണാഫ്രിക്കയിൽനിന്ന് ഇന്ത്യയിലേക്ക് മടങ്ങി സത്യഗ്രഹസമരം ആരംഭിച്ചു. അതേത്തുടർന്ന് പൂനെയിലെ യർവാദാ ജയിലിലായി. ഒപ്പം അറസ്റ്റിലായ ശാസ്ത്രിയോട് അധികൃതർ കടുത്ത വിവേചനമാണ് കാട്ടിയത്. പ്രത്യേക വാർഡിൽ തള്ളിയെന്നതിനു പുറമേ തടവുകാർക്കുള്ള മറ്റ് പരിഗണനകളും നിഷേധിച്ചു. അതേക്കുറിച്ച് ഗാന്ധിജി ജയിൽ സൂപ്രണ്ട് ഭണ്ഡാരിയോട് തിരക്കി. മികച്ച വായനക്കാരനും വേദങ്ങളിലും പുരാണങ്ങളിലും ആഴത്തിൽ പാണ്ഡിത്യവുമുണ്ടായിരുന്ന ശാസ്ത്രിയെ പ്രത്യേക സെല്ലിലാണ് പൂട്ടിയത്. അതിനെയെല്ലാംമഹാത്മാവ് വിമർശിച്ചു. അതുകൂടാതെ ജയിൽവെച്ച് കാണാൻ ബുദ്ധിമുട്ടായതിനാൽ കത്തിലൂടെ ബന്ധപ്പെടാൻ സൂപ്രണ്ട് വഴി നിർദേശിക്കുകയും ചെയ്തു. വ്രണം ഒപ്പാൻ കുറച്ച് പരുത്തിയും വായിക്കാൻ ചില പുസ്തകങ്ങളും ആവശ്യപ്പെട്ടായിരുന്നു ശാസ്ത്രിയുടെ ആദ്യ കത്ത്. അത് കൈയിൽ കിട്ടുമ്പോൾ പേഴ്സൺ സെക്രട്ടറി

മഹാദേവദേശായി മുറിയിലുണ്ടായിരുന്നു. ശാസ്ത്രി ആവശ്യപ്പെട്ടവ എത്തിക്കാൻ ദേശായിയോട് അദ്ദേഹം നിർദേശിച്ചു. അതിനൊപ്പം സ്വന്തം കൈപ്പടയിൽ ഒരു കുറിപ്പും കൊടുത്തുവിട്ടു. നമ്മുടെ ശരീരം രോഗങ്ങൾക്ക് കീഴ്പ്പെടും. എന്നാൽ നിങ്ങൾ ഒരു ശരീരം മാത്രമല്ല, ആത്മാവു കൂടിയാണ്; അതിനാൽ ബോധത്തെ ഉണർത്തുക എന്ന അതിലെ സന്ദേശം ശാസ്ത്രിയെ അടിമുടി പ്രചോദിപ്പിച്ചു. അതൊരു ശമനൗഷധമായി മാറിയെന്നതാണ് വാസ്തവം.തടവുകാരുടെ ചില പ്രശ്നങ്ങളുയർത്തി ഗാന്ധിജി ജയിലിൽ നിരാഹാരം ആരംഭിച്ചു. ബ്രിട്ടീഷ് ഭരണം ഒടുവിൽ വഴങ്ങി. സമരം അവസാനിപ്പിച്ചപ്പോൾ അദ്ദേഹത്തിന് നാരങ്ങാനീര് ആരു നൽകുമെന്ന ചോദ്യമുയർന്നു. ശാസ്ത്രിയാവട്ടെയെന്നായിരുന്നു ഗാന്ധിജിയുടെ ആഗ്രഹം. ആ രംഗം കണ്ടുനിന്ന സൂപ്രണ്ട് അടക്കമുള്ളവർക്ക് കണ്ണീർ പിടിച്ചുനിർത്താനായില്ല. ജയിൽമോചിതനായ ശാസ്ത്രി നേരെ ഹരിദ്വാറിലേക്കാണ് പോയത്. താൻ മരിച്ചാൽ ഭർത്താവ്, ഗാന്ധിജിയുടെ ആശ്രമത്തിൽ അഭയംപ്രാപിക്കണമെന്നായിരുന്നു ഭാര്യയുടെ അന്ത്യാഭിലാഷം. അങ്ങനെ സേവാഗ്രാമിലെത്തിയ ശാസ്ത്രിയെ അദ്ദേഹം നേരിട്ട് സ്വീകരിച്ച് ദാക്ഷായണിയുടെ ഭർത്താവ് വേലായുധനോട് പുതിയ മുണ്ടും വേഷ്ടിയും നൽകാൻ നിർദേശിച്ചു. തുടർന്ന് അന്തേവാസികളോട് അവിടെയെത്തിയ മഹാപണ്ഡിതനായ ശാസ്ത്രിജി കുഷ്ഠരോഗിയാണെന്നും വെളിപ്പെടുത്തി. അദ്ദേഹത്തെ എല്ലാവരുടെയും അംഗീകാരത്തോടെ മാത്രമേ അവിടെ ചേർക്കുവെന്നും ഉറപ്പുകൊടുത്തു. അവർക്കെല്ലാം സമ്മതമായിരുന്നു. തുടർന്ന് ശാസ്ത്രിയുടെ മേൽനോട്ടച്ചുമതല വേലായുധന് നൽകി.

സ്വന്തം ഗ്രാമമായ പോർബന്തറിൽ കഴിയവേ കുഷ്ഠരോഗ വിമുക്തി നേടിയ ലതാ മഹാരാജാ എന്നൊരാളുമായി പതിമൂന്നുകാരനായ മോഹൻദാസിന് അടുത്ത ബന്ധമായിരുന്നു. നാടൻ ചികിത്സയിലൂടെ പൂർണ സുഖം പ്രാപിച്ച കുഷ്ഠരോഗിയായിരുന്നു അയാൾ. മോഹൻദാസിന്റെ അച്ഛൻ കരംചന്ദ് ഗാന്ധിക്ക് രാമായണം വായിച്ചു കേൾപ്പിക്കാൻ എത്തിയ മഹാരാജുമായുള്ള അടുപ്പവും സമ്പർക്കവുമാണ് രോഗഭീതി അകറ്റിയത്. ദക്ഷിണാഫ്രിക്കയിലായിരുന്നപ്പോൾ താമസസ്ഥലത്ത് യാചിക്കാനെത്തിയ കുഷ്ഠരോഗിയെ ഗാന്ധിജി വ്രണം വൃത്തിയാക്കി മരുന്ന് പുരട്ടി ഭക്ഷണവും നൽകി അതിഥിയെപ്പോലെ പരിഗണിച്ചിരുന്നു. നതാലിൽ ഇന്ത്യൻ നാഷണൽ കോൺഗ്രസിന്റെ വാർഷികാഘോഷത്തിൽ പ്രസംഗിക്കവെ കുറേയാളുകൾ വളരെദൂരെ മരച്ചുവട്ടിൽ മാറിനിൽക്കുകയാണ്. അടുത്തുവരാൻ നിർദേശിച്ചിട്ടും അനങ്ങിയില്ല. യോഗാവസാനം അദ്ദേഹം അങ്ങോട്ടേക്ക് നീങ്ങി. അപ്പോഴാണ് കാര്യമറിയുന്നത്;അവരെല്ലാം മാരകമായ നിലയിൽ കുഷ്ഠം കാർന്നു തിന്നവരായിരുന്നു. ഗാന്ധിജി ചികിത്സാവിധികളെക്കുറിച്ച് തിരക്കി. ഡോക്ടർമാരാരും തങ്ങളെ ശുശ്രൂഷിക്കാൻ തയ്യാറല്ലെന്നും നാടൻ പച്ചമരുന്നാണ് ഉപയോഗിക്കുന്നതെന്നുമായിരുന്നു മറുപടി. അതുകേട്ട് നിരാശനായ അദ്ദേഹം അവരെ താമസസ്ഥലത്തേക്ക് ക്ഷണിച്ചു.

എന്നാൽ പകൽസമയം അവിടെയെത്താൻ ഒരാൾക്കും ധൈര്യമുണ്ടായില്ല. രാത്രി ചിലർ വാതിലിൽ മുട്ടി. അപ്പോഴേക്കും അദ്ദേഹം ഉറങ്ങാൻ തയ്യാറെടുത്തുകഴിഞ്ഞിരുന്നു. എന്നിട്ടും പുഞ്ചിരിയോടെ സ്വീകരിച്ച് മരുന്നും ഭക്ഷണവും നൽകി. വ്രണം വൃത്തിയാക്കി അതിൽ ലേപനം പുരട്ടി. അവരുടെ കഥ കേട്ട് ഗാന്ധിജി ഏറെ ദുഃഖിതനായി. പൊതുസംവിധാനങ്ങൾപോലും അന്യമായ ആ രോഗികൾ അലക്കാത്ത വസ്ത്രങ്ങളാണ് ഉപയോഗിച്ചിരുന്നത്. അതിനാൽ മഴദൈവത്തിന്റെ കാരുണ്യം ചുരത്താൻ കാത്തുനിൽക്കും.

ശ്രദ്ധയാകർഷിച്ച കന്നി പ്രസംഗം

ഭരണഘടനാ നിർമാണ സഭയിലെ കന്നി പ്രസംഗത്തിലൂടെ ദാക്ഷായണി ഏവരുടെയും ശ്രദ്ധയാകർഷിച്ചു. അതിമനോഹരമായ ഇംഗ്ലീഷിലുള്ള സംസാരം നെഹ്റുവിന്റെപോലും ആദരം പിടിച്ചുപറ്റി.1950 ജനവരി 26 ന് ഭരണഘടന നിലവിൽ വന്നു. അതോടെ ഭരണഘടനാ നിർമാണസഭയും ഇല്ലാതായി. ആ സഭ അന്നുമുതൽ പ്രൊവിഷണൽ പാർലമെന്റായി. 1952 ലെ പൊതു തെരഞ്ഞെടുപ്പോടെ പുതിയ പാർലമെന്റ്വന്നു. പ്രൊവിഷണൽ പാർലമെന്റ് ഇല്ലാതാകുകയുംചെയ്തു. ആ തെരഞ്ഞെടുപ്പിൽ സംവരണ മണ്ഡലമല്ലാത്ത കൊല്ലത്തുനിന്ന് മത്സരിച്ച ദാക്ഷായണിയുടെ ഭർത്താവ് ആർ വേലായുധൻ ജയിച്ചു. പിന്നെ ഇടതുപക്ഷ പിന്തുണയോടെയായിരുന്നു ജയം. ആ ബന്ധം ശക്തമായതിനൊപ്പം ചില വിമർശനങ്ങൾ മുന്നോട്ടുവെക്കാനും അദ്ദേഹം മടിച്ചില്ല. അവ അദ്ദേഹത്തിന്റെ ആഗ്രഹചിന്തകളായിരുന്നുവെന്ന് പറയുന്നതാവും കൂടുതൽ ശരി. ആ വികാരങ്ങൾ പുസ്തകരൂപത്തിലുമെത്തി. 'റെഡ് റെയിൻ ലാൻഡ്'' എന്ന ശീർഷകത്തിൽ. അക്കാലത്ത് പാർലമെന്റിന്റെ അഭയാർഥി പുനരധിവാസ കമ്മറ്റിയിൽ മികച്ച സേവനം നൽകി. വിഭജനകാലത്തിന്റെ മുറിവേറ്റ ഓർമകൾ അദ്ദേഹത്തിന്റെ ഔദ്യോഗിക വസതിക്കുമുന്നിൽ തളംകെട്ടി. വേരറുക്കപ്പെട്ട ചില കുടുംബാംഗങ്ങൾ ഔട്ട്ഹൗസിൽ തങ്ങി. കുറേ മുസ്ലിങ്ങൾ ഏറെനാൾ അവിടെ കഴിച്ചുകൂട്ടുകയുമുണ്ടായി. ചെറുപ്പക്കാരികൾക്ക് ബാങ്ക് വായ്പക്കും സർക്കസ് കലാകാരന്മാർക്ക് പെൻഷനും വേണ്ടി വേലായുധൻ സർക്കാരിൽ സമ്മർദംചെലുത്തുകയും ചെയ്തു.

ദാക്ഷായണിയും ഇന്ദിരാഗാന്ധിയും അടുത്ത സുഹൃത്തുക്കളായിരുന്നു. ഇരുവരും കോൺഗ്രസിന്റെ മൊഹാലി സമ്മേളനത്തിൽ പങ്കെടുക്കുകയുമുണ്ടായി. ലണ്ടൻ സ്കൂൾ ഓഫ് എക്കണോമിക്സിലെ ഉപരിപഠനം കഴിഞ്ഞ് തിരിച്ചെത്തിയ കെ ആർ നാരായണനെ നെഹ്റുവിനും ഇന്ദിരക്കും പരിചയപ്പെടുത്തിയതും ദാക്ഷായണി.സ്വന്തം വ്യക്തിത്വവും ആദർശവും അടിയറവെക്കാതിരുന്ന അവർ ഇന്ദിരയുമായുള്ള അഭിപ്രായവ്യത്യാസത്തിൽ തെറ്റിപ്പിരിഞ്ഞ് സംഘടനാ കോൺഗ്രസിലെത്തി. 1971 ൽ അഞ്ചാം ലോകസഭയിലേക്ക് നടന്ന ഇടക്കാല തെരഞ്ഞെടുപ്പിൽ അടൂർ സംവരണ മണ്ഡലത്തിൽ സ്വതന്ത്രയായി മത്സരിച്ചെങ്കിലും തോറ്റു. അഞ്ചു സ്ഥാനാർഥികൾ ബലംപരീക്ഷിച്ചപ്പോൾ നാലാം

സ്ഥാനത്തായിരുന്നു. സിപിഐയിലെ ഭാർഗവി തങ്കപ്പനാണ് ജയിച്ചത്. അട്ടരിലെ പരാജയത്തിനുശേഷം ദാക്ഷായണി തെരഞ്ഞെടുപ്പ് രാഷ്ട്രീയത്തിൽനിന്ന് അകന്നുനിന്ന് ദളിതർക്കിടയിൽ പ്രവർത്തിക്കാൻ തുടങ്ങി. ദില്ലിയിലെ മുനിർക്ക കോളനി കേന്ദ്രീകരിച്ചായിരുന്നു അതിന്റെ തുടക്കം. പതിനഞ്ചാം നൂറ്റാണ്ടിലേക്ക് ചരിത്രമുള്ള ആ കോളനിയുടെ പേര് വന്നത് മുനീർ ഖാൻ എന്ന മൻസബ്ദാറിന്റെ സ്മരണാർഥമാണ്. തൂപ്പുകാരികളെ സംഘടിപ്പിക്കുകയുംചെയ്ത അവർ ദില്ലിയിൽ ആദ്യമായി ദളിത് സ്ത്രീകളുടെ ദേശീയ സമ്മേളനം വിളിച്ചുചേർക്കുകയുമുണ്ടായി.

1935ൽ ജഗജീവൻറാം സ്ഥാപിച്ച ഓൾ ഇന്ത്യാ ഡിപ്രസ്ഡ് ക്ലാസെസ് ലീഗിന്റെ തമിഴ്നാട്ടിലെ ഘടകമെന്ന് പറയാവുന്ന മദ്രാസ് സിറ്റി ഡിപ്രസ്ഡ് ക്ലാസസ് ലീഗ്, ഡിപ്രസ്ഡ് യൂത്ത് ഫൈൻ ആർട്സ് ക്ലബ്ബ്, സർക്കാരേതര സന്നദ്ധസംഘടനയായ മഹിളാ ജാഗ്രിതി പരിഷത്ത് എന്നിവയുടെ അധ്യക്ഷയായിരുന്ന ദാക്ഷായണി പത്രപ്രവർത്തന മേഖലയിലും സാന്നിധ്യമറിയിച്ചു. 1946-49 കാലത്ത് ഗാന്ധി ഇറ പബ്ലിക്കേഷൻ മദ്രാസിൽനിന്നിറക്കിയ 'കോമൺമാൻ' എന്ന പ്രസിദ്ധീകരണത്തിന്റെ ജനറൽ എഡിറ്ററായിരുന്നു. അക്കാദമീഷ്യനായ എസ് രാധാകൃഷ്നനൊപ്പം 'ഗാന്ധി ഓർ അംബേദ്കർ ബൈ എ ഹരിജൻ' എന്ന സമാഹാരം എഡിറ്റ് ചെയ്യുകയുമുണ്ടായി. ഭരണഘടനാ നിർമാണം പൂർത്തിയാക്കി സഭാ പ്രവർത്തനം അവസാനിപ്പിച്ചശേഷം ദില്ലി എൽഐസിയിൽ ഉദ്യോഗസ്ഥയുമായി. ദാക്ഷായണി -വേലായുധൻ ദമ്പതികൾക്ക് അഞ്ച് മക്കളാണ്. നാല് ആണും ഒരു പെണ്ണും. മൂത്തമകൻ ഡോ.രഘുത്തമൻ ഇന്ദിരാഗാന്ധിയുടെ മെഡിക്കൽ ടീമിൽ അംഗമായിരുന്നു. പ്രധാനമന്ത്രിയായിരിക്കെ അംഗരക്ഷകന്റെ വെടിയേറ്റ് ഔദ്യോഗിക വസതിക്കുമുന്നിൽ വീണ അവർക്ക് പ്രാഥമിക ശുശ്രൂഷ നൽകിയത് ഒപ്പേ എന്ന വിളിപ്പേരുണ്ടായ അദ്ദേഹം.പ്രശസ്ത ദീർഘദൂര ഓട്ടക്കാരൻ ഡാൻ ഒപ്പേയുമായി രൂപസാദൃശ്യമുണ്ടായതിനാലാണ് അത്ലീറ്റുകൂടിയായ രഘുത്തമനെ സഹപ്രവർത്തകർ ആ പേരിൽ വിളിച്ചത്. പ്രഹ്ലാദൻ, ഭഗീരഥൻ, ധ്രുവൻ, ചരിത്രകാരി മീരാ വേലായുധൻ എന്നിവരാണ് മറ്റ് മക്കൾ.വേലായുധൻ 1974 ൽ ജൂലായ് 30 ന് അന്തരിച്ചു. ദില്ലി ആർ കെ പുരത്തെ വസതിയിൽ താമസിക്കവേ നാലുവർഷം കഴിഞ്ഞ് ദാക്ഷായണിയും വിടവാങ്ങി.

വിവാഹത്തിന് അമ്മുവിന്റെ ഉപാധികൾ

പാലക്കാട്ടിൽ ഗോവിന്ദ മേനോന്റെയും ആനക്കര വടക്കത്ത് അമ്മുഅമ്മയുടെയും മകളായി 1894 ഏപ്രിൽ 22നാണ് അമ്മുക്കുട്ടിയുടെ ജനനം. പതിമൂന്ന് മക്കളുണ്ടായിൽ ഏറ്റവും ഇളയവൾ. സ്കൂളിൽ പോകാതിരുന്നു. കുട്ടിക്കാലത്ത് വീട്ടിലായിരുന്നു അനൗപചാരിക വിദ്യാഭ്യാസം. അവളുടെ നന്നേ ചെറുപ്പത്തിലേ അച്ഛൻ മരിച്ചു. ആ അകാല വിയോഗശേഷം മക്കളെ പോറ്റാൻ അമ്മ ഏറെ ക്ലേശിച്ചു. തുടർന്ന് പതിമൂന്നാം വയസ്സിൽ ഇരുപത് വയസ്സ് അധികമുണ്ടായ ഡോ. സുബ്ബരാമ സ്വാമിനാഥനെ 1908ൽ വിവാഹംചെയ്തു. 'സംബന്ധം'

പോലുള്ള വിവാഹമായി അറിയപ്പെട്ടെങ്കിലും ഇരുവരും ആ വിശേഷണം ഇഷ്ടപ്പെടാത്തതിനാൽ ഇംഗ്ലണ്ടിൽ രജിസ്റ്റർ വിവാഹം നടത്തി. പതിമൂന്നാം വയസ്സിൽ തന്നെ തന്റേടിയായിരുന്നു അമ്മു. വിവാഹത്തിന് ചില ഉപാധികൾ വെക്കുന്നതിൽ പോലും ആ ധീരത തെളിഞ്ഞു. ചെന്നെയിലേക്ക് താമസം മാറ്റുക, ഇംഗ്ലീഷ് പഠിപ്പിക്കുക,?എത്ര മണിക്കാണ് വീടണയുകയെന്ന ചോദ്യം ഉയർത്താതിരിക്കുക(കുടുംബത്തിൽ സഹോദരങ്ങളോട് അത്തരം ചോദ്യങ്ങൾ ഇല്ലായിരുന്നുവെന്ന് അമ്മു പറഞ്ഞു) തുടങ്ങിയ നിബന്ധനകൾ. ജാതി മാറിയുള്ള വിവാഹമായതിനാൽ സ്വാമിനാഥന്റെ കുടുംബവും ബന്ധുക്കളും വിട്ടുനിന്നു. എഡിൻബറോ, ലണ്ടൻ സർവകലാശാലകളിൽ സ്കോളർഷിപ്പോടെ പഠിച്ചു. സാമ്പത്തിക ക്ലേശം കാരണമാണ് വിവാഹം വൈകിയത്. പാലക്കാട് സ്വദേശിയായ അദ്ദേഹം ചെന്നൈയിൽ അഭിഭാഷകനായിരുന്നു.പിന്നീട് മദ്രാസിലേക്ക് താമസം മാറിയ അമ്മു ഭർത്താവിന്റെ പ്രോത്സാഹനത്തെ തുടർന്ന് ഇംഗ്ലീഷ് ഉൾപ്പടെ നിരവധി ഭാഷ പഠിക്കുകയും ഉന്നത വിദ്യാഭ്യാസം നേടുകയുമുണ്ടായി. ആനി ബസന്റ്, മാർഗരറ്റ് കസിൻസ്, മാലതി പട്വർധൻ,ദൊറോത്തി ദിനരാജദാസ, ദാദാഭോയ്, അംബുജമ്മാൾ എന്നിവരോടൊപ്പം ചേർന്ന് 1917 മെയ് എട്ടിന് മദ്രാസിലെ അഡയാറിൽ വിമൻസ് ഇന്ത്യാ അസോസിയേഷൻ രൂപീകരിച്ചു. സെക്കുലർ കാഴ്ചപ്പാട്. ആനിബസന്റിന്റെ തിയോസഫിക്കൽ സൊസൈറ്റിയുടെ സംഘടനാ രൂപം. അതിന്റെ ആദ്യ അധ്യക്ഷയായത് അവർ. പതുക്കെ അതിന്റെ ഉപാധ്യക്ഷയും അധ്യക്ഷയുമായി.തൊഴിലെടുക്കുന്ന പെണ്ണുങ്ങളുടെ ആവശ്യങ്ങൾക്കും സ്ത്രീകളുടെ വോട്ടവകാശത്തിനും മൗലികാവകാശങ്ങൾക്കും ശക്തമായി നിലകൊണ്ട രാജ്യത്തെ ആദ്യ കൂട്ടായ്മകളിൽ ഒന്നായിരുന്നു അത്.1946ൽ മദ്രാസിൽനിന്ന് ഭരണഘടനാ നിർമാണ സഭയിലേക്കും. അക്കാലത്ത് നടത്തിയ പ്രസംഗങ്ങളും ചർച്ചകളിൽ ഇടപെട്ടുള്ള അഭിപ്രായപ്രകടനങ്ങളും കാലത്തിന് മുന്നേ സഞ്ചരിച്ചവയായിരുന്നു. 1952ൽ ലോക്സഭയിലും 54ൽ രാജ്യസഭയിലും അംഗമായി. തമിഴ്നാട്ടിലെ ദിണ്ഡിഗലിൽനിന്നാണ് ലോകസഭയിലേക്കെത്തിയത്. 1957 നവംബർ മുതൽ 60 ഏപ്രിൽ വരെയായിരുന്നു രാജ്യസഭാംഗം. റെയിൽവേയിലെ കേന്ദ്ര ഉപദേശകസമിതിയംഗവുമായി. കേന്ദ്രനിയമസഭാംഗം, കേന്ദ്ര അസംബ്ലിയിലെയും പാർലമെന്റിലെയും വിവിധ കമ്മിറ്റികളിൽ അംഗമായ അമ്മു 1948ൽ ഇന്ത്യൻ സൗഹാർദ സംഘത്തിലെ അംഗമായി എത്യോപ്യ സന്ദർശിച്ചു. 1949 ജനീവയിൽ നടന്ന യുനെസ്കോ സമ്മേളനത്തിൽ രാജ്യത്തെ പ്രതിനിധാനം ചെയ്തു. 1949 ൽ കോപ്പൻഹേഗനിൽ ചേർന്ന അന്താരാഷ്ട്ര വനിതാസമ്മേളനത്തിലും പങ്കെടുത്തു. 1953ൽ ജപ്പാനും 1954ൽ ചൈനയും സന്ദർശിച്ചു. 1960-63 കാലയളവിൽ ഭാരത് സ്കൗട്ട്സ് ആൻഡ് ഗൈഡ്സ് പ്രസിഡന്റുമായി.1975ലെ അന്താരാഷ്ട്ര വനിതാ ദിനത്തിൽ ആ വർഷത്തിലെ അമ്മയായി തെരഞ്ഞെടുത്തു. ക്യാപ്റ്റൻ ലക്ഷ്മി, മൃണാളിനി സാരാഭായി എന്നിവരാണ് മക്കൾ. 1978ൽ അമ്മു സ്വാമിനാഥൻ അന്തരിച്ചു.

നെഹ്റുവിനെയും വിമർശിച്ചു

വ്യക്തി- രാഷ്ട്രീയ ജീവിതത്തിൽ ജാതി വിവേചനത്തിനെതിരെ ശക്തമായ പോരാട്ടങ്ങൾക്ക് അമ്മു നേതൃത്വംനൽകി. ജയിലിൽപ്പോലും അക്കാര്യത്തിൽ ഒരു വിട്ടുവീഴ്ചയും ചെയ്തില്ല. നിയമലംഘന പ്രക്ഷോഭത്തിലെ സജീവ പങ്കാളിത്തത്തെ തുടർന്ന് 1941ൽ അമ്മു വെല്ലൂർ സെൻട്രൽ ജയിലിൽ അടച്ചു. അവിടെയുണ്ടായ പല അന്തേവാസികൾക്കും ജാതിവികാരം കഠിനമായിരുന്നു. കക്കൂസ് വൃത്തിയാക്കാൻ നിയോഗിക്കപ്പെട്ട ഒരു കീഴ്ജാതിക്കാരിയെ കുലസ്ത്രീ ശൂദ്രച്ചിയെന്ന് വിളിച്ചത് കേട്ട അവർ അക്ഷരാർഥത്തിൽ പൊട്ടിത്തെറിച്ചു. ജന്മംകൊണ്ട് സവർണയാണെങ്കിലും താനുമൊരു ശൂദ്രയാണെന്നായിരുന്നു മറുപടി. താൻ ഏറെ ആരാധിക്കുന്ന ജവഹർലാൽ നെഹ്റു പണ്ഡിറ്റ്ജി എന്ന് വിളിക്കപ്പെടുന്നതിലെ ജാതീയത ചൂണ്ടിക്കാട്ടി ആ അഭിസംബോധന ആസ്വദിച്ചതിൽ അദ്ദേഹത്തെയും വിമർശിച്ചു.തന്നെ അങ്ങനെ വിളിക്കണമെന്ന് ആരോടും പറയാറില്ലെന്ന നെഹ്റുവിന്റെ ഉത്തരത്തിൽ തൃപ്തയായില്ലെന്നു മാത്രമല്ല, ആ അഭിസംബോധനയിൽ ആസ്വദിക്കുന്നില്ലെങ്കിൽ എന്തുകൊണ്ട് വിലക്കിയില്ലെന്നാണ് ആരാഞ്ഞത്.

ശൈശവ വിവാഹത്തിന്റെ ഇരയായ അവർ, ബാലവിവാഹം നിരോധിച്ചുള്ള ചൈൽഡ് റിസ്ട്രയ്ന്റ് ആക്ട് നടപ്പിലാക്കുന്നതിൽ നിർണായക പങ്കു വഹിച്ചു. സ്ത്രീകളുടെ അന്തസും അഭിമാനവും സ്വാതന്ത്ര്യവും ഉയർത്തിപ്പിടിച്ച അമ്മു, ഭർത്താവ് മരിച്ചവരെ വിധവകളെന്ന് മുദ്രകുത്തി ഇരുട്ടിലാഴ്ത്തുന്ന പതിവുകളെ പൊറുപ്പിച്ചതേയില്ല. തല മുണ്ഡനം ചെയ്ത്, വെള്ള സാരി ധരിച്ച് വളകൾ പൊളിച്ച്, ആഭരണങ്ങൾ ഒഴിവാക്കി ഒതുങ്ങിക്കൂടാൻ നിർബന്ധിക്കുന്നതിനെ തുറന്നെതിർത്തു.1949 നവംബർ 24ന് നടത്തിയ പ്രസംഗത്തിൽ സ്ത്രീപദവി സംബന്ധിച്ച് വ്യക്തമായ നിലപാടുകളാണ് മുന്നോട്ടുവെച്ചത്. " പുറം രാജ്യങ്ങളിലുള്ള ജനങ്ങൾ പരാതിപ്പെടുന്നത് ഇന്ത്യ അതിന്റെ സ്ത്രീകൾക്ക് തുല്യാവകാശം അനുവദിക്കുന്നില്ലെന്നാണ്. ഇന്ത്യക്കാർ തന്നെ ഭരണഘടനക്ക് രൂപം നൽകുമ്പോൾ രാജ്യത്തെ മറ്റു പൗരന്മാർക്കുള്ളതു പോലെ തുല്യാവകാശവും പദവിയും ഉറപ്പാക്കുമെന്ന് പ്രതീക്ഷിക്കാം. അത് വലിയ നേട്ടമാണ്. അത് സ്ത്രീകൾക്ക് സ്വന്തം ഉത്തരവാദിത്തങ്ങൾ തിരിച്ചറിയാൻ മാത്രമല്ല, തങ്ങൾ ജീവിക്കുന്ന ഇന്ത്യയെ മഹത്തായ രാജ്യമാക്കി ഉയർത്താനുള്ള ഉത്തരവാദിത്തങ്ങൾ ചുമലിലേറ്റാനും പ്രാപ്തി നൽകും." എന്നായിരുന്നു അതിന്റെ കാതൽ. പതിറ്റാണ്ടുകളായി കോടിക്കണക്കിനാളുകൾ കാത്തിരിക്കുന്ന മുഹൂർത്തം. സ്വതന്ത്ര രാജ്യം എന്ന സങ്കൽപ്പം യാഥാർഥ്യമാക്കാൻ ഗാന്ധിജിയെപ്പോലുള്ള മഹാന്മാർ അക്ഷീണം പ്രവർത്തിച്ചു.മൗലികാവകാശങ്ങൾ, തുല്യത, പ്രായപൂർത്തി വോട്ടവകാശം, അസ്പൃശ്യത തുടച്ചുനീക്കൽ എന്നീ അടിസ്ഥാനതത്വങ്ങൾ. രാജ്യം സന്തുഷ്ടവും പുരോഗമനപരവുമാകണമെങ്കിൽ അവ കടലാസിൽ വിശ്രമിച്ചാൽ പോരാ. മറ്റു മതങ്ങളോട് സഹിഷ്ണുതയോടെ പെരുമാറിയ ചരിത്രം ഹിന്ദുക്കൾക്കുണ്ടായിരുന്നു. അതിപ്പോൾ തകിടം മറിഞ്ഞിരിക്കുകയാണ്.

ഈ സഭയിൽ ഭരണഘടയെ പ്രശംസിക്കുന്നവരും വിമർശിക്കുന്നവരുമുണ്ട്. അതിന്റെ അമിത വലിപ്പത്തെക്കുറിച്ച് പരാതിയുണ്ടായ അമ്മു എല്ലാവർക്കും കീശയിലോ പേഴ്സിലോ എളുപ്പം കൊണ്ടുനടക്കാവുന്ന ഭരണഘടനയായിരുന്നു താൻ വിഭാവനം ചെയ്തതെന്ന് പറഞ്ഞു. വളരെയെറെ വിശദാംശങ്ങളിലേക്ക് പോയതിനാലാണ് ഭാരമുള്ള വലിപ്പം. ഇത്രയേടെ വിശദാംശം ആവശ്യമേയില്ല. മികച്ച വായനക്കാരിയായ അമ്മു എഴുതിയ ഡയറിക്കുറിപ്പുകൾ ബലിഷ്ഠമായ ചരിത്ര സാമഗ്രി കൂടിയാണ്. വിദേശ യാത്രാ വേളയിൽ നിന്നുള്ള ദിനസരി കുറിപ്പുകളും മുതൽക്കൂട്ടാണ്. ചലച്ചിത്രങ്ങളെ നിറഞ്ഞ് പ്രണയിച്ച അമ്മു സമാന്തര ധാരയുടെ സംഘാടകയുമായി. കലാസിനിമകളുടെ പ്രചാരണത്തിനും മുന്നിട്ടിറങ്ങി. ഈയർഥത്തിൽ സത്യജിത്റായിയുടെ പഥേർപാഞ്ചലി വിദേശമേളകളിലും അക്കാദമിക പഠനങ്ങളിലും പരിചയപ്പെടുത്തി ലോക സിനിമാ ഭൂപടത്തിലേയ്ക്ക് ആനയിക്കുന്നതിന് മേരി സെറ്റണ് പിന്തുണയായി.മേരിയുടെ പ്രഭാഷണങ്ങളും ക്ലാസുകളും പഥേർപഞ്ചലിയെ ഗൗരവ പ്രേക്ഷകരിലും ചലച്ചിത്ര പ്രവർത്തകരിലും ഉണർവുണ്ടാക്കി. ആ ഭൂമികയിലാണ് ഫിലിം സൊസൈറ്റികളുടെ ഫെഡറേഷൻ എന്ന ആശയം മുളപൊട്ടിയത്. 1959 ഡിസംബറിൽ ആറ് സൊസൈറ്റികളുടെ ഫെഡറേഷനായി ഫെഡറേഷൻ ഓഫ് ഫിലിം സൊസൈറ്റീസ് ഓഫ് ഇന്ത്യ കൽക്കത്തയിൽ രജിസ്റ്റർ ചെയ്തു. ആദ്യ അധ്യക്ഷനായത് സത്യജിത് റായി. അമ്മു സ്വാമിനാഥൻ ഉൾപ്പെടെ മൂന്ന് ഉപാധ്യക്ഷന്മാർ.റോബർട് ഹോക്കിൻസ് (ബോംബെ), എസ് ഗോപാലൻ (ദൽഹി) എന്നിവരായിരുന്നു മറ്റ് വൈസ് പ്രസിഡണ്ടുമാർ. വിജയ്മുലേ (ദൽഹി), ചിദാനന്ദദാസ് ഗുപ്ത(ബംഗാൾ) തുടങ്ങിയവർ ജോയിന്റ് സെക്രട്ടറിമാർ. ഈയൊരു സംഘടനാനുഭവം അമ്മുവിനെ കേന്ദ്രഫിലിം സെൻസർ ബോർഡ് അംഗത്വത്തിലേക്കും എത്തിച്ചു.

ജയിലിൽ ദ്രോഹിച്ച 'മൂവാറ്റുപുഴ'

തിരുവിതാംകൂർ ദിവാന്റെ ദഫേദാറായിരുന്ന ഗബ്രിയേൽ മസ്ക്രീന്റെ മകളായി 1902 ജൂൺ ആറിന് തിരുവനന്തപുരത്തെ ലത്തീൻ ക്രിസ്ത്യൻ തറവാട്ടിൽ പിറന്ന ആനി 1925ൽ തിരുവനന്തപുരം മഹാരാജാസ് കോളേജിൽനിന്ന് ചരിത്രത്തിലും സാമ്പത്തിക ശാസ്ത്രത്തിലും ഇരട്ട ബിരുദാനന്തര ബിരുദം കരസ്ഥമാക്കിയശേഷം അധ്യാപക ജോലി തേടി സിലോണിലേക്ക് പോയി. അവിടെ പ്രശസ്തമായ സംഘമിത്ര കോളേജിൽ അധ്യാപിക. മൂന്നു വർഷമേ അവിടെ തുടർന്നുള്ളൂ. നാട്ടിൽ ദേശീയ പ്രസ്ഥാനം പുതിയ കൈവഴികൾ വെട്ടിത്തുറക്കുന്നതിന്റെ ശബ്ദഘോഷങ്ങൾ ആനിയുടെ കാതിലും ശ്രദ്ധയിലും അസ്വസ്ഥതകളുണ്ടാക്കി. തിരിച്ചുവന്ന് നിയമബിരുദം നേടി. സ്വാതന്ത്ര്യ സമരത്തിലെ സജീവ പങ്കാളിത്തത്തെ തുടർന്ന് പലവട്ടം ജയിൽ ശിക്ഷ അനുഭവിച്ചു. സ്റ്റേറ്റ് കോൺഗ്രസ് നടത്തിയ സിവിൽ നിയമലംഘന പ്രസ്ഥാനത്തിന്റെ പ്രചരണാർഥമുള്ള പര്യടന വേളയിൽ ചെങ്ങന്നൂരിൽ വെച്ചായിരുന്നു ആദ്യ അറസ്റ്റ്. 1938 നവംബർ 12ന്. അന്ന് അറസ്റ്റിനെതിരെ നടന്ന

ജനകീയ പ്രതികരണവും മറ്റൊരു ചരിത്രമായി. പ്രതിഷേധക്കടലായി മാറിയ ജനക്കൂട്ടം ഒരു പാലം തകർക്കുക പോലുമുണ്ടായി. ആഴ്ചകൾക്കകം രാജ്യദ്രോഹക്കുറ്റം ചുമത്തി വീണ്ടും അറസ്റ്റ്. 18 മാസം തടവും ആയിരം രൂപ പിഴയും. പുറത്തെ പ്രവർത്തന കാലയളവിൽ നേരിട്ട പീഡനങ്ങളെക്കാൾ കടുത്ത ദ്രോഹങ്ങളായിരുന്നു ജയിലിൽ. ബന്ധുക്കളെപോലും വെറുതെ വിട്ടില്ല. സർക്കാർ ഉദ്യോഗസ്ഥരായ സഹോദരങ്ങളെ വിദൂരങ്ങളിലേക്ക് സ്ഥലംമാറ്റി. ഒരുഘട്ടത്തിൽ പിരിച്ചുവിടൽ ഭീഷണിയുമുണ്ടായി. ജയിലിൽ കൊലപാതകികളും ക്രിമിനലുകളുമായ സാമൂഹ്യ വിരുദ്ധർക്ക് നടുവിലാണ് ആനിയെ പാർപ്പിച്ചത്. അക്കാമ്മ ചെറിയാനെയും റോസമ്മ പുന്നൂസിനെയും ആനി മസ്ക്രീനെയും സാധാരണ കുറ്റവാളി സ്ത്രീയെക്കൊണ്ട് പൊറുതിമുട്ടിച്ച കഥ പുതുപ്പള്ളി രാഘവൻ 'വിപ്ലവസ്മരണകൾ' നാലാം ഭാഗത്ത് എഴുതിയിട്ടുണ്ട്. 'മൂവാറ്റുപുഴ' എന്ന ചെല്ലപ്പേരുകാരിയെയാണ് ഇളക്കിവിട്ടിരുന്നത്. ശല്യപ്പെടുത്തുകയും തെറിവിളിക്കുകയും ചെയ്യുമായിരുന്ന അവൾ അടിക്കുമെന്ന് ഭീഷണിപ്പെടുത്തി. പേടിപ്പെടുത്തുന്ന കുറ്റപശ്ചാത്തലമുള്ളവളായിരുന്നു മൂവാറ്റുപുഴ. ജോലിക്കുനിന്ന വീട്ടിലെ നവജാത ശിശുവിനെ കുളത്തിൽ മുക്കിക്കൊന്ന് ആഭരണങ്ങൾ കളവുചെയ്ത കേസിൽ ജീവപര്യന്തം ലഭിച്ച് ജയിലിലെത്തിയതായിരുന്നു ലക്ഷ്മി എന്ന് യഥാർഥ പേരുള്ള ആ കഥാപാത്രം. ജയിൽ വിട്ടുവന്ന കാലത്ത് ആനിയുടെ ജീവനുനേരെ ഭീഷണിയുയർന്നു. അപായപ്പെടുത്താൻ അഞ്ചു രൂപാ പൊലീസുകാരെ തയ്യാറാക്കി നിർത്തി. ജീവന് കടുത്ത ഭീഷണിയുണ്ടായിട്ടും ആനി രാത്രികാലങ്ങളിൽ പോലും ഒറ്റയ്ക്ക് യാത്ര ചെയ്യുമായിരുന്നു. റോഡിലും കോൺഗ്രസ് ആപ്പീസിലും എപ്പോഴും കാണാവുന്ന അവസ്ഥ. മർദനങ്ങൾക്കും ഭീഷണികൾക്കുമ വഴങ്ങില്ലെന്ന് കണ്ട അധികാരികൾ പിന്നീട് അനുനയത്തിന്റെ മാർഗമാണ് സ്വീകരിച്ചത്. പണം, ഉയർന്ന ഉദ്യോഗം, ബന്ധുക്കൾക്ക് സ്ഥാനക്കയറ്റം എന്നിങ്ങനെ പോയി പ്രലോഭനങ്ങൾ. എന്നാൽ ആ കെണികളിലൊന്നും അവർ വീണില്ല.

പ്രസംഗങ്ങളും പ്രവർത്തനങ്ങളും ഇടപെടലുകളും കൊണ്ട് ആനി ദിവാൻ ഭരണത്തിന്റെ ഉറക്കം കെടുത്തി. സർ സി പി യുടെ പൊലീസ് അവരോട് കാട്ടിയ ക്രൂരതകൾ ഊഹിക്കാവുന്നതിനപ്പുറമായിരുന്നു. അതിരുവിട്ട പെരുമാറ്റങ്ങളെല്ലാം ആനിയുടെ നിശ്ചയദാർഢ്യത്തിൽ ത്തട്ടി പൊളിഞ്ഞുവീഴുകയായിരുന്നു. ലോകസഭയിലേക്ക് തെരഞ്ഞെടുക്കപ്പെടുന്നതിന് മുമ്പ് 1948-52 കാലയളവിൽ തിരു-കൊച്ചി ലെജിസ്ലേറ്റീവ് അസംബ്ലി അംഗവും പറവൂർ ടി കെ നാരായണപിള്ളയുടെ നേതൃത്വത്തിലുള്ള മന്ത്രിസഭയിൽ ആരോഗ്യ-വൈദ്യുതി മന്ത്രിയും. ഭരണഘടനാ നിർമാണ സമിതിയിൽ ആനി നടത്തിയ പ്രസംഗങ്ങൾ അതിവിപുലമായ ലോക പരിചയത്താലും ഉജ്വലങ്ങളായി. ദീർഘങ്ങളായ ഗൃഹപാഠങ്ങുടെ പിന്തുണയായിരുന്നു അവയെ വ്യത്യസ്തമാക്കിയത്. വികേന്ദ്രീകരണത്തിന്റെ നിർവചനങ്ങളിൽ പുതിയ കാഴ്ചപ്പാടുകൾ അവതരിപ്പിക്കാനും കഴിഞ്ഞു. മറ്റ് ലോക രാജ്യങ്ങളിൽ നിന്നുള്ള

അനുഭവപാഠങ്ങളിൽ നിന്ന് സ്വാംശീകരിക്കാൻ യോഗ്യമായവ ഊന്നുകയും ചെയ്തു. പാർലമെന്ററി പ്രവർത്തനം ഏകാധിപത്യത്തിലേക്ക് വഴുതുന്നതിനെതിരെ മുന്നറിയിപ്പും നൽകി.ജനാധിപത്യത്തിന്റെ ഉദയ വേളയിൽ അധികാര കേന്ദ്രീകരണം ഏകാധിപത്യപരമാവാനാണ് സാധ്യതയെന്നും കൂട്ടിച്ചേർത്തു. ജർമനിയിലെ ബിസ്മാർക്ക്, ഗ്രീസിലെ വെനെസിലോസ്, ചൈനയിലെ സൺയാത്സെൻ തുടങ്ങിയവരുടെ നിലപാടുകളും തുടർന്ന് പരിശോധിച്ചു. ആരോഗ്യപരമായ ജനാധിപത്യത്തിന് അധികാര കേന്ദ്രീകരണത്തിന്റെയും വികേന്ദ്രീകരണത്തിന്റെയും ഇടയിലാണ് സ്ഥാനമെന്നായിരുന്നു ആനിയുടെ കാഴ്ചപ്പാട്. രാഷ്ട്രീയ സ്വാതന്ത്ര്യം നേടിയ ഉടൻ ഇന്ത്യക്ക് ശക്തമായ കേന്ദ്രഭരണം ആവശ്യമാണെന്നും, പൂർണജനാധിപത്യ രാഷ്ട്രമെന്ന നിലയിലേക്ക് വളർച്ച നേടിയ ശേഷം കേന്ദ്രീകൃത അധികാര വ്യവസ്ഥ ഭരണഘടനാപരമായി ഭേദഗതി ചെയ്യാമെന്നുമായിരുന്നു ആശയം. 1952ലെ പാർലമെന്റ് തെരഞ്ഞെടുപ്പിൽ ദാക്ഷായണി കോൺഗ്രസ് വിട്ട് സ്വതന്ത്ര സ്ഥാനാർഥിയായി മത്സരിച്ചു. കമ്യൂണിസ്റ്റ് പാർടി പിന്തുണയോടെ വൻ ഭൂരിപക്ഷത്തിനാണ് ജയിച്ചത്. ഇന്ത്യൻ സോഷ്യലിസ്റ്റ് പാർടി നേതാവ് നെയ്യാറ്റിൻകര ടി കെ നാരായണ പിള്ളയ്ക്കും പിറകിൽ മൂന്നാം സ്ഥാനത്തായിരുന്നു കോൺഗ്രസ് സ്ഥാനാർഥി കൊച്ചിക്കൽ ബാലകൃഷ്ണൻ തമ്പി.

ശബരിമല 'ബലിദാനി'യും റീഷ്താഗിലെ ലുബ്ബേയും

സത്യം ചെരുപ്പിടാൻ തുടങ്ങുമ്പോഴേക്കും കള്ളം ഭൂമുഖത്തിന്റെ ഏതാണ്ടെല്ലാ ഭാഗത്തേക്കും സഞ്ചരിച്ചു കഴിഞ്ഞിരിക്കുമെന്ന് പ്രസ്താവിച്ചത് എഴുത്തുകാരൻ മാർക് ട്വയിൻ. ബെർതോൾഡ് ബ്രെഹ്റ്റിന്റെ ഒരു കവിതയിൽ ജർമനിയിൽ ആരാണ് ഭരിക്കുന്നതെന്ന ആരായലിന് ഭയം എന്നാണ് മറുപടി. സ്വന്തം വീടുകളിൽപ്പോലും നുണകൾ ഇടിവെട്ടുംപോലെ ഗർജിക്കുകയും സത്യം നിർജീവ നിശ്ശബ്ദമാക്കപ്പെടുകയും ചെയ്യുന്ന അവസ്ഥയാണ് അദ്ദേഹം വിവരിക്കാൻ ശ്രമിച്ചത്. നുണകൾ പ്രകാശവേഗത്തിൽ കുതിച്ചുപായുകയും ഭയം പർവതങ്ങൾ കണക്കെ പെറ്റുപെരുകുകയും ചെയ്യുന്നതാണ് സംഘപരിവാരത്തിന്റെ കാൽക്കീഴിൽ ഞെരിഞ്ഞമരുന്ന സമകാലിക ഇന്ത്യൻ രാഷ്ട്രീയ- സാമൂഹ്യ- സാംസ്കാരിക ഭൂമിക.

ഇരട്ട മുഖവും ഇരട്ട നാക്കുമെന്നത് ഫാസിസ്റ്റ് പ്രസ്ഥാനങ്ങളുടെ പൊതുപ്രകൃതമാണെന്ന് നിരീക്ഷിച്ചത് ജ്യോർജി ദിമിത്രോവാണ്. ഫാസിസത്തിനെതിരായ ഐക്യമുന്നണിയുടെ രൂപരേഖ അവതരിപ്പിക്കവേയായിരുന്നു അത്തരമൊരു നിരീക്ഷണം. ആ പ്രസ്താവത്തിന്റെ അന്തഃസത്ത ചരിത്രത്തിലുടനീളം പലവട്ടം തെളിയിക്കപ്പെട്ടതുമാണ്. സോഷ്യലിസത്തെയും തൊഴിലാളികളെയും കുറിച്ചുള്ള മധുരമയങ്ങളായ വായ്ത്താരികൾക്കിടയിലാണ് ലോകം കണ്ട എക്കാലത്തെയും മനുഷ്യവിരുദ്ധനായ അഡോൾഫ് ഹിറ്റ്ലർ കോൺസെൻട്രേഷൻ ക്യാമ്പുകളും ഗ്യാസ് ചേമ്പറുകളും തുറന്നുപിടിച്ചതും മനുഷ്യത്വത്തിന്റെ ആരാച്ചാരായതും. കേരളത്തിലെ സംഘപരിവാര കുടക്കീഴിലെ അനുബന്ധസംഘടനകൾ ശബരിമലയിലെ വിശ്വാസം മറയാക്കി 2018 ഡിസംബർ മൂന്നിന് സെക്രട്ടറിയറ്റിന് മുന്നിൽ തുടങ്ങിയ പ്രഹസന സമരത്തിന്റെ വേദിയിൽ മഹാത്മജിയുടെയും കേരളീയ നവോത്ഥാന നായകരുടെയും ബഹുവർണ ചിത്രങ്ങൾ അലങ്കരിക്കാൻ കാണിച്ച തൊലിക്കട്ടിക്ക് മാതൃക പഴയ ജർമനിയും ഇറ്റലിയും തന്നെയാവണം. രാഷ്ട്രപിതാവിന്റെ ജീവിതംപോലെ ശുദ്ധമായ പുഞ്ചിരി കവർന്ന ശക്തികൾ ആ ഓർമയിൽ പുളകംകൊള്ളുന്നത് തികഞ്ഞ രാഷ്ട്രീയ അശ്ലീലവും ചരിത്രത്തോടുള്ള മാപ്പർഹിക്കാത്ത നന്ദികേടുമാണ്. അതൊരു കൊടിയ വഞ്ചനയും ഇരട്ടത്താപ്പുമാണെന്ന് വിളിച്ചുപറയാൻ മടിക്കുന്നിടത്താണ്

ജനാധിപത്യശക്തികളുടെ വീഴ്ചയുടെ ആഴം.

സംവരണ തത്വത്തിൽ പുതിയ സമീപനം കൊണ്ടുവരികയും പിന്നോക്കക്കാർക്ക് 27 ശതമാനം സംവരണം മുന്നോട്ടുവയ്ക്കുകയും ചെയ്ത വി.പി സിങ് സർക്കാരിനും മണ്ഡൽകമീഷൻ ശുപാർശകൾക്കുമെതിരെ ഉത്തരേന്ത്യയിലാകെ തുടർച്ചയായ കലാപം ആളിക്കത്തിക്കാൻ കാവിപ്പട നടത്തിയ ഗൂഢാലോചനകൾ അക്കാലത്തുതന്നെ പുറത്തായിരുന്നു. സ്വാഭാവിക പ്രക്ഷോഭം എന്ന മറയ്ക്കുള്ളിൽ തെരുവുകളെ ഇളക്കിയ ആത്മഹത്യാ നാടകങ്ങൾ മറക്കാവുന്നതല്ല. ആത്മാഹുതി ശ്രമം ആദ്യം നടത്തിയത് ദില്ലി സർവകലാശാലക്ക് കീഴിലെ ദേശബന്ധു കോളേജ് മൂന്നാം വർഷ കൊമേഴ്സ് ബിരുദ വിദ്യാർഥി രാജീവ് ഗോസ്വാമിയായിരുന്നു. 1990 സപ്തംബർ 23നായിരുന്നു ആ ദാരുണ സംഭവം. തുടർന്ന് ഉത്തരേന്ത്യയിലാകെ യുവാക്കളും വിദ്യാർഥികളും അത്തരത്തിൽ പ്രതിഷേധിച്ചു. 159 ആത്മഹത്യാശ്രമങ്ങൾ. അപ്പാർത്തീഡിനെ അപലപിച്ചും നെൽസൺ മണ്ടേലയെ പ്രകീർത്തിച്ചും മുന്നേറ്റങ്ങൾ സാന്നിധ്യമറിയിച്ച ക്യാമ്പസുകൾ മണ്ഡൽ വിരുദ്ധ പ്രക്ഷോഭങ്ങളുടെ തീയിൽ വെന്തുരുകിയത് ചരിത്രമാണ്.

പൊള്ളലേറ്റ് പതിനാല് വർഷം നരകിച്ച ഗോസ്വാമി 2004 ഫെബ്രുവരി 24ന് ദില്ലിയിലെ ആശുപത്രിയിൽ മരിച്ചു. താനൊരു മോക്ക് ആത്മഹത്യയ്ക്കായിരുന്നു പദ്ധതിയിട്ടിരുന്നതെന്ന് അയാളുടെ ചില അഭിപ്രായങ്ങളിൽനിന്ന് വ്യക്തമായിരുന്നു. നടത്താൻ പോകുന്നത് നാടകമാണെന്നായിരുന്നു അമേരിക്കയിലെ മിച്ചിഗണിലുള്ള അച്ഛൻ മദൻ ഗോസ്വാമിയെ വിളിച്ച് അറിയിച്ചിരുന്നത്. കാലിൽ മാത്രം മണ്ണെണ്ണ ഒഴിച്ച് വാർത്തയുണ്ടാക്കാനായിരുന്നു തീരുമാനം. എന്നാൽ ആവേശംകൂട്ടി ഒപ്പംനിന്നവർ തീപ്പെട്ടി ഉരച്ചപ്പോൾ അപ്രത്യക്ഷരായി. പിന്നിലായിരുന്ന ഗോസ്വാമിക്ക് ഗുരുതരമായി പൊള്ളലേറ്റതിൽ ദുരൂഹതയുണ്ടായി. പിടഞ്ഞുവീണ സ്ഥലം 'ത്യാഗ ചത്വരം' എന്നാണ് അറിയപ്പെട്ടത്. അന്ത്യവേളയിലോ മരണ ശേഷമോ കലാപനാളുകളിൽ കൂടെനിന്ന ഹിന്ദുത്വ രാഷ്ട്രീയക്കാരോ സുഹൃത്തുക്കളോ ഉണ്ടായില്ലെന്നതും പ്രധാനം. ഗോസ്വാമിയുടെ അവസ്ഥയെന്താണെന്നോ അയാൾ എങ്ങനെ ജീവിക്കുന്നുവെന്നോ അവരാരും തിരക്കിയതുമില്ല. പാതി 'രക്തസാക്ഷിത്വ'ത്തിന്റെ പേരിൽ ലക്ഷക്കണക്കിന് രൂപ സമാഹരിച്ചെങ്കിലും ചില്ലിക്കാശ് ആ കുടുംബത്തിലേക്കെത്തിച്ചില്ല. ഇത്തരം സമരമാർഗത്തിൽനിന്ന് പിന്തിരിയണമെന്ന് യുവാക്കളോട് ആവശ്യപ്പെട്ട ഗോസ്വാമിയുടെ അമ്മ നന്ദ് റാണി നടത്തിയ വെളിപ്പെടുത്തലും ശ്രദ്ധേയം. തന്റെ മകൻ സ്വയമേവ ആ വഴി തെരഞ്ഞെടുക്കുമായിരുന്നില്ലെന്നായിരുന്നു അവരുടെ തുറന്നടിക്കൽ. മഞ്ഞപ്പിത്ത സംബന്ധമായ അസുഖങ്ങളെ തുടർന്ന് ആറ് പെൺമക്കൾ അകാലത്തിൽ മരിച്ച ശേഷമായിരുന്നു രാജീവ് ഗോസ്വാമിയുടെ ജനനം. അതിന്റെ വേദന ആ അമ്മയിൽ എപ്പോഴുമുണ്ടായി. പിന്നോക്ക ദളിത് വിരുദ്ധ സവർണവികാരങ്ങൾക്ക് തീപ്പിടിപ്പിക്കാൻ ലക്ഷ്യമിട്ടായിരുന്നു അക്കാലത്തെ ബലം പ്രയോഗിച്ചുള്ള തീയിടലുകൾ. കേന്ദ്രസർക്കാരിനെ വലിച്ചിടാൻ സവർണശക്തികൾ

പല ഹീനമാർഗങ്ങളും അവലംബിച്ചതും കാണാതിരിക്കാനാവില്ല. ഒടുവിൽ കോൺഗ്രസ് പിന്തുണയോടെയാണ് അട്ടിമറി സാധ്യമാക്കിയത്. അത് യുവാക്കളിലും വിദ്യാർഥികളിലും തീവ്രമായ ജാതിവികാരം ഇളക്കിവിട്ടു. വർഗീയധ്രുവീകരണമുണ്ടാക്കി. ഇപ്പോഴത്തെ ദിശയിലുള്ള സംഘപരിവാർ രാഷ്ട്രീയ രൂപീകരണത്തിന്റെ ആദ്യപരീക്ഷണശാലയായിരുന്ന മണ്ഡൽ വിരുദ്ധ പ്രക്ഷോഭം. തുടർച്ചയാകട്ടെ അയോധ്യാ കലാപവും. അതിന്റെ വിഷവിത്തുകൾ കേരളത്തിലും മുളപ്പിക്കാനുള്ള ശ്രമമാണ് കാണാനാവുന്നത്. മലയാളിയുടെ പ്രബുദ്ധതയും നവോത്ഥാന പാരമ്പര്യങ്ങളും തോൽപ്പിച്ച് തിരിച്ചയച്ച ഹാസ്യരംഗങ്ങൾ വീണ്ടും പന്തൽ വിരിക്കുകയാണ്.

മണ്ഡൽവിരുദ്ധ കലാപത്തിലെ തീയിടലുകൾ

മണ്ഡൽവിരുദ്ധ കലാപ വേളയിൽ ഒറ്റപ്പെട്ട ആത്മാഹുതി ശ്രമങ്ങൾ ഉണ്ടായെന്നത് നേരുതന്നെ. എന്നാൽ സതിപോലെ നിർബന്ധിച്ചുള്ള തീയിടലുകളുമുണ്ടായി. ചില ജനകീയ മാധ്യമ പ്രവർത്തകർ അത്തരം ഗൂഢപദ്ധതികളുടെ ഏട്ടുകൾ വെളിപ്പെടുത്തിയിരുന്നു. ചുരുക്കം സാമൂഹ്യശാസ്ത്ര വിശകലനങ്ങളും ആ പ്രവണത പരിശോധിക്കുകയുണ്ടായി. ആത്മത്യാഗത്തെ സവർണ- സമ്പന്ന- വർഗീയ മുദ്രാവാക്യങ്ങളുമായി ഇണചേർക്കാനുള്ള ശ്രമം വിജയിപ്പിക്കാനും ഹൈന്ദവ പ്രമാണികൾക്ക് സാധിച്ചിരുന്നു. അഗ്നിയുടെ ശുദ്ധീകരണ ശേഷി ഹിന്ദുത്വത്തിന്റെ സംഘാടകർ കൈവിറയലുകളില്ലാതെ പ്രചരിപ്പിച്ചു. മണ്ഡൽ വിരുദ്ധ കലാപങ്ങളിൽ ഇന്ത്യയിലെ ജാതിവ്യവസ്ഥയും അധികാരഘടനയും നിലനിർത്താനുള്ള കുടില പരിശ്രമങ്ങളാണെന്ന വസ്തുത മാധ്യമങ്ങൾ പരിഗണിച്ചതേയില്ല. ആ ഘട്ടത്തിൽ മാധ്യമങ്ങൾ വസ്തുനിഷ്ഠമായി പെരുമാറിയതേയില്ലെന്നതാണ് സത്യം. 'ആത്മാഹുതി' സംഭവങ്ങളെ പൊതുവികാരമായി വളർത്താനുദ്ദേശിച്ച് പത്രങ്ങൾ ദുർവ്യയംചെയ്ത സ്ഥലം അവയുടെ സവർണ- സമ്പന്ന താൽപ്പര്യമാണ് വെളിപ്പെടുത്തിയതും. പുനരുത്ഥാനവാദത്തോടും ആധ്യാത്മികതയോടും ആത്മത്യാഗത്തെ കൂട്ടിയിണക്കുകയെന്ന ആശയവും മരണത്തെ മഹത്വവൽക്കരിക്കുകയെന്ന സങ്കൽപ്പവുമാണ് ആ നാളുകളിൽ പ്രകടമായത്.

നാലര നൂറ്റാണ്ടിലധികം ഇന്ത്യൻ മതസൗഹാർദത്തിന്റെയും സഹിഷ്ണുതയുടെയും ഉജ്വല പ്രതീകമായി നിലനിന്ന ബാബറി മസ്ജിദ് തല്ലിത്തകർത്ത് അവശിഷ്ടത്തിന്മേൽ ഫാസിസത്തിന്റെ കാവിക്കൊടിയേറ്റിയ വിധ്വംസക പ്രവൃത്തിക്ക് മുതിർന്ന് ആർത്തട്ടഹസിച്ച പ്രാകൃതർ കർസേവകർ എന്ന ഓമനപ്പേരിലാണറിയപ്പെട്ടത്. അതുപോലെ ശബരിമലയുടെ പേരിൽ കുട്ടക്കുഴപ്പം ഇളക്കിവിടാൻ ആയുധ സജ്ജരായി നിൽക്കുന്നവരുടെ വിളിപ്പേര് നാമജപക്കാർ എന്നും. 1992 ഡിസംബറിൽ വർഗീയ പ്രചാരണം നടത്തിയതിന് ചില മാധ്യമങ്ങളെ പ്രസ്കൗൺസിൽ സെൻസർ ചെയ്യുകയുണ്ടായി. അതിന് ആസ്പദമായ റിപ്പോർട്ടിൽ 'കർസേവകർ' എന്ന അഭിസംബോധനയെ പ്രത്യേകം എടുത്തു പറഞ്ഞിട്ടുണ്ട്. കാവിപ്പടയുടെ സമരരീതികളും ഔദ്യോഗിക

വിശദീകരണങ്ങളും വിജയ പ്രഖ്യാപനങ്ങളും വെണ്ടക്കാ തലക്കെട്ടുകളിൽ നിറയ്ക്കുകയായിരുന്നു പല മാധ്യമങ്ങളും. അയോധ്യയിലെ രാമക്ഷേത്രം തകർക്കപ്പെട്ടു(ആജ്), രാമഭക്തന്മാർക്കുനേരെ പൊലീസ് നടത്തിയ വിവേചനരഹിതമായ വെടിവെപ്പിൽ നൂറ് കർസേവകർ സംഭവസ്ഥലത്തു തന്നെ കൊല്ലപ്പെട്ടു(ദൈനിക് ജാഗരൺ) ഇങ്ങനെയായിരുന്നു അക്കാലത്തെ വാർത്താവിതരണത്തിന്റെ രീതി. മൃഗീയ വികാരത്താൽ ഉത്തേജിതരായി ബാബറി മസ്ജിദ് ആക്രമിച്ച് തകർക്കാൻ ഇറങ്ങിയ സായുധസംഘത്തെ രാമഭക്തന്മാരായാണ് മിക്ക പത്രങ്ങളും വിശേഷിപ്പിച്ചത്. തിരുവനന്തപുരത്ത് ചേർന്ന പ്രസ് കൗൺസിൽ യോഗം ആജ്, ദൈനിക് ജാഗരൺ, സ്വതന്ത്ര ചേതന, സ്വതന്ത്ര ഭാരത് എന്നീ ഹിന്ദി പത്രങ്ങളെ സെൻഷ്വർ ചെയ്യുകയുണ്ടായി. പ്രസ് കൗൺസിൽ പ്രമേയം ഇങ്ങനെ അഭിപ്രായപ്പെട്ടു: '' അല്ലെങ്കിലേ സംഘർഷഭരിതവും ധ്രുവീകരണത്തിന് വിധേയവുമായ പരിതഃസ്ഥിതിയിൽ ആശയക്കുഴപ്പവും പരിഭ്രാന്തിയും പരത്തുന്നത്, തീയിൽ എണ്ണ കോരിയൊഴിക്കുന്നതിന് തുല്യമായ അപകടകരമായ കുറ്റമാണ്. ഏറെക്കുറെ ഈയൊരു ഹിന്ദു വർഗീയ പക്ഷപാതത്തിന്റെ ഭാഷാന്തരമായിരുന്നു മുഖ്യധാരാ ഇംഗ്ലീഷ് പത്രങ്ങളിൽ. രാമജന്മഭൂമി പ്രക്ഷോഭത്തിന്റെ ഭാഗമായിട്ടാണ് ചില പത്രാധിപന്മാർ പോലും പ്രവർത്തിച്ചുവെന്നതിലേക്കും പ്രസ്കൗൺസിൽ റിപ്പോർട് വിരൽചൂണ്ടി. 'എഡിറ്റോറിയൽ ആക്ടിവിസം' എന്ന പ്രയോഗമാണ് ഈ നിലപാടിനെ പരാമർശിക്കാൻ ഉപയോഗിച്ചതും. ബിജെപി നേതാവ് അശോക് സിംഗാളിനെ അയോധ്യയിലേക്ക് രഹസ്യമായി എത്തിക്കാൻ ഒരു പത്രാധിപർ തന്റെ പത്രത്തിന്റെ സൗകര്യങ്ങൾ ദുരുപയോഗിച്ചെന്ന പരാതിയുമുണ്ടായിരുന്നു. 'കർസേവ ആരംഭിച്ച്' വെന്ന് ഹർഷോന്മാദത്തോടെ വിളിച്ച പറഞ്ഞ് ഇറങ്ങിവന്ന മറ്റൊരു പത്രാധിപരെപ്പറ്റിയും കർസേവകർക്ക് നിർദേശങ്ങൾ നൽകിയ സീനിയർ എഡിറ്ററെക്കുറിച്ചും ആരോപണങ്ങളുണ്ടായി. പത്രപ്രവർത്തകരും ഉടമകളും രാമഭക്തരും കർസേവകരുമായാണ് സാന്നിധ്യമറിയിച്ചത്. മാധ്യമങ്ങളുടെ വർഗീയ ചായ്‌വ് മുൻനിർത്തി അസ്ഗർ അലി എൻജിനീയർ, എൻ റാം, സുകുമാർ മുരളീധർ, പി സായ്നാഥ് തുടങ്ങിയവരുടെ പഠനങ്ങൾ പരിശോധിക്കുന്നത് ഉപയോഗപ്രദമാകും.

ഈയർഥത്തിൽ 'നാമജപ'വും ഭാവിയിൽ പോസ്റ്റ്മോർടം ചെയ്യപ്പെടാതിരിക്കില്ല. ശബരിമലയിൽ അരവണ വിൽപ്പന കുറഞ്ഞെന്ന് പരിതപിച്ച മാധ്യമങ്ങളുടെ രീതി തികഞ്ഞ നിരുത്തരവാദവും വർഗീയാനുകൂലവുമായിരുന്നു. ക്ഷേത്രങ്ങളും ആരാധനാലയങ്ങളും ബേക്കറി പോലുള്ള കച്ചവട സ്ഥാപനങ്ങളാണോ?. 2018 ഡിസംബർ 14ന് കർണാടകയിലെ ചാമരാജ്നഗറിൽ സുൽവദി ഗ്രാമത്തിലെ കിച്ചുഗുട്ടി മാരമ്മ ക്ഷേത്രത്തിൽ പ്രസാദം കഴിച്ച് പന്ത്രണ്ടുകാരിയടക്കം 15 പേർ മരിക്കാനിടയായ സംഭവം ആസൂത്രിതമാണെന്ന് തെളിഞ്ഞതിൽ ഭക്തിവ്യവസായത്തിന്റെ അത്യാർത്തിയാണ് പ്രതിക്കൂട്ടിലായത്. പ്രസാദത്തിനുള്ള അരിവേവിച്ച വെള്ളത്തിൽ അതിമാരകമായ കീടനാശിനി കലക്കിയതാണെന്ന് ഫോറൻസിക് പരിശോധനാ ഫലത്തിൽ തെളിഞ്ഞിരുന്നു.

പാടങ്ങളിൽ കീട നശീകരണത്തിന് ഉപയോഗിക്കുന്ന ഓർഗനോഫോസ്ഫേറ്റ് വിഭാഗത്തിൽപ്പെട്ട പതിനഞ്ച് കുപ്പി മോണോക്രോടോഫോസാണ് അതിനായി ഉപയോഗിച്ചതും. പ്രസാദം അകത്താക്കിയയുടൻ നൂറു കണക്കിന് കാക്കകളും ചത്തുമലർന്നു. താനാണ് പ്രസാദത്തിൽ വിഷം കലർത്തിയതെന്ന് ക്ഷേത്ര പൂജാരി ദൊഡ്ഡയ്യ പൊലീസിനോട് കുറ്റസമ്മതം നടത്തിയതാണ് വഴിത്തിരിവായത്. ക്ഷേത്ര ട്രസ്റ്റ് തലവൻ ഇമ്മാഡി മഹാദേവ സ്വാമിയുടെ നിർദേശപ്രകാരമായിരുന്നു അത്. ക്ഷേത്ര ഭരണസമിതിയിലെ സാമ്പത്തിക തർക്കങ്ങളാണ് ആ ഹീന സംഭവത്തിനു പിന്നിലെന്നത് യഥാർഥ ഭക്തർക്കിടയിൽ അമ്പരപ്പുണ്ടാക്കിയിരിക്കയാണ്. ക്ഷേത്രത്തിൽ പുതിയ ഗോപുരം പണിയാൻ സ്വാമി തമിഴ്നാട്ടിലെ ശിൽപ്പികൾക്ക് ഒന്നരക്കോടി രൂപയുടെ ടെണ്ടർ നൽകുകയുണ്ടായി. അതിൽ അഴിമതിയുണ്ടെന്ന് കണ്ടെത്തിയതിനെ തുടർന്ന് ട്രസ്റ്റ് 75 ലക്ഷത്തിന് മറ്റൊരു ടെണ്ടർ സ്വീകരിച്ചു. ഇത് അദ്ദേഹത്തെ പ്രകോപിപ്പിച്ചു. പൂജാരിയെക്കൂടാതെ മഹദേശ്വര ഹില്ലിലെ സാലൂർ മഠം സന്യാസി ഇമ്മാഡി മഹാദേവസ്വാമി, ക്ഷേത്ര മാനേജർ മാതേഷ്, ഭാര്യ അംബിക എന്നിവരും പിടിയിലായി. ക്ഷേത്ര പാചകക്കാരെ പറഞ്ഞുവിട്ട ശേഷമായിരുന്നു വിഷം കലർത്തൽ. കുറ്റകൃത്യം നടത്തുന്നതിന് ഇമ്മാഡി, ദൊഡ്ഡയ്യയെ വാടകയ്ക്കെടുക്കുകയായിരുന്നു. ട്രസ്റ്റിലെ എതിർപക്ഷത്തെ അപകീർത്തിപ്പെടുത്താനായിരുന്നു മനുഷ്യവിരുദ്ധമായ ആ ഗൂഢാലോചന. വൻ വരുമാനവും ആസ്തിയുമുള്ള ആരാധനാലയമാണ് മാരമ്മ ക്ഷേത്രം. ഭക്ഷ്യവിഷബാധയുണ്ടായ ദിവസത്തെ തറക്കല്ലിടൽ ചടങ്ങിൽ വേദബ്രഹ്മ ഗുരുസ്വാമിയുടെ സാന്നിധ്യവുമുണ്ടായിരുന്നു. ഇത്തരം പതനങ്ങളും തിരിച്ചുപോക്കുകളും നിരുത്തരവാദവും വാർത്തകളിലെ വർഗീയ ചേരുവകളും കുൽദീപ് നയ്യാരെപ്പോലുള്ള തലമുതിർന്ന മാധ്യമ പ്രവർത്തകർ എപ്പോഴും അടിവരയിടാറുണ്ടായിരുന്നു. "നമ്മുടെ പവിത്രസങ്കൽപങ്ങളായ മതേതരത്വത്തിനും ജനാധിപത്യത്തിനും ദേശീയോദ്ഗ്രഥനത്തിനും ഭീഷണിയുയർത്തുന്ന വർഗീയശക്തികൾക്കെതിരായ പോരാട്ടമാവണം പത്രങ്ങളുടെ പരമപ്രധാന ഉത്തരവാദിത്തം. വർഗീയയുടെ അതിഭീകരമുഖം മീറത്തിൽ ഞാൻ നേരിട്ടനുഭവിച്ച് നടുങ്ങിയതാണ്. വ്യത്യസ്ത സമുദായങ്ങൾ പരസ്പരം ശത്രുരാജ്യങ്ങളെ ആക്രമിക്കുന്ന പരാക്രമവീര്യത്തോടെ തമ്മിൽ തമ്മിൽ കടിച്ചുകീറി കൊല്ലുന്നു. വിഭജനാനന്തരം നടമാടിയ അതിഭീകര സംഭവങ്ങൾ വീണ്ടും ആവർത്തിക്കപ്പെടുന്നതുപോലെയാണ് സംഭവങ്ങളുടെ പോക്ക്. ഈയൊരു ദശാസന്ധിയിൽ മാധ്യമധർമത്തിന്റെ മൂല്യം മുറുകെപിടിക്കുന്ന പത്രപ്രവർത്തകരുടെ ബാധ്യത എത്രയും മഹത്തരമാണെ"ന്നായിരുന്നു അദ്ദേഹത്തിന്റെ അവസാനകാലത്തെ അഭിപ്രായങ്ങളിലൊന്ന്.

ശബരിമല തീർഥാടനത്തിന് വിലക്കുകൾ തീർത്തെന്ന വ്യാജപ്രചാരം ഉയർത്തി, ഒരു ആത്മഹത്യ മുൻനിർത്തി വിലപേശുകയാണ് കേരളത്തിലെ വലതുപക്ഷവും കച്ചവട ആത്മീയതയും വാണിജ്യ മതങ്ങളും. അതിന് സംഘപരിവാര നിഘണ്ടുവിലെ പദാവലികൾ ആനയിക്കുകയുമാണ്. 2018 നവംബർ ഒന്നിന് മരിച്ചതായി കണ്ടെത്തിയ

പന്തളം മുളമ്പുഴയിലെ ശിവദാസിന് പിറകെ പുതിയ 'ബലിദാനി'യായി സ്ഥാനക്കയറ്റം കിട്ടിയിരിക്കുന്നു ഡിസംബർ 13ന് തീകൊളുത്തി മരിച്ച തിരുവനന്തപുരം മുട്ടട സ്വദേശി വേണുഗോപാലൻ നായർക്കും. തീർത്തും വ്യക്തിപരമായ കാരണങ്ങളാലോ മനോവിഭ്രാന്തിയോടടുത്ത പ്രതിസന്ധിയാലോ അമിത മദ്യപാനം തീർത്ത അസ്ഥിരതയാലോ ആത്മഹത്യ ചെയ്തയാളിന്റെ അന്ത്യമൊഴി വെളിവാകുംമുമ്പേ സ്വാമി ഭക്തനാണെന്ന തീർപ്പ് വന്നു. താങ്ങാനാവാത്ത ക്ലേശങ്ങളാൽ ജീവിതത്തിൽനിന്ന് ഒളിച്ചോടിയ എല്ലാവരെയും അയ്യപ്പശിഷ്യരാക്കി മരണാനന്തര ഹർത്താലുകൾക്ക് ഇനിയും ആഹ്വാനം ചെയ്യുമായിരിക്കാം. മതവികാര (മതവിചാരമല്ല) ത്താലും ഭക്തിമൂർച്ഛയാലും ഭ്രാന്തിലേക്കുള്ള ദൂരം കുറഞ്ഞ ക്രിമിനൽ മനസ്സുള്ളവർക്ക് അതൊരു സുവർണാവസരമാകും. വേണുഗോപാൻ നായരോട് പിഎസ് ശ്രീധരൻ പിള്ളയും മറ്റും ബോധ്യപ്പെടുത്തിയിരിക്കുക ശരീരം മണ്ണെണ്ണയിൽ കുതിർത്ത് തീ കൊളുത്തി തങ്ങളുടെ സമരപ്പന്തലിലേക്ക് ചാടിക്കയറുക, തീക്കെടുത്തി രക്ഷിക്കാം എന്നായിരിക്കും. ആ വാഗ്ദാനം പാലിക്കപ്പെട്ടില്ല. പൊലീസ് ഊർജസ്വലമാകുംവരെ അദ്ദേഹം മെല്ലെമെല്ലെ വെന്തുരുകുകയായിരുന്നു. ശവതീനികളുടെ നികൃഷ്ട ചെയ്തികളാണ് തലസ്ഥാന നഗരി പിന്നീട് കണ്ടത്. ആത്മഹത്യ തികച്ചും വൈയക്തികമായ കാര്യമായി രാജ്യത്തെ പരമോന്നത നീതിപീഠം തന്നെ നിരീക്ഷിച്ചിട്ടുള്ളതാണ്. അപ്പോഴും അതിനെയൊരു പ്രക്ഷോഭ രീതിയായി വിലയിരുത്തി ആർക്കെങ്കിലും പ്രേരണനൽകുന്നത് ക്രിമിനൽകുറ്റവും. വേണുഗോപാലൻ നായരുടെ ദാരുണാന്ത്യം ആ ഗണത്തിൽ പെട്ടതാണെങ്കിൽ ബിജെപി നേതാക്കളാണ് പ്രതികൾ.

കമ്യൂണിസ്റ്റുകാർക്കും ജൂതന്മാർക്കുമെതിരെ ഹിറ്റ്ലർ തുറന്നുപിടിച്ച അതിക്രമ പരമ്പരകൾക്ക് ജോസഫ് ഗീബൽസിന്റെ നുണകൾ മിതഭാഷ്യം ചമയ്ക്കുകയായിരുന്നല്ലോ. ചില ഘട്ടങ്ങളിൽ അവ അന്ധമായ ന്യായീകരണങ്ങൾ തന്നെയായി. അതിൽ പ്രധാനം റീഷ്താഗി (ജർമൻ പാർലമെന്റ് മന്ദിരം) ന് തീയിട്ട സംഭവമായിരുന്നു. അധികാരം പിടിച്ചടക്കിയതിന് ന്യായീകരണം തേടാനും അടിച്ചമർത്തലിലൂടെ അത് ഉറപ്പിക്കാനും ഹിറ്റ്ലർ കണ്ടെത്തിയ വഴിയായിരുന്നു അത്. 1933 ഫെബ്രുവരി 27 നായിരുന്നു നുണക്കഥകൾ ഏറെ കെട്ടിപ്പൊക്കിയ തീയിടൽ. ന്യൂറംബർഗ് വിചാരണയിൽ നാസി കൊട്ടുംകുറ്റവാളികൾ തുറന്ന് വെളിപ്പെടുത്തുംവരെ റീഷ്താഗ് പ്രശ്നം കമ്യൂണിസ്റ്റ് സൃഷ്ടിയായി പരിചരിക്കപ്പെട്ടു. പട്ടിക തയ്യാറാക്കിയായിരുന്നു പാർലമെന്റ് അഗ്നിക്കിരയാക്കിയത്. ഫാർ ഡെയർ ലുബ്ബേ എന്ന പോളണ്ടുകാരനെ കരുവാക്കി കമ്യൂണിസ്റ്റുകാർ ചെയ്തതെന്ന നുണ ഗീബൽസും ചങ്ങാതിക്കൂട്ടങ്ങളും വ്യാപകമായി പ്രചരിപ്പിച്ചു. വാസ്തവം വകവയ്ക്കാതെ നിരവധി കള്ളത്തരങ്ങൾ അടിച്ചുവിട്ടു. ദേശരക്ഷ അപകടത്തിലാണെന്ന് ഔദ്യോഗിക പ്രഖ്യാപനവുമുണ്ടായി. വ്യക്തിസ്വാതന്ത്ര്യത്തിനുമേൽ അതിശക്തമായ കടിഞ്ഞാൺ വീണു. അറസ്റ്റുകളും ഭീഷണികളും നിയന്ത്രണങ്ങളും

കണ്ടുകെട്ടലുകളും കൊടുങ്കാറ്റുപോലെ വീശിയടിച്ചു. അങ്ങനെയാണ് ഫെബ്രുവരി 28 നുതന്നെ അടിയന്തരാവസ്ഥാ പ്രഖ്യാപനമുണ്ടായതും.

മരണത്തിനു പിന്നിലെ ദുരൂഹതകൾ

"എനിക്കു സമൂഹത്തോടു വെറുപ്പാണ്. ജനങ്ങൾ ചെയ്തു കൂട്ടുന്നതു കാരണമാണു വെറുപ്പ്. ഞാൻ സ്വയം പെട്രോൾ ഒഴിച്ചു കത്തിച്ചു. എന്നെ ശല്യപ്പെടുത്തരുത്. എനിക്കിനി ഒന്നും പറയാനില്ല" എന്നാണ് വേണു ഗോപാലൻ നായർ മജിസ്ട്രേട്ടിനു നൽകിയ മരണമൊഴിയിൽ വ്യക്തമാക്കിയത്.ശബരിമല ക്ഷേത്രവുമായി ബന്ധപ്പെട്ട ഒന്നും അതിലില്ല. ആരും പ്രേരിപ്പിച്ചിട്ടല്ല ആ കൃത്യത്തിന് മുതിർന്നതെന്നും ആർക്കെതിരെയും പരാതി ഇല്ലെന്നും ചോദ്യങ്ങൾക്ക് മറുപടി നൽകി. തന്റെയും പിതാവിന്റെയും പേരും വീട്ടുവിലാസവും മജിസ്ട്രേട്ടിനോടു വെളിപ്പെടുത്തിയ അദ്ദേഹം സംസാരിക്കാൻ ബുദ്ധിമുട്ടാണെന്നും പറഞ്ഞു. മരണവിവരം പുറത്തുവന്ന് മിനിറ്റുകൾക്കകം, 'ആത്മാഹുതി'യായി പ്രചരിപ്പിച്ചുള്ള ഹർത്താൽ ആഹ്വാനത്തിന് ബിജെപി തയ്യാറായത് നിസ്സാരമല്ല. അത് ഗൗരവതരങ്ങളായ വമ്പൻ സംശയങ്ങൾക്ക് ഇടയാക്കിയിരിക്കുന്നു. സ്റ്റാച്യു ജംങ്ഷനിലെ ക്യാപിറ്റൽ ടവേഴ്സിൽനിന്ന് എതിർവശത്തുള്ള സമരപ്പന്തലിലേക്ക് വേണുഗോപാലൻ നായർ ഓടിയടുക്കുന്ന സിസിറ്റിവി ദൃശ്യം പൊലീസിന്റെ പക്കലുണ്ട്. അദ്ദേഹം അവിടേക്ക് എത്തിയതെപ്പോൾ. പുലർച്ചെ ഒന്നരയ്ക്ക് എവിടെനിന്ന് പെട്രോൾ ലഭിച്ചു. അതോ കൈയിൽ കരുതിയിരുന്നോ. എങ്കിൽ എവിടെനിന്ന് കിട്ടി. ഒപ്പം മറ്റാരെങ്കിലും ഉണ്ടായോ. സന്ധ്യമയങ്ങിയാൽ ഏറെക്കുറെ ആളൊഴിയുന്ന ടവേഴ്സിൽ എന്തിനെത്തി. തുടങ്ങിയ ചോദ്യങ്ങൾക്ക് ഉത്തരം തേടേണ്ടതുണ്ട്. ഡോക്ടർമാരുടെ സാന്നിധ്യത്തിൽ മജിസ്ട്രേറ്റിനു നൽകിയ അന്ത്യമൊഴിയിൽ മരണകാരണം, കുടുംബഛിദ്രമാണെന്നാണ് വേണുഗോപാലൻ നായർ പറഞ്ഞത്. വിഷാദവും ജീവിതനൈരാശ്യവുമാണ് മരണത്തിന് ഹേതുവെന്ന് ആ മൊഴി വ്യക്തമാക്കുന്നു. അമ്മയും സഹോദരരും നൽകിയ വിവരപ്രകാരം അദ്ദേഹം രണ്ടു തവണ വിവാഹിതനായെന്നും ദീർഘകാലമായി വിഷാദരോഗിയും മദ്യാസക്തനുമായിരുന്നുവെന്നും പറയുന്നു. സംഭവദിവസം വീട്ടിൽനിന്നിറങ്ങുമ്പോഴും അമിതമായി മദ്യപിച്ചിരുന്നുവെന്നും വെളിപ്പെടുത്തിയിട്ടുണ്ട്. ആ മൊഴികളനുസരിച്ച് വേണുഗോപാലൻ നായർ എങ്ങനെ സമരപ്പന്തലിനടുത്ത ടവേഴ്സിൽ എത്തി. ലക്കുകെട്ട ഒരാൾക്ക് എവിടെനിന്ന്, ആരിൽനിന്ന് പെട്രോൾ ലഭിച്ചു തുടങ്ങിയ നിരവധി ചോദ്യങ്ങൾ പ്രസക്തമാണ്.

ബിജെപി മുഖപത്രമായ 'ജന്മഭൂമി' വാർത്ത ശ്രദ്ധിക്കാം: മാർക്സിസ്റ്റ് കുടുംബാംഗമായ വേണു തികഞ്ഞ അയ്യപ്പഭക്തനാണ്. അയ്യപ്പന്റെ അടുത്തേക്ക് പോകുന്നുവെന്ന് അമ്മയോട് പറഞ്ഞ് വീട്ടിൽനിന്നിറങ്ങി പുലർച്ചെ രണ്ടോടെ സെക്രട്ടറിയേറ്റിന് മുന്നിലെത്തി ദേഹത്ത് പെട്രോൾ ഒഴിച്ച് തീ കൊളുത്തുകയായിരുന്നു. ശരണം വിളിച്ചുകൊണ്ടാണ് ഇയാൾ ഓടിയെത്തിയതെന്നും പൊള്ളലേറ്റ് പിടയുമ്പോഴും അയ്യപ്പന് വേണ്ടി എനിക്ക് ഇത്രയേ ചെയ്യാൻ സാധിക്കൂവെന്നും വേണുഗോപാലൻ

നായർ വെളിപ്പെടുത്തിയതായി നിരാഹാര പന്തലിൽ ഉണ്ടായിരുന്നവർ പറഞ്ഞു. ഓട്ടോ ഡ്രൈവറും പ്ലംബറുമാണ് വേണുഗോപാലൻ നായർ. മുൻ വർഷങ്ങളിൽ അരവണ പാക്കിങ്ങിനായി ശബരിമലയിൽ പോയിട്ടുണ്ടെന്ന് നാട്ടുകാർ പറഞ്ഞു. ഇത്തവണ യുവതീ പ്രവേശനത്തിന് സർക്കാർ ശ്രമിക്കുന്നതിനാൽ താൻ ശബരിമലയിൽ പോകുന്നില്ലെന്ന് നാട്ടുകാരോട് ഇദ്ദേഹം പറഞ്ഞിരുന്നു. താൻ അയ്യപ്പനെ കാണാൻ പോകുന്നു എന്നു പറഞ്ഞാണ് വേണുഗോപാലൻ നായർ വീട്ടിൽനിന്നിറങ്ങിയത്. വൈരുധ്യങ്ങൾ നിറഞ്ഞ ഈ വാർത്ത പടച്ചുവിട്ടതാണെന്ന് വ്യക്തം. ബിജെപി സമരപ്പന്തലിലാണോ അയ്യപ്പൻ? തുടങ്ങി പ്രസക്തങ്ങളായ കുറേ ചോദ്യങ്ങൾ ഉയർത്തുന്നതാണ് ജന്മഭൂമി വ്യാഖ്യാനം.

നവോത്ഥാനത്തിന്റെ തുടർച്ചയിൽ ഊന്നി 2019 ജനവരി ഒന്നിന് പുരോഗമന ശക്തികൾ ആഹ്വാനംചെയ്ത വനിതാ മതിലിനു നേരെ പ്രാകൃതമായ അസഹിഷ്ണുത പുലർത്തുന്നവർ കാട്ടിക്കൂട്ടുന്ന കോപ്രായങ്ങൾ എന്തൊക്കെയാണ്? മഞ്ചേശ്വരം മുതൽ പാറശാലവരെ ഡിസംബർ 26ന് അയ്യപ്പജ്യോതി തെളിച്ച് ഭക്തലക്ഷങ്ങൾ അണിനിരത്താൻ ഹിന്ദു നേതൃസമ്മേളനം കൈക്കൊണ്ട തീരുമാനം എന്താണ് തെളിയിച്ചത്. വൈകിട്ട് അഞ്ചിന് എല്ലാ ജങ്ഷനുകളിലും വിശിഷ്ട വ്യക്തികൾ ഉദ്ഘാടനം ചെയ്യും. ആറിന് എള്ള് തിരി തെളിയും. എല്ലാ സെന്ററുകളും ദീപാലംകൃതമാവണം. കർപ്പൂരാഴി, കുരുത്തോല, ഭജന എല്ലാം കൊണ്ട് കേരളം അന്ന് അയ്യപ്പ ഭക്തിയിൽ ആറാടണം. ഇഴമുറിയാതെ താലത്തിൽ ചിരാതുവച്ച് തിരി തെളിച്ച് കുടുംബത്തിലെ എല്ലാവരും ആബാലവൃദ്ധം അണിനിരക്കുകയും വേണം. ശരണഘോഷത്താൽ കേരളം ഭക്തി സാന്ദ്രമാകണം. ചുരുങ്ങിയത് 10 ലക്ഷം പേർ അണിനിരത്താനാണ് തീരുമാനം. ഇനി എല്ലാം മറന്ന് കേരളത്തെ അയ്യപ്പജ്യോതിയിൽ വെളിച്ചത്തിലേക്ക് കൊണ്ടുവരാൻ നമുക്കിറങ്ങാം. സംസ്ഥാനം ഇന്നുവരെ കാണാത്ത ആചാര, ധർമ സംരക്ഷണ യജ്ഞമാവുമത്രെ അത്. ആ നിയോഗം നമുക്കാണെന്ന പ്രഖ്യാപനത്തോടെയാണ് ഹിന്ദു നേതൃസമ്മേളനം സമാപിച്ചതും.

നവമാധ്യമ കർസേവകരുടെ കള്ളപ്രചാരണം

ശബരിമലയുടെ പേരിലുള്ള ആറെണ്ണമടക്കം 2018ൽ ബിജെപി 26 ഹർത്താലുകൾക്കാണ് ആഹ്വാനം നൽകിയത്. മൂന്നെണ്ണം വൃശ്ചിക മാസത്തിൽ. തിരുവനന്തപുരം ജില്ലയിൽ നാല് ദിവസത്തിനിടയിൽ രണ്ട് ഹർത്താൽ. അതിനെതിരെ സാധാരണ മനുഷ്യരും വ്യാപാരികളും തൊഴിലാളികളും വിമർശനമുന്നയിച്ചപ്പോൾ, നശീകരണായുധങ്ങൾ കൈവശംവച്ചെന്നാരോപിച്ച് മാസങ്ങൾ വേട്ടയാടി ഒടുവിൽ 2006 ഡിസംബർ 30 ന് ഇറാഖ് പ്രസിഡന്റ് സദ്ദാം ഹുസൈനെ അമേരിക്കൻ സാമ്രാജ്യത്വം തൂക്കിലേറ്റിയപ്പോൾ ഹർത്താൻ നടത്തിയെന്ന ശകാരമാണ് പുറത്തെടുത്തിട്ടത്. പരിഹാസത്തിന്റെ മേമ്പൊടി ചേർത്തതായിരുന്നു ആ അറിവു വിളമ്പൽ. കാര്യത്തിന്റെ ഗൗരവമറിഞ്ഞിട്ടും കാവിപ്പടയുടെ നവമാധ്യമ കർസേവകർ തെറ്റിദ്ധാരണ പരത്തി.. ആ

ദിനങ്ങളിൽ ലോകം മുഴുവൻ സദ്ദാമിന്റെ ജീവനുവേണ്ടി ഉരുകുകയായിരുന്നു. അതിന്റെ ഭാഗമായി കേരളത്തിന്റെ മുക്കിലും മൂലയിലും ജനങ്ങൾ ഇളകി. സദ്ദാമിനെ അമേരിക്ക പിടികൂടിയെന്ന വാർത്ത ശരിയാവല്ലേയെന്ന് കൈകൂപ്പി. ആ നാളുകളിൽ സംസ്ഥാനത്ത് ഒരുപാട് സദ്ദാം സ്ക്വയറുകൾ ഉയർന്നു. കുട്ടികൾക്കും വാഹനങ്ങൾക്കും സ്ഥാപനങ്ങൾക്കും സദ്ദാം എന്ന് പേരിട്ടു. ജാതി-മത-രാഷ്ട്രീയ വിഭജനങ്ങൾക്ക് ഉപരിയായിരുന്നു ആ ഐക്യദാർഢ്യം. സദ്ദാമിന്റെ കഴുത്തിൽ കുരുക്കു മുറുകുന്ന രംഗത്തിന്റെ വീഡിയോകൾ പൊട്ടിക്കരച്ചിലിന്റെ അകമ്പടിയോടെയാണ് ആളുകൾ കണ്ടത്. അമേരിക്കൻ ഹിംസാത്മകതയ്ക്കും കാടത്തത്തിനും ജനാധിപത്യവിരുദ്ധതക്കുമെതിരെ എങ്ങും കടുത്ത രോഷം അണപൊട്ടി. ബലിപ്പെരുന്നാൾ ദിനമായ അന്ന് കേരളം ഒറ്റക്കെട്ടായി വൈകിട്ട് മൂന്ന്മുതൽ ആറുവരെ പ്രതിഷേധിച്ചതും മറക്കാനാവില്ല. ആരുടെയും സമ്മർദമില്ലാതെ എല്ലാ പാർടികളും സംഘടനകളും ഒരുമിച്ച് കൈകോർക്കുകയായിരുന്നു. സദ്ദാമിന്റെ ശേഖരത്തിൽ വിനാശകരങ്ങളായ ആയുധങ്ങൾ ഇല്ലായിരുന്നെന്ന് പതുക്കെ തെളിഞ്ഞു. ഒടുവിൽ സത്യം അമേരിക്കക്കും അംഗീകരിക്കേണ്ടിവന്നു. ആ പശ്ചാത്തലത്തിൽ അന്നത്തെ ഹർത്താൽ നീതീകരിക്കപ്പെടുകയും ചെയ്തു.

സാമ്രാജ്യത്വ വിരുദ്ധ രാഷ്ട്രീയത്തിന്റെ ഉള്ളടക്കത്തിൽ ലോകത്തെ വായിക്കുന്നവർക്കേ അതിന്റെ സാംഗത്യം മനസ്സിലാക്കാനുള്ള പ്രാഥമിക അറിവുണ്ടാകൂ. അതുമാത്രമല്ല, ഇന്ത്യൻ സ്വാതന്ത്ര്യ സമര ഘട്ടത്തിൽ പോലും ത്രികോണയുദ്ധത്തിന്റെ കാഴ്ചപ്പാട് മുന്നോട്ടുവച്ചവർക്ക് അതിനുള്ള ശേഷിയുണ്ടാവില്ലെന്നത് സംശയരഹിതമായ കാര്യമാണ്. ഗാന്ധിജിയെ നാഥൂറാം വിനായക ഗോഡ്സെയും കൂട്ടാളികളും വധിച്ചതിൽ അമിതാഹ്ലാദം പ്രകടിപ്പിച്ച് കേരളത്തിലടക്കം മധുര പലഹാരങ്ങൾ വിതരണംചെയ്തവരാണ് സംഘപരിവാരമെന്നത് പഴയ തലമുറയുടെ ഹൃദയത്തിലെ ആഴത്തിലുള്ള മുറിവുകളിലൊന്നാണ്. അതുപോലെ അമേരിക്കയുടെ വിചാരണ പ്രഹസനങ്ങൾക്കിടെ സദ്ദാം കോടതിയിൽ നൽകിയ മൊഴികൾ സാമ്രാജ്യത്വത്തിനെതിരായ കുറ്റപത്രം കൂടിയായിരുന്നു.

ഹനുമാൻ ദളിതനായിരുന്നെന്ന പ്രഖ്യാപനത്തിനു പിന്നാലെ രാമായണമെഴുതിയ വാത്മീകിയും ദളിതനായിരുന്നുവെന്ന വിവാദ പരാമർശവുമായി ഉത്തർപ്രദേശ് മുഖ്യമന്ത്രി യോഗി ആദിത്യനാഥ് രംഗത്തെത്തിയത് വെറും അജ്ഞതകൊണ്ടാണെന്ന് എഴുതിത്തള്ളാനാവില്ല. അയോധ്യയിലെ സാന്ത് സമാജ് പ്രസംഗത്തിനിടെയാണ് വാത്മീകി ദളിതനായിരുന്നുവെന്ന് അദ്ദേഹം പറഞ്ഞത്. ശ്രീരാമനെ രാമായണത്തിലൂടെ ലോകത്തിനു മുന്നിൽ പരിചയപ്പെടുത്തിയത് വാത്മീകിയാണ്. എന്നാൽ, ആ ഇതിഹാസ കാവ്യത്തിന്റെ കർത്താവ് തൊട്ടുകൂടാത്തവരുടെ സമുദായത്തിലായിരുന്നു. സാന്ത് സമാജിൽ സന്നിഹിതരായ പുരോഹിതരും സന്യാസിവര്യരും ആ പരാമർശത്തെ പ്രതിരോധിക്കുകയുണ്ടായി. രാമക്ഷേത്രത്തിലെ മുഖ്യ ഹനുമാൻ ദളിത് വിഭാഗത്തിൽ നിന്നുള്ളയാളാണെന്നും ഹനുമാൻ വനത്തിനുള്ളിലാണ് താമസിച്ചിരുന്നതെന്നും

കാട്ടാളനാണെന്നും യോഗി പറയുകയുണ്ടായി. ഹനുമാൻ മുസ്ലിമായിരുന്നുവെന്ന പുതിയ വെളിപ്പെടുത്തലുമായി യോഗി ആദിത്യ നാഥിന്റെ സംസ്ഥാനക്കാരനായ ബിജെപി സംസ്ഥാന നിർവാഹക സമിതിയംഗമായ ബുക്കൽ നവാബ് 2018 ഡിസംബർ 20ന് രംഗത്തെത്തിയതും അവഗണിക്കാനാവില്ല. നിരവധി മുസ്ലിം നാമങ്ങൾക്ക് ഹനുമാൻ എന്ന പേരുമായി സാമ്യമുണ്ടെന്നും മുസ്ലിങ്ങൾക്കിടയിൽ റഹ്മാൻ, റംസാൻ, കുർബാൻ, സിഷാൻ, ഇംറാൻ, ഫർക്വാൻ, സുൽത്താൻ, സുലൈമാൻ തുടങ്ങിയ പേരുകൾ ഹനുമാനിൽനിന്ന് ഉരുത്തിരിഞ്ഞ് വന്നതാണെന്നും ഉത്തർപ്രദേശ് ലെജിസ്ലേറ്റീവ് കൗൺസിൽ അംഗം കൂടിയായ ബുക്കൽ പറഞ്ഞു. ഹനുമാൻ ഈ ലോകത്തിന് മുഴുവൻ അവകാശപ്പെട്ടതാണ്. എല്ലാ മതങ്ങളും വിഭാഗങ്ങളും ജാതികളും ഹനുമാനെ ഇഷ്ടപ്പെടുന്നു. എന്നാൽ എന്റെ വിശ്വാസ പ്രകാരം ഹനുമാൻ ഒരു മുസ്ലീമാണെന്നായിരുന്നു അവകാശവാദം. അയോധ്യയിലെ രാമക്ഷേത്ര നിർമാണത്തിന് 15 കോടി രൂപ സംഭാവന നൽകുമെന്നും പറയുകയുണ്ടായി. 2017 മാർച്ചിനുശേഷം ഇന്ത്യയിൽ പശുവിന്റെ മഹത്വം ഉയർത്തിപ്പിടിച്ചുണ്ടായ കലാപങ്ങളിൽ 69 ശതമാനവും അദ്ദേഹം മുഖ്യമന്ത്രിയായ ഉത്തർപ്രദേശിലാണ്. ബുലന്ദ്ഷഹറിൽ പൊലീസ് ഇൻസ്പെക്ടർ സുബോധ്കുമാർ സിങ്ങിനെ കാവിപ്പട കൊലപ്പെടുത്തിയതുൾപ്പെടെ 11 ആക്രമണങ്ങളാണ് ഈ കാലയളവിൽ നടന്നത്. പശു പ്രശ്നത്തിൽ രാജ്യത്ത് 2010 മുതൽ 97 അക്രമസംഭവങ്ങൾ റിപ്പോർട്ടുചെയ്തതിൽ 98 ശതമാനവും നരേന്ദ്ര മോഡി കേന്ദ്രത്തിൽ അധികാരത്തിലെത്തിയ 2014നുശേഷവും. 2018ൽ പശുവിന്റെപേരിൽ കൊല്ലപ്പെട്ടതിൽ 40 ശതമാനവും യുപിയിലാണ്. ഇവിടെയാണ് സമകാലിക ഇന്ത്യയിൽ തന്റെ മക്കളെകുറിച്ചോർത്ത് അതിയായ ഭയമുണ്ടെന്ന് വിഖ്യാത ചലച്ചിത്ര പ്രതിഭയും അഭിനേതാവുമായ നസ്റുദ്ദീൻ ഷാ പ്രതികരിച്ചത് ഞെട്ടലുളവാക്കുന്നത്. മതത്തിന്റെ പേരിൽ അവർ ആക്രമിക്കപ്പെടുമെന്ന് ഭീതിയുണ്ടെന്നും 2018 ഡിസംബർ 21ന് ഡിബിഎൻ ന്യൂസ് ചാനലുമായുള്ള അഭിമുഖത്തിൽ പറഞ്ഞു. മതവിശ്വാസമില്ലാതെയാണ് മക്കളെ വളർത്തിയത്. അക്രമാസക്തരായ ഒരുപറ്റം അവരെ വളഞ്ഞ് ഹിന്ദുവാണോ മുസ്ലീമാണോയെന്ന് തിരക്കുമെന്ന് ഭയപ്പെടുന്നു. എന്റെ കുട്ടികൾക്ക് ഒരു മറുപടിയും ഉണ്ടാകില്ല, കാരണം അവരെ മത വിശ്വാസങ്ങൾ പഠിപ്പിച്ചിട്ടില്ല. സമൂഹത്തിലാകെ വിഷം പടർന്നു പിടിച്ചിരിക്കുകയാണ്. ഈ ഭൂതത്തെ കുടത്തിലാക്കാൻ ഏറെ പാടാണ്. നിയമം കൈയിലെടുക്കുന്നവർക്ക് തങ്ങൾ ശിക്ഷിക്കപ്പെടില്ലെന്നുള്ള അപാര ധൈര്യമാണ്. പൊലീസ് ഉദ്യോഗസ്ഥൻ കൊല്ലപ്പെടുന്നതിനെക്കാൾ പ്രാധാന്യം പശുവിനാണെന്ന് നമ്മൾ കണ്ടു.(ബുലന്ദ്ഷഹർ കലാപത്തെ കുറിച്ചായിരുന്നു ആ പരാമർശം) നല്ലതിനും ചീത്തക്കും മതത്തിൽ ഒന്നും ചെയ്യാനില്ലെന്നും ഷാ പറഞ്ഞു. ഈ അവസ്ഥയിൽ തനിക്ക് ദേഷ്യമുണ്ട്. ശരിയായി ചിന്തിക്കുന്ന എല്ലാവർക്കും ദേഷ്യവും പേടിയും ഉണ്ടായിരിക്കുമെന്നും അദ്ദേഹം വിശദീകരിച്ചു.

അർച്ചന ചിത്നിസിന്റെ ഭീഷണി

ശബരിമല സമരം സന്നിധാനത്തിൽനിന്ന് സെക്രട്ടറിയറ്റിന് നടയിലേക്ക് മാറ്റിയതിൽ ബിജെപിക്കുള്ളിൽ കാര്യമായ ഭിന്നതയുണ്ടായിരുന്നു. ആദ്യം 15 ദിവസം നിരാഹാരമെന്നാണ് ശ്രീധരൻപിള്ള പ്രഖ്യാപിച്ചത്. അതിന് തീവ്രത പോരെന്ന വിമർശനമുയർന്നപ്പോഴാണ് അനിശ്ചിതകാല നിരാഹാരമാക്കി മാറ്റിയത്. എ എൻ രാധാകൃഷ്ണനു ശേഷം കിടക്കാൻ മറ്റു നേതാക്കൾ തയ്യാറായില്ല.അങ്ങനെ ഉടലെടുത്ത അതീവ ഗുരുതര പ്രതിസന്ധിയിൽനിന്ന് കരകയറ്റാനാണ് സി കെ പത്മനാഭൻ രംഗത്തെത്തിയതും. ദിവസങ്ങൾ പിന്നിടുന്തോറും സമരം കൂടുതൽ ദുർബലമാകുകയും ഉണച്ച മാധ്യമങ്ങൾ പഴയ ആവേശം കാണിക്കാതിരിക്കുകയും ചെയ്തതോടെ എന്തെങ്കിലും നാടകീയത അനിവാര്യമായി. രൂക്ഷമായ അഭിപ്രായവ്യത്യാസങ്ങൾ കാരണം ഒരു രഹസ്യവും കാക്കാനാവാത്ത സ്ഥിതിയാണ് ബിജെപിക്കുള്ളിൽ. ഒരു വിഭാഗത്തിന്റെ നീക്കങ്ങൾ മറുഭാഗം തകർക്കും. അവിശ്വാസം അടിമുടി നടമാടുന്ന പാർടിയിൽ വഴിത്തിരിവുണ്ടാക്കാൻ ബോധപൂർവം ആസൂത്രണം ചെയ്തതാവാം വേണുഗോപാലൻ നായരുടെ മരണം. അയ്യപ്പനിലും രാമനിലുമുള്ള വിശ്വാസവും ഭക്തിയുമൊന്നുമല്ല പേക്കൂത്തുകൾക്കും അതിക്രസന്നാഹങ്ങൾക്കും അടിസ്ഥാനം. മത രാഷ്ട്രവാദത്തിന് ഇന്ധനമാകുന്ന അവസരങ്ങൾ തേടുകയും സൃഷ്ടിക്കുകയുമാണ് കാവിപ്പടയുടെ ശീലം. ഒന്നും ഏശാതായപ്പോൾ മുഖ്യമന്ത്രി പിണറായി വിജയനും സിപിഐ എം സംസ്ഥാന ആസ്ഥാനമായ എകെജി സെന്ററിനും നേരെ ഭീഷണി നിറഞ്ഞ വിടുവായത്തങ്ങൾ എഴുന്നള്ളിച്ചു. അതിൽ മുന്നിൽ ജീവിച്ചിരിക്കുന്ന 'ബലിദാനി' എ എൻ രാധാകൃഷ്ണനും. തോൽവിയുടെ വേളകളിൽ ഫാസിസ്റ്റ് ശക്തികൾ ഭീഷണികളുടെ കവചമെടുത്തണിയാറുണ്ടെന്നത് കൃത്യമായ വസ്തുതയാണ്.

2018 ഡിസംബറിലെ നിയമസഭാ തെരഞ്ഞെടുപ്പിൽ മധ്യപ്രദേശിലെ കനത്തതും അപമാനകരവുമായ തോൽവിയുടെ ഭാരം താങ്ങാനാവാതെ പല ബിജെപി നേതാക്കൾക്കും സമനില തെറ്റിയിരുന്നു. ചിലർ പ്രകോപനപരങ്ങളായ പ്രസ്താവങ്ങൾ എടുത്തു ചുഴറ്റി. മറ്റു ചിലർ വോട്ടർമാരെ ഭീഷണിപ്പെടുത്തുകയായിരുന്നു. അതിൽ ശിവരാജ് സിങ് ചൗഹാൻ മന്ത്രിസഭയിൽ വനിതാ ശിശുക്ഷേമ മന്ത്രിയായിരുന്ന അർച്ചന ചിത്നിസിന്റെ സ്വരം കടുപ്പത്തിലുള്ളതുമായി. ബർഹാൻപൂർ മണ്ഡലത്തിൽ സ്വതന്ത്ര സ്ഥാനാർത്ഥി താക്കർ സുരേന്ദ്ര സിങ്ങിനോട് 5120 വോട്ടിനാണ് അർച്ചന തോൽവി രുചിച്ചത്. 2013ൽ പതിനായിരത്തിലധികം ഭൂരിപക്ഷത്തിനായിരുന്നു അർച്ചനയുടെ ജയം. തനിക്ക് വോട്ടു ചെയ്യാത്തവരെയെല്ലാം കരയിപ്പിക്കുമെന്നായിരുന്നു മണ്ഡലത്തിൽ വിളിച്ചു ചേർത്ത പൊതുപരിപാടിയിൽ അവരുടെ കൊലവിളി. തനിക്ക് വോട്ടു ചെയ്യാത്തവർ നിശ്ചയമായും അനുഭവിക്കും; അവരെല്ലാം പശ്ചാത്തപിക്കേണ്ടി വരും. അത്തരക്കാരെ കരയിച്ചിരിക്കും. എന്നാൽ വോട്ടു ചെയ്തവരുടെ തല താഴാൻ അനുവദിക്കുകയുമില്ല. ബോധപൂർവമോ

പരപ്രേരണയാലോ സ്വന്തം ഇഷ്ടപ്രകാരമോ തനിക്ക് വോട്ടു ചെയ്യാതിരുന്നവരെ കരയിപ്പിച്ചില്ലെങ്കിൽ തന്റെ പേര് അർച്ചന ചിത്നിസ് എന്നായിരിക്കില്ല- ഇങ്ങനെയായിരുന്നു ആ കത്തിക്കയറൽ. തുടർച്ചയായി മൂന്നുവട്ടം സംസ്ഥാനത്ത് അധികാരത്തിലിരുന്ന ബിജെപി ഇക്കുറി 109 സീറ്റിലേക്ക് ഇടിഞ്ഞുവീണിരുന്നു. 230 അംഗ സഭയിൽ 114 സീറ്റ് നേടി കോൺഗ്രസ് ഏറ്റവും വലിയ ഒറ്റകക്ഷിയായി ഭരണം നേടി. മത്സരിച്ച 20 ബിജെപി മന്ത്രിമാരിൽ പ്രമുഖരടക്കം 13 പേർ നിലം തൊട്ടില്ല. കുടുംബാധിപത്യത്തിന്റെ പേരിൽ കോൺഗ്രസിനെ വിമർശിക്കുന്ന ബിജെപി മധ്യപ്രദേശിൽ 40 ബന്ധു സ്ഥാനാർഥികളെ അണിനിരത്തിയത് മറ്റൊരു കഥ. ഭാര്യമാരും ആൺ-പെൺ മക്കളുമുൾപ്പെടുന്നതായിരുന്നു പട്ടിക. 33 വർഷമായി മധ്യപ്രദേശ് നിയമസഭയിൽ ഒരൊറ്റ മുസ്ലിം എംഎൽഎ മാത്രമായിരുന്നത് എന്തുകൊണ്ടാണെന്ന ആലോചന പോലും കോൺഗ്രസ് നടത്തിയില്ലെന്നത് ഭയാനകമാണ്. ഇത്രയും വലിയ വിടവിനു ശേഷം 2018ൽ രണ്ടു പേർ ജയിച്ചുകയറിയതാണ് ആശ്വാസം.

ഹിമാചൽ നിയമസഭയിലെ 'പശു' പ്രമേയം

പശുവിനെ 'രാഷ്ട്ര മാത'യായി പ്രഖ്യാപിച്ച് ബിജെപി നേതാവ് ജയ് റാം താക്കൂർ മുഖ്യമന്ത്രിയായ ഹിമാചൽപ്രദേശ് നിയമസഭ 2018 ഡിസംബർ പതിമൂന്നിന് പ്രമേയം പാസാക്കിയത് കോൺഗ്രസ് പിന്തുണയോടെയാണെന്നത് ഞെട്ടിപ്പിക്കുന്ന സംഭവമായി. അവിചാരിതവും അസാധാരണവുമായ ഈ ഐക്യത്തിൽ മതനിരപേക്ഷവാദികൾ ഞെട്ടിയിരിക്കയാണ്. ബിജെപിക്ക് ഭൂരിപക്ഷമുള്ള സഭയിൽ പ്രമേയം അവതരിപ്പിച്ചത് കോൺഗ്രസ് നേതാവ് അനിരുദ്ധ് സിങ്ങ്. കസുംപ്റ്റി മണ്ഡലത്തില നിന്നുള്ള എംഎൽഎയാണ് അദ്ദേഹം. പശു രാഷ്ട്രീയ പ്രശ്നമേയല്ല. ഗോക്കൾ ഏതെങ്കിലും ജാതിയെയോ മതത്തെയോ പതിനിധാനം ചെയ്യുന്നതല്ലെന്നും മതധർമങ്ങൾ പിന്തുടരുന്നത് മനുഷ്യത്വം കൂടാൻ സഹായകമാകുമെന്നുമാണ് അനിരുദ്ധ് സിങ്ങ് പ്രസംഗിച്ചത്. ഗോ സംരക്ഷണം വളരെ അനിവാര്യമാണ്. അതിനാൽ നിയമ നിർമാണം നടത്തേണ്ടതുണ്ട്. കറവ വറ്റിയ പശുക്കളെ ആളുകൾ ഉപേക്ഷിക്കുന്നത് ഏറിവരികയാണ്. ആ പ്രവണത തടയാൻ കർക്കശങ്ങളായ നിയമങ്ങൾ വേണമെന്നും കൂട്ടിച്ചേർത്തു. 2015ൽ രാജസ്ഥാനിൽ നിലവിൽവന്ന പോലെ പശു മന്ത്രാലയം ഉടൻ രൂപീകരിക്കണമെന്നും ആവശ്യപ്പെടുകയുണ്ടായി. അതേക്കാൾ അത്ഭുതകരം കീമോതെറാപ്പിയെക്കാൾ കാൻസറിന് അത്യുത്തമം ഗോമൂത്രമാണെന്ന ഗുജറാത്ത് സർവകലാശാലയിൽ നിന്നുള്ള 'അറിവ്' ഉദ്ധരിക്കുകയും ചെയ്തുവെന്നതാണ്. ഈ പ്രഖ്യാപനങ്ങളെ എല്ലാ നിയമസഭാംഗങ്ങളും ഏകകണ്ഠമായി കൈപൊക്കി പാസാക്കുകയായിരുന്നു. പശു 'രാഷ്ട്ര മാത' യാണെന്ന് പ്രഖ്യാപിച്ച പ്രമേയം കേന്ദ്രത്തിനും സമർപ്പിച്ചിട്ടുമുണ്ട്. ഗൗരി എന്ന പ്രാദേശിക ഇനം പശുവിനെ ഉൽപ്പാദിപ്പിക്കാൻ തയ്യാറാവണമെന്നും അനിരുദ്ധ് സിങ്ങ് ആവശ്യപ്പെട്ടു. പശുവിനെ 'രാഷ്ട്ര

മാത'യാക്കി പ്രഖ്യാപിച്ച ആദ്യ സംസ്ഥാനം ഉത്തരാഖണ്ഡാണ്- 2018 സപ്തംബർ 19ന് മൃഗസംരക്ഷണ വകുപ്പ് മന്ത്രി രേഖ ആര്യയായിരുന്നു പ്രമേയം അവതരിപ്പിച്ചത്. ഇപ്പോൾ ഹിമാചലും ആ വഴിയിലെത്തിയിരിക്കുന്നു. 2018 ജൂണിൽ രാജസ്ഥാൻ ഹൈക്കോടതി ജഡ്ജി പശുവിനെ ദേശീയ മൃഗമാക്കണമെന്ന് ആവശ്യപ്പെടുകയുമുണ്ടായി. ഹിമാചലിലെ സിർമൗൽ ജില്ലയിൽ പശു സങ്കേതങ്ങളായ ഗോ സേവാ ആയോഗുകൾ ആരംഭിക്കാൻ ഒന്നരക്കോടിയിലധികം രൂപ അനുവദിച്ചതായി മൃഗസംരക്ഷണ മന്ത്രി വിരേന്ദർ കൻവാർ വെളിപ്പെടുത്തിയിട്ടുമുണ്ട്. സൊളാൻ, കൻഗ്ര ജില്ലകളിലും ഗോശാലകൾ പണിയുമത്രെ. ഇത്തരം പ്രവൃത്തികൾക്കുള്ള ധനസമാഹരണാർഥം മദ്യത്തിന് ഒരു ശതമാനം സെസ് ഏർപ്പെടുത്തുന്നുണ്ട്. അത് എട്ടു കോടിയിലധികം രൂപ വരും. ക്ഷേത്രങ്ങളിൽ സമർപ്പിക്കപ്പെടുന്ന കാണിക്കയിൽ 15 ശതമാനവും ഗോ സംരക്ഷണ ചെലവുകൾക്കായി നീക്കിവയ്ക്കും. യോഗി ആദിത്യനാഥ് ഗൊരഖ്പൂർ എംപിയായിരുന്ന 2015ൽ 'രാഷ്ട്ര മാതാ' പ്രചാരണത്തിന് മുന്നിട്ടിറങ്ങിയിരുന്നു. തെലങ്കാനയിലെ ഏക ബിജെപി എംഎൽഎ രാജസിങ്ങ് ലോധ് ഇതേ ആവശ്യമുയർത്തുകയുണ്ടായി. പശുവിനെ രാഷ്ട്രമാതാവായി പ്രഖ്യാപിക്കണമെന്നാവശ്യപ്പെട്ട് ഹിമാചൽ സഭയിൽ കോൺഗ്രസ്- ബിജെപി അവിശുദ്ധ സംയുക്തം കൊണ്ടുവന്ന പ്രമേയത്തിനെതിരെ കടുത്ത വിമർശനമുയർത്തിയത് സിപിഐ എം മാത്രം. തിയോഗ് മണ്ഡലത്തിൽനിന്നുള്ള നിയമസഭാംഗം രാകേഷ് സിങ്ങാണ് ജനസാമാന്യത്തിന്റെ വികാരം പ്രതിഫലിപ്പിച്ചത്. മാത്രമല്ല, ഇന്ത്യയുടെ ബഹുസ്വരതയെ കുറിച്ചോ, സ്വാതന്ത്ര്യ സമരത്തിന്റെ അന്തഃസത്തയെ പറ്റിയോ ഒരു ബോധ്യവുമില്ലാത്തവരാണ് സഭയിൽ പശുവിനെ രാഷ്ട്രമാതാവാക്കണമെന്ന് ആവശ്യപ്പെട്ട് പ്രമേയം അവതരിപ്പിച്ച കോൺഗ്രസും അതിനെ പിന്താങ്ങിയ ഭരണകക്ഷിയായ ബിജെപിയുമെന്ന് സിപിഐ എം കേന്ദ്രകമ്മിയംഗം കൂടിയായ സിങ്ങ് പറഞ്ഞു.കോൺഗ്രസും ബിജെപിയും പശുക്കൾക്ക് വോട്ടവകാശം പ്രഖ്യാപിക്കുമോ എന്നേ ഇനി കാത്തിരുന്ന് അറിയേണ്ടതുള്ളൂ.

മധ്യപ്രദേശിലെ കോൺഗ്രസ് പ്രകടനപത്രിക

കോൺഗ്രസിന്റെ മൃദുഹിന്ദുത്വ സമീപനങ്ങൾ തുറന്ന് വെളിപ്പെടുത്തുന്നതായി 2018 നവംബർ 28 ലെ മധ്യപ്രദേശ് തെരഞ്ഞെടുപ്പിന് മുമ്പ് ഭോപ്പാലിൽ പുറത്തിറക്കിയ പ്രകടന പത്രിക. ശ്രീരാമന്റെ യാത്രാവഴി ഓർമിപ്പിച്ച് ചിത്രകൂടിൽ നിന്നാരംഭിക്കുന്ന രാം പഥ് ഗമനാണ് അതിലെ ഏറ്റവും പ്രധാന വാഗ്ദാനം. 23000 പഞ്ചായത്തുകളിലും ഗോശാലകൾ. ഗോമൂത്രത്തിന്റെയും ചാണകത്തിന്റെയും വാണിജ്യ വിപുലീകരണം. ആത്മീയ വകുപ്പ്(ആധ്യാത്മിക് വിഭാഗ്) തുടങ്ങിയ ഉറപ്പുകളും ബിജെപിയുടെ പ്രകടന പത്രികയുടെ കാർബൺ പതിപ്പ് തന്നെ. ഇപ്പോൾ മുഖ്യമന്ത്രിയായ കമൽനാഥ്, സംസ്ഥാന പ്രചാരണ വിഭാഗം അധ്യക്ഷൻ ജ്യോതിരാദിത്യ സിന്ധ്യ, മുൻമുഖ്യമന്ത്രി ദിഗ്‌വിജയ് സിങ്ങ് തുടങ്ങിയവർ ചേർന്നാണ് 112 പേജുള്ള 'വചൻ പത്ര്' എന്ന പ്രകടനപത്രിക

പുറത്തിറക്കിയത്. നിരത്തുകളിൽ അലഞ്ഞുനടക്കുമ്പോൾ പരിക്കേൽക്കുന്ന പശുക്കളെ ശുശ്രൂഷിക്കാൻ ചികിത്സാ ക്യാമ്പുകൾ. ചത്തുപോകുന്ന കന്നുകാലികളുടെ 'അന്ത്യകർമ'ത്തിന് പ്രത്യേക മേച്ചിൽ സ്ഥലം തുടങ്ങിയ മൃഗക്ഷേമങ്ങളും അതിൽ ഇടംപിടിച്ചു. പിരിച്ചുവിട്ട സഭയിലെ ഡെപ്യൂട്ടി സ്പീക്കറും മാനിഫെസ്റ്റോ കമ്മിറ്റി അധ്യക്ഷനുമായ രാജേന്ദ്ര സിങ്ങ്, പ്രകട പത്രിക പ്രകാശനത്തിനിടെ മാധ്യമ പ്രവർത്തകരോട് പറഞ്ഞത് ഹിന്ദുരാഷ്ട്രം രൂപമെടുത്ത ആവേശത്തിലായിരുന്നു. തങ്ങൾ അധികാരത്തിലെത്തിയാൽ മാട്ടുകളെ അറുക്കുന്നത് പ്രോത്സാഹിപ്പിക്കില്ലെന്നും പശു തങ്ങളെ സംബന്ധിച്ച് വിശുദ്ധമൃഗമാണെന്നുമായിരുന്നു ആമുഖം. ആത്മീയ വകുപ്പിൽ പ്രധാനമായും കോൺഗ്രസ് ഊന്നുന്നത് സംസ്കൃത വിദ്യാലയങ്ങളാണ്. തപ്തി, മന്ദാകിനി, ഷിപ്ര നദികളെ മാതാവാക്കുമത്രെ. വിശുദ്ധ നദികളുടെ ക്ഷേമത്തിനായി ട്രസ്റ്റീകൾക്ക് രൂപം നൽകും. നർമദ യെ പുണ്യസ്ഥലമാക്കി മാറ്റി തീരങ്ങളിൽ 1100 കോടി രൂപ ചെലവിൽ മത കേന്ദ്രങ്ങൾ ആരംഭിക്കുമെന്നും രാജേന്ദ്ര സിങ്ങ് പ്രഖ്യാപിക്കുകയുണ്ടായി.

തെരഞ്ഞെടുപ്പിന് മുമ്പ് ബിജെപിയെ പകർത്തുകയായിരുന്നെങ്കിൽ ജയിച്ച് മുഖ്യമന്ത്രിയായ ശേഷം കമൽനാഥ് ശിവസേനയുടെ ശിഷ്യത്വം സ്വീകരിക്കുകയായിരുന്നു. കുറച്ചു കാലമായി കെട്ടടങ്ങിയ മണ്ണിന്റെ മക്കൾ വാദം പുനരുജ്ജീവിപ്പിച്ച അദ്ദേഹം മറുനാടൻ തൊഴിലാളികൾക്കെതിരെ ബാൽതാക്കറെയുടെ ആവേശത്തിലായിരുന്നു കടന്നാക്രമണങ്ങൾ നടത്തിയത്. മധ്യപ്രദേശിൽ തൊഴിലെടുക്കുന്ന മറുനാട്ടുകാർ തദ്ദേശീയ യുവാക്കളുടെ ജോലി നഷ്ടപ്പെടുത്തുകയാണെന്നായിരുന്നു 2018 ഡിസംബർ പതിനേഴിന് പുറപ്പെടുവിച്ച പ്രസ്താവത്തിന്റെ തുടക്കം. മധ്യപ്രദേശിലെ വ്യവസായ സ്ഥാപനങ്ങളിൽ പണിയെടുക്കുന്നവരിൽ കൂടുതലും ബിഹാർ, ഉത്തർപ്രദേശ് സംസ്ഥാനക്കാരാണ്. അവരുടെ ഒഴുക്ക് കാരണം സംസ്ഥാനത്തെ യുവാക്കളുടെ തൊഴിൽ സാധ്യതകൾ ഇല്ലാതാവുകയാണെന്നുമാണ് തുടർന്ന് വിശദീകരിച്ചത്. ശിവസേനയെപ്പോലെ മഹാരാഷ്ട്ര നവനിർമാണ സഭയും മണ്ണിന്റെ മക്കൾ വാദത്തിന്റെ അക്രമാസക്ത പ്രചാരകരാണ്. മധ്യപ്രദേശിൽ മുഖ്യമന്ത്രി 'ജോലി' ലഭിച്ച കമൽനാഥ് യഥാർഥത്തിൽ ഉത്തർപ്രദേശിലെ കാൺപൂർ സ്വദേശിയാണെന്നത് വൈരുദ്ധ്യമാണ്. അവിടെനിന്ന് കുടുംബസമേതം കൊൽക്കത്തയിലേക്ക് മാറുകയായിരുന്നു. പിന്നെ മധ്യപ്രദേശിലേക്കും. സംസ്ഥാനത്തെ വ്യവസായ സ്ഥാപനങ്ങളിൽ 70 ശതമാനം മധ്യപ്രദേശുകാരായാലേ സബ്സിഡിയടക്കമുള്ള ആനുകൂല്യങ്ങൾ അനുവദിക്കൂ എന്ന 'സ്വദേശി' നിലപാടും കടുപ്പിക്കുകയുണ്ടായി. ഇന്ത്യയിലെ ഏറ്റവും സമ്പന്നനായ കേന്ദ്രമന്ത്രിമാരിലൊരാളായിരുന്നു കമൽനാഥ്. 1984 ലെ സിഖ് വിരുദ്ധ കലാപ വേളയിൽ രകബ്ഗഞ്ച് ഗുരുദ്വാരക്ക് പുറത്ത് രണ്ട് യുവാക്കളെ കൊലപ്പെടുത്തിയപ്പോൾ അദ്ദേഹം സ്ഥലത്തുണ്ടായതായി പരാതി ഉയർന്നിരുന്നു. എന്നാൽ നാനാവതി കമ്മീഷന് തെളിവ് കണ്ടെത്താനായില്ല.2018 ഒക്ടോബറിൽ നവമാധ്യമങ്ങളിൽ എതിർ പ്രചാരണങ്ങൾ വന്നതിനാൽ ആയിരക്കണത്തിന് മറുനാടൻ തൊഴിലാളികൾ

ഗുജറാത്തിൽനിന്ന് പലായനം ചെയ്യുകയുണ്ടായി. സബർകന്ദ ജില്ലയിൽ ഒരു പതിനാലുകാരി ബലാത്സംഗം ചെയ്യപ്പെട്ടുവെന്നും അതിനു പിന്നിൽ ബിഹാറുകാരനാണെന്നും ആരോപിച്ച് ഗുജറാത്തികൾ കൂട്ടംചേർന്ന് അക്രമങ്ങൾ അഴിച്ചുവിട്ടതിനെ തുടർന്നായിരുന്നു കൂട്ടപ്പലായനം.

മഡേ സ്നാനയും എഡേ സ്നാനയും

ഉഡുപ്പി ശ്രീകൃഷ്ണ ക്ഷേത്രത്തിൽ ആചാരത്തിന്റെ മറവിൽ വർഷങ്ങളായി തുടർന്നുപോന്ന മഡേ സ്നാനയും എഡേ സ്നാനയും നിരോധിച്ചതായി പര്യായ പലിമാർ മഠത്തിലെ സ്വാമി വിദ്യാധീശ തീർഥ അറിയിച്ചത് 2018 ഡിസംബർ പതിനാലിനായിരുന്നു. ബ്രാഹ്മണർ ഭക്ഷണം കഴിച്ച് ഉപേക്ഷിക്കുന്ന ഇലയിൽ കീഴ്ജാതിക്കാർ ഉരുളുന്ന ആചാരമാണ് മഡേ സ്നാന. പ്രസാദം നിവേദിച്ച ഇലയിൽ ഉരുളുന്നതാണ് എഡേ സ്നാന. അത് 'ഉരുൾ സേവ' എന്നും അറിയപ്പെടുന്നു. വ്യക്തികളുടെ അന്തസ് പരിഗണിക്കാത്ത ഈ അനാചാരങ്ങൾക്കെതിരെ സിപിഐ എം തുടർച്ചയായ സമരങ്ങളും ബോധവൽക്കരണവും നടത്തിയിരുന്നു. പൊളിറ്റ് ബ്യൂറോ അംഗം എം എ ബേബിയുടെ നേതൃത്വത്തിൽ കുക്കെ സുബ്രഹ്മണ്യ ക്ഷേത്രത്തിലേക്കും ഉഡുപ്പി ശ്രീകൃഷ്ണക്ഷേത്രത്തിലേക്കും നയിച്ച പ്രക്ഷോഭങ്ങൾ ശ്രദ്ധേയങ്ങളുമായി. പൊലീസ് ലാത്തിച്ചാർജ് നടത്തിയാണ് അന്ന് സമരത്തെ നേരിട്ടത്. ഇതുമായി ബന്ധപ്പെട്ട് ബേബിക്കെതിരെ കേസും നിലവിലുണ്ട്. എന്നാൽ സംഘപരിവാര പ്രചാരകർ വിചിത്രമായ വാദമാണ് ഉന്നയിച്ചതെന്നത് നിസ്സാരമല്ല.ആചരിക്കുന്നവർതന്നെ അത് നിർത്തിയതാണെന്ന വ്യാഖ്യാനം ചിരിക്ക് മാത്രമേ വകനൽകൂ. അത്തരമൊരു വികാരത്തിലേക്ക് അവരത്തെൊൻ നിരന്തര പ്രക്ഷോഭങ്ങളും കോടതി ഇടപെടലുകളും വേണ്ടിവന്നുവെന്നതാണ് സത്യം. ബിജെപി മുഖപത്രമായ 'ജന്മഭൂമി' 2018 ഡിസംബർ 15ന് പ്രസിദ്ധീകരിച്ച വാർത്തയിൽ എച്ചിലില എന്നതിനു പകരം പ്രസാദം നിവേദിച്ച ഇല എന്നാണ് പരാമർശിച്ചിരിക്കുന്നത്. നിർത്തലാക്കിയ ചടങ്ങുകൾ ഭക്തർക്ക് കൂടി ഗുണകരമായ തരത്തിൽ മറ്റൊരു രീതിയിൽ നടത്തുന്നതിനെക്കുറിച്ച് ആലോചിക്കുമെന്ന് മഠാധിപതി സ്വാമി വിദ്യാധീശ തീർഥ പ്രഖ്യാപിച്ചതും ആ പത്രം പ്രാധാന്യത്തോടെ നൽകിയതിൽനിന്ന് കാര്യങ്ങളുടെ പോക്ക് പകൽപോലെ വ്യക്തം.

കോൺഗ്രസും ബിജെപിയും എക്കാലവും മഡെ സ്നാന നിലനിൽക്കണമെന്ന വാശിയിലായിരുന്നു. ആ ദുരാചാരത്തിന്റെ പ്രയോക്താവും കർണാടകയിലെ സംഘപരിവാരത്തിന്റെ ഉന്നതനുമായ ഉഡുപ്പി പേജവാർ മഠാധിപതി വിശ്വേശ്വ തീർഥ വിശ്വഹിന്ദുപരിഷത്തിന്റെ നേതൃത്വത്തിൽ പ്രധാനിയാണെന്നത് മറക്കാനാവില്ല. ഗോസംരക്ഷണ മുദ്രാവാക്യമുയർത്തി കലാപങ്ങൾ ഇളക്കിവിടുന്ന ഹിന്ദു ജാഗരണ വേദികയുടെ രക്ഷാധികാരിയുമാണ്. രാമജന്മ ഭൂമി പ്രസ്ഥാനത്തിന്റെ ദക്ഷിണേന്ത്യയിലെ പ്രധാന സംഘാടകനും. ജാതിയും വർഗീയതയും മുഖമുദ്രയാക്കിയതാണ് അദ്ദേഹത്തിന്റെ പ്രവർത്തനങ്ങൾ. കർണാടക തെരഞ്ഞെടുപ്പ് വേളയിൽ രാഹുൽ ഗാന്ധി സന്ദർശിച്ച മഠം കൂടിയാണത്.

പേജെവർ സ്വാമിയുടെ നിർദ്ദേശപ്രകാരം സുപ്രീം കോടതി വിധിക്കെതിരെ നിരവധി റിവ്യൂ പെറ്റീഷനുകൾ പ്രവഹിച്ചിരുന്നു. സാമൂഹ്യമായ കടുത്ത അവഹേളനങ്ങൾക്കെതിരെ ചലോ ഉന മാതൃകയിൽ ദളിത് സംഘടനകൾ ചലോ ഉഡുപ്പി മാർച്ച് നടത്തിയപ്പോൾ സ്വാമിയുടെ നിർദേശ പ്രകാരം സ്ഥലം 'ശുദ്ധീ'കരിക്കുക പോലുമുണ്ടായി. മർച്ചിൽ പങ്കെടുത്തവർ നഗരത്തെ അശുദ്ധമാക്കിയെന്നാരോപിച്ചായിരുന്നു യുവ ബ്രിഗേഡിന്റെ നേതൃത്വത്തിൽ ആ ചടങ്ങ്. അതിന് പകരം ദളിതർ 'സ്വാഭിമാന നഡിഗെ' എന്ന മറുപടിയും നൽകി. അപ്പോഴും ദളിത് പ്രേമം വിളമ്പുകയായിരുന്നു സ്വാമി. അതൊരു അധരവ്യായാമം മാത്രമാണെന്ന് പലവട്ടം തെളിയിക്കപ്പെട്ടു. ദളിത് കോളനികളിൽ വൈദ്യുതിയോ കുട്ടികൾക്ക് വിദ്യാഭ്യാസമോ നൽകാൻ അദ്ദേഹം ഒരിക്കലും തയ്യാറായില്ല. അവരെ ഹിന്ദുത്വത്തിന്റെ ഭ്രമണപഥത്തിൽ നിർത്തുക മാത്രമായിരുന്നു കൗശലങ്ങളുടെ ലക്ഷ്യം. 2017 നവംബറിൽ ഉഡുപ്പിയിൽ ചേർന്ന ധർമ സൻസദിൽ പിന്നോക്ക സംവരണത്തിനെതിരെ സ്വാമി സംസാരിക്കുകയുണ്ടായി. മുന്നോക്ക വിഭാഗങ്ങൾക്കും ആനുകൂല്യങ്ങൾ അനുവദിക്കണമെന്നായിരുന്നു വാദം. അയോധ്യയിലെ രാമക്ഷേത്ര നിർമാണത്തിനായി പാർലമെന്റ് നിയമനിർമാണം നടത്തണമെന്നും ആവശ്യപ്പെട്ടു. അല്ലെങ്കിൽ കേന്ദ്രസർക്കാർ ഓർഡിനൻസ് ഇറക്കണം. 1992ൽ ബാബറി മസ്ജിദ് പൊളിക്കാൻ അയോധ്യയിലെ 'കർസേവ'യിൽ പങ്കെടുത്ത വിശ്വഹിന്ദ് പ്രവർത്തകരെ ആദരിച്ച ചടങ്ങിലായിരുന്നു വിവാദ പ്രസ്താവന. 2018 നവംബർ 24 നാണ് ചടങ്ങ് ആരംഭിച്ചത്. പശു സംരക്ഷണം, ഗോവധ നിരോധനം, രാമക്ഷേത്ര നിർമാണം തുടങ്ങിയ അജൻഡ മുന്നോട്ടുവെച്ച സമ്മേളനത്തിൽ പ്രവീൺ തൊഗാഡിയയുടെ സാന്നിധ്യവുമുണ്ടായി. അയോധ്യ ഓർഡിനൻസിനെ കോൺഗ്രസ് എതിർത്താൽ 2019 ലെ പാർലമെന്റ് തെരഞ്ഞെടുപ്പിൽ അത് വിനയാകുമെന്ന മുന്നറിയിപ്പും ഉറക്കെയുയർത്തി. കോടതിക്ക് പുറത്ത് ചർച്ച നടത്തി രാമക്ഷേത്രം നിർമിക്കണമെന്ന മൂന്നാമത്തെ വഴിയും സൂചിപ്പിക്കുകയുണ്ടായി. പാർലമെന്റ് തെരഞ്ഞെടുപ്പ് അടുത്തു വരുമ്പോൾ മാത്രം രാമക്ഷേത്ര പ്രശ്നം ഉയർത്തിക്കൊണ്ടുവരുന്നത് എന്തുകൊണ്ടാണെന്ന മാധ്യമപ്രവർത്തകരുടെ ചോദ്യത്തിന് പ്രസക്തമായ മറുപടിയുണ്ടായില്ല.1992 ഡിസംബർ ആറിന് ബാബറി മസ്ജിദ് തകർത്തതിനെക്കുറിച്ചുള്ള സംശയങ്ങൾക്ക്, അതവിടെ നിലനിർത്താൻ താൻ പരമാവധി ശ്രമിച്ചെന്നായിരുന്നു ആദ്യ പ്രതികരണം. ആവേശഭരിതരായ കർസേവകർ ഒടുവിൽ പള്ളി തകർക്കുകയായിരുന്നുവെന്നായിരുന്നു വിശദീകരണം. പിന്നീട് അവിടം സന്ദർശിച്ചപ്പോൾ ഹിന്ദു ചിഹ്നങ്ങൾ കണ്ടതായും അവകാശപ്പെട്ടു. ബാബറി മസ്ജിദ് തകർത്തിടത്ത് ക്ഷേത്രം നിലനിന്നതായും കൂട്ടിച്ചേർത്തു. ശ്രീരാമ വിഗ്രഹം താൻ പ്രതിഷ്ഠിച്ചതായും കൂട്ടിച്ചേർക്കുകയുണ്ടായി.

എടുത്തെറിയെടാ കിണ്ടിയും വെള്ളവും

മനുഷ്യരുടെ മൗലികാവകാശ സംരക്ഷണത്തിന് എല്ലാ വ്യക്തികളും മതങ്ങൾക്ക് ലഭിച്ചിരിക്കുന്ന സവിശേഷ ദാനങ്ങൾക്കനുസൃതമായി പോരാടണമെന്ന് ഫ്രാൻസിസ് മാർപാപ്പ ആവശ്യപ്പെട്ടത് 2018 ഡിസംബർ പത്തിനായിരുന്നു. സ്ത്രീകളുടെയും കാണപ്പെടാത്തവരുടെയും വിശക്കുന്നവരുടെയും രോഗികളുടെയും തടവുകാരുടെയും സമൂഹത്തിന്റെ ഓരങ്ങളിലേക്ക് മാറ്റിനിർത്തപ്പെട്ടവരുടെയും അവകാശങ്ങൾക്ക് കാവൽ നിൽക്കാൻ എല്ലാവരും യത്നിക്കണമെന്ന് അദ്ദേഹം ആഹ്വാനം ചെയ്തു. റോമിലെ പൊന്തിഫിക്കൽ ഗ്രിഗോറിയൻ യൂണിവേഴ്സിറ്റിയിൽ നടന്ന അന്താരാഷ്ട്ര മനുഷ്യാവകാശ സമ്മേളനത്തിനയച്ച സന്ദേശത്തിലാണ് പാപ്പയുടെ വാക്കുകൾ. ആഗോള മനുഷ്യാവകാശ പ്രഖ്യാപനത്തിന്റെ എഴുപതാം വാർഷികത്തോടനുബന്ധിച്ചായിരുന്നു ഇഗ്നേഷ്യസ് ലയോള 1551ൽ സ്ഥാപിച്ച റോമൻ കോളേജിന്റെ ഭാഗമായ ഗ്രിഗോറിയൻ സർവകലാശാലയിലെ സമ്മേളനം.'സമകാലിക ലോകത്തെ മനുഷ്യാവകാശം: നേട്ടങ്ങൾ, ഒഴിവാക്കലുകൾ, നിഷേധങ്ങൾ' എന്ന പ്രമേയത്തിലായിരുന്നു ആ കൂടിച്ചേരൽ. നീതിയും മാനവൈക്യവും ശക്തമാക്കുകയെന്നത് ക്രൈസ്തവരെ സംബന്ധിച്ച് പ്രത്യേക പ്രാധാന്യമർഹിക്കുന്നു. കാരണം സഹോദരങ്ങളിൽ ഏറ്റവും എളിയവരുടെ അടുത്തേക്ക് ദൃഷ്ടി തിരിക്കാൻ സുവിശേഷം നമ്മോട് ആവശ്യപ്പെടുന്നു. അവരോട് അനുകമ്പ കാട്ടുകയും അവരുടെ സഹനങ്ങൾ ലഘൂകരിക്കാൻ മൂർത്തമായ പ്രവർത്തനങ്ങളിൽ ഏർപ്പെടുകയും വേണം. വികസനമുൾപ്പെടെ എല്ലാ നയങ്ങളുടെയും കേന്ദ്രത്തിൽ മനുഷ്യാവകാശങ്ങളെ പ്രതിഷ്ഠിക്കണമെന്ന് സ്ഥാപനപരമായ ഉത്തരവാദിത്തങ്ങൾ വഹിക്കുന്നവരോട് നിർദേശിച്ച മാർപാപ്പ, എല്ലാ മനുഷ്യർക്കും തുല്യ അന്തസ്സ് ഉറപ്പാക്കുന്നതിൽ ഇന്നത്തെ സമൂഹത്തിന് വീഴ്ചയുണ്ടെന്ന് തുറന്നു പറഞ്ഞു. പലതരം അനീതികൾ സമൂഹത്തിൽ നടമാടുകയാണ്. സമ്പത്തിന്റെ വിതരണത്തിലുള്ള ആഴമേറിയ അസന്തുലിതാവസ്ഥയാണ് അതിൽ മുഖ്യം. സമൂഹത്തിലെ ഭൂരിപക്ഷം ദാരിദ്ര്യത്തിലും മറ്റൊരു വിഭാഗം ധാരാളിത്തത്തിലും ജീവിക്കുന്നു. അജാതശിശുക്കളാണ് അവകാശങ്ങൾ നിഷേധിക്കപ്പെടുന്ന മറ്റൊരു വിഭാഗം. സഹോദരങ്ങളുടെ രക്തത്തിന്റെ വിലകൊണ്ട് മരണവ്യാപാരികൾ സമ്പന്നരാകുമ്പോൾ സായുധസംഘർഷങ്ങളാൽ മൗലികാവകാശങ്ങൾ

നിഷേധിക്കപ്പെടുന്നവരെയും ഓർക്കേണ്ടതുണ്ടെന്നും മാർപാപ്പ വിശദീകരിച്ചു.ഇന്നത്തെ അവസ്ഥയെ ഇത്രയും നന്നായി വരച്ചുവെച്ച മറ്റൊരു പ്രസ്താവം അടുത്തിടെയൊന്നും ലോകത്തിന്റെ ശ്രദ്ധയിലെത്തിയിട്ടില്ല. ഫ്രാൻസിസ് പാപ്പയുടെ സൂചനകളിൽ എല്ലാ രാജ്യങ്ങൾക്കും മതങ്ങൾക്കും സ്ത്രീ- പുരുഷന്മാർക്കും ബാധകമായ ആശയങ്ങളുണ്ട്. ചൂഷണത്തിന്റെയും മനുഷ്യാവകാശ ലംഘനത്തിന്റെയും പൊതുജീവിത പ്രവേശന നിഷേധത്തിന്റെയും പുതിയ കൗശലങ്ങൾക്കുള്ള മറുപടികൂടി ആ വാക്കുകൾ ഉൾക്കൊള്ളുന്നു.

സമാനതകളില്ലാത്ത കഠിനാധ്വാനവും പ്രചോദനാത്മകമായ ആത്മവിശ്വാസവും പകർത്തിവെക്കാവുന്ന നിശ്ചയദാർഢ്യവും കൈമുതലാക്കി സ്വന്തം വൈകല്യങ്ങളെ കീഴ്പ്പെടുത്തിയ ഇംഗ്ലീഷ് വനിത ഹെലൻ ആദംസ് കെല്ലർ ലോകവിസ്മയങ്ങളിലൊന്നാണ്. ഒന്നര വയസു കഴിഞ്ഞപ്പോൾ കാഴ്ചയും കേൾവിയും കൈമോശംവന്ന അവൾ സ്വപ്രയത്നത്തിന്റെ പിൻബലത്താൽ സാഹിത്യം, സാമൂഹ്യസേവനം, അധ്യാപനം തുടങ്ങിയ തുറകളിൽ അസാമാന്യമായ പ്രതിഭയുടെ തിരി തെളിച്ചു. മസ്തിഷ്കജ്വരം ബാധിച്ച കൊച്ചു ഹെലൻ ജീവിച്ചിരിക്കാൻ സാധ്യതയില്ലെന്ന് വൈദ്യശാസ്ത്രം വിധിയെഴുതിയെങ്കിലും വെളിച്ചവും ശബ്ദവുമില്ലാത്ത രണ്ടാം ജന്മത്തിലേക്ക് അവൾ വീണ്ടും പിറന്നു. പലപ്പോഴും ആകുരുന്ന് അമ്മയുടെ കൈക്കുമ്പിളിയിൽ മുഖം താഴ്ത്തി മനസ്സ് ശാന്തമാകുംവരെ കരയുമായിരുന്നു. ചാൾസ് ഡിക്കൻസ് എഴുതിയ 'അമേരിക്കൻ നോട്സ്'' യാത്രാവിവരണത്തിലെ ബധിര പെൺകുട്ടിയുടെ പോരാട്ടങ്ങളുടെ കഥ അമ്മക്ക് ചെറു പ്രതീക്ഷ നൽകി. 1842 ജനുവരി മുതൽ ജൂൺവരെ ഡിക്കൻസ് നടത്തിയ വടക്കനമേരിക്കൻ സന്ദർശനമാണ് കൃതിയുടെ ഉള്ളടക്കം. ഹെലന്റെ മുന്നിൽ അറിവിന്റെ വാതായനങ്ങൾ തുറന്നിട്ട് വലിയ ലോകത്തിന്റെ തുറസ്സുകളിലേക്ക് കൈപ്പിടിച്ചുയർത്തിയ അധ്യാപികയാണ് ആനി സള്ളിവൻ. അവരുടെ ജീവിതവും അതീവ ദുഷ്ക്കരമായിരുന്നു. അക്ഷരങ്ങളുടെ കൗതുകം നുകരാൻ അവസരമില്ലാതിരുന്ന അച്ഛനമ്മമാർ. കൊടും ദാരിദ്ര്യം ചുരമാന്തിയ ബാല്യം. എട്ടാം വയസ്സിൽ ട്രക്കോമ എന്ന രോഗം കെടുതിപോലെ പിടികൂടി. അക്കൊല്ലം അമ്മയെ മരണം ദയാരഹിതമായി വലിച്ചുകൊണ്ടുപോയി. ഇല്ലായ്മകളിൽ വലഞ്ഞ പിതാവ് മക്കളെ വളർത്തുക ക്ലേശകരമാണെന്ന് കണ്ട് അവളെയും ഇളയ സഹോദരൻ ജിമ്മിനെയും ഉപേക്ഷിച്ചു."എല്ലാ നവോത്ഥാനവും ലോകത്തേക്ക് വരുന്നത് ഒരു കരച്ചിലോടെയാണ്; അത് സ്വതന്ത്രമാവാനുള്ള മനുഷ്യ ചേതനയുടേതാണെന്നായിരുന്ന ആനി സള്ളിവന്റെ നിർവചനം. ശാരീരികാവശതകളെക്കാൾ പ്രതിബന്ധങ്ങൾ തീർക്കുന്നതാണ് സാമൂഹ്യ വിലക്കുകൾ. ആ അർഥത്തിൽ കേരളീയ നവോത്ഥാനവും കരച്ചിലുകളുടെയും പിടച്ചിലുകളുടെയും കുതിപ്പുകാളുടെയും കിതപ്പുകളുടെയും ആകെത്തുകയാണ്. അതിൽ സ്ത്രീകളും അധഃസ്ഥിതരും വഹിച്ച പങ്കും അതുവരെയില്ലാത്ത ആ മുന്നേറ്റം ഇരുവിഭാഗങ്ങൾക്കുമിടയിൽ സൃഷ്ടിച്ച ചലനങ്ങളും ചരിത്രപരം. ജാതിശ്രേണിയുടെ ഏറ്റവും താഴ്ന്ന പടവിലായിരുന്ന അവർണ സ്ത്രീകൾ അനുഭവിച്ച

കഷ്ടതകളും നേരിട്ട അടിച്ചമർത്തലുകളും വിവരണാതീതവും. ക്ഷേത്ര പ്രവേശന വിളംബരത്തെ തുടർന്ന് ഹരിജനങ്ങൾ ശ്രീ പദ്മനാഭ സ്വാമി ക്ഷേത്രത്തിൽ ദർശനത്തിന് എത്തിയ സംഭവം എം കെ കെ നായർ 'ആരോടും പരിഭവമില്ലാതെ' എന്ന ആത്മകഥയിൽ വിവരിക്കുന്നുണ്ട്. എന്തോ അരുതാതതത് ചെയ്യുന്നത്പോലെ മനസ്സില്ലാ മനസോടെ യാണ് അവർ ക്ഷേത്രത്തിൽ കയറിയതെന്നാണ് അദ്ദേഹം രേഖപ്പെ ടുത്തിയിട്ടുള്ളത്.

ചാന്നാർ ലഹള അഥവാ ശീലവഴക്ക്

മാറുമറയ്ക്കാനുള്ള അവകാശത്തിനായി പിന്നോക്ക വിഭാഗങ്ങൾ ഏറ്റെടുത്ത ചാന്നാർ ലഹള(1822) ജാത്യാചാരങ്ങൾക്കെതിരെ ഉയർന്നു പൊങ്ങിയ പ്രധാന കലാപവും സ്വാതന്ത്ര്യ പൂർവ കേരളം സാക്ഷിയായ പ്രഥമ മനുഷ്യാവകാശ സമരങ്ങളിലൊന്നുമാണ്. മാറുമറയ്ക്കൽ സമരം, ശീലവഴക്ക്, മുലമാറാപ്പ് വഴക്ക്, മേൽശീല കലാപം, നാടാർ ലഹള എന്നീ പേരുകളിലും ആ ചെറുത്തുനൽപ്പ് അറിയപ്പെടുന്നു. ഹിന്ദുമത ത്തിലെ നാടാർ സ്ത്രീകൾ ക്രിസ്തുമതത്തിലേക്ക് പരിവർത്തനം നടത്തി യശേഷം മാറുമറച്ചുനടന്നതിനെതിരെ സവർണഹിന്ദുക്കൾ നടത്തിയ കടന്നാക്രമണങ്ങളും അതിന്റെ പ്രതിഫലനവുമായിരുന്നു ലഹളയിലെ പ്രധാന സംഭവങ്ങൾ. അക്കാലത്ത് സവർണ സ്ത്രീകൾക്കേ നന്നായി വസ്ത്രവും ആഭരണങ്ങളും ധരിക്കാൻ അവകാശമുണ്ടായുള്ളൂ. കീഴ്ജാതി സ്ത്രീകൾക്ക് അത്തരം അവകാശങ്ങൾ വിലക്കപ്പെട്ടു. അതുപോലെ ഈഴവ, ചാന്നാർ, പുലയ,കുറവ, പറയ സ്ത്രീകൾക്ക് മേൽജാതിക്കാരുടെ മുമ്പിൽ മാറുമറക്കാനുള്ള അവകാശവുമുണ്ടായില്ല. പന്ത്രണ്ടാം നൂറ്റാണ്ടു വരെ പ്രബല സമുദായമായിരുന്നു ചാന്നാന്മാർ. ആയ് രാജാക്കന്മാരുടെ കാലത്ത് അവർക്ക് രാജസദസുകളിൽ ഉയർന്ന സ്ഥാനമുണ്ടായി. കരം പിരിവിന് നിയോഗിക്കുകപോലുമുണ്ടായി. ബ്രാഹ്മണാധിപത്യം പ്രബ ലമായതോടെ സാമൂഹികമായി പിന്തള്ളപ്പെട്ടു. പിന്നോക്കാവസ്ഥയിലും അതുണ്ടാക്കിയ അതൃപ്തിയിലും കഴിഞ്ഞ ചാന്നാന്മാരുടെ ഇടയിലേക്ക് 17-ാംനൂറ്റാണ്ടിന്റെ മധ്യത്തിലെത്തിയ മിഷണറിമാർ ഉന്നതവിദ്യാഭ്യാ സത്തിനും മതപരിവർത്തനത്തിനും പ്രേരിപ്പിച്ചു; ജീവിതരീതിയിലും വസ്ത്രധാരണത്തിലും പരിഷ്കാരങ്ങൾ വരുത്തി.സവർണ തിട്ടൂരങ്ങൾ വകവെക്കാതെ മാറുമറച്ചു നടക്കാൻ നാടാർ സ്ത്രീകളെ ആഹ്വാനം ചെയ്തു. 1822ൽ പ്രക്ഷോഭത്തിന് തുടക്കമായി. മാറുമറച്ച് കൽക്കുളം ചന്ത യിലിറങ്ങിയ നാടാർ സ്ത്രീകളുടെ മേൽവസ്ത്രം സവർണർ വലിച്ചുകീറി അപമാനിക്കുകയുമുണ്ടായി. പത്മനാഭപുരത്ത് മാറുമറച്ച് നടന്ന ഒരുകൂട്ടം നാടാർ പെണ്ണുങ്ങളെയും ഒപ്പമുണ്ടായ ആണുങ്ങളെയും മേൽജാതിക്കാർ കടന്നാക്രമിച്ചു. സമീപത്തെ ക്രിസ്ത്യൻ ദേവാലയത്തിന് തീയിട്ടു. ഇത്തരം സംഭവ പരമ്പരകളോടെ ലഹള തിരുവിതാംകൂറിന്റെ ഇതര ഭാഗങ്ങളി ലേക്കും പടർന്നു.

കല്ലമാല ബഹിഷ്കരണം

ജാതിഅടിമത്തത്തിന്റെ ചിഹ്നമായി കല്ലമാല ധരിക്കണമെന്ന അനീതിക്കെതിരായ സമരമായിരുന്നു അയ്യങ്കാളിയുടെ നേതൃത്വത്തിൽ നടന്ന കല്ലമാല ബഹിഷ്കരണം(1915) അഥവാ പെരിനാട് ലഹള. കൊല്ലം ജില്ലയിലെ പെരിനാട്ടും സമീപ ഗ്രാമങ്ങളായ ചെറുമൂട്, കാഞ്ഞവേലി തുടങ്ങിയ പ്രദേശങ്ങളുമായിരുന്നു പ്രധാന സമര കേന്ദ്രങ്ങൾ. ഈഴവർ നെയ്ത്ത അച്ചിപ്പുടവ അവരുടെ പെണ്ണുങ്ങൾക്ക് വിലക്കപ്പെട്ടു. അത് ഈഴവ സ്ത്രീയെ ഉടുപ്പിച്ച് പരസ്യമായി നടത്തിച്ചതിനാണ് ആറാട്ടുപുഴ വേലായുധ പണിക്കർ രക്തസാക്ഷിയായത്. ചരിത്രത്തിൽ അർഹിക്കുന്ന പ്രാമുഖ്യം ലഭിക്കാതെപോയ ആ പോരാളി ആലപ്പുഴ ജില്ലയിലെ തൃക്കുന്നപ്പുഴക്ക് സമീപം മംഗലം ഇടയ്ക്കാടാണ് ജനിച്ചത്. ബ്രാഹ്മണ വേഷത്തിൽ വൈക്കം ക്ഷേത്രത്തിലെത്തി താമസിച്ച് കീഴ്ജാതി വിഭാഗങ്ങൾക്ക് വിലക്കപ്പെട്ട ക്ഷേത്രനിർമാണ വൈദഗ്ദ്യവും ആചാരങ്ങളും സ്വായത്തമാക്കി. ചെറുപ്പത്തിലേ ആയോധന കലയിലും കുതിര സവാരിയിലും വ്യാകരണത്തിലും പ്രാവീണ്യം നേടുകയുമുണ്ടായി.വൻ പുരയിടവും അതിവിസ്തൃതമായ തെങ്ങിൻതോപ്പും പായ്ക്കപ്പലും കണ്ണെത്താ ദൂരത്തോളം പരന്നുകിടന്ന നെൽപ്പാടങ്ങളുമുണ്ടായ ധനാഢ്യ കുടുംബാംഗമായിരുന്ന പണിക്കർക്ക് ഏഴ് കുതിര, രണ്ട് ആന, ബോട്ട്, ഓടിവള്ളം, പല്ലക്ക് തുടങ്ങി പ്രൗഢിയുടെ ചിഹ്നങ്ങൾ സ്വന്തമായുണ്ടായിരുന്നു. ശ്രീനാരായണഗുരുവിന്റെ അരുവിപ്പുറം പ്രതിഷ്ഠക്ക് 37 വർഷം മുമ്പ് ശിലപ്രതിഷ്ഠിച്ച് സാമൂഹ്യവിപ്ലവത്തിന് തുടക്കം കുറിച്ച അദ്ദേഹം ഏത്താപ്പ് വിപ്ലവം,മൂക്കുകുത്തി സമരം,വഴിനടക്കൽ പ്രക്ഷോഭം,കാർഷിക ചെറുത്തുനിൽപ്പ് തുടങ്ങിയവക്ക് നേതൃത്വം നൽകി.

താത്രിക്കുട്ടിയുടെ സ്മാർത്തവിചാരം

1905 ലെ താത്രിക്കുട്ടിയുടെ പ്രസിദ്ധമായ സ്മാർത്തവിചാരം സൃഷ്ടിച്ച പശ്ചാത്തലത്തിലായിരുന്നു നമ്പൂതിരി സമുദായം. ചാരിത്ര്യഅശുദ്ധി പുരണ്ട നമ്പൂതിരിപ്പെണ്ണുങ്ങളെ വിചാരണക്ക് വിധേയമാക്കി തീർപ്പ് കൽപ്പിച്ചതാണ് ആ രീതി. കുറ്റം ആരോപിക്കപ്പെട്ട സ്ത്രീയെ തനിച്ച് താമസിപ്പിച്ച് രാജാവിന്റെ സാന്നിധ്യത്തിൽ വിചാരണ നടത്തുകയായിരുന്നു ആദ്യകാല രീതി. സ്ത്രീക്കും പങ്കുള്ള പുരുഷന്മാർക്കും ഭ്രഷ്ട് ഏർപ്പെടുത്തുന്നതാണ് വിചാരണയുടെ അവസാനം. അന്തർജനങ്ങൾക്ക് അടുക്കള ദോഷം സംഭവിക്കുക എന്നാണ് കുറ്റത്തിന്റെ ചുരുക്കം. രാജാവിന്റെ പ്രതിനിധിയുടെ സന്നിധ്യത്തിലാവും വിചാരണ. ഇത്തരത്തിൽ ഏറ്റവും അറിയപ്പെട്ടതാണ് കുറിയേടത്ത് താത്രിയുടെ വിചാരണ(1905) അത് അന്തർജനങ്ങൾക്കിടയിലും നമ്പൂതിരിമാർ ഒഴികെയുള്ള സമൂഹത്തിലും കോളിളക്കമുണ്ടാക്കി. കുറ്റം തെളിഞ്ഞാൽ സാധന(വിചാരണ നേരിടുന്ന പെണ്ണ് സാധനം എന്ന പേരിലാണ് അറിയപ്പെട്ടത്)ത്തെയും പുരുഷനെയും ഇല്ലത്തുനിന്നും ദേശത്തുനിന്നും രാജ്യത്തുനിന്നും പുറത്താക്കും. ആ നിശ്ചയത്തിൽ മറുവാക്കില്ല. എന്നാൽ പ്രതി ചൂണ്ടിക്കാണിക്കുന്ന തെറ്റുകാരായ പ്രതികൾക്ക് കുറ്റക്കാരല്ലെന്ന് സ്ഥാപിക്കാൻ

അപ്പീൽ സൗകര്യമുണ്ട്. ഇതിന് സ്മാർത്തന്റെ കൽപ്പന ആവശ്യമാണ്. ശുചീന്ദ്രത്ത് കൈമുക്കൽ നടത്തി വിജയിച്ചവർക്ക് കുറ്റവിമുക്തി നൽകും. സ്മാർത്തവിചാരം പലപ്പോഴും ദിവസങ്ങളും മാസങ്ങളും നീളും. കുറ്റം സമ്മതിക്കാൻ പീഡന മുറകൾ സ്വീകരിച്ചിരുന്നതിനെക്കുറിച്ച് മലബാർ മാന്വലിൽ വില്യംലോഗൻ എഴുതിയിട്ടുണ്ട്. ആരോപണവിധേയ കുറ്റം സമ്മതിക്കുകയും കൂട്ടുപ്രതികളെക്കുറിച്ച് തെളിവുസഹിതം സൂചന നൽകുകയും ചെയ്താൽ അവ വിശകലനം ചെയ്ത് ഭ്രഷ്ടിന്റെ മുദ്രകുത്തി പുറത്താക്കും. കേരളീയസമൂഹം നവോത്ഥാനത്തിന്റെ നേർത്ത വെളിച്ചത്തിലേക്ക് കാലെടുത്തുവെക്കുന്ന കാലത്തായിരുന്നു താത്രിക്കുട്ടിയുടെ സ്മാർത്തവിചാരം. 1903 ൽ ശ്രീനാരായണ ഗുരു എസ്എൻഡിപി യോഗവയും 1905ൽ അയ്യങ്കാളി സാധുജന പരിപാലന സംഘവും രൂപീകരിക്കുകയുണ്ടായല്ലോ.

നവോത്ഥാന കാലത്തിനു മുമ്പ് കീഴാളസമുദായങ്ങൾ മിക്കതും സ്ത്രീക്കു കൂടി പ്രാമുഖ്യമുള്ള കുടുംബവ്യവസ്ഥ സ്വീകരിച്ചെങ്കിലും സവർണരിൽ പുരുഷാധിപത്യത്തിനായിരുന്നു മേൽക്കൈ. മൂത്ത നമ്പൂതിരിക്കേ വിവാഹത്തിന് അനുവാദമുണ്ടായുള്ളൂ. അനുജന്മാർ അമ്പലവാസി വീടുകളിലും നായർ തറവാടുകളിലും സംബന്ധം എന്ന അസംബന്ധത്തിൽ ആറാടി. നമ്പൂതിരിമാരുടെ കുടുംബഘടന സ്ത്രീകളുടെ അടിമത്തത്തിന് സവിശേഷ രൂപമാണ് നൽകിയത്. കുടുംബനാഥനായ നമ്പൂതിരിക്ക് സ്വത്തിന്റ ഉടമാവകാശം മാത്രമല്ല, സ്ത്രീകളുടെ മേലുള്ള അധികാരവും കൈവന്നു. അങ്ങനെ വൃദ്ധ നമ്പൂതിരിമാർക്ക് ബാലികമാരായ വധുക്കൾ. വിധവാ വിവാഹം വിലക്കപ്പെട്ടത് മറ്റൊരു ക്ഷതം. അവയെല്ലാം വലിയ പ്രക്ഷോഭങ്ങളിലൂടെയാണ് മാറിയത്. ഘോഷയിലും മറക്കുടയിലും മഹാനരകം അനുഭവിച്ച സ്ത്രീ ജന്മങ്ങളെ നയിച്ചത് വിടി ഭട്ടതിരിപ്പാട്. അടുക്കളയിൽ നിന്ന് അരങ്ങത്തേക്ക് ,തൊഴിൽ കേന്ദ്രത്തിലേക്ക് എന്നീ നാടകങ്ങളും നാഴികക്കല്ലുകളായി. ആചാരങ്ങൾക്ക് കാവലിരുന്നെങ്കിൽ ഇന്നും അടുക്കളയുടെ ഇരുട്ടിൽ വെന്തുനീറുമായിരുന്നു ആ സ്ത്രീകൾ.

തിരുവിതാംകൂർ ഭൃത്യജനസംഘം

പ്രബലമായ നായർ സമുദായം പത്തൊമ്പതാം നൂറ്റാണ്ടിന്റെ ഉത്തരാർധത്തോടെ സാമൂഹികമായി പിന്തള്ളപ്പെട്ട, സാമ്പത്തികമായി അങ്ങേയറ്റം അധഃപതിച്ച വിഭാഗമായി മാറി.നമ്പൂതിരിമാർ നായന്മാരെ ക്ഷത്രിയരായിപ്പോലും അംഗീകരിച്ചില്ല. മലയാളശൂദ്രർ എന്നാണ് വിശേഷിക്കപ്പെട്ടത്. ഉപജാതികളായി വിഭജിക്കപ്പെട്ട അവർ കാലഹരണപ്പെട്ട അനാചാരങ്ങളുടെ സൂക്ഷിപ്പുകാരുമായി. മരുമക്കത്തായവും അതിന്റെ അനുബന്ധമായ പെൺവഴിയ്ക്കുള്ള പിൻതുടർച്ചാക്രമവും കുടുംബത്തിന്റെ സൈ്വരം നശിപ്പിച്ചു. സ്വത്തുതർക്കങ്ങളും വ്യവഹാരങ്ങളും ഭീമമായ സാമ്പത്തികച്ചെലവ് വരുത്തി. ഇത്തരം ദുരവസ്ഥകളുടെ പാരമ്യത്തിലാണ് ചട്ടമ്പി സ്വാമികൾ മുന്നിട്ടിറങ്ങിയത്. നായന്മാരുടെ സാമൂഹികാവബോധത്തെ ഉത്തേജിപ്പിച്ച് അനാചാരങ്ങളെക്കുറിച്ച് ബോധവൽക്കരിക്കാൻ അദ്ദേഹം ഉറച്ചു. ജാതിക്കിടയിലെ

ഉൾജാതിപ്പിരിവുകൾ, ദമ്പതികളുടെ ഇഷ്ടങ്ങൾക്കു പ്രസക്തിയില്ലാതെ കാരണവന്മാർ തീരുമാനിക്കുന്ന പുടവകൊട്, താലികെട്ട്-തിരണ്ടുകുളി കല്യാണങ്ങൾ തുടങ്ങിയ ദുരാചാരങ്ങളെ അദ്ദേഹം തുറന്നെതിർത്തു. ഇത്തരം തിരിച്ചറിവുകളുടെ ആദ്യ സംഘടനാ രൂപങ്ങളായിരുന്നു 1886ൽ രൂപീകരിക്കപ്പെട്ട മലയാളി സഭയും 1905ൽ ആരംഭിച്ച കേരളീയ നായർ സമാജവും. ബ്രാഹ്മണാധിപത്യത്തിന്റെ അനുബന്ധമായി നായർ സ്ത്രീകൾ അഭിമുഖീകരിച്ചതും അടിമത്തം. നമ്പൂതിരി സംബന്ധത്തിന്റെ കെടുതികൾ എത്രയോ ഭയാനകവും. നായർ സ്ത്രീകളിൽ നമ്പൂതിരിമാർക്ക് ജനിക്കുന്ന മക്കൾക്ക് സ്വത്തുക്കളിൽ അവകാശമുണ്ടായില്ലെന്നു മാത്രമല്ല, സ്പർശിക്കാനുള്ള അവകാശങ്ങളും നിഷേധിക്കപ്പെട്ടു. ഇതിനെതിരെയാണ് മന്നത്ത് പത്മനാഭന്റെ നേതൃത്വത്തിലുള്ള പ്രക്ഷോഭങ്ങളുടെ തുടക്കം.തുടർന്ന് 1914 ഒക്ടോബർ 31ന് പതിനാലു യുവാക്കൾ ചങ്ങനാശേരിയിൽ ഒത്തുചേർന്നു. മന്നത്ത് പത്മനാഭന്റെ മുൻകൈയിൽ ആ യോഗം രൂപീകരിച്ച സംഘടനയാണ് 'തിരുവിതാംകൂർ ഭൃത്യജന സംഘം'. കെ കേളപ്പൻ അധ്യക്ഷനും മന്നത്ത് സെക്രട്ടറിയും. മാതൃക പൂണെയിൽ 1905 ജൂൺ 12ന് ഗോപാലകൃഷ്ണ ഗോഖലെ സ്ഥാപിച്ച 'സർവന്റ്സ് ഓഫ് ഇന്ത്യാ സൊസൈറ്റി'. ഭൃത്യജനസംഘത്തിന്റെ പല ലക്ഷ്യങ്ങളിൽ പ്രധാനം ആചാരങ്ങളിലെ കാലോചിതമായ പരിഷ്കാരങ്ങളായിരുന്നു. ഇതര സമുദായങ്ങളുമായുള്ള ഐക്യം ശക്തമാക്കാനും ആഹ്വാനമുണ്ടായി. താലികെട്ടു കല്യാണം, തിരണ്ടുകുളി, പുളികുടി പോലുള്ള ദുർവ്യയം വരുത്തുന്ന അനാചാരങ്ങൾക്കെതിരെ പ്രചാരണവും ഏറ്റെടുത്തു. തെക്കേമലബാറിൽനിന്ന് വന്ന് ചങ്ങനാശേരിയിൽ താമസമാക്കിയ കാരുതോടി കണ്ണൻ നായർ താൻ പത്രാധിപരായ 'നായർ' ദ്വൈമാസികയിൽ താലികെട്ടു കല്യാണത്തെക്കുറിച്ച് ലേഖനമെഴുതിയത് പൊതുജന ശ്രദ്ധ പിടിച്ചുപറ്റി. അതിന്റെ പതിനായിരം പ്രതികൾ അച്ചടിച്ച് വിതരണം ചെയ്യുകയുമുണ്ടായി. മതത്തെ കേന്ദ്രമാക്കി നായർ സമുദായത്തെ പരിഷ്ക്കരിക്കണമെന്ന ചിലരുടെ കാഴ്ചപ്പാടിന് വിരുദ്ധമായി സാമുദായികവും വിദ്യാഭ്യാസപരവുമായ പ്രവൃത്തികൾക്കായിരുന്നു മന്നം ഊന്നിയത്. ആ സങ്കല്പങ്ങൾ അദ്ദേഹത്തിന്റെ പ്രൗഢങ്ങളായ പ്രസംഗങ്ങളിലും നിറഞ്ഞുതുളുമ്പി. 'പ്രഭുക്കന്മാരുടെ ഇരുമ്പു പെട്ടി തുറപ്പിക്കുന്ന സ്വർണത്താക്കോലുകൾ' എന്നാണ് ആ വാഗ്‌വൈഭവം അറിയപ്പെട്ടതും. നിരർഥകങ്ങളായ ചടങ്ങുകളും ആചാരങ്ങളും അവസാനിപ്പിക്കാൻ മന്നം കഠിനമായി യത്നിച്ചു. കുടുംബ വ്യവസ്ഥയും മരുമക്കത്തായവും അവസാനിപ്പിക്കുക, ആളോഹരി ഭാഗം നടപ്പാക്കുക പടേനി, ഗരുഡൻ തൂക്കം തുടങ്ങിയ ക്ഷേത്ര പരിപാടികൾ അവസാനിപ്പിക്കുക, താലികെട്ട്, തെരണ്ടുകുളി, പുളികുടി തുടങ്ങിയ ആർഭാടങ്ങൾ നിർത്തുക തുടങ്ങിയ ആവശ്യങ്ങൾ ഉന്നയിച്ചു. നായന്മാരെ വരിഞ്ഞുമുറുക്കിയ നാല് കെട്ടു(താലികെട്ട്, കുതിരകെട്ട്, വെടിക്കെട്ട്, കേസുകെട്ട്)കളെ തുത്തെറിയാനും ആഹ്വാനം നൽകി. തന്റെ സങ്കൽപ്പത്തിലുള്ള പരിഷ്കൃത നായർ സമുദായം മുൻനിർത്തി കപ്പന കണ്ണൻ മേനോൻ എഴുതിയ 'സ്നേഹലത' നോവലിലും മന്നത്തിന്റെ സ്വാധീനം ദൃശ്യമായിരുന്നു.

മോനോന്റെ ആമുഖ പ്രസ്താവത്തിൽ അത് തെളിയുന്നുണ്ട്. മന്നം രൂപംനൽകിയ സംഘടനയുടെ പേരിൽ ഭൃത്യജനസംഘം എന്നുകൂടി ഉണ്ടായിരുന്നുവെന്ന് ഓർക്കണം. ഭൃത്യൻ എന്നാൽ ബ്രാഹ്മണന്റെ വേലക്കാരൻ. സംഘടനയുടെ പേര് മാറ്റാൻ ശ്രീമൂലം പ്രജാസഭയെ സമീപിച്ച് സമുദായത്തിന് നായർ എന്ന പേര് പൊതുവായി ഉപയോഗിക്കാൻ അനുവദിക്കണമെന്ന് മന്നം അപേക്ഷിച്ചു. തുടർന്ന് രാജാവ് വിളംബരം പുറപ്പെടുവിച്ച ശേഷമാണ് 1915ൽ നായർ സർവീസ് സൊസൈറ്റി സ്ഥാപിച്ചത്.വിളംബരത്തിന്റെ അഥവാ നിയമത്തിന്റെ പിൻബലത്തിലാണ് നമ്പൂതിരിമാരുടെ ഭൃത്യന്മാർ എന്നനിലയിൽനിന്ന് നായർ എന്ന പേര് സ്വീകരിക്കാൻ സാധിച്ചതും. ഭൃത്യന്മാർ എന്നർഥമുള്ള ശൂദ്രസംജ്ഞയാൽ നായന്മാർ അറിയപ്പെടുന്നതിൽ മന്നത്തിന് ശക്തമായ വിയോജിപ്പും അമർഷവുമുണ്ടായി.

പുലപ്പേടിയും മണ്ണാപ്പേടിയും

ആഢ്യബ്രാഹ്മണരെ കാത്ത് കിണ്ടിയും വെള്ളവുമായി നിന്ന അന്നത്തെ ആചാരങ്ങളെയും വിശ്വാസങ്ങളെയും വെല്ലുവിളിച്ചാണ് മന്നം, നായർ സ്ത്രീകളുടെ അഭിമാനക്ഷതവും അന്തസ്സിലെ ഇടിവും തിരുത്തിക്കുറിക്കാൻ പ്രയത്നിച്ചത്. വിശ്വാസവും ആചാരവും സംരക്ഷിക്കാനാണ് ഇറങ്ങിപ്പുറപ്പെട്ടതെങ്കിൽ അവരുടെ ജീവിതം ഇപ്പോഴും പരിതാപകരമായി തുടർന്നേനെ. വിശ്വാസത്തിന്റെ മറവിൽ തന്നെയാണ് പുലപ്പേടിയും മണ്ണാപ്പേടിയും നിലനിന്നത്. പുലയ- മണ്ണാൻ സമുദായങ്ങളിലെ പുരുഷന്മാർക്ക് രാത്രി വീടിനു പുറത്തിറങ്ങുന്ന നായർ സ്ത്രീകളെ പ്രത്യേക മാസത്തിൽ തൊട്ടു സ്വന്തമാക്കാൻ കഴിഞ്ഞിരുന്നു. അങ്ങനെ തൊടുകയോ വടിയോ കല്ലോ ഉപയോഗിച്ച് എറിഞ്ഞുകൊള്ളിക്കുകയോ ചെയ്തശേഷം കണ്ടേ കണ്ടേ എന്ന് ശബ്ദമുയർത്തി വിളിച്ചു പറഞ്ഞാൽ ആ സ്ത്രീ സമുദായത്തിൽനിന്നും ഭ്രഷ്ടയാവുകയും ആ പുരുഷന്റെ കൂടെ പോകേണ്ടി വരികയും ചെയ്യും. ആ സാഹചര്യം ഭയപ്പെട്ട് ഇക്കാലയളവിൽ സവർണ സ്ത്രീകൾ വീടിന് പുറത്തിറങ്ങുമായിരുന്നില്ല. പുരുഷന്റെ സമ്മതമില്ലാതെ രാത്രികാലങ്ങളിൽ സ്ത്രീകൾ വെളിയിലിറങ്ങുന്നത് തടയാൻ എടുത്ത തീരുമാനം ആചാരമായി മാറിയതാവാമെന്ന അഭിപ്രായം ചിലർ വെച്ചുപുലർത്തുന്നുണ്ട്. കേരളം സന്ദർശിച്ച മധ്യകാല യാത്രികർ അതേക്കുറിച്ച് സൂചിപ്പിച്ചിട്ടുമുണ്ട്. അങ്ങനെ പരപുരുഷനൊപ്പം ഇറങ്ങിപ്പോകാൻ വിസ്സമ്മതിക്കുന്നവരെ ബന്ധുക്കൾ കൊല്ലുമായിരുന്നു. ഈ ദുരാചാരം നിർത്തൽചെയ്ത വീരകേരളവർമയെ നായന്മാർ വെട്ടിക്കൊലപ്പെടുത്തിയത് മറ്റൊരു അനുബന്ധം.

പുലപ്പേടിയെയും മണ്ണാപ്പേടിയെയും ഒർണ കൃഷ്ണൻകുട്ടി മറ്റൊരു രീതിയിലാണ് വിശദീകരിച്ചത്. പുലയരിൽനിന്നും മറ്റു സാമുദായങ്ങളിലേക്കുള്ള പരിവർത്തനത്തിന്റെ ഏടായാണ് അവയെ അദ്ദേഹം കണ്ടതും. പുരാതന ബാബിലോണിയയിൽ നവത്സര വേളയിൽ വിവാഹം കഴിക്കാത്ത സ്ത്രീകൾക്ക് സൂര്യ ക്ഷേത്രത്തിൽ പരപുരുഷരുമായി ലൈംഗികബന്ധം നടത്താമായിരുന്നു. അതിന് സമാനമാണ്

പുലപ്പേടിയും. കേരളത്തിൽ അത് ഓണക്കാലത്തായിരുന്നുവെന്ന് ചേലങ്ങാട്ട് ഗോപാലകൃഷ്ണൻ (ഓണത്തിന്റെ ചരിത്രം എന്ന കൃതിയിൽ) നിരീക്ഷിച്ചിട്ടുണ്ട്. നായർ പെണ്ണിനെ പുലയൻ സ്പർശിച്ചാൽ വിവരം വെളിപ്പെടുത്തി അവൾ അയാളുടെ കൂടെ ഓടിപ്പോകുന്നു. ഇഷ്ടപ്പെട്ടയാളിനൊപ്പം ഒളിച്ചോടാൻ പല നായർ സ്ത്രീകളും ഈ അവസരം ഉപയോഗിച്ചിട്ടുണ്ടെന്നും തുടർന്ന് രേഖപ്പെടുത്തി. മഴപെയ്യിക്കാനും മികച്ച വിളവ് ലഭിക്കാനും ഈ ആചാരം അനിവാര്യമാണെന്ന വിശ്വാസവും പരക്കുകയുണ്ടായി. കുംഭം, മീനം മാസങ്ങളിൽ നായർ സ്ത്രീകളെ തനിച്ച് കണ്ടാൽ പുലയർക്ക് പിടിച്ചുകൊണ്ടുപോകാനുള്ള അവകാശമുണ്ടെന്ന ധാരണ കൂടിവന്നു. പുലപ്പേടിയും മണ്ണാപ്പേടിയും കടത്തനാട്ടിലും ഉണ്ടായതായി വടക്കൻ പാട്ടുകൾ തെളിവ് നൽകുന്നുണ്ട്. 'കനകത്ത് കുങ്കിച്ചിയും പുലയരും' പാട്ടിൽ കുങ്കിച്ചിയെ പുലയർ അടയ്ക്ക കൊണ്ട് എറിയുന്നതും തുടർന്ന് അവൾക്ക് ഭ്രഷ്ട് കൽപ്പിക്കുന്നതും വിവരിക്കുന്നുണ്ട്. പുലയനൊപ്പം ഇറങ്ങാതെ കുങ്കിച്ചി മുസ്ലിമിനൊപ്പം പോയെന്നാണ് പാട്ടിന്റെ ഉള്ളടക്കം.വിലക്ക് വകവെക്കാതെ പുലപ്പേടിയുമായി മുന്നോട്ടു പോയാൽ പുലയരെ ഇല്ലാതാക്കാൻ സഹോദരന്മാരായ ചെറിയ കേയിയുടെയും വലിയ കേയിയുടെയും നേതൃത്വത്തിലുള്ള സംഘത്തെ കേരള വർമ ചുമതലപ്പെടുത്തുകയുമുണ്ടായി. തുടർന്ന് ചിലേടത്തെല്ലാം കുഴപ്പങ്ങൾ നടന്നു. കളരിയാശാൻ കാളിപ്പേരാളിന്റെ നേതൃത്വത്തിൽ പുലയർ അവരെ വധിച്ച് പകരംവീട്ടി.പ്രകോപിതരായ നായന്മാർ തിരുവനന്തപുരം പുല്ലിക്കോട്ടെ കൊട്ടാര മുറ്റത്ത് കേരള വർമയെയും വെട്ടിക്കൊന്നു.

വീണ്ടും വർണാശ്രമ വ്യവസ്ഥയോ?

വിശ്വാസങ്ങളുടെയും ആചാരങ്ങളുടെയും സംരക്ഷണമാണ് എൻഎസ്എസിന്റെ അടിയന്തിര ലക്ഷ്യമെന്ന് വിളിച്ചു പറയുന്ന എൻഎസ്എസ് അധ്യക്ഷൻ ജി സുകുമാരൻ നായർ, ശൂദ്രന് ദാസ്യം വിധിച്ച വർണാശ്രമ വ്യവസ്ഥയുടെ തൊഴുത്തിൽ സമുദായത്തെ വീണ്ടുംകെട്ടാനാണ് ശ്രമിക്കുന്നത്. അയ്യങ്കാളി സമർപ്പിച്ച നിരന്തരമായ അപേക്ഷകളുടെയും തുടർച്ചയായ സമരങ്ങളുടെയും ഫലമായി തിരുവിതാംകൂർ ദിവാൻ പുലയക്കുട്ടികൾക്ക് സ്കൂൾ പ്രവേശനം അനുവദിച്ചു. അതിൽ പ്രതിഷേധിച്ചും സഹികെട്ടും തിരുവനന്തപുരത്തിനടുത്ത വെങ്ങാനൂരിലെ നായർ പ്രമാണി വാളുകൊണ്ട് വെട്ടി ആത്മാഹുതിക്ക് ശ്രമിച്ചതിന് സമാനമായാണ് സുകുമാരൻ നായർ പെരുമാറുന്നത്. ശബരിമലയിൽ സ്ത്രീകൾ പ്രവേശിക്കുന്നതിന് അനുമതി നൽകിയ സുപ്രീംകോടതി വിധിക്കെതിരെ റിവ്യൂ ഹരജി നൽകിയ എൻഎസ്എസ്സിനോട് വൈക്കം സത്യഗ്രഹകാലത്ത് പുരോഗമനപരമായ നിലപാടെടുത്ത് മന്നത്ത് പത്മനാഭൻ ജാഥ നയിച്ച സംഭവം ഓർക്കണം. അവർണർക്ക് വഴിനടക്കാൻ അവകാശം നൽകണമെന്നത് അടക്കമുള്ള നിരവധി ആവശ്യങ്ങളുന്നയിച്ചുള്ള സത്യഗ്രഹം മഹാപ്രസ്ഥാനമായി മാറിയ ചരിത്രമാണ്.സത്യഗ്രഹത്തിന് സവർണപിന്തുണ അത്യാവശ്യമാണ് തോന്നിയ ഗാന്ധിജി സവർണർ മാത്രമടങ്ങുന്ന പദയാത്ര തിരുവനന്തപുരത്തേക്ക് നടത്തണമെന്ന് നിർദേശിച്ചു. മന്നത്തിന്റെ നേതൃത്വത്തിൽ

വൈക്കത്തുനിന്ന് തുടങ്ങിയ ജാഥ തിരുവനന്തപുരത്തെത്തിയപ്പോൾ വൻ പുരുഷാരമായി മാറി. 500 പേരടങ്ങുന്ന സംഘം 1924 നവംബർ ഒന്നിന് പ്രയാണം തുടങ്ങി. പുരോഗമനാശയങ്ങൾ ഉയർത്തിപ്പിടിച്ച പദയാത്രക്ക് വൻ സ്വീകരണങ്ങളായിരുന്നു. സമാപന ദിവസം ശുചീന്ദ്രത്തു നിന്ന് പെരുമാൾ നായിഡുവിന്റെ നേതൃത്വത്തിൽ ആയിരം പേരുടെ ജാഥയും തിരുവനന്തപുരത്തെത്തി. ഇരു ജാഥകളും സംയോജിച്ച് പൊതുസമ്മേളനവും നടത്തി. കിണ്ടിയിൽ വെള്ളം നിറച്ച് ഉമ്മറത്ത് വെച്ച് തോർത്ത് മുണ്ട് അയലിൽ അടയാളമാക്കി നായർ സ്ത്രീയെ സംബന്ധംചെയ്ത നമ്പൂതിരിക്ക് കാവൽനിന്ന കെട്ടകാലമുണ്ടായിരുന്നു നായന്മാർക്ക്. തങ്ങളുടെ സ്ത്രീകളെ നമ്പൂതിരിമാർക്ക് കാമം തീർക്കാൻ വിട്ടു കൊടുക്കുന്ന അസംബന്ധമായ ദുരാചാരം. അതിന്റെ ഏറ്റവും വലിയ തെളിവായിരുന്നു മന്നത്ത്.'പഴയ കാലത്ത് നിലനിന്ന സംബന്ധം എന്ന ആചാരത്തിൽ, ഇന്നത്തെ അനാചാരത്തിൽ പിറന്ന പുത്രൻ'. 'എടുത്തെറിയെടാ കിണ്ടിയും വെള്ളവും എന്ന് അദ്ദേഹം ഉറക്കെ പറഞ്ഞു. സ്വന്തം സമുദായത്തിലെ സ്ത്രീത്വത്തെ ബ്രാഹ്മണന്റെ കാമകേളിക്ക് വിട്ടുകൊടുക്കില്ലെന്നും കൂട്ടിച്ചേർത്തു. ' '

'എന്റെ ജീവിത സ്മരണകൾ'

ആരാണ് അമ്മേ എന്റെ അഛൻ? എന്ന ചോദ്യത്തിന് മാസത്തിൽ ഒന്നോ രണ്ടോ വട്ടം വീട്ടിൽ വന്നു പോകുന്ന ഈശ്വരൻ നമ്പൂതിരി എന്ന മറുപടിയെ കുറിച്ച് മന്നം 'എന്റെ ജീവിത സ്മരണകൾ' എന്ന ആത്മകഥയിൽ കുറിച്ചിട്ടുണ്ട്. ജീവിതത്തിലൊരിക്കലും അച്ഛന്റെ മുഖത്ത് നോക്കി ആ പേരിൽ വിളിക്കാൻ അവസരം ലഭിക്കാത്ത, മടിയിലിരുത്തിയുള്ള ലാളനയേൽക്കാത്ത, ജന്മം നൽകിയ പിതാവിന്റെ കൈ കൊണ്ട് ഒരു ഉരുള ചോറ് വാങ്ങി കഴിക്കാൻ കഴിയാതിരുന്ന, ആചാരങ്ങൾ കൊണ്ട് പീഡിപ്പിക്കപ്പെട്ട കയ്പുനിറഞ്ഞ ബാല്യം. നാണക്കേട് സഹിക്കാനാവാതെ 12-ാം വയസ്സിൽ വാകത്താനം നീലമന ഇല്ലത്ത് ഈശ്വരൻ നമ്പൂതിരി എന്ന ആഢ്യ ബ്രാഹ്മണനുമായുള്ള ബന്ധം വേർപെടുത്തി നാട്ടുകാരനായ കളത്തിൽ വേലായുധൻ പിള്ള എന്ന നായരെ അമ്മ ചിറമുറ്റത്ത് പാർവതി അമ്മ രണ്ടാമത് വിവാഹം കഴിച്ചതിനെ പറ്റിയെല്ലാം തീവ്രമായ വേദനയുടെ അകമ്പടിയോടെയാണ് എഴുതിയത്. കയ്പ്പുരസം മാത്രം കലർന്ന ഇത്തരം ദുരനുഭവങ്ങളാണ് നായർ സമുദായത്തെ പരിഷ്ക്കരിക്കാൻ മന്നം ഇറങ്ങി പുറപ്പെട്ടതിനു പിന്നിലെ പ്രേരണയും പ്രചോദനവും.

ആചാരങ്ങൾ കാലാനുസൃതം മാറ്റി നിർവചിക്കേണ്ടതാണെന്ന പക്ഷക്കാരനായിരുന്നു മന്നം. വലിയമ്മാവൻ ചിറമുറ്റത്ത് വേലുപ്പിള്ള നിര്യാതനായപ്പോൾ 16 ദിവസ ചടങ്ങുകൾക്കു ശേഷമേ ക്ഷേത്രത്തിൽ പ്രവേശിക്കാവൂ എന്നായിരുന്നു നാട്ടുനടപ്പ്. അത് സാധൂകരിക്കുന്നതാണ് തിരുവിതാംകൂർ സർക്കാരിന്റെ പുല സർക്കുലർ. ആ അനുശാസനം വകവെക്കാതെ പത്മനാഭൻ ക്ഷേത്രത്തിൽ തൊഴുതു. ശ്രീമൂലം തിരുനാൾ മഹാരാജാവിനു മുന്നിൽ പരാതിയെത്തി. കേസ് സ്വയം വാദിച്ച മന്നം

ഏത് വിഭാഗത്തിൽപ്പെട്ടാലും 10 ദിവസത്തെ പുലയേയുള്ളൂവെന്ന് പരാശരസ്മൃതിയിലെ ശ്ലോകങ്ങൾ ഉദ്ധരിച്ച് സമർഥിച്ചു. ആചാരങ്ങളും അതനുസരിച്ച് സ്മൃതികളും കാലത്തിനനുസരിച്ച് മാറിക്കൊണ്ടിരിക്കുമെന്നു മാത്രമല്ല സൂചിപ്പിച്ചത്. "ഓരോ സമുദായത്തിനും അവരുടെ ഇടയിലെ അനാചാരങ്ങൾ ഇല്ലാതാക്കാൻ അധികാരവും സ്വാതന്ത്ര്യവുമുണ്ടെന്ന് സ്ഥാപിക്കുകയുംചെയ്തു. സർക്കാരിന് ഇക്കാര്യങ്ങളിൽ ഇടപെടേണ്ട ആവശ്യമില്ലെന്ന് വിധി വന്നു. നായർ സമുദായ പരിഷ്കാരങ്ങൾക്ക് തടസ്സം നിൽക്കാൻ ആർക്കും അവകാശമില്ലെന്ന വാദം അംഗീകരിക്കപ്പെടുകയും ചെയ്തു. അമ്മാവന്റെ അടിയന്തരവും ബ്രാഹ്മണർക്കുള്ള ദാനവും വിപുലമാക്കേണ്ടതില്ലെന്ന് കുടുംബാംഗങ്ങളെക്കൊണ്ട് എടുപ്പിച്ച തീരുമാനം മുമ്പേ നടപ്പിലാക്കിക്കഴിഞ്ഞിരുന്നു. അമ്മാവന്റെ ചെലവിനായി നീക്കിവച്ച ഇരുപതുപറ നിലം എൻഎസ്എസിന് ദാനവും ചെയ്തു.

ജാതികളും ഉപജാതികളും അവർക്കിടയിൽ നിലനിന്ന അയിത്താചാരണവും അതിരുവിട്ട നിലയിലായിരുന്നു. കുമാരനാശാനോടൊപ്പം പന്തിഭോജനം നടത്താൻ ഈഴവ പ്രമാണിമാരിൽ ചിലർ വിസമ്മതിക്കുക പോലുമുണ്ടായി. സവർണവിഭാഗമായിരുന്നെങ്കിലും നായന്മാർക്കുമുണ്ടായിരുന്നു തീണ്ടൽദോഷം. ഇത്തരം ഭ്രാന്തൻ പ്രാകൃതത്വങ്ങൾക്ക് സാക്ഷിയായിരുന്നു ബാലനായ പത്മനാഭൻ. ഈ പശ്ചാത്തലത്തിലാണ് വൈക്കം-ഗുരുവായൂർ സത്യഗ്രഹങ്ങളെ വിലയിരുത്തേണ്ടത്. അയിത്തോച്ചാടന മുന്നേറ്റം ശക്തിപ്പെടുത്താനും പ്രക്ഷോഭം തുടങ്ങാനും ഏറ്റവും ഉചിതമായ ഇടമായിരുന്നു വൈക്കം. അവിടുത്തെ മഹാദേവ ക്ഷേത്ര പരിസരത്തും നിരത്തിലും അയിത്തജാതിക്കാരുടെ പ്രവേശനം തടയുന്ന തീണ്ടൽപ്പലകകൾ സ്ഥാപിച്ചിരുന്നു. അയിത്തത്തിനെതിരെ പുതിയ പോർമുഖങ്ങൾ തുറന്നപ്പോൾ മന്നം മുന്നിൽനിന്നു. വൈക്കം സത്യഗ്രഹത്തിന് ആദ്യദിവസം പുറപ്പെട്ടത് പുലയനായ കുഞ്ഞപ്പിയും ഈഴവനായ ബാഹുലേയനും നായരായ ഗോവിന്ദ പണിക്കരും. സത്യഗ്രഹികളെ സവർണർ അതിക്രൂരമായി നേരിടുകയുണ്ടായി. മലബാറിൽ നിന്നെത്തിയ ചാത്തുക്കുട്ടി നായർക്ക് മർദനമേറ്റു. സത്യഗ്രഹിയായ ഇളയതിന്റെ കണ്ണിൽ ചുണ്ണാമ്പെഴുതുകയും ചെയ്തു. ശങ്കരഭാഷ്യം വികലമായി രചിച്ച് ഗാന്ധിജിയെ തെറ്റിദ്ധരിപ്പിക്കാൻ തുനിഞ്ഞ ഇണ്ടൻതുരുത്തി നമ്പൂതിരി പിൽക്കാലത്ത് യാഥാസ്ഥിതികത്വത്തിന്റെ നേരവകാശിയുമായി.

സവർണ ജാഥയുടെ സർവാധിപൻ

വൈക്കം സവർണജാഥയുടെ സർവാധിപനായും ഗുരുവായൂർ പ്രചാരണകമ്മിറ്റിയുടെ നായകനായും തെരഞ്ഞെടുക്കപ്പെട്ട മന്നം, ഈഴവന്റെ പട്ടിക്കും പുലയന്റെ പൂച്ചയ്ക്കും ഭക്ഷണക്കാര്യത്തിൽ അത്രയൊന്നും ശുദ്ധവൃത്തിക്കാരനല്ലാത്ത കാക്കക്കും യഥേഷ്ടം പ്രവർത്തന സ്വാതന്ത്ര്യമുള്ള ക്ഷേത്രസന്നിധിയിൽ മനുഷ്യന് അശുദ്ധി കൽപ്പിക്കുന്ന നീതിശാസ്ത്രം ശരിയല്ലെന്ന് ആവർത്തിച്ചു. അറിയപ്പെടുന്ന കോൺഗ്രസ് നേതാവ് ചിറ്റേടത്ത് ശങ്കുപിള്ളയുടെ അടുത്ത ചങ്ങാതിയായ അഴകൻ പുലയൻ

എന്നറിയപ്പെട്ട ആറന്മുളക്കാരൻ എം പി അഴകാനന്ദൻ(അയിരൂർ-ചെറുകോൽപ്പുഴ ഹിന്ദുമത സമ്മേളനത്തിൽ പ്രഭാഷണം നടത്തിയ ഏക ഹരിജൻ) വൈക്കം സത്യഗ്രഹത്തിനിടെ മന്നത്തെ കാണാൻ വന്നു. ഒപ്പം പത്തനംതിട്ടക്കാരനായ ഭട്ടതിരിയും. "അവർ ആഹാരം കഴിച്ചിട്ടില്ലെന്ന് മനസ്സിലായി. അമ്മയോട് സ്വകാര്യം ചോദിച്ചപ്പോൾ എല്ലാവർക്കും കഞ്ഞി തരാമെന്ന് സമ്മതിച്ചു. വീണ്ടും വന്ന് സംഭാഷണം നടത്തുന്നതിനിടെ കൂടെയുള്ള അഴകന് കഞ്ഞി കൊടുക്കുന്ന കാര്യം എന്റെ ആലോചനയിൽ വന്നു. എവിടിരുത്തി കൊടുക്കും. തിരിച്ചിരുത്തി കൊടുക്കുന്നത് എന്റെ നിലയ്ക്ക് ശരിയാണോ? ജാതിനോക്കാതെ പൊതുസ്ഥലത്ത് ഒരുമിച്ചിരുന്ന് ഭക്ഷണം കഴിക്കാനുള്ള പരിചയം ഞാനും സമ്പാദിച്ചിരുന്നു. എന്നാൽ വീട്ടിൽ തീണ്ടലാചാരം കൂടാതെ ഒപ്പമിരുന്ന് സംസാരിക്കാമെന്നുള്ളതിൽ കവിഞ്ഞ് ഒരു പരീക്ഷണത്തിന് അവസരമുണ്ടായിട്ടില്ല. ഞാൻ തന്നെ ഇത്ര വിഷമിക്കുമ്പോൾ അമ്മയ്ക്കെത്ര ബുദ്ധിമുട്ടുണ്ടാകും? എന്റെ വിശ്വാസത്തിനും സംസാരത്തിനും വിപരീതമായി എന്തായാലും പ്രവർത്തിക്കില്ലെന്ന് മനസ്സാൽ തീരുമാനിച്ചു. എന്നല്ല, അതിഥികളിൽ അഗ്രഗണ്യൻ അഴകൻ പുലയനാണെന്നും തോന്നി. മകൻ ചെയ്യുന്നതെല്ലാം ശരിയെന്ന് വിചാരിക്കുന്ന അതിരുകവിഞ്ഞ പുത്രവാത്സല്യമുള്ള അമ്മ നിന്റെ ഹിതമാണെങ്കിൽ അങ്ങനെയാകട്ടെയെന്ന് പറഞ്ഞതേയുള്ളൂ. കഞ്ഞികുടി കഴിഞ്ഞ് പാത്രമെടുക്കാൻ ഭാവിച്ച അഴകനെക്കൊണ്ട് അതെടുപ്പിക്കാതെ കൈകഴുകാൻ നിർബന്ധിച്ചു പറഞ്ഞയച്ചു. അവരെല്ലാം അപ്പുറത്തേക്ക് പോയപ്പോൾ അമ്മക്ക് വിമ്മിട്ടം വരരുതെന്ന് കരുതി ആരുണ്ടമ്മേ പാത്രമെടുക്കാൻ എന്ന് ചോദിച്ചു. വേലക്കാരിയുണ്ടെന്ന് അവർ പറഞ്ഞപ്പോൾ പുലയന്റെ പാത്രം കഴുകാൻ തനിക്കാവില്ലെന്ന് അവൾ പറഞ്ഞു. എനിക്ക് അവളോട് അശേഷം ദേഷ്യം തോന്നിയില്ല. ആരും കാണുകയില്ലല്ലോ, ഞാൻതന്നെ എടുത്തു കഴുകാമെന്ന് പറഞ്ഞ് അമ്മതന്നെ അത് കഴുകി വെച്ചു" എന്നാണ് മന്നം എഴുതിയത്.

വൈക്കം ക്ഷേത്രത്തിലെ പ്രധാന ഊരാളൻ മന്നത്തെ വീട്ടിലേക്ക് ക്ഷണിച്ചു. സത്യഗ്രഹത്തിൽ സമവായശ്രമത്തിനാണ് ആ വിളി. രണ്ടുപേർക്കൊപ്പമാണ് അദ്ദേഹം എത്തിയത്. അതിലൊരാൾ പുലയയുവാവായ പാപ്പി. അയാളെ വീട്ടിൽ കയറ്റാൻ ഗൃഹനാഥൻ തയ്യാറായില്ല. പാപ്പിക്ക് സ്ഥലമില്ലാത്തിടത്ത് പത്മനാഭനുംവേണ്ട എന്നായിരുന്നു മന്നത്തിന്റെ വിട്ടുവീഴ്ചയില്ലാത്ത നിലപാട്. അവിടെനിന്ന് മൂവരും ഒരുമിച്ച് മടങ്ങി. ഇത്രപോലും പുറത്തറിയാത്ത മറ്റൊരു സന്ദർഭത്തിലും മുഖ്യകഥാപാത്രം ഊരാളൻ. ക്ഷണം ക്ഷേത്രത്തിലേക്കായിരുന്നു. ചോതി എന്ന പുലയസുഹൃത്തായിരുന്നു മന്നത്തിന്റെ കൂടെ. ക്ഷേത്രവഴികളിൽപോലും നിഴൽ വീഴ്ത്താൻ അനുവാദമില്ലാത്തവൻ ക്ഷേത്രത്തിൽ കയറാൻ വന്നത് ധിക്കാരമായി കണക്കാക്കപ്പെട്ടു. അത് ജ്വലിപ്പിച്ച കോപം ഊരാളൻ മറച്ചുവച്ചില്ല. ഗുണ്ടകൾ ചോതിയെ വളഞ്ഞു. ആദ്യം എന്നെ, പിന്നെയാകട്ടെ ചോതി എന്നുപറഞ്ഞ് മന്നം അയാളെ കെട്ടിപ്പിടിച്ചു നിന്നു. ഗുണ്ടകൾ പിന്മാറി. ക്ഷേത്രനടയിലേക്ക് എത്താൻ കഴിഞ്ഞില്ലെങ്കിലും നീതി

നിഷേധിക്കപ്പെട്ടവരോടുള്ള അനുഭാവം പ്രസംഗവേദികളിൽ മന്നം ഉറപ്പിച്ചു. സ്വസമുദായ സ്നേഹമെന്നാൽ ഇതര സമുദായങ്ങളോടുള്ള വൈരം എന്നർഥമില്ല. സ്വസമുദായത്തിനായി വാദിക്കുന്നത് തെറ്റല്ല, എന്നാൽ മറ്റു സമുദായങ്ങളോട് സഹിഷ്ണുതയോടെ പെരുമാറാനും അവരുടെ അവകാശ പോരാട്ടങ്ങളെ അംഗീകരിക്കാനും കഴിയുന്നില്ലെങ്കിൽ അയാളെ വർഗീയവാദിയും ജാതീയവാദിയുമായി മാത്രമേ കാണാനാവൂ എന്നായിരുന്നു ആ വാക്കുകൾ.

ശ്രീമൂലം പ്രജാസഭയിലെ പ്രസംഗം

മന്നം ദേവസ്വം ബോർഡ് അധ്യക്ഷനായിരുന്നപ്പോൾ പ്രമേയത്തിൽ ഉൾച്ചേർത്തത് ചടങ്ങുകളും ആരാധനാ സമ്പ്രദായങ്ങളും കാലാനുസൃതം പരിഷ്കരിക്കണം, ഉച്ചനീചത്വങ്ങൾ അവസാനിപ്പിച്ച് ഏകീകൃത ഹിന്ദു സമുദായം സൃഷ്ടിക്കണം, ക്ഷേത്രഭരണത്തിൽ സ്ത്രീകൾക്ക് പ്രാതിനിധ്യം വേണം തുടങ്ങിയ ആശയങ്ങളായിരുന്നു. ക്ഷേത്രങ്ങളിലെ ബ്രാഹ്മണ ഊട്ടും ബ്രാഹ്മണർക്കു മാത്രം പ്രവേശനമുള്ള തിരുവനന്തപുരം കോട്ടയ്ക്കകത്തെ വൈദിക പാഠശാലയും അദ്ദേഹം നിർത്തലാക്കി. ക്ഷേത്രപ്രവേശനവിളംബരത്തിന് ശേഷവും കോട്ടയത്തിനടുത്ത കുമാരനല്ലൂർ ക്ഷേത്രത്തിൽ അവർണരെ പ്രവേശിപ്പിച്ചില്ല. താഴ്ന്ന ജാതിക്കാർ ക്ഷേത്രത്തിൽ കടക്കുന്നതിനെതിരെ മുഴങ്ങിയ ഭീഷണിയെ അദ്ദേഹം നിഷ്പ്രഭമാക്കുകയും ചെയ്തു. സർ സിപിയുടെ സ്വതന്ത്ര തിരുവിതാംകൂർ വാദത്തെ എതിർത്ത് മന്നം പല വേദികളിലും സംസാരിച്ചു. മഹാരാജാവിന്റെ പരമാധികാരത്തിൻ കീഴിൽ ഉത്തരവാദ ഭരണം അനുവദിക്കുക, സി പിയുടെ രാവണഭരണം അവസാനിപ്പിക്കുക തുടങ്ങിയ ആശയങ്ങളാണ് ഊന്നിയത്. മുതുകുളത്തെ പ്രസംഗത്തിന്റെ പേരിൽ 1947 ജൂൺ 14ന് അറസ്റ്റിലായ അദ്ദേഹം രണ്ട് വർഷം ശിക്ഷയും അനുഭവിച്ചു. മന്നം ശ്രീമൂലം പ്രജാസഭയിൽ ചെയ്ത പ്രസംഗവും സുകുമാരൻ നായർ വായിച്ചുനോക്കേണ്ടതാണ്. 'പുലയരും പറയരും മറ്റും ഹിന്ദുക്കളെന്ന് പറയാൻ പോയതുകൊണ്ട് അവർ മനുഷ്യരല്ലാതായി. മൃഗങ്ങളെക്കാൾ കഷ്ടത്തിലും. നികൃഷ്ടജന്തുക്കളെന്ന് കരുതപ്പെടുന്ന പട്ടികൾക്കുപോലും മതിൽക്കകത്തും ചിലപ്പോൾ നാലമ്പലത്തിലും പ്രവേശനമുണ്ട്. തീണ്ടൽ നിമിത്തം ഹിന്ദുവിശ്വാസികളായ ഈഴവർ തുടങ്ങിയവർക്ക് മതിലിനു പുറത്തുള്ള വഴികളിൽപ്പോലും നടക്കാൻ പാടില്ല. ഈശ്വരന് തീണ്ടലുണ്ടെന്ന് സ്ഥാപിക്കാൻ സാധിക്കില്ല. ഈശ്വരൻ, വിശേഷിച്ച് ഹിന്ദുക്കളുടേത് സർവവ്യാപിയും സർവാന്തര്യാമിയുമാണ്. സർവം എന്നുള്ളതിൽ ഈഴവാദികൾ പെടാതിരിക്കാൻ നിവൃത്തിയില്ല. പിന്നെങ്ങനെ ഈശ്വരന് തീണ്ടലുണ്ടാകും. ശക്തരും സ്വാർഥികളുമായ ആളുകളുടെ കൈയിലകപ്പെട്ടപ്പോൾ മുതലായിരിക്കണം ഈശ്വരന് അപകടം പറ്റിയത്. അങ്ങനെയുള്ളവരുടെ ബന്തോവസ്തിൽ ഇരിക്കാൻ ഈശ്വരൻ ഇഷ്ടപ്പെടുകയില്ല. മനുഷ്യന് മനുഷ്യനെ തീണ്ടലുണ്ടെന്ന് പറയുന്നതിൽപ്പരം പാപമില്ല. തീണ്ടലുള്ള ജാതി,മതം മാറി പള്ളിവഴി ഇറങ്ങിവരുമ്പോൾ തീണ്ടൽ എവിടെപ്പോകുന്നു?' ഇങ്ങനെയായിരുന്നു അതിന്റെ ഉള്ളടക്കം.

സാമൂഹ്യ മറവിരോഗം

ഒരു കാവി ഉടുത്ത് മറ്റൊരു കാവിയിൽ എൻഎസ്എസിനെ പുതപ്പിക്കാൻ നോക്കേണ്ടെന്നും കണ്ണുരുട്ടി വിരട്ടി കാര്യം സാധിക്കാമെന്ന് ആരും കരുതേണ്ടെന്നും 139-ാമത് മന്നം ജയന്തി ആഘോഷത്തിന്റെ ഭാഗമായ അഖിലകേരള നായർ പ്രതിനിധി സമ്മേളനം ഉദ്ഘാടനം ചെയ്ത് താൻ നടത്തിയ പ്രസംഗം സുകുമാരൻ നായർ ഇപ്പോൾ ഓർക്കാനിടയില്ല. രാഷ്ട്രീയമില്ലാത്ത തുറന്ന പുസ്തകമാണ് എൻഎസ്എസ്. എല്ലാ പ്രസ്ഥാനങ്ങളിലെ അംഗങ്ങളും അനുഭാവികളും സമുദായത്തിലുണ്ട്. അതാണ് സംഘടനയുടെ കരുത്ത്. അതിനാൽ പാർടി ഉണ്ടാക്കുന്നതിനോ ഏതെങ്കിലും പാർടിയോട് ചേർന്നു പ്രവർത്തിക്കുന്നതിനോ സാധ്യമല്ല. ഒരു രാഷ്ട്രീയ പ്രസ്ഥാനത്തോടും വിരോധമില്ല. പക്ഷേ, എവിടെ പ്രവർത്തിച്ചാലും സമുദായാംഗങ്ങൾക്ക് എൻഎസ്എസിൽ നായരായി നിൽക്കാൻ അവസരമൊരുക്കണം. അവർ രാഷ്ട്രീയത്തിൽ പ്രവർത്തിക്കുന്നതിന് തടസ്സമില്ല. അവരെ പ്രോത്സാഹിപ്പിക്കുകയും ചെയ്യും. പക്ഷേ ആ പ്രസ്ഥാനവും അതുപോലെ അവർക്ക് എൻഎസ്എസിൽ പ്രവർത്തിക്കാനുള്ള സ്വാതന്ത്ര്യം കൊടുക്കണം. ഒരു പരിധിവരെ ചില പ്രസ്ഥാനങ്ങൾ ആ നയം അംഗീകരിച്ചിട്ടുണ്ട്. ഇടതുപക്ഷം ഒരുപരിധിവരെ അൽപം അകലെ നിന്നിരുന്നെങ്കിലും അവരും എൻഎസ്എസിൽ പ്രവർത്തിക്കുന്ന പ്രവർത്തകരെ തടസ്സപ്പെടുത്തുന്നില്ല. ബിജെപി അവരെ കണ്ടു പഠിക്കണമെന്നാണ് പറയാനുള്ളത്.ചങ്കു വിരിച്ച് കാട്ടി പേടിപ്പിക്കാതെ സൗമ്യമായി സമീപിക്കുന്ന ഏത് രാഷ്ട്രീയപാർടിക്കും തിരിച്ചും സഹായം നൽകും. അത് ബിജെപി നേതൃത്വം മനസ്സിലാക്കണം. അവരിലെ ചെറുവിഭാഗം എൻഎസ്എസിനെ അലോസരപ്പെടുത്താനും മാന്താനും ശ്രമിക്കുന്നു. നായർ സൊസൈറ്റിയെപ്പറ്റി ഇനിയെങ്കിലും ബിജെപി പഠിക്കണം. എൻഎസ്എസ് ഏതെങ്കിലും രാഷ്ട്രീയത്തിന്റെ വാലല്ല. അവിടെയും ഇവിടെയുമിരുന്ന് ചിലർ എൻഎസ്എസിനെ താഴ്ത്തിക്കെട്ടാൻ ശ്രമിക്കുകയാണെന്നും ആ ചടങ്ങിൽ അദ്ദേഹം പറഞ്ഞു.ഇക്കാര്യങ്ങൾ പത്രത്താളുകളിൽ മിഴിച്ചുനിൽക്കുന്നുണ്ടെന്നെങ്കിലും മറവിരോഗം പിടികൂടിക്കഴിഞ്ഞിട്ടില്ലാത്ത സുകുമാരൻ നായർ മനസ്സിലാക്കേണ്ടിയിരിക്കുന്നു.2018 നവംബർ ഏഴിന് നൂറനാട് എൻഎസ്എസ് കരയോഗം ഓഫീസ് കൊടിമരത്തിലും എൻഎസ്എസ് സ്കൂളിലും കരിങ്കൊടി കെട്ടിയ സംഭവത്തിൽ ഡിസംബർ 20ന് രണ്ട് ആർഎസ്എസുകാർ അറസ്റ്റിലായതിൽ സുകുമാരൻ നായർ മൗനവ്രതം ആചരിക്കുന്നത് എന്തുകൊണ്ടാണെന്ന് മനസ്സിലാക്കാൻ ബുദ്ധിമുട്ടില്ല. കൊടിമരത്തിനുതാഴെ അദ്ദേഹത്തിന്റെ പേരിൽ റീത്ത്വെച്ച് ആഹ്ലാദിക്കുന്നതുവരെയെത്തി ധിക്കാരത്തിന്റെ വലുപ്പം. കുടശനാട് കരയോഗാംഗങ്ങൾ കൂടിയായ ആർഎസ്എസുകാരായ വിക്രമൻ നായരും ശ്രീജിത്തുമാണ് പിടിയിലായത്. തിരുവനന്തപുരം മോലാങ്കോട്ടെയും ചേർത്തല പള്ളിപ്പുറത്തെയെയും എൻഎസ്എസ് കരയോഗം ഓഫീസുകൾ തല്ലിത്തകർത്തതും ആർഎസ്എസുകാരാണ്. ഇക്കാര്യങ്ങളിലൊന്നും പ്രതിഷേധമുണ്ടായില്ല. സുകുമാരൻ നായരുടെ വിനയമായിരുന്നിരിക്കാം തടസ്സം.

നങ്ങേലി, മുലക്കരം, അഥവാ ഛേദിക്കപ്പെട്ട ചരിത്രം

പാബ്ലോ പിക്കാസോ ദാർശനികനായ ചിത്രകാരനായിരുന്നു. 1944ൽ അദ്ദേഹം ഫ്രഞ്ച് കമ്യൂണിസ്റ്റ് പാർടി അംഗമായി. താൻ ഏറെ ബഹുമാനിക്കുന്ന മഹാചിന്തകരും കവികളും ചെറുത്തുനിൽപ്പ് പ്രസ്ഥാന നേതാക്കളും പാർടിയുടെ ഭാഗമായതായിരുന്നു പ്രചോദനം. വാഴ്സയിൽ ചേർന്ന അന്താരാഷ്ട്ര സമാധാന സമ്മേളനത്തിൽ പങ്കെടുത്ത അദ്ദേഹം കൊറിയയിലെ അമേരിക്കൻ അധിനിവേശത്തിനെതിരെ "കൊറിയൻ കൂട്ടക്കുരുതി' എന്ന ചിത്രവും ഗ്രീക്ക് കമ്യൂണിസ്റ്റ് നേതാവ് നിക്കോസ് ബെലോയന്നീസിന്റെ ജീവൻ രക്ഷിക്കാൻ പ്രശസ്തമായ രേഖാചിത്രവും വരയ്ക്കുകയുണ്ടായി. ഫ്രാൻസിസ്കോ ഫ്രാങ്കോയെ വിമർശിക്കുകയും ഫാസിസത്തിനെതിരായ അതിശക്തമായ വിയോജിപ്പ് ചിത്രങ്ങളിലൂടെ പ്രകടിപ്പിക്കുകയും ചെയ്ത പിക്കാസോ, 1945ൽ ജെറോം സെക്ലറുമായുള്ള അഭിമുഖത്തിൽ, ഒരു കാര്യം ഉറപ്പിച്ചു. താനൊരു കമ്യൂണിസ്റ്റാണ്;തന്റെ പെയിന്റിങ്ങുകളും. പക്ഷേ പാദുകനിർമാതാവോ, രാജപക്ഷക്കാരനോ, കമ്യൂണിസ്റ്റോ എന്തായായിരുന്നാലും രാഷ്ട്രീയ കാഴ്ചപ്പാട് വെളിപ്പെടുത്താൻ ഒരിക്കലും ചെരുപ്പുകൾ അടിച്ചുപരത്തുകയില്ലെന്ന് പറഞ്ഞ അദ്ദേഹത്തിന്റെ പ്രശസ്ത രചനയാണ് ഗർണിക്ക. സ്പാനിഷ് ആഭ്യന്തരയുദ്ധത്തിനിടെ, 1937 ഏപ്രിൽ 26ന് ഫ്രാങ്കോയുടെ ആവശ്യപ്രകാരം നാസി ജർമനിയുടെയും ഫാസിസ്റ്റ് ഇറ്റലിയുടെയും പോർവിമാനങ്ങൾ ഗർണിക്ക പട്ടണം ബോംബിട്ട സംഹാരാത്മകതക്കെതിരായ സർഗാത്മക പ്രതികരണമായിരുന്നു അത്. യുദ്ധത്തിന്റെ ദുരന്തസ്വഭാവവും നിരപരാധികളായ സാധാരണക്കാർ അഭിമുഖീകരിച്ച അതിക്രൂരവും വിവരണാതീതവുമായ കെടുതികളാണ് ഗർണിക്കയിൽ ചിത്രീകരിച്ചത്.

സൗന്ദര്യത്തെക്കുറിച്ച് ചർച്ചചെയ്യാൻ ഇറങ്ങിപ്പുറപ്പെടുന്നവരെ കണ്ടാൽ താൻ ഓടും. എന്താണീ സൗന്ദര്യം? ചിത്രരചനയിലെ പ്രശ്നങ്ങളെ പറ്റിയല്ലേ സംസാരിക്കേണ്ടത്. ചിത്രരചന അന്ധന്റെ തൊഴിലാണ്. താൻ കാണുന്നതല്ല, അയാൾ വരക്കുന്നത്; മറിച്ച്,തനിക്കനുഭൂതമാകുന്നതിനെയാണ്, കണ്ടതെന്തെന്ന് തന്നോടുതന്നെ പറയുന്നതിനെയാണ്. ചില ചിത്രകാരന്മാർ സൂര്യനെ മഞ്ഞപ്പുള്ളിയാക്കും

വേറെ ചിലർ മഞ്ഞപ്പള്ളിയെ സൂര്യനമാക്കും. നശിപ്പിക്കാൻ കഴിയാത്തവരാണ്, കലാകാരന്മാർ; ജയിലിലോ, കോൺസെൻട്രേഷൻ ക്യാമ്പിലോ ആവട്ടെ, അവിടെയും സ്വന്തം കലാലോകത്തിന്റെ പ്രജാപതിയായിരിക്കും; തടവറയുടെ പൊടിപിടിച്ച നിലത്ത് സ്വന്തം നാവിന്റെ നനവു കൊണ്ടുവേണം ചിത്രം വരയ്ക്കേണ്ടിവരുന്നതെങ്കിൽ കൂടി. കലാകാരനെന്നാൽ ആരെന്നാണ് ധരിച്ചിരിക്കുന്നത്? ചിത്രകാരനാണെങ്കിൽ കണ്ണുകൾ മാത്രമുള്ളവനും പാട്ടുകാരനെങ്കിൽ കാതു മാത്രമുള്ളവനും കവിയെങ്കിൽ ഹൃദയത്തിന്റെ ഓരോ അറയിലും ഒരു കിന്നരം കൊണ്ടുനടക്കുന്നവനും ഗുസ്തിക്കാരനെങ്കിൽ മാംസപേശികൾ മാത്രമുള്ളവനുമായ വികലാംഗനാണെന്നോ? അങ്ങനെയൊന്നുമല്ല. രാഷ്ട്രീയജീവി കൂടിയാണയാൾ; ലോകത്തു നടക്കുന്ന ഹൃദയഭേദകവും വികാരഭരിതവും ആഹ്ലാദകരവുമായ കാര്യങ്ങളെക്കുറിച്ച് നിരന്തരം ബോധവാനായ ഒരാൾ; അതിനൊപ്പിച്ച സ്വന്തം പ്രതിച്ഛായ മാറ്റിവരയ്ക്കുകയുമാണയാൾ. എങ്ങനെയാണ്അന്യരിൽ താൽപര്യമെടുക്കാതെ ജീവിക്കാനാവുക? അത്രയും സമൃദ്ധമായി നിങ്ങൾക്കു കൊണ്ടുത്തരുന്ന ജീവിതത്തിൽനിന്ന് മരവിച്ച നിസ്സംഗതയോടെ മാറിനിൽക്കാനാവുക? വീടുകൾ മോടി പിടിപ്പിക്കാനുള്ളതല്ല, കല; അതൊരു യുദ്ധസാമഗ്രിയാണെന്നും പിക്കാസോ വിശദീകരിക്കുകയുണ്ടായി. ഈയൊരു സത്യവാങ്മൂലത്തെ കോലാഹലരഹിതമായി പിന്തുടരുന്ന ചിത്രകാരനാണ് ടി മുരളി. കേരളത്തിന്റെ ഭയപ്പെടുത്തുന്ന സാമൂഹ്യാലംഭാവങ്ങളിലും പരിതാപകരങ്ങളായ പിൻനടത്തങ്ങളിലും മാപ്പർഹിക്കാത്ത രാഷ്ട്രീയ നിരുത്തരവാദങ്ങളിലും ഉൽകണ്ഠാകുലനായ ആ പ്രക്ഷോഭകാരിയുടെ രചനകൾക്ക് വല്ലാത്തൊരു പ്രവചന സ്വഭാവമുണ്ട്. പശു പൂജയുടെയും വിദ്വേഷ ഗണിതങ്ങളുടെയും അന്ധവിശ്വാസ പ്രചാരണത്തിന്റെയും വിശ്വാസഭീകരതയുടെയും ദുരാചാര സംരക്ഷണത്തിന്റെയും സമകാലികാവസ്ഥയിൽ നങ്ങേലി പരമ്പരയടക്കമുള്ള അദ്ദേഹത്തിന്റെ ചിത്രങ്ങൾ കേരള ചരിത്രത്തെ പുനർവായിക്കുകയാണെന്ന അർഥത്തിൽ സ്ഫോടനാത്മകങ്ങളാവുകയാണ്.

തന്റെ ചിത്രസമാഹാര പുസ്തകത്തിന് മുരളി നൽകിയ ശീർഷകം 'അമണ'എന്നായതും അർഥവത്താണ്. 1800 വർഷത്തിലേറെ പഴക്കമുള്ള ബ്രാഹ്മി -തമിഴ് ലിപിയിലുള്ള വാക്ക് കുഴിച്ചെടുത്തത് പട്ടണം പുരാവസ്തു ഉദ്ഘനന സൈറ്റിൽനിന്നാണ്. ഉയിർത്തെഴുന്നേൽക്കാനാകാത്തവിധം മറവിയുടെ ആഴങ്ങളിൽ കുഴിച്ചുമൂടപ്പെട്ട കേരള ചരിത്രത്തിലേക്ക് നമ്മെ ആനയിക്കുന്ന വാക്കാണ് ''അമണ'. പിന്നോക്കക്കാരും ദളിതരുമുൾപ്പെടെ ഭൂരിപക്ഷത്തിന്റെ അരുണാഭയാർന്ന ചരിത്രത്തിലേക്കും ഉജ്വലങ്ങളായ ബൗദ്ധ പാരമ്പര്യങ്ങളിലേക്കും ശ്രദ്ധക്ഷണിക്കുന്ന അത് ശ്രമണ പാരമ്പര്യത്തിന് വാചാലവും സത്യസന്ധവുമായ തെളിവും നൽകുന്നു. പട്ടണത്തെ മണ്ണിന്നഗാധതയിൽനിന്നും കണ്ടെത്തിയ കളിമൺ ഭിക്ഷാ പാത്രത്തിന്റെ അവശിഷ്ടത്തിൽ ബ്രാഹ്മിയിൽ ആലേഖനംചെയ്ത 'അമണ' യെന്നാൽ മുതിർന്ന ബുദ്ധ ഭിക്ഷു എന്നർഥം. 18 -ാം

നൂറ്റാണ്ടിനു മുമ്പ് കൊടുങ്ങല്ലൂർ - പട്ടണം പ്രദേശത്ത് ബുദ്ധ ഭിക്ഷുക്കളുടെ ആവാസ സ്ഥലങ്ങളുണ്ടായി. ചാതുർവർണ്യത്തിന്റെ സ്രഷ്ടാക്കളും പ്രയോക്താക്കളും പ്രചാരകരുമായ ബ്രാഹ്മണരുടെ വരവിനുമുമ്പ് കേരളം ബുദ്ധ-ജൈന ധർമങ്ങളുടെ പ്രബുദ്ധ സാംസ്കാരിക കേന്ദ്രമായിരുന്നു. തമസ്കരിക്കപ്പെട്ട ആ ചരിത്രം പൊതുബോധത്തിൽ അടയാളപ്പെടുത്താൻ മോഹനന്റെ രചനകൾക്ക് കഴിഞ്ഞു. നങ്ങേലി പരമ്പരയിൽ മൂന്നു ചിത്രങ്ങളാണ് വരച്ചത്. അത് മാധ്യമ രംഗത്ത് തുടർ ചലനങ്ങളുണ്ടാക്കി. 2016ൽ 'വേഗ ബോംബ്' ഓൺലൈൻ മാഗസിനിൽ നങ്ങേലി ചിത്രം വൈറലായതിനെ തുടർന്ന്, മുംബൈയിൽനിന്നെത്തിയ 'ടൈംസ് ഓഫ് ഇന്ത്യ' സീനിയർ എഡിറ്റർ വിജയ് സിങ്ങും ആ കുടുംബത്തെ തേടിപ്പിടിച്ച 2016ലെ ലോക വനിതാദിന തലേന്ന് (മാർച്ച് ഏഴ്) ടൈംസ് ഓഫ് ഇന്ത്യ ഒന്നാം പേജിൽ വാർത്ത നൽകി. അത് ശ്രദ്ധയിൽപ്പെട്ട ബിബിസി സംഘം ആലപ്പുഴയിലെത്തി നങ്ങേലിയുടെ ബന്ധുക്കളെ അഭിമുഖംനടത്തി ആ ചരിത്രം ലോകത്തെ അറിയിച്ചു. സംവിധായകൻ വിനയൻ നങ്ങേലിക്ക് ചലച്ചിത്രഭാഷ്യം നൽകാൻ സന്നദ്ധനായതും മറ്റൊരു അനുബന്ധം.

സ്ത്രീ വിമോചനത്തിന്റെ പ്രതീകം

അവയവത്തിന് അടിച്ചേൽപ്പിച്ച വിചിത്രമായ കരത്തിനെതിരെ സ്വന്തം മുല ഛേദിച്ച് പ്രതിഷേധിച്ച നങ്ങേലി, ആകാശങ്ങളിലേക്ക് കൈയുയർത്തിയ കേരളീയ സ്ത്രീവിമോചനത്തിന്റെ പ്രതീകം തന്നെ. അവർണരും സവർണരും ഉൾക്കൊള്ളുന്ന ഹിന്ദു സാമാന്യബോധത്തെ നിർണയിക്കുന്നത് വരേണ്യ പാരമ്പര്യത്തിന്റെ ഭാഗമായ ചിഹ്നങ്ങളും പ്രതീകങ്ങളും മിത്തുകളും പ്രയോഗങ്ങളും സൂചകങ്ങളുമാണ്. ഇത്തരം സാമാന്യബോധം പ്രയോഗത്തിൽ, അവർണരുടെ അധഃസ്ഥിതത്വത്തെ ഊട്ടിയുറപ്പിക്കുന്നതും. അതിന്റെ പാർശ്വങ്ങളിൽ പറ്റിപ്പിടിച്ച അനീതികൾക്കെതിരായ പൊട്ടിത്തെറിയായിരുന്നു ആ സമർപ്പണം. ആത്മാഭിമാനവും ഉടൽ സ്വാതന്ത്ര്യവും തന്റേടവും വിഭാവനംചെയ്ത നങ്ങേലിക്ക് സമാനതകളില്ല. 'ഹിന്ദു'മിത്തിനെ ആന്തരികമായി പൊളിച്ചെഴുതുന്ന 'പ്രതിമിത്താ'ണത്. കേളപ്പിറവി മുൻനിർത്തി സവർണ പാരമ്പര്യം സൃഷ്ടിച്ച പരശുരാമ മിത്തിനെയാണ് നങ്ങേലിയുടെ രക്തസാക്ഷിത്വം അട്ടിമറിച്ചത്. പരശുരാമ നിർമിതിയായ കേരളം പ്രാകൃത ജാതി സമൂഹമാണ്. ബഹുഭൂരിപക്ഷത്തിന്റെയും മാനുഷികത നിഷേധിച്ചാണ് അതിന്റെ നിൽപ്പ്. ആ മാനുഷികതയുടെ വീണ്ടെടുപ്പാണ് നങ്ങേലിയുടെ ജീവത്യാഗം. സ്വാമി വിവേകാനന്ദൻ കേരളത്തെ ഭ്രാന്താലയമെന്ന് വിശേഷിപ്പിച്ചത് വെറുതെയായിരുന്നില്ല. ജാതീയ ഹീനത്വത്തിന്റെയും ഫ്യൂഡൽ മാടമ്പിത്തരത്തിന്റെയും പുരുഷ മേധാവിത്തത്തിന്റെയും ചവിട്ടടിയിൽ നരകിച്ച, അയിത്തവും അടിമത്തവും നിന്നുപുളച്ച അവസ്ഥയാണ് ആ ജ്ഞാനിയെക്കൊണ്ട് അങ്ങനെ പറയിപ്പിച്ചത്. അടിമവ്യാപാരം, അതിക്രമ പിരിവുകൾ, ചേറിൽ ചവിട്ടി താഴ്ത്തിയുള്ള കൊലപാതകങ്ങൾ തുടങ്ങിയ പ്രവണതകൾ നിലനിന്ന അക്കാലത്ത്

ബ്രാഹ്മണ മേധാവിത്തം കീഴ്ജാതിക്കാരെയും സ്ത്രീകളെയും കഠിനമായി ദ്രോഹിച്ചു. പതിറ്റാണ്ടുകൾ നീണ്ട പ്രക്ഷോഭങ്ങളും നവോത്ഥാന പരിശ്രമങ്ങളുമാണ് കേരളത്തെ മാനവീകരിച്ച് മാറ്റിപ്പണിയത്. അതിൽ ശ്രീനാരായണ ഗുരുവും അയ്യങ്കാളിയും നൽകിയ സംഭാവന വളരെ വലുതാണ്. ബ്രാഹ്മണ്യത്തിന്റെ തിട്ടൂരങ്ങളെ വകവെക്കാതെ 1888ൽ പ്രതിഷ്ഠ നടത്തി സവർണാധിപത്യത്തെ വെല്ലുവിളിച്ച ഗുരുവിന്റെ 'നമുക്ക് ജാതിയില്ല' വിളംബരം ഒരു കൊടുങ്കാറ്റ് തന്നെയായി. പ്രതീകാത്മക വില്ലുവണ്ടി പ്രക്ഷോഭത്തിലൂടെ അയ്യൻകാളി തന്റെ ജനതയുടെ സഞ്ചാരസ്വാതന്ത്ര്യമടക്കം സാമൂഹ്യാന്തസ്സ് വീണ്ടെടുത്തു. കേരളത്തിലെ ആദ്യ കർഷകത്തൊഴിലാളി സമരവും അദ്ദേഹത്തിന്റെ നേതൃത്വത്തിലായിരുന്നു. സവർണബോധം വിഭജിച്ചു നൽകിയ പരമ്പരാഗത ജാതി തൊഴിൽമാത്രം കീഴ്ജാതിക്കാർ ചെയ്താൽ മതിയെന്ന നയത്തിനെതിരായ മുന്നേറ്റമായിരുന്നു ഈഴവ മെമ്മോറിയൽ. മുസ്ലിങ്ങൾക്കിടയിൽ വക്കം അബ്ദുൾഖാദർ മൗലവി ഏറ്റെടുത്ത ദൗത്യങ്ങളും നിസ്സാരമായിരുന്നില്ല.

പുഴുക്കളെക്കാൾ നികൃഷ്ടരും നിന്ദ്യരും നിസ്സാരരുമാണ് അധഃകൃതരെന്ന് ആവർത്തിച്ചുറപ്പിക്കാൻ സംസ്കൃത ശ്ലോകങ്ങളെ ദുരുപയോഗപ്പെടുത്തിയ പഴയ മനോഭാവം ഇപ്പോഴും പൂർണമായും അവസാനിച്ചിട്ടില്ല. മഹാവിഷ്ണുവിന്റെ അവതാരമായ പരശുരാമൻ കടലിലേയ്ക്ക് മഴുവെറിഞ്ഞ് വീണ്ടെടുത്തതാണ് കേരളമെന്ന, ബ്രാഹ്മണർ പ്രചരിപ്പിക്കുന്ന ഐതിഹ്യം ഓർമിപ്പിക്കുന്നതാണ് ഇത്തരം ശ്ലോകങ്ങൾ. ബ്രാഹ്മണർക്ക് വേണ്ടി മഴു വീശിയെറിഞ്ഞും ചതി പ്രയോഗിച്ചും കൊന്നുതള്ളിയും സംബന്ധത്തിൽ മുഴുകിയും കടലിന്റെ ആഴങ്ങളിൽനിന്നും ഉയർത്തിക്കൊണ്ടുവന്ന കേരളത്തിന്റെ വ്യാജ ചരിത്രം റദ്ദായിപ്പോകേണ്ടതുണ്ട്. കേരളോൽപ്പത്തിയും കേരള മാഹാത്മ്യവും, ദേവസ്വവും ബ്രഹ്മസ്വവും നാടുനീങ്ങി അജ്ഞാതയിടങ്ങളിൽ വിലയം പ്രാപിക്കുകയും വേണം. അങ്ങനെയായാൽ 'ഭാർഗവ കേരളം' ഇല്ലാതാകും. അതിദരിദ്രരുടെ ഓട്ടുപ്പാത്രത്തിൽപ്പോലും ആർത്തിപൂണ്ട് കൈയിട്ടുവാരി തിന്നുകൊഴുത്ത രാജാക്കന്മാരുടെയും ബ്രാഹ്മണ പ്രമാണിമാരുടെയും വിഹാരരംഗമായിരുന്നു നവോത്ഥാനത്തിന് മുമ്പത്തെ കേരളം. കേണൽ ജോർജ് മൺറോ വരുംവരെ നമ്പൂതിരിമാർക്ക് ഭൂനികുതിയടക്കം ഒഴിവാക്കിക്കൊടുത്തു. അതേസമയം മഹാഭൂരിപക്ഷം വരുന്ന അധഃസ്ഥിതരുടെ മുതുകിൽ പലമട്ടിലുള്ള ഭാരങ്ങൾ ഇറക്കിവെച്ചു. വേലകൾക്കും തൊഴിലുപകരണങ്ങൾക്കും അവയവങ്ങൾക്കുപോലും കരം ചുമത്തി. 'ജന്മിഭോഗം' എന്ന് സി കേശവൻ വിളിച്ച ചൂഷണത്തിന്റെ മറുപുറം. 'നാറ്റീവ് ലൈഫ് ഇൻ ട്രാവൻകൂർ' എന്ന ഗവേഷണ കൃതിയിൽ സാമുവൽ മതീർ, താഴ്ന്ന ജാതിക്കാർ ഒടുക്കേണ്ടിവന്ന 110 അധിക നികുതികളെക്കുറിച്ച് പ്രതിപാദിച്ചിട്ടുമുണ്ട്.

ചരിത്രത്തിലില്ലാത്ത ആമചാടി തേവൻ

നങ്ങേലി എന്ന പേര് ആഴങ്ങളിൽനിന്ന് മുങ്ങിയെടുക്കാൻ എളുപ്പ മല്ലായിരിക്കാം, എന്നാൽ അതിന് സമാനമായ എത്രയോ ഏടുകൾ ചരിത്രത്തിന്റെ ഓരങ്ങളിൽ പറ്റിപ്പിടിച്ചു കിടപ്പുണ്ട്. ബോധപൂർവമായ തമസ്കരണമോ പരിശീലിപ്പിക്കപ്പെട്ട നിശബ്ദതയോ മൂടിവെക്കാൻ ശ്രമിച്ച സത്യങ്ങൾ നിരവധി. സവർണ-വരേണ്യ വിശകലനങ്ങൾ കണ്ണുപൂട്ടിയ യാഥാർഥ്യങ്ങൾ പലതാണ്.വൈക്കം സത്യഗ്രഹത്തിൽ പങ്കെടുത്ത വിപ്ലവകാരിയായിരുന്ന ആമചാടി തേവൻ എന്നറിയ പ്പെട്ട കണ്ണൻ തേവൻ. ആലപ്പുഴ എറണാകുളം കോട്ടയം ജില്ലകളുടെ അതിർത്തിയിലെ തുരുത്താണ് ആമചാടി. 56 ഏക്കർ വിസ്തീർണമുള്ള തുരുത്ത് വെട്ടിത്തെളിച്ച് താമസിച്ചതിനാലാണ് കണ്ണൻ, ആമചാടി തേവൻ എന്നറിയപ്പെട്ടത്. വൈക്കം സത്യഗ്രഹത്തിലെ ഉജ്വല സാന്നി ധ്യങ്ങളായിരുന്ന തേവനും രക്തസാക്ഷി ചിറ്റേടത്ത് ശങ്കുപ്പിള്ളയും. ചിറ്റേടത്തിനെക്കുറിച്ച് ജീവചരിത്രമുണ്ട്. എന്നാൽ, തേവനെക്കുറിച്ച് കാര്യമായ രേഖകളില്ല. ചെറുപ്പത്തിലേ ശ്രീനാരായണകൃതികളും ഗാന്ധിസാഹിത്യവും പുരാണങ്ങളും ഹൃദിസ്ഥമാക്കിയ ആ വിപ്ലവ ബോധം അയിത്തജാതിക്കാരെ വിലക്കിയ ക്ഷേത്രങ്ങൾക്കുനേരേ തിരിഞ്ഞു. വൈക്കം സത്യഗ്രഹത്തിന്റെ മുന്നോടിയായി പുലയരുടെ സമ്മേളനം വിളിച്ചുകൂട്ടിയപ്പോൾ പങ്കെടുത്തവരാണ് കഴുത്തോളം വെള്ളത്തിൽ സത്യഗ്രഹം അനുഷ്ഠിച്ച ചാത്തൻ കുഞ്ഞാപ്പിയും തേവനും. വൈക്കത്ത് ഗാന്ധിജിയെ പരിചയപ്പെടാൻ അവസരമുണ്ടായ തേവനെ ചരിത്രം തീർത്തും അവഗണിച്ചു. ആ സത്യഗ്രഹത്തിനു മുമ്പ് കീഴ്ജാതി ക്കാരെ ഒന്നിപ്പിച്ച് പൂത്തോട്ട ക്ഷേത്രത്തിൽ ബലമായി കയറിയതിന് അറസ്റ്റിലായി. മോചിതനായി സത്യഗ്രഹപന്തലിലേക്ക് പോയപ്പോൾ സവർണർ ചുണ്ണാമ്പൊഴിച്ച് കാഴ്ച്ച നശിപ്പിച്ചു. പാലക്കുഴ രാമൻ ഇളയ തിന്റെ കണ്ണിലും പുണ്ണാമ്പ് തൂവി. വീണ്ടും അറസ്റ്റിലായ തേവന് ക്രൂര മർദനങ്ങളേൽക്കേണ്ടിവന്നു. സത്യഗ്രഹം അവസാനിച്ചേ ജാമ്യം കിട്ടി യുള്ളൂ. കെ പി കേശവമേനോൻ അയച്ച കത്തിൽനിന്നും വിവരമറിഞ്ഞ ഗാന്ധിജി, കൊടുത്തയച്ച പച്ചമരുന്നുകളാണ് കാഴ്ച തിരിച്ചുനൽകിയത്.

കേരളീയ നവോത്ഥാന മുന്നേറ്റങ്ങളുടെ അഭേദ്യ ഭാഗമായിരുന്ന തൃശ്ശൂർ വേലൂർ മണിമലർക്കാവ് മാറുമറയ്ക്കൽ സമരവും വേണ്ടത്ര പരി ഗണിക്കപ്പെട്ടില്ല. സവർണരെ കാണുമ്പോൾ മാറിൽനിന്നും വസ്ത്രം ഒഴിവാക്കണമെന്ന ജന്മിത്ത-സവർണ ധിക്കാരത്തിനും വിശ്വാസത്തി നുമെതിരായ സ്ത്രീകളുടെ പൊരുതലായിരുന്നു അത്. ജാതികേന്ദ്രിത സമൂഹത്തിൽ സ്ത്രീകളെ അടിമകളും ഉപകരണങ്ങളുമാക്കുന്ന ജീർണാ വസ്ഥക്കെതിരായ വിമോചന പോരാട്ടം. ജന്മിത്വത്തിനും സവർണ മേൽക്കോയ്മക്കും അതിന്റെ സാംസ്കാരിക ദർശനങ്ങൾക്കുമെതിരെ ശക്തമായ പ്രചരണത്തിനൊടുവിൽ 1956 ലാണ് സമരത്തിന്റെ ആരംഭം. 1954ൽ വാഴാനി അണക്കെട്ടിൽനിന്ന് വരുന്ന കനാൽ നിർമാണവു മായി ബന്ധപ്പെട്ട തൊഴിൽ സമരമാണ് സ്ത്രീകളെ കരുത്തരാക്കിയത്.

അറുപതു പേർ അന്ന് ജയിലിൽ കഴിയുകയുണ്ടായി. അവരെല്ലാം മാറു മറയ്ക്കൽ സമരത്തിലും ഭാഗഭാക്കായി. വേളത്ത് ലക്ഷ്മിക്കുട്ടി, കെ സി കാളികുട്ടി, കെ കെ കുറുമ്പ, അത്താണിക്കൽ ജാനകി, അത്താണിക്കൽ കമല, വേളത്ത് വള്ളിയമ്മ, വെള്ളറോട്ടിൽ മീനാക്ഷി, ഞാലിൽ അമ്മു, നെല്ലിക്കൽ ജാനകി തുടങ്ങിയവരായിരുന്നു നേതൃത്വത്തിൽ.

18 ദേശങ്ങളുടെ കേന്ദ്രമായ മണിമലർക്കാവിൽ അവർണർ താല മെടുക്കാനോ വസ്ത്രം ധരിച്ച് പ്രവേശിക്കാനോ സവർണർക്ക് മുന്നിൽ പ്രത്യക്ഷപ്പെടാനോ പാടില്ലെന്ന പ്രാകൃത നിയമമായിരുന്നു. അവയെ തകർത്തെറിയാനുള്ള സമരം അരങ്ങേറിയത് ഉത്സവ താലപ്പൊലി ക്കിടെ. കുംഭത്തിലെ അശ്വതിനാൾ മുതൽ കാർത്തികവരെ നീളുന്ന ആഘോഷമാണ് ഭരണി കുതിരവേല. വിവിധ ജാതി വിഭാഗങ്ങൾ ഉൾപ്പെടുന്നവർ കുതിരകളെ ക്ഷേത്രവളപ്പിൽ കൊണ്ടുവയ്ക്കും. അവർണർ തീണ്ടിയ അവയെ ശുദ്ധിവരുത്തി നായന്മാർ ക്ഷേത്ര പറമ്പിലേയ്ക്ക് കയറ്റും. ദേശത്തെ ജാതിവിഭാഗങ്ങൾ കൊണ്ടുവരുന്ന കെട്ടിയാടപ്പെട്ട ദൈവങ്ങളും അനുഷ്ഠാന കലകളും ക്ഷേത്രമതിലിന് പുറത്ത് തോറ്റം ചൊല്ലി പിരിയുന്നതോടെ പൊതു ആഘോഷങ്ങൾ സമാപിക്കും. ശേഷമാണ് സവർണരുടെ അരിത്താലം. അതിൽ അവർണ സ്ത്രീകൾക്ക് അനുവാദമില്ല. പങ്കെടുക്കുന്നവർക്കാകട്ടെ മാറ് മറയ്ക്കാനുമാവില്ല.

പൂക്കളും പൂജാവസ്തുക്കളും, പാതി തേങ്ങാമുറിയും കത്തിച്ചുവെച്ച ചെരാതും കവുങ്ങിൻ പൂക്കുലയും നിറച്ചുവച്ച തളികയുമേന്തി സവർണ യുവതികൾ നിരന്നുനിൽക്കും. ചെണ്ടമേളത്തിനനുസരിച്ച് വെളിച്ചപ്പാട് ഉറഞ്ഞുതുള്ളും. ചെരാതിലെ മഞ്ഞവെളിച്ചത്തിൽ റൗക്ക അഴിച്ചുവച്ച് മാറിടം നഗ്നമാക്കി നടക്കുന്ന തരുണികൾ. ആ മേനി ആസ്വദിക്കുന്ന തിന് പുരുഷന്മാർ തിക്കിത്തിരക്കും ... ലൈംഗിക കാഴ്ചയിൽ സ്ത്രീകൾ അപമാ നംകൊണ്ട് ചൂളും. പുലയരിലും പറയരിലുംപെട്ടവർ വേലിക്കുപുറത്തുനി ന്ന് മേൽജാതി യുവതികളെ കൊതിയോടെ നോക്കും. മണിമലർക്കാവ് വേലയിൽ ആണുങ്ങൾക്ക് ഈ കാഴ്ചയായിരുന്നു പ്രധാനം. ഭരണിനാ ളിൽ സന്ധ്യക്ക് തുടങ്ങി അർധരാത്രി അവസാനിക്കുന്ന അരിപറയ്ക്കാണ് തിരക്ക് ഏറുക. വിശ്വാസത്തിന്റെ മറവിൽ പെണ്ണുങ്ങളുടെ വസ്ത്രമുരിയിച്ച് ആസ്വദിക്കുന്ന സവർണ അശ്ലീലതക്കെതിരെയായിരുന്നു പോരാട്ടം. അരിത്താലത്തിൽ മാറിടം പ്രദർശിപ്പിക്കുന്ന സ്ത്രീകൾക്കിടയിലൂടെ വേളത്ത് ലക്ഷ്മിക്കുട്ടിയും നെല്ലിക്കൽ ജാനകിയും നയിച്ച ഇരുപതോളം അവർണർ ബ്ലൗസ് ധരിച്ച് താലവുമെടുത്തു നീങ്ങിയതോടെ സവർണർ അകന്നുമാറി. മാറുമറയ്ക്കാതെ താലം നടത്താൻ കഴിയില്ലെന്ന കമ്യൂണി സ്റ്റ് പാർടി പ്രഖ്യാപനം തുടർന്നുള്ള വർഷങ്ങളിൽ നടപ്പിലായി.

ആദ്യ പെൺ രക്തസാക്ഷി

സ്ത്രീകൾ വസ്ത്രം ധരിക്കുന്നതിൽ ഒട്ടേറെ വിലക്കുകളുണ്ടായിരുന്നു പണ്ടു കാലത്ത്. കൊട്ടാരങ്ങളിലും ആരാധനാലയങ്ങളിലും നായർ പെണ്ണുങ്ങൾ മേൽവസ്ത്രം താഴ്ത്തണമെന്നത് ആചാരങ്ങളിലൊന്ന്. ആദ്യകാല ബ്രിട്ടീഷ് സങ്കേതങ്ങളിലൊന്നായ അഞ്ചുതെങ്ങിൽ, ഇംഗ്ലീഷ് യുവതിക്കൊപ്പം

മേൽവസ്ത്രം ധരിച്ചിറങ്ങിയതിന് നായർ സ്ത്രീയുടെ മുലകൾ ഛേദിക്കുകയുണ്ടായി. പതിനെട്ടാം നൂറ്റാണ്ടിൽ യൂറോപ്പ് സന്ദർശിച്ച് തിരിച്ചെത്തിയ ആ മലബാറുകാരിയെ ആറ്റിങ്ങൽ റാണിയുടെ കൺമുന്നിൽവെച്ചാണ് കത്തിക്കിരയാക്കിയത്. അങ്ങനെ കീഴാള സ്ത്രീകൾ പീഡിപ്പിക്കപ്പെട്ടതിനു ഒട്ടേറെ തെളിവുകളുണ്ട്. വിളക്കുടി ഗ്രാമത്തിൽ 1882ൽ വേലക്ക് എത്തിയില്ലെന്ന് ചൂണ്ടി ഗർഭിണിയായ മാടത്തിയെ പോത്തിനൊപ്പം നിലംപൂട്ടുകയും, അവൾ കുഴഞ്ഞുവീണ് മരിക്കുകയും ചെയ്തതായി നാട്ടുമിഷണറി യേശു അടിയാൻ രേഖപ്പെടുത്തിയിട്ടുണ്ട്. മാറു മറയ്ക്കൽ സമരം സവർണാധിപത്യത്തിനെതിരായ കീഴാളന്റെ അനുരഞ്ജനരഹിതമായ കലഹമായിരുന്നു. 1812 മുതൽ 1859 വരെ നീണ്ട പോരാട്ടത്തിൽ രേഖയില്ലാതെ അവഗണിക്കപ്പെട്ട ഏടുകൾ പലതാണ്. കേരളത്തിലെ സ്ത്രീ വിമോചനത്തിന്റെ ആദ്യ രക്തസാക്ഷിയായി പരിഗണിക്കാവുന്ന ശകുന്തളാദേവിയെ ചാന്നാർ ലഹളയുമായി ബന്ധപ്പെടുത്തിയാണ് പഠിക്കേണ്ടത്. മിഷണറിമാരുടെ ഇടപെടലുകളും അനുകൂല നിലപാടുകളും ഒട്ടേറെ നാടാന്മാരെ ക്രിസ്തുമതത്തിലെത്തിച്ചു. ഈ പരിവർത്തനത്തെത്തുടർന്ന് അവർ മേൽവസ്ത്രം ധരിക്കാൻ ധൈര്യപൂർവം മുന്നോട്ടുവന്നു. അത് സവർണർക്ക് സഹിക്കാവുന്നതിനപ്പുറമായി. മാറുമറയ്ക്കൽ ആചാരങ്ങളുടെ ലംഘനമാണെന്ന വിധിതീർപ്പിലൂടെ പ്രമാണിമാർ അസഹിഷ്ണുതയുടെ അട്ടഹാസമുയർത്തി.

കാട്ടാത്തുറ അരശൻചേരിയിൽ ശിവസുബ്രഹ്മണ്യ പെരുമാളിന്റെയും സുലോചനാ ദേവിയുടെയും മകളായി 1807ൽ പിറന്ന ശകുന്തള, ചെറുപ്പത്തിലേ ആയുധ- കായിക വിദ്യകളഭ്യസിച്ചു. ഗുരു കളരിയാശാനായ അച്ഛൻ. തച്ചൻവിള വീട്ടിലെ കലൈപെരുമാൾ വിവാഹം കഴിച്ചു. ശകുന്തളയും ഭർത്താവും ക്രിസ്തുമതത്തിലേക്ക് മാറി. അതോടെ അവൾ ക്രിസ്തീയ വേഷം ധരിക്കാൻ തുടങ്ങിയത് സവർണരിൽ പ്രകോപനമുണ്ടാക്കി. ആയോധന കലയിൽ പ്രാവീണ്യമുണ്ടായ ശകുന്തളയെ നേരിട്ട് എതിരിടാനുള്ള ചങ്കുറപ്പ് അവർക്കുണ്ടായില്ല. കാട്ടാതുറയിൽ അത്തരം ശ്രമമുണ്ടായപ്പോൾ അവൾ അക്രമികളെ തുരത്തുകയായിരുന്നു. പിന്നീട് പ്രമാണിമാർ ഒളിച്ചിരുന്ന് പകരംവീട്ടി. 1828 ഡിസംബർ 16ന് കാട്ടാതുറയ്ക്ക് സമീപം മരുതുർക്കുറിച്ചിയിലെ മരക്കൊമ്പിൽ തലകീഴായി കെട്ടിത്തൂക്കി കൊലപ്പെടുത്തി. തിരുവിതാംകൂർപോലെ മനുഷ്യരെ മൃഗതുല്യംദ്രോഹിച്ച പ്രദേശങ്ങൾ അധികമുണ്ടായിരുന്നില്ലെന്ന അതിശയോക്തി സ്പർശമുണ്ടെന്ന് തോന്നുന്ന വസ്തുതക്ക് നടുവിലാണ് നങ്ങേലിയുടെ വേദനാജനകമായ ഓർമകൾ. കഥകൾക്ക് സമാനമായ ചില അധിക ഊന്നലുകൾ കൂട്ടുകൂട്ടിയിരിക്കാമെങ്കിലും അതുപോലുള്ള മുറിവുകൾ വെറും സാങ്കൽപ്പികങ്ങളല്ല. 'മുലക്കരം' ഒറ്റക്കെടുത്താൽ യുക്തിഭദ്രമായ സംശയനിവാരണം ഉണ്ടാകണമെന്നില്ല. തിരുവിതാംകൂറിലെ പ്രാദേശിക ഭൂവുടമകളുടെയും ഭരണാധികാരികളുടെയും പീഡനങ്ങൾ, നികുതി പിരിച്ചെടുത്ത മനുഷ്യവിരുദ്ധങ്ങളായ വഴികൾ തുടങ്ങിയവയുടെ പശ്ചാത്തലത്തിലാണ് അതിനെ വിലയിരുത്തേണ്ടത്.

മീശയ്ക്കും നികുതി

മുലയ്ക്ക് മാത്രമല്ല, മീശയ്ക്കും അലക്കുകല്ലിനും തെങ്ങിൽ കയറാനുള്ള തളപ്പിനും കോണിക്കുംവരെ നികുതി പിരിച്ചു. താടി വളർത്തിയവർക്ക് ഇംഗ്ലണ്ടിലെ ഹെൻറി എട്ടാമൻ രാജാവും റഷ്യയിൽ സാർ ഭരണവും കരം ഏർപ്പെടുത്തുകയുണ്ടായി. സ്വയം താടിവെച്ച ഹെൻറി രണ്ടാഴ്ചക്ക് മേലെ വളർച്ചയെത്തിയ താടിക്കാണ് 1535ൽ നികുതി വാങ്ങിയത്. അത് റഷ്യയിലേക്ക് ഇറക്കുമതി ചെയ്തതാകട്ടെ, 1698ൽ പീറ്റർ ഒന്നാമനും.അങ്ങനെ നികുതി നൽകിയവർ പ്രത്യേക ടോക്കണും കരുത ണമായിരുന്നു. ലോകത്തിന്റെ വിവിധ ഭാഗങ്ങളിൽ നടത്തിയ യാത്രക്കു ശേഷമായിരുന്നു തീരുമാനം. പുരോഹിതരെ ഒഴിവാക്കിയെങ്കിലും വിമർശനമുയർന്നു. ആദ്യം പീറ്റർ ഒന്നാമൻ വഴങ്ങിയില്ല. പ്രതിഷേധം ശക്തമായപ്പോൾ നികുതി വാർഷികമാക്കി. അദ്ദേഹം നിര്യാതനായി അരനൂറ്റാണ്ട് കാലം അത് തുടർന്നു. ഇംഗ്ലണ്ടിലെ ജനൽ നികുതിയും രസകരം. 1696ൽ വില്യം മൂന്നാമനാണ് വീടിന്റെ കിളിവാതിലുകളെണ്ണി കരം പിരിച്ചത്. ഒരു ജോലിയും ചെയ്യാനാവാത്ത ദുർബലരിൽനിന്ന് തിരുവിതാംകൂറിൽ ഏഴ എന്ന കരവും പിരിക്കുകയുണ്ടായി. സ്വർണപ്പ ണിക്കാർ നൽകേണ്ട പണമാണ് പൊന്നരിപ്പ്. തെങ്ങിലും പനയിലും കയറി ഉപജീവനം നടത്തുന്നവരെയും ഒഴിവാക്കിയില്ല. അവർക്കുമേൽ ഏണിക്കാണം (തളപ്പുകരം) അടിച്ചേൽപ്പിച്ചു. കുശവന്മാരിൽനിന്ന് ചെക്കീരയും തട്ടാന്മാരിൽനിന്ന് തട്ടാശപ്പട്ടവും വസൂലാക്കി. മേൽമീശ വെച്ചവരിൽനിന്ന് മീശക്കാശ്ശും. നെയ്ത്തുകാരിൽനിന്ന് തറിക്കടമയും ധോബികളിൽനിന്ന് വണ്ണാരപ്പാറയും മത്സ്യം പിടിത്തക്കാരിൽനിന്ന് വലക്കരവും. കള്ളുചെത്തുന്ന കത്തിക്ക് കത്തിനികുതിയും ചാരായം വാറ്റുന്ന മൺപാത്രത്തിന് ചട്ടിനികുതിയും. ആഭരണം ധരിക്കാൻ മേനിപ്പൊന്ന് അഥവാ അടിയറ. ചെത്തുപാട്ടം, തറിത്തീരുവ, തറി ക്കടമ, തലയറ, ത്രൂപാവരി, ആണ്ടക്കാഴ്ച, കൊട്ടുപാട്ടുസ്ഥാനം, കുപ്പക്കാഴ്ച തുടങ്ങിയ ഭാരങ്ങളും. സ്വർണാഭരണം ഇടണമെങ്കിൽ 1818 മേടം 19വരെ തിരുവിതാംകൂറിലെ നായന്മാർക്ക് നികുതി കൊടുക്കണമായിരുന്നു.

വീട്മേയാനും വിവാഹപ്പന്തലിനും രാജഭോഗം. മോതിരം ധരിക്കാനും തലയിൽ ടവൽ കെട്ടാനും പിഴ.കല്യാണത്തിനും നിക തിയുണ്ടായി-പൊലിപ്പൊന്ന്. അനന്തരാവകാശി മരിച്ചാൽ ഒടുക്കേണ്ട നികുതിയാണ് പുരുഷാന്തരം. രാജകുടുംബത്തിലെ വിവാഹത്തിന് കുടിയാന്മാർ സമർപ്പിക്കേണ്ടതാണ് കാഴ്ച. അവകാശികളില്ലാത്തവ രുടെ സ്വത്ത് രാജാവ് ഏറ്റെടുക്കുമ്പോൾ അതിന് അറ്റാലകം. കുടുംബം അന്യംനിന്നു പോവാതിരിക്കാൻ ദത്തെടുത്താൽ ദത്തുകാഴ്ച. സാധാരണ ക്കാരിൽനിന്ന് കണ്ണിൽച്ചോരയില്ലാതെ ഊറ്റിയ സമ്പത്തിലൊരുഭാഗം പൊടിച്ച് രാജാക്കന്മാരും ഉപദേശകരായ നമ്പൂതിരിമാരും സുഖലോലു പതയിൽ നീരാടി. മറ്റൊരു ഭാഗംകൊണ്ട് മണ്ണിനും പെണ്ണിനും വേണ്ടി യുദ്ധങ്ങൾ നടത്തി. കാലിയായ ഖജനാവ് നിറക്കാൻ ബഹുമുഖചൂഷ ണങ്ങളും അതിക്രമപ്പിരിവുകളും. ദൈവത്തിനൊപ്പം പ്രാർഥനകളിൽ

ബ്രാഹ്മണരെയും സ്തുതിക്കണം. നിലങ്ങളിൽ പതിനാലു മണിക്കൂർവരെ ചതഞ്ഞരയുന്ന സ്ത്രീകൾക്ക് വേതനം കൂലിയാൻ എന്ന കള്ള അളവു പാത്രമുപയോഗിച്ച്.തീർപ്പുകറ്റ മറ്റൊരു ചൂഷണോപാധി. 'ഉഴിയം'' നിർബന്ധിത അടിമപ്പണിയുടെ നരകം.

സമരഗാഥകളുടെ ചൂരും ചൂടുമുള്ള എത്രയോ ഏടുകളാൽ സമൃദ്ധമാണ് ആലപ്പുഴ. അതിന്റെ കഥകളിലും വിശ്വാസങ്ങളിലും പോരാട്ട വീറിന്റെ മുദ്രകൾ ധാരാളം. മുലക്കരത്തിനെതിരായ സ്ത്രീപ്രതിഷേധം അതിലൊന്ന്. ആ അന്യായത്തിനെതിരെ മുല ഛേദിച്ച് ഇലയിൽവെച്ച് നീട്ടിക്കൊടുത്ത ധീരത ആ കാലഘട്ടത്തിന്റേതായിരുന്നു. മുലച്ചിപ്പറമ്പ് അതിന്റെ പ്രതീകവും.ചേർത്തലയിൽ മുലക്കരം നൽകാതിരുന്ന നങ്ങേലിയെന്ന ദരിദ്ര ഈഴവ യുവതിയുടെ ധീരത ധിക്കാരമായാണ് കണക്കാക്കപ്പെട്ടത്. ആ തീരുമാനമറിഞ്ഞ് കരം പിരിക്കാനെത്തിയ 'പ്രവർത്തിയാർ' എന്നറിയപ്പെട്ട അധികാരികൾക്കു മുന്നിൽ പ്രതിഷേധത്തിന്റെ അപൂർവ മാതൃകയുയർത്തി അവൾ. ഇലയിൽ നികുതിപ്പണം വെക്കുന്നതിനു പകരം അരിവാളുപയോഗിച്ച് മുല വേർപെടുത്തി നൽകി. അമിത രക്തസ്രാവത്തെ തുടർന്ന് നങ്ങേലി അന്നുതന്നെ മരിച്ചു. കള്ളുചെത്തുകാരനായ ഭർത്താവ് ചിരുകണ്ടൻ അതേ ചിതയിൽ ചാടി ആത്മഹത്യചെയ്തതും പ്രതിഷേധത്തുടർച്ച. അത് ആദ്യ പുരുഷ 'സതി'യായിട്ടാണ് വിലയിരുത്തപ്പെട്ടത്. സംഭവം നടന്ന് 24 മണിക്കൂറിനുള്ളിൽ ശ്രീമൂലം തിരുനാൾ മഹാരാജാവ് മുലക്കരം നിരോധിച്ച് ഉത്തരവിറക്കി. നങ്ങേലി ജീവിച്ച സ്ഥലം പിന്നീട് അറിയപ്പെട്ടതാകട്ടെ, മുലച്ചിപറമ്പ് എന്നും. 'ജീവിതസമരം' എന്ന സി കേശവന്റെ ആത്മകഥയിലും കെ ആർ ഗൗരിയമ്മയുടെ ഓർമക്കുറിപ്പിലും ഡി സുഗതന്റെ 'ഒരു ദേശത്തിന്റെ കഥ: കയറിന്റെയും' എന്ന കൃതിയിലും മറ്റും ആ ഏട് വൈകാരികമായി അടിവരയിട്ടിട്ടുമുണ്ട്. തിരുവിതാംകൂറിലെ മഹാഭൂരിപക്ഷം വരുന്ന അവർണ-ബൗദ്ധ പാരമ്പര്യമുള്ള സാധാരണക്കാരുടെ ചരിത്രത്തിലേക്ക് ശ്രദ്ധക്ഷണിച്ചതായിരുന്നു നങ്ങേലിയുടെ സ്വയംഹത്യ. വൈകാരിക പ്രതികരണമെന്നോണം മുല മുറിച്ച് ആത്മാഹുതികൊണ്ട് ചോദ്യമുന്നയിച്ച പെണ്ണിന്റെ തലയെടുപ്പും തന്റേടവും മാത്രമല്ല അത്. മറിച്ച് നികുതി പ്രളയത്തിൽ മുങ്ങിത്താഴ്ന്ന, ജീവിതം കരുപ്പിടിപ്പിക്കാനാവാതെ ഉഴറിയ, ജാതീയമായ അളവുകോലുകളാൽ പൗരത്വം നിഷേധിക്കപ്പെട്ട ഹതാശരായ മനുഷ്യർ ഉയർത്തിയ പ്രതികരണത്തിന്റെയും പ്രതിഷേധത്തിന്റെയും പെൺവീറിന്റെയും തലയെടുപ്പ്.

ചരിത്രം വീണ്ടെടുത്ത ചിത്രപരമ്പര

നൂറ്റാണ്ടിലേറെ അവഗണനയുടെ മൂടുപടത്തിനുള്ളിലാക്കിയ ചരിത്രത്തെ ജനശ്രദ്ധയിലേക്ക് ഉയർത്താൻ ടി മുരളിയുടെ നങ്ങേലി ചിത്രപരമ്പരക്ക് സാധിച്ചു. അവർ രണ്ടു മുലയും ഛേദിച്ചോ ഒന്നു മാത്രമേ മുറിക്കാനായുള്ളൂ തുടങ്ങിയ അനാവശ്യ സന്ദേഹങ്ങൾക്കും വരേണ്യമായ തിരക്കലുകൾക്കും മറുപടി പറഞ്ഞ് സമയം പാഴാക്കി ക്ഷീണിക്കേണ്ടതില്ല. രാജഭരണത്തിന്റെ രഥയോട്ടത്തിൽ ഞെരിഞ്ഞമർന്ന് നിലവിളിച്ച

പെൺ വിഹ്വലതകൾ മുൻനിർത്തിയായിരുന്നു ആ പരമ്പര. നങ്ങേലി ചിത്രങ്ങളുടെ സയുക്തികാനുബന്ധമായി പഴയകാലത്ത് നിലനിന്ന ചില പ്രവണതകളെയും മുരളി പൊളിച്ചെഴുതുകയാണ്. അതിൽ പ്രധാനമാണ് സംബന്ധം, സ്മാർത്ത വിചാരം, ഒടിയൻ, തലപ്പൊലി(താലപ്പൊലി), കഴുവേറ്റൽ തുടങ്ങിയവ.'അഞ്ചാം പുരയിലെ അന്തർജനം'(2013), 'താത്രിക്കുട്ടിയുടെ സ്മാർത്തവിചാരം'(2015) എന്നീ പെയിന്റിങ്ങുകൾ സ്ത്രീഅടിമത്തത്തിന്റെ ഭിന്നരൂപങ്ങളിലേക്ക് കടന്നുചെല്ലുന്നവയാണ്. സംബന്ധത്തിലൂടെ വേശ്യാവൃത്തി ദൈവികാനുഷ്ഠാനമാണെന്ന വിശ്വാസത്തിലേക്കുയർത്തി നായർ സ്ത്രീകളെയാകെ ചൂഷണത്തിനിരയാക്കുക നമ്പൂതിരിമാരുടെ വിനോദാചാരവും അവകാശവുമായിരുന്നെങ്കിൽ, സ്മാർത്തവിചാരം നമ്പൂതിരി സ്ത്രീകളുടെ ചാരിത്ര്യം ഉറപ്പാക്കുന്നതിനുള്ള സദാചാര ശിക്ഷയായിരുന്നു. വ്യഭിചാരത്തെ നായർ സമുദായത്തിൽ ആഘോഷമാക്കുകയും സ്വന്തം വീട്ടിലെ സ്ത്രീകളെ കറതീർത്ത ആചാരാനുഷ്ഠാനങ്ങളിലൂടെ മെരുക്കുകയും ചെയ്യുന്ന വിചിത്ര വൈരുധ്യം. സമ്പത്ത് അന്യാധീനപ്പെടാതിരിക്കാനും പൗരോഹിത്യ ദുരഭിമാന ശുദ്ധി ഉടവു തട്ടാതെ നിലനിർത്താനും ജാതീയതയുടെ ആചരണവും മേധാവിത്തവും കർക്കശമായി ഉറപ്പിക്കാനും കുടുംബത്തിലെ മൂത്ത പുത്രനേ സ്വസമുദായത്തിൽനിന്നും വിവാഹം അനുവദിച്ചുള്ളൂ. അയാൾ 'അച്ഛൻ നമ്പൂതിരി'യെന്നും, സ്വസമുദായത്തിൽ വിവാഹം നടത്താൻ അവകാശമില്ലാത്ത ഇളയ സഹോദരങ്ങൾ 'അഫ്ഫൻ നമ്പൂതിരി'മാരെന്നും അറിയപ്പെട്ടു.

ഉത്തരവാദിത്തത്തിന്റെ കണികപോലുമില്ലാതെ സംബന്ധ ഗൃഹങ്ങളിലെത്തുന്നവർക്ക് ലൈംഗിക സേവനത്തിന് പ്രതിഫലം നൽകുകയോ, സംബന്ധക്കാരിക്കോ, കുട്ടികൾക്കോ ചെലവുകാശ് നീക്കിവെക്കുകയോ വേണ്ട. തറവാട്ട് ഭിത്തികൾക്കകത്ത് നമ്പൂതിരിയുടെ സ്പർശമേൽക്കുന്നതുപോലും ഭാഗ്യമായാണ് നായർ സമുദായത്തെ ബ്രാഹ്മണ്യം വിശ്വസിപ്പിച്ചിരുന്നത്. വേശ്യാവൃത്തിയെ മഹത്വവൽക്കരിക്കുന്ന ഒട്ടേറെ ഗ്രന്ഥങ്ങൾ മികച്ച കാവ്യഭംഗിയോടെ രചിച്ചിട്ടുമുണ്ട് അക്കൂട്ടർ. നായന്മാരെ വിധേയ വേശ്യാവൃത്തിയിലേക്കു പാകപ്പെടുത്തിയ നമ്പൂതിരിമാർ ആ അപചയം തങ്ങളിലേക്ക് പകരാതിരിക്കാൻ പുലർത്തിയ ജാഗ്രതയായിരുന്നു സ്മാർത്തവിചാരം. നമ്പൂതിരി സ്ത്രീകളിൽ 60 ശതമാനവും അവിവാഹിതരോ വിധവകളോ ആയിരുന്നു അക്കാലത്ത്. അച്ഛൻ നമ്പൂതിരിമാരുടെ സംബന്ധക്കാർ തമ്മിലുള്ള കലഹവും കലശൽ. ഈ കശപിശകൾ അവസാനിപ്പിക്കാൻ അന്തർജനങ്ങൾക്ക് ഊരുവിലക്കേർപ്പെടുത്തി നിർവീര്യരാക്കാൻ സ്മാർത്തവിചാരം മികച്ച ഉപാധിയായി. ചാരിത്ര്യക്കറ പുരണ്ട സ്ത്രീ ശരീരത്തെ വിചാരണക്ക് വിധേയമാക്കി ശിക്ഷിക്കുന്ന താണ് ആ സമ്പ്രദായം. കവളപ്പാറയിലെ ഒരു സ്ത്രീ സ്മാർത്തവിചാരത്തിൽ കുറ്റവിമുക്തയായതും ചരിത്രത്തിലുണ്ട്. കുറ്റം തെളിഞ്ഞാൽ പെണ്ണിനെയും പുരുഷന്മാരെയും ഭ്രഷ്ട് കൽപ്പിച്ച് പുറത്താക്കും. മരിച്ചെന്ന് കണക്കാക്കി ഉദകക്രിയ ചെയ്യും. ദർഭ പുല്ലുകൊണ്ട്

അന്തർജനത്തിന്റെ കോലം തീർത്ത് ദഹിപ്പിച്ചശേഷമാണ് ഉദകക്രിയ. തുടർന്ന് ശുദ്ധഭോജന ശേഷം സവർണർ പിരിയും. 64 പുരുഷന്മാരെക്കുറിച്ച് തെളിവുകൾ സഹിതം വിളിച്ചു പറഞ്ഞ് ബ്രാഹ്മണ്യ ദുരാചാരങ്ങളുടെ ചളിക്കുണ്ടിൽ നിന്നും കുടുംബത്തിൽനിന്നും പുറത്തുപോയ താത്രിക്കുട്ടിക്കു ശേഷമാണ് നമ്പൂതിരി സമുദായത്തിന് മനുഷ്യരാകനുള്ള ഉൾപ്രേരണയുണ്ടായത്. അത്തരം വസ്തുതകളിലേക്ക് മുരളിയുടെ രചനകൾ കടന്നുചെല്ലുകയാണ്. മാറുമറക്കാനുള്ള അവകാശത്തിനായി നാടാർ സ്ത്രീകൾ നടത്തിയ ഒത്തുതീർപ്പില്ലാത്ത പോരാട്ടത്തിന്റെ വികാരാജ്വലമായ ഏടാണ് 'ചാന്നാർ സ്ത്രീ' എന്ന ചിത്രത്തിൽ. 1993ൽ വരച്ച അതിന്റെ തുടർച്ചയാണ് 2013ലെ 'ചാന്നാർ സ്ത്രീയുടെ ത്യാഗം'.മഹത്വവൽക്കരിക്കപ്പെട്ട അടിമത്തം എന്ന ശീർഷകത്തിലുള്ള രചനകൾ അപാരമായ ഉൾക്കാഴ്ച നിറഞ്ഞവയും.ഭക്തർ സ്വയം ബോധം നഷ്ടപ്പെട്ടുത്തിയ അടിമകളായതിനാൽ യുക്തിക്കോ ബുദ്ധിക്കോ അവർക്കിടയിൽ സ്ഥാനമില്ല. ഭക്തരെ അടിമത്തത്തിലേക്ക് വലിച്ചിഴക്കുന്ന പുരോഹിതരെയും സവർണ ജാതിഭ്രാന്തരായ മാടമ്പിമാരെയും നേരിടുകയാണത്. പൗരോഹിത്യത്തിനെതിരായ അവബോധം സാംസ്കാരികമായി വളർത്താതെ 'ആർത്തവ നാമജപ ലഹള' പോലുള്ള പ്രഹസനങ്ങളെ പ്രതിരോധിക്കാനാവില്ല. 'മഹത്വവൽക്കരിച്ച അടിമത്തം' ഭക്തിയുടെ കുടക്കീഴിൽ സ്വയംവരിച്ച അടിമത്തത്തിന്റെ മനഃശാസ്ത്രം പുറത്തുകാട്ടുന്നു.

'തലപ്പൊലി' അഥവാ താലപ്പൊലി

തലപ്പൊലി എന്ന ശീർഷകത്തിലുള്ള രചന 12 നൂറ്റാണ്ടു മുമ്പ് നടന്ന ബൗദ്ധ-ജൈന വിഹാരങ്ങളുടെ പിടിച്ചടക്കലിനെയും ആ ജനവിഭാഗങ്ങളെ ഉന്മൂലനം ചെയ്തതിനെയും അവർണ പ്രധാനികളെ കുട്ടക്കുരുതിക്ക് ഇരയാക്കിയതിനെയും അന്വേഷിക്കുകയാണ്. ആചാരങ്ങളുടെയും ഓർമകളുടെയും പഴമൊഴികളുടെയും സ്ഥലനാമങ്ങളുടെയും ചരിത്രശേഷിപ്പുകളുടെയും പിന്തുണയോടെയുള്ള വിശകലനമാണിവിടെ. അഹിംസയുടെയും നന്മയുടെയും വിശാലാശയങ്ങളെയും സമത്വാദർശത്തിന്റെ പുതിയ ബോധങ്ങളെയും വിമർശന ധർമങ്ങളെയും നശിപ്പിച്ചും അവർണരുടെ നാക്ക് അറുത്തും തലകൊയ്തും ആരാധനാലയങ്ങൾ കൈപ്പിടിയിലാക്കിയും ഉറപ്പിച്ച വിവേചനവും അയിത്താചാരങ്ങളും ഉൾപ്പെടെയുള്ള ക്രമമാണ് സവർണ മതം. തലപ്പൊലിയുടെ പിറവിയുടെയും രൂപാന്തരങ്ങളുടെയും നിഗൂഢതകളിലേക്ക് കടക്കുമ്പോൾ ബോധ്യമാകുന്ന ദൃശ്യമാണ് ഈ ചിത്രം. പാണ്ഡിത്യതർക്കത്തിൽ കീഴടങ്ങേണ്ടിവരുന്ന ബൗദ്ധരാജഗുരുക്കന്മാർ ഗുരുവിന്റെയും ശിഷ്യരുടെയും നാവോ ശിരസോ രാജാവിനെക്കൊണ്ട് അരിഞ്ഞുവാങ്ങുന്ന കുടിലത ബ്രാഹ്മണർ അനിവാര്യ വ്യവസ്ഥയായി പരിവർത്തിപ്പിക്കുകയായിരുന്നു. അറുത്തു കിട്ടിയ ചോര കട്ടപിടിച്ച തലകളുമായി സ്ത്രീകൾ ക്ഷേത്രാങ്കണത്തിൽ അണിനിരന്ന് ബ്രാഹ്മണ പണ്ഡിതരെ എതിരേൽക്കുന്ന ദുരാചാരത്തിന്റെ ആവർത്തനമാണ് തലപ്പൊലി.

മനുഷ്യ ശിരസിനു പകരം തേങ്ങയും രക്തത്തിന് പകരം തെച്ചിപ്പൂവും നിലനിർത്തി. ഇളനീർ മനുഷ്യ തലയോടി പോലെ ചെത്തിയെടുത്ത്, മന്ത്രവാദികൾ ഉപയോഗിക്കുന്ന 'ഗുരുതി' (ചുവന്ന ലായനി) ചേർത്ത് ഉരലിലിട്ട് ഇടിച്ചു ചതക്കുന്ന ആചാരം ഭദ്രകാളീ ക്ഷേത്രങ്ങളിൽ നില നിന്നിരുന്നു. ഈ ദുരാചാരത്തിന്റെ പേരാണ് 'പൊങ്ങിലിടി'അഥവാ 'കൊങ്ങിലിടി'. കാളീക്ഷേത്ര മുറ്റത്ത് പാതിരാത്രിയിലാണ് ചടങ്ങ്. കുട്ടികൾക്കും വൃദ്ധ സ്ത്രീകൾക്കും അപ്പോൾ പ്രവേശനമില്ല. ഇളനീർ മനുഷ്യ ശിരസ്സിന്റെയും ഗുരുതി മനുഷ്യ രക്തത്തിന്റെയും പ്രതീകങ്ങൾ. ഉരലിൽ തലയോട്ടിയുടെ ആകൃതിയിൽ ചെത്തിയ ഇളനീർ തേങ്ങയും ഗുരുതിയുമൊഴിച്ച് ഉലക്കകൊണ്ട് ഇടിച്ചു ചതക്കുമ്പോൾ ചോര നിറമുള്ള ഗുരുതി സ്ത്രീയുടെയും ചുറ്റുമുള്ള വരുടെയും ശരീരത്തിലും വസ്ത്രത്തിലും ചീറ്റി തെറിക്കുന്നത് പുണ്യമായാണ് കണക്കാക്കുന്നതും. ബ്രാഹ്മണരുടെ വിശ്വ സ്തകളായ നായർ സ്ത്രീകൾ മാത്രമാണ് ഈ ചടങ്ങിൽ ഭാഗഭാക്കാവുക. സ്വഗൃഹങ്ങളിൽനിന്ന് ഉരലും ഉലക്കയുമായി എത്തുന്നവർക്ക് തേങ്ങയും ഗുരുതിയും ക്ഷേത്രത്തിൽനിന്നും നൽകും. തന്റെ ബാല്യത്തിൽ മണ്ഡ ലകാല അവസാന ദിവസം കുന്നംകുളത്തിനടുത്ത മങ്ങാട് ഭദ്രകാളീ ക്ഷേത്രത്തിൽ 45 നായർ സ്ത്രീകൾ 'പൊങ്ങിലിടി' നടത്തിയതായി 'നായന്മാരുടെ പൂർവ ചരിത്രം' എന്ന കൃതിയിൽ കാണിപ്പയ്യൂർ ശങ്കരൻ നമ്പൂതിരിപ്പാട് എഴുതിട്ടുണ്ട്. ചിറക്കൽ ഭദ്രകാളി ക്ഷേത്രത്തിലും ഇതേ ചടങ്ങ് നടന്നതായും അദ്ദേഹം സാക്ഷ്യപ്പെടുത്തി. നായന്മാർ പ്രാകൃതരാ യിരുന്നെന്നും ബ്രാഹ്മണ സംസർഗത്താലാണ് കുറച്ചെങ്കിലും പരിഷ്കൃ തരായതെന്നും സ്ഥാപിക്കാനാണ് കാണിപ്പയ്യൂർ ഉദ്ദേശിച്ചതെങ്കിലും മറച്ചുവെച്ച ചില ദുരാചാരങ്ങളെകുറിച്ചുള്ള സൂചന വെളിപ്പെടാൻ ആ ഭാഗം നിമിത്തമായെന്നാണ് മുരളി 'അമണ' എന്ന സമാഹാരത്തിൽ വിശദീകരിച്ചത്.

ഒറ്റപ്പെട്ട കൊലപാതകങ്ങൾ നടത്തുകയെന്ന ലക്ഷ്യത്തോടെ സവർണ പൗരോഹിത്യം ഇറക്കിവെച്ച ദുരാചാരമായിരുന്നു ഒടിമറിയൽ. യജമാനന്മാരുടെ കണ്ണിലെ കരടായ അവർണരെ ഒളിഞ്ഞിരുന്ന് ആക്രമിച്ച് വധിക്കുകയാണ് ഒടിയന്റെ രീതി.'ചെകൊപുളപ്പും,ജോനക പുളപ്പും തീർക്കുക' എന്നമട്ടിലാണ് ഈ വംശീയ ഉന്മൂലനം വടക്കൻ പാട്ടുകളിൽ പ്രത്യക്ഷപ്പെടുന്നത്. മലബാറിലെ തിയ്യരുടെ ബൗദ്ധ കളരി കളുടെ പ്രാമാണ്യത്തെ തുടച്ചുനീക്കാൻ പൗരോഹിത്യം നടപ്പാക്കിയ ചതിപ്പോര്.വീട്ടുപടിക്കലിലെ ആക്രമണമായതിനാലാകണം പാതി ജീവനിൽ ഇഴഞ്ഞ് പൂമുഖത്തെത്തി രക്തം ചർദിച്ച് ചാവുകയായിരു ന്നു വള്ളുവനാട്ടിലെ സമ്പന്നരായ അവർണരുടെ 'വിധി'.തെക്കൻ കേരളത്തിൽ സമാനമായി 'ഇഞ്ചത്തലയും ഈഴത്തലയും വളരുമ്പോൾ കൊത്തണം' എന്ന പഴഞ്ചൊല്ലുമുണ്ടായി. ഒടിയന്മാർ പാവങ്ങളും നന്മയുമുള്ള ദരിദ്ര ഗോത്ര വിഭാഗത്തിൽ നിന്നുള്ള അടിമകളായിരുന്നു. ജനപ്രിയ പാട്ടുകാരുടെ പൈതൃകമുള്ള പാണർ വിഭാഗങ്ങളിൽ നിന്നുള്ള വരെയാണ് ഭക്തി കുത്തിവെച്ച് അന്ധരും അധാർമികരുമാക്കി, കൊല പാതകത്തിനായി തെരഞ്ഞെടുത്തിരുന്നത് എന്നാണ് ചിത്രകാരന്റെ

നിഗമനം. ഒടിയന്മാർക്ക് വധിക്കാൻ കഴിയാതിരുന്ന വർക്ക നേരെ നിയോഗിക്കപ്പെട്ട വിദഗ്ദ ഒടിയന്മാരാണ് 'വെള്ളൊടികൾ'.മനുഷ്യ വിരുദ്ധമായ ദൗത്യം മനസ്സാക്ഷിക്കുത്തില്ലാതെ ഏറ്റെടുപ്പിക്കാനുള്ള നീതീകരണമായിരിക്കണം കൊലപാതകത്തെ അനുഷ്ഠാനമായി വ്യവസ്ഥപ്പെടുത്തിയത്.

അറിവിന്റെ അന്തകവിത്ത്

'സർവജ്ഞപീഠം: അറിവിന്റെ അന്തകവിത്ത്', 'മൂകാംബിക എന്തു കൊണ്ട് മൂകയായി', 'ശംബൂക മോക്ഷം', 'ഏകലവ്യന്റെ ത്യാഗം','പരശു രാമന്റെ അമ്മ', 'ഹിംസയുടെ വേഷവിധാനങ്ങൾ', 'ഗണപതി', 'ചാതുർവർണ്യ ഗോപുരം', 'മഹാബലി മോക്ഷം' തുടങ്ങിയ ചിത്രങ്ങളും നിശബ്ദമാക്കപ്പെട്ട ചരിത്രത്തെ വീണ്ടെടുക്കാൻ പ്രാപ്തിയുള്ളവതന്നെ. 'കുട്ടിക്കാലം', 'കേരളത്തിന്റെ ചരിത്രം' തുടങ്ങിയവ ഗൃഹാതുരമായ ഒരു കാലത്തിന്റെ നേർസാക്ഷ്യങ്ങളും. വിനാശകരങ്ങളായ ഇന്ത്യൻ രാഷ്ട്രീയ പരിപ്രേക്ഷ്യത്തിന്റെ വിസ്തൃതി കാണിക്കുന്നവയാണ് 'ബോംബേന്തിയ മനുഷ്യൻ', 'ഇന്ത്യൻ ബ്ലൈൻഡ്നെസ്', 'ലക്ഷ്മണ രേഖ', 'ഹിംസ ഒരു പവിത്ര പാരമ്പര്യം', 'ഹിംസയുടെ അവതാരം: മഹാത്മാഗാന്ധി മോക്ഷം' തുടങ്ങിയ രചനകൾ. ഹിന്ദുത്വത്തിന്റെ ഉന്മൂലന രാഷ്ട്രീയം വിശദീകരിക്കാൻ ശ്രമിക്കുകയുമാണ് ഈ ഗണത്തിലെ ചിത്രങ്ങൾ. 'താജ്മഹൽ' ആ ലോകാത്ഭുതത്തിന്റെ പിറവിയിൽ മുതുകൊടിയുകയും വിരലുകൾ നഷ്ടമാവുകയുംചെയ്ത സാധാരണക്കാരെ ഓർമപ്പെടുത്തുന്നു. അതിന്റെ നിർമിതിക്കു പിന്നിലെ അധ്വാനം വിസ്മരിക്കപ്പെട്ടതിന് മറുചോദ്യം ഉന്നയിക്കുന്നുമുണ്ട്. 1631ൽ തന്റെ പതിനാലാമത്തെ കുഞ്ഞിന്റെ പ്രസവത്തോടെ മരിച്ച മുംതാസ് മഹൽ എന്ന മൂന്നാം ഭാര്യയോടുള്ള അഗാധമായ സ്നേഹ സ്മരണയിൽ 1632-1653 കാലഘട്ടത്തിൽ ഷാജഹാൻ നിർമിച്ചതാണ് താജ്മഹൽ എന്നാണ് പരിചിത ചരിത്രത്തിന്റെ നിശ്ചയം. ഇരുപതിനായിരം മനുഷ്യർ രണ്ടു പതിറ്റാണ്ടിലേറെ ഉരുകിത്തീർന്ന് പണികഴിപ്പിച്ച അതിനെ തൊഴിലാളിയുടെയോ അധ്വാനത്തിന്റെയോ മഹത്വമായി ഇനിയും വിലയിരുത്താത്ത 'മുഖ്യധാരാ' അലംഭാവത്തെ മുരളി തുറന്നുകാണിക്കുകയുമാണ്.

നരഹത്യയുടെ ആദർശവൽക്കരണം

ബ്രാഹ്മണാടിമത്തം തങ്ങളുടെ ഭാഗ്യമാണെന്ന് കണക്കാക്കി അനുഭവിച്ച ജനതയാണ് നായന്മാർ. തങ്ങളുടെ ദാസ്യവൃത്തിക്ക് ബ്രാഹ്മണർ ആശ്രയിച്ച ശൂദ്രരെ നരാധമങ്ങളായ ഹിംസാത്മക പ്രവൃത്തികൾ മനഃക്ലേശമില്ലാതെ ഏറ്റെടുക്കാൻ ഒട്ടേറെ ആചാരങ്ങൾ ഏർപ്പെടുത്തി. പോങ്ങിലിടി എന്തുകൊണ്ട് നടപ്പാക്കിയതെന്ന് ബോധ്യമാകണമെങ്കിൽ തീണ്ടൽ, തൊടീൽ, തീണ്ടാപ്പാട്, അയിത്തം തുടങ്ങിയവയെക്കുറിച്ച് ധാരണ വേണം. ജാതീയത നടപ്പാക്കിയപ്പോൾ ബ്രാഹ്മണർ ഓരോ ജാതിക്കാരും ചെയ്യേണ്ട ജോലി എന്തെന്നും ജീവിതരീതി എങ്ങനെയെന്നും വ്യാഖ്യാനിക്കുകയുണ്ടായി. ജാതി അടിമത്തത്തിന്റെ

കീഴിലെ ജീവിതം പരസ്പരം കൂടിക്കലർന്ന് ജാതി നരകത്തിൽനിന്നും അടിമകൾ രക്ഷപ്പെട്ട് ബ്രാഹ്മണ്യത്തെ വെല്ലുവിളിക്കാതിരിക്കാൻ ഓരോ ജാതികൾക്കും പെട്ടെന്ന് തിരിച്ചറിയാനുള്ള തലമുടിയും പൂണൂലും വേഷ ഭൂഷാധികളും മാറ് മറക്കാതിരിക്കലും കുട, വടി തുടങ്ങിയ അടയാളങ്ങളും നിർവചിച്ചു. പഴഞ്ചൊല്ലുകളും പ്രയോഗങ്ങളും ഈ അധഃസ്ഥിതത്വത്തെ അരക്കിട്ടുറപ്പിച്ചു. അങ്ങനെ തീണ്ടലിന്റെ പേരിലുള്ള നരഹത്യയെ ആദർ ശവൽക്കരിക്കാൻ തുടങ്ങിയ ആചാരമായിരിക്കണം പോങ്ങിലിടി. ബ്രാഹ്മണർ ബോധത്തിൽ കുത്തിനിറച്ച അയിത്താചാരത്തിന്റെ പ്രേരണയിൽ ഇത്തരം നരാധമ പ്രവൃത്തി നായന്മാർ നിസ്സങ്കോചം ചുമലിലേറ്റിയതായി വില്യം ലോഗനും ഫ്രാൻസിസ് ബുക്കാനനും മറ്റും എഴുതിയിട്ടുണ്ട്.അരയരുടെയും ആശാരിമാരുടെയും ഈഴവരുടെയും തല തീണ്ടാപ്പാടിന്റെ അളവുകോലാൽ നിജപ്പെടുത്തി കുറ്റം ബോധ്യ പ്പെടുത്തിയാണ് രാജ നിയമമനുസരിച്ച് തല വെട്ടിയിരുന്നത്. ശൂദ്രൻ ബൗദ്ധന്റെ തല കൊയ്യാതിരുന്നാൽ രാജാവ് അത് നിർവഹിക്കും. അത്തരം തലകൾ കാളി ക്ഷേത്രങ്ങളിലെ ബലിക്കല്ലിൽ അർപ്പിക്കേ ണ്ടത് ശൂദ്രന്റെ കടമയും. ബ്രിട്ടീഷ് കാലത്ത് അത് എഴുപ്പമാവാത്തതി നാൽ ഇളനീർ പ്രതീകമായത്.

2014ൽ വരച്ച 'ഹിംസയുടെ വേഷവിധാനങ്ങൾ' കൊടുങ്ങല്ലൂർ ക്ഷേ ത്രത്തെക്കുറിച്ചുള്ളതാണ്. 12 നൂറ്റാണ്ട് മുമ്പ് കേരള തലസ്ഥാനമായ മുസരിസ് എങ്ങനെ കൊട്ടം + കൊല + ഊരായ കൊടുങ്ങല്ലൂരായി എന്നാണ് അതിലെ അന്വേഷണം. അവിടുത്തെ കാവുതീണ്ടൽ ദിനത്തിൽ ബ്രാഹ്മണ കാർമികത്വത്തിലുള്ള നരാധമഹിംസ തെളിയി ക്കുംവിധം അനുഷ്ഠാനങ്ങളും ചടങ്ങുകളും കാണാം.കിഴക്കേ നടയിലെ ആൽത്തറയിൽ മര കസേല ചുവന്ന പട്ടുതുണിയാൽ പുതച്ച് കൊടു ങ്ങല്ലൂർ രാജവംശ പരമ്പര്യാവകാശിയായ വയോധികൻ അമ്പലം തല്ലിപ്പൊളിക്കാനും തകർക്കാനും അനുവാദംനൽകുന്ന വെറും വിഗ്രഹ ദർശന ശീലവുമായി പോകുന്നവർക്ക് ഇവ കാണാനോ അറിയാനോ സാധിക്കില്ല. ശബരിമലയിലും ആവർത്തിക്കപ്പെടുന്നത് പൗരോഹിത്യ വംശീയ അധികാരങ്ങളുടെയും താന്ത്രിക ആചാരങ്ങളുടെ യും പുകമ റയിട്ട പ്രകൃത സവർണ യുദ്ധമാണ്. ചരിത്രത്തിൽനിന്നും പാഠങ്ങൾ സ്വീകരിക്കാതിരുന്നാൽ ദുരന്തങ്ങളും അടിമത്തവും ആവർത്തിച്ചുകൊ ണ്ടിരിക്കുമെന്നാണ് മുരളിയുടെ കൃത്യമായ മുന്നറിയിപ്പ്. രാജാവിന്റെ ആജ്ഞ കിട്ടിയാലുടൻ വെളിച്ചപ്പാടന്മാരും പ്രകൃത ഭക്തരും പ്രതി ഷ്ഠയായ ഭഗവതിയെ (കണ്ണകി -കാളി) തെറികയഭിഷേകം നടത്തി ക്ഷേത്രം വടികൊണ്ട് അടിച്ചും കല്ലെറിഞ്ഞും (ഇപ്പോൾ തേങ്ങ) ആക്ര മിക്കുന്ന ചടങ്ങാണിത്. രാജാവിന്റെ സാന്നിധ്യം ചടങ്ങ് ബ്രാഹ്മണ്യം ആചാരപ്പെടുത്തി അടിച്ചേൽപ്പിച്ചതാണെന്നതിന്റെ തെളിവായാണ് ചിത്രകാരൻ കണക്കാക്കുന്നത്.

ക്ഷേത്രത്തിന്റെ പ്രവേശന ഭാഗങ്ങളിലും ആൽമരങ്ങളിലും മതിലു കളിലും തലയില്ലാത്ത മനുഷ്യ ശരീരങ്ങളുടെ പ്രതീകമായ കൊടികൾ

മനുഷ്യരെ തൂക്കിക്കൊന്നു പ്രദർശിപ്പിക്കുന്ന ചിത്രവധം എന്ന മൃഗീയതയുടെ തെളിവും. ഉത്സവത്തിനു മുമ്പുള്ള ദിവസങ്ങളിൽ കൊടുങ്ങല്ലൂരിലേക്ക് വിവിധ ദേശങ്ങളിൽനിന്നും 'ശവ ഘോഷയാത്ര'കൾ അരങ്ങേറും. ശിരസറ്റ ശവങ്ങൾ അമ്പലം അലങ്കരിക്കാൻ ഭക്തരുടെ ചുമലിലേറി ഒഴുകി വരുന്നതിന്റെ പ്രതീകാത്മക ഘോഷയാത്ര. ദേവിയെ മുൻനിർത്തി അശ്ലീലപാട്ടുകൾ ആലപിച്ച് സ്ത്രീ പുരുഷന്മാർ തെരുവിലൂടെ നടക്കുന്നത് ബ്രാഹ്മണ്യത്തിന്റെ കൊടും ഹിംസയുടെ കഥകൾ ബോധ്യപ്പെടുത്തുന്നതാണ്. വടക്കേ നടയിൽ സമർപ്പിക്കുന്ന ചുവന്ന പട്ടിന്റെ കുമ്പാരവും ശ്രദ്ധിക്കണം. പഴയകാലത്ത് നരബലി വലിയ മട്ടിൽ ഉണ്ടായിരുന്നുവെന്നും പുതിയകാലത്ത് അത് അപ്രായോഗികമായതിനാൽ കോഴിയെ അറുക്കുന്ന പ്രതീകാത്മകതയിലേക്കും ചുവന്ന പട്ടു സമർപ്പിക്കുന്ന വഴിപാടിലേക്കും വഴിമാറി എന്നും തിരിച്ചറിയണം. ഇത്തരം കൊടും പാതകങ്ങളുടെ സംശയവിരൽ സ്വന്തം നെഞ്ചിലേക്ക് നീളാതിരിക്കാൻ ബ്രാഹ്മണർ പൗരോഹിത്യവൃത്തിയിൽനിന്നും വിട്ടുനിന്നു. അവർണരെ സാമൂഹ്യമായും സാംസ്കാരികമായും സാമ്പത്തികമായും തകർക്കാൻ ലക്ഷ്യമിട്ട് ക്രൂരമായ ഉന്മൂലന തന്ത്രങ്ങൾ പാവകളായ നായർ രാജാക്കന്മാരെക്കൊണ്ട് നടപ്പാക്കി. വിദ്യാഭ്യാസമുള്ള ബൗദ്ധ പാരമ്പര്യക്കാരെപ്പോലും പൊതുനിരത്തിൽ സഞ്ചരിക്കാൻ യോഗ്യതയില്ലാത്തവരായി കണക്കാക്കി തീണ്ടൽ, തൊടീൽ, അയിത്തം തുടങ്ങിയ ദുരാചാരങ്ങൾ നിർബന്ധമാക്കുകയും അനുസരിക്കാത്തവരെ ഇല്ലായ്മചെയ്യുകയും പതിവാതിരുന്നു. അങ്ങനെയാണ് മുരളി 'കഴുവേറ്റൽ' എന്ന ചിത്രവധത്തെ പരിശോധിക്കുന്നതും. ബ്രാഹ്മണ ക്ഷേത്രങ്ങളിൽ ഉത്സവം കൊടിയേറുംമുമ്പ് ദേവപ്രീതിക്കായി നടത്തേണ്ടിയിരുന്ന ചടങ്ങായാണ് അത് കൊണ്ടാടിയത്. 'കൊടിയേറ്റിനു മുമ്പ് കഴുവേറ്റ്' എന്ന അക്കാലത്തെ സാമാന്യബോധമായ പഴമൊഴിയെക്കുറിച്ചും പ്രതിപാദിക്കുന്നു.ബോധിവൃക്ഷം, അഥവാ അരയാൽ ക്ഷേത്രാംഗണങ്ങളിൽ പരിപാലിക്കപ്പെടുന്നത് കാണാം. അത് ബുദ്ധന്റെ പ്രതീകമായി ലോകമെങ്ങും ആരാധിക്കപ്പെടുന്നതാണ്. ബ്രാഹ്മണർക്ക് അരയാലുമായി വിദൂര ബന്ധം പോലുമില്ല. തങ്ങൾ കൈയേറിയ ബൗദ്ധക്ഷേത്രത്തിലെ വൃക്ഷം എന്ന നിലയിലും ചുവട്ടിൽ ഗണപതിയുടെ പ്രതിഷ്ഠ പതിവുണ്ടെന്നതിനാലും അവർ അതിനെ മുൻനിർത്തി ഭക്തരെ കബളിപ്പിക്കാറുണ്ട്. ഗണപതി ശിരഛേദം ചെയ്യപ്പെട്ട ബുദ്ധനാണെന്ന് ഉറപ്പിക്കുന്നത് തുറന്നുകാട്ടിയ ചിത്രത്തെ ഇതിന് അനുബന്ധമായാണ് വായിക്കേണ്ടത്. മുരളിയുടെ നിഗമനങ്ങൾ അതേ ആവൃത്തിയിൽ സ്വീകരിക്കാൻ ബുദ്ധിമുട്ടുള്ളവർക്കും ആ നിരീക്ഷണങ്ങൾ പാടെ തള്ളിക്കളയാനാവില്ലെന്നതാണ് വാസ്തവം. ഏതർഥത്തിലും ചരിത്രത്തിന്റെ പുനർവായനയെ പ്രചോദിപ്പിക്കുന്നവയാണ് അദ്ദേഹത്തിന്റെ ചിത്രങ്ങൾ.

www.ingramcontent.com/pod-product-compliance
Lightning Source LLC
LaVergne TN
LVHW100836051026
849519LV00006B/2319

* 9 7 8 9 3 8 7 3 9 8 6 3 4 *